நந்தினி சேவியர்
படைப்புகள்

நந்தினி சேவியர்

விடியல் பதிப்பகம்
கோவை - 641015

முதற்பதிப்பு டிசம்பர் 2014 தி.ஆ. 2045
விடியல் பதிப்பகம்,
23/5, ஏ.கே.ஜி. நகர், 3வது தெரு
உப்பிலிபாளையம் அஞ்சல், கோயம்புத்தூர் 641 015.
தொலைபேசி: 0422 - 2576772, 9443468758

நந்தினி சேவியர் படைப்புகள்

© ஆசிரியருக்கு

ISBN 978 - 81-89867-881

அச்சாக்கம்: ஜோதி எண்டர்பிரைசஸ், சென்னை.

பக்கங்கள் : 432

விலை : 350/-

First Edition December 2014 Thiruvalluvar Era 2045

VIDIYAL PATHIPPAGAM,

23/5, AKG Nagar, 3rd Street, Uppilipalayam Post, Coimbatore 641 015.
0422 - 2576772, 9443468758 vidiyal@vidiyalpathippagam.org
vidiyalpathippagam.org

NANTHINY XAVIER PATAIPPUKAL

©Author

ISBN 978 - 81 -89867-881

Printed at Jothy Enterprises, Chennai.

Pages :432

Price :350/-

பொருளடக்கம்

1. பதிப்புரை — 5
2. நந்தினி சேவியர் பற்றி — 6

பகுதி ஒன்று
3. கதைகள் — 8-136

பகுதி இரண்டு
4. கட்டுரைகள் — 137-204

பகுதி மூன்று
5. பத்தி எழுத்துக்கள் — 205-340

பகுதி நான்கு
6. பின்னிணைப்புகள் — 341-432

பதிப்புரை

ஈழத்து முற்போக்கு இலக்கியமும் முற்போக்குக் கட்சிகளும், அனைத்து உழைப்பாளி வர்க்கமும் ஒருங்கிணைந்து முன்னெடுக்கும் ஒரு புரட்சியைப் பற்றிய பிரமையைக் கொண்டிருந்தன. சீனச் சார்பு இலங்கை இடதுசாரிக் கட்சியின் உறுப்பினராக, தீண்டாமை ஒழிப்பு வெகுஜன இயக்கப் போராளியாகக் களச் செயல்பாடுகளில் பங்கு கொண்ட நந்தினி சேவியர் அவர்களின் படைப்புலகம் இந்த மயக்கத்தைக் கொள்ளாத ஒன்று. தலித் மக்களின் அன்றாட ஜீவிதத்துள் எதிர்பாராமல் துளிர்க்கின்ற துன்பியலையும், நம்பிக்கைகளையும், வாழ்வனுபவத்தின் இயங்கியலுடன் பதிவு செய்கின்றன நந்தினி சேவியரின் படைப்புக்கள்.

இடதுசாரிப் போராட்டங்களின் ஊடாகவும், தீண்டாமை ஒழிப்பு வெகுஜன இயக்கப் போராட்டங்களின் ஊடாகவும், தலித் மக்களின் ஆழ் மனங்களுக்குள் உருவாகும் வீறு கொண்ட மனவெழுச்சியை, அவர்களின் துன்பியல் வாழ்வை, புறவயமாக, அதற்கே உரிய கால நீட்சியுடன் கண்டடையும் முயற்சியாக நந்தினி சேவியரின் படைப்புலகம் அமைகிறது.

ஈழ விடுதலைப் போராட்டம் முனைப்புப் பெற்ற வேளையில், பெரும்பாலான இடது சாரிகள் ஒதுங்கிக் கொண்டார்கள்; சிலர் தாம் சார்ந்த இனத்தின் தேசியத்தின்பால் நின்றார்கள்; சிலர் அவற்றுக்கு எதிராக நின்றார்கள்; இவற்றுக்கும் அப்பால் யுத்தத்தின் கோரத்தை, சிதைவுகளை, மனித அவலங்களை, நேர்மையான இடதுசாரிப் பார்வையில் மனித நேயத்துடன் பதிவு செய்பவைகளாக நந்தினி சேவியரின் படைப்புக்களைக் காண முடியும்.

காத்திரமான உலக இலக்கியங்களுடன் பரிச்சயமும் தீவிர வாசிப்பனுபவமும் கொண்டு களச் செயல்பாட்டாளராக, பத்திரிகை யாளராக, படைப்பிலக்கியவாதியாக இயங்கும் நந்தினி சேவியரின் படைப்புக்களை முழுமையாகத் தனது ஈழத்து இலக்கிய வரிசையில் வெளியிடுவதில் விடியல் பெருமை கொள்கிறது.

நந்தினி சேவியர்

இயற்பெயர்	:	தே. சேவியர்
முகவரி	:	269, என்.சி. றோட், திருகோணமலை
தகப்பன்	:	வ. தேவசகாயம்
தாய்	:	தே. றோசம்மா
பிறப்பு	:	25-05-1949 மட்டுவில் சாவகச்சேரி
எழுத்துலகப் பிரவேசம்	:	1967ஆம் ஆண்டில்
புனை பெயர்கள்	:	வ. தேவசகாயம், தாவீது கிறிஸ்ரோ, சகாயபுத்திரன்
சிறுகதைகள்	:	இதுவரை 30 கதைகள்
எழுதப்பட்ட பத்திரிகை, சஞ்சிகைகள்	:	தாயகம், சிந்தாமணி, மல்லிகை, வீரகேசரி, தினகரன், தினக்குரல், வாகை, தொழிலாளி, அலை, சுதந்திரன், புதுசு, ஈழமுரசு, இதயம், ஈழநாடு, ஒளி, சுட்டும்விழி, தூண்டி, கலை ஓசை
நாவல்கள்	:	இரண்டு நாவல்கள் இதுவரை எழுதப்பட்டன. ஈழநாடு பத்திரிகையின் 10ஆவது ஆண்டு நிறைவையொட்டி அகில இலங்கை ரீதியில் நடத்திய நாவல் போட்டியில் ஒரு நாவல் 2ஆம் பரிசு பெற்றது.

குறு நாவல்கள்	:	இரண்டு குறு நாவல்கள் எழுதியுள்ளார். பேராதனைப் பல்கலைக் கழகத் தமிழ்ச் சங்கம் தனது 50ஆவது ஆண்டு நிறைவை யொட்டி நடாத்திய நாவல் போட்டியில் ஒரு குறுநாவல் **தங்கப் பதக்கத்தை முதற்பரிசாகப் பெற்றது.**
கவிதைகள்	:	பல கவிதைகளும் எழுதியுள்ளார்.
வெளிவந்த நூல்கள்	:	அயல் கிராமத்தைச் சேர்ந்தவர்கள், நெல்லிமரப் பள்ளிக்கூடம்

அங்கம் வகித்த அமைப்புகள்:

1. இலங்கை கம்யூனிஸ்ட் கட்சி (சீன சார்பு) வாலிபர் சங்கம்.
2. இலங்கை கம்யூனிஸ்ட் கட்சி (சீன சார்பு)
3. தீண்டாமை ஒழிப்பு வெகுஜன இயக்கம்
4. தேசிய கலை இலக்கியப் பேரவை (ஆரம்ப காலம்)

"அயல் கிராமத்தைச் சேர்ந்தவர்கள்" பெற்ற விருதுகள்:

1. சுதந்திர இலக்கியவிருது - 94
2. தமிழின்பக் கண்காட்சிவிருது - 94

"நெல்லிமரப்பள்ளிக்கூடம்" பெற்ற விருதுகள்:

1. கொடகே தேசிய சாகித்தியவிருது - 2012
2. அரச இலக்கியவிருது - 2012
3. வடமாகாண சிறந்த நூல்விருது - 2012

எழுத்து முயற்சிகளுக்காக பெற்றுக் கொண்ட கௌரவங்கள்:

1. தேசிய வாசிப்பு மாத 2008 எழுத்தாளர்கௌரவ விருது
2. கிழக்கு மாகாண முதலமைச்சர்விருது - 2011
3. தமிழ் விழா - 2013 கௌரவவிருது (யாவர்க்குமாம் தமிழ் - 2013)
4. 'கலாபூசணம்' 2013 அரசவிருது

மின்னஞ்சல் முகவரி	:	nanthinyxavier@yahoo.com
கைபேசி எண்	:	94 771495629

பகுதி ஒன்று
கதைகள்

அயல் கிராமத்தைச் சேர்ந்தவர்கள்

தேசிய கலை இலக்கியப்
பேரவையுடன் இணைந்து
சவுத் ஏசியன் புக்ஸ்
ஒகஸ்ட் - 1993

1

வேட்டை

"பாற்றா...பாற்றா...கிடக்காடா...கிடக்காடா...பாற்றா...பாற்றா" கைவிரலைச் சுண்டி வாயைக் குவித்து 'உய்' எனச் சீழ்க்கை ஒலி எழுப்பி கையிலிருக்கும் கூர்க்கொட்டனால் பற்றைகளையும் காவோலை களையும் தட்டி, நாய்க்கு உற்சாகம் கொடுக்கிறார் தம்பர்.

நாயும் நெருங்கிய... அடர்ந்த..பற்றைக்குள் எல்லாம் அனாயசமாக வளைந்து, ஊர்ந்து, பதுங்கி மோப்பம் பிடிக்கிறது.

"வெள்ளையா...உதுக்குள்ளான் கிடக்கு... விட்டிடாதை... எழுப்படா.." மீண்டும் மீண்டும் உற்சாகமூட்டுகிறார் தம்பர்.

நாய் சுறுசுறுப்பாய் இயங்குகிறது.

தம்பர் ஒரு நிலையில் இல்லை. அவர் வேட்டையிலேயே லயித்து... "கிடக்கடா... கிடக்கடா... விட்டிடாதை... விட்டிடாதை... எழுப்பு... எழுப்பு"

தம்பரின் உற்சாக ஒலியினால் அந்தப் பற்றைப்பிராந்தியம் அமைதி இழந்து அல்லோலப்படுகிறது.

வெள்ளையன் எதையோ மோப்பம் பிடித்துவிட்டது. தம்பர் உசாராகிறார்.

"வெள்ளயா... அதுதான்ரா... இடைஞ்சலாய்க் கிடந்தால் மற்றப் பக்கமாய் வந்து, சுத்திவளை...மற்றப்பக்கமாய் வா..."

நாயைவிடத் தம்பரின் உற்சாகம் கூடிவிட்டது. அவர் சுற்றிச் சுழலுகிறார்.

வெள்ளையன் பற்றைகளை இடறி எறிவதும், வெளியில் வந்து பற்றையைச் சுற்றிச்சுற்றி ஓடுவதும் ... மீண்டும் பற்றைக்குள் புகுந்து இடறி இடறிக் கால்களால் மண்ணைத்தோண்டி எறிவதும்... தோண்டிய இடத்தில் முகத்தை வைத்து முகர்வதுமாய் போராடுகிறது.

''வெள்ளையா... விலகு நான் பாக்கிறன்...என்ன புத்துக்கை விழுந்திட்டுதே...கொஞ்சம் விலகு வெள்ளையா!''

விலகவே மனமில்லாது நிற்கும் நாயைப் பலாத்காரமாக விலக்கிவிட்டுத் தமது கையிலுள்ள கத்தியினால் பற்றைகளை வெட்டி வழிசெய்து கொண்டு புற்றை நெருங்குகிறார் தம்பர்.

''இது என்னடாப்பா... இடைஞ்சலாய் கிடக்குது... மம்பெட்டியாலை கூட வெட்டேலா போல கிடக்கு... வெள்ளையா... தம்பி... வாடா... வந்து விட்டு வீசாடியா நிண்டு பார்... என்னாலை வெட்டேலா... புத்துக்கை கிடக்குது போல... வந்து பாரடி ராசா...''

இயலாத நிலைமையை உருக்கமான வார்த்தைகளால் வெள்ளையனுக்குக் கூறி உசார்படுத்துகிறார் தம்பர்.

வெள்ளையன் உள்ளே நுழைகிறது. மீண்டும் முன்னங் கால்களால் புற்றை விறாண்டுவதும் முகத்தை வைத்து முகர்வதுமாக அவலப்படுகிறது.

தம்பர் சற்று ஓய்வாக மர நிழலில் அமர்கிறார்.

சடுதியென உடும்பு ஒன்று புற்றுக்குள்ளிருந்து விடு பட்டு வெள்ளையனையும் ஏமாற்றி விட்டு ஓடத் தொடங்குகிறது. தம்பர் தன்னைச் சுதாரித்துக் கொண்டு எழும்புகிறார்.

''பிடியடா... பிடியடா... அள்ளடா... அள்ளடா...''

அந்தப் பிராந்தியம் கொஞ்ச நேரம் தம்பரின் உற்சாக ஒலியால் நிலை தளர்ந்து அமைதியாகிறது.

வெள்ளையன் திறமையாக உடும்பைப் பிடித்துவிட்டது.

தம்பர் மகிழ்ச்சியோடு வெள்ளையனைத் தட்டிக் கொடுக்கிறார்.

''எனக்குத் தெரியும் ராசாத்தி... எப்படியும் பிடிச்சுப் போடுவாய் எண்டு'' வெள்ளையன் எஜமானின் பாராட்டினால் உடலை வளைத்து வாலைக் குழைத்து நெளிகிறது.

தம்பர் உடும்பை எடுத்து அதன் வாலால் உடும்பின் தலையைச் சுற்றி முன்னங்கால் பாதத்துள் வாலைச்செருகி உடும்புக் கட்டுப் போடுகிறார். அந்தப் பருத்த உடும்பைப் பார்க்க பார்க்க அவர் முகத்தில் பெருமையின் சாயல் இழையோடுகிறது.

அந்த உடும்பைத் தாம் முன்னர் பிடித்த முயலோடு கோர்த்துக் குடலையாகக்கட்டுகிறார் தம்பர்.

"இண்டைக்கு இது போதும் நடவெடா வெள்ளையா"

வெள்ளையன் முன்னே செல்ல வேட்டையை முடித்துக் கொண்டு தம்பர் மண்வெட்டி, கத்தி, குடலை சகிதம் கம்பீரமாகப் பின்னே நடக்கிறார்.

தம்பருக்கு சுமார் எழுபது வயதிருக்கும் அவருக்கு அந்த வயதென்று யாரும் சொல்ல மாட்டார்கள். கணிப்பு என்கின்ற அளவுக்கு உட்படாத தோற்றம்.

தலையில் அங்கொன்றும் இங்கொன்றுமாக நரை மயிர்கள் குத்திட்டு நிற்கின்றன. முகம் வெளுத்து நெற்றிச்சதை சுருங்கி... செறிந்த புருவ விளிம்புகளும் கனத்துத் தொங்கிய கன்னத் தசைகளும் மயிர்களால் கவியப் பெற்று அதையும் ஊடுருவிக் கொண்டு அவரது சிவந்த கண்கள் மாலைச் சூரியனைப்போல பளபளத்துக் கொண்டு தெரிகின்றன. இவை எல்லாவற்றையும் வெற்றிகொண்டு தம்பரின் அகண்ட கூரிய நாசி மேலெழுந்து, கம்பீரமாகக் காட்சி தந்து கொண்டிருந்தது.

தம்பரின் மெலிந்த தேகம் உடும்புத்தோலைப் போல் சொரசொரத்து முந்திரிகை வற்றல் போல் சுருங்கி அலையாகக் காட்சியளித்துக் கொண்டிருக்கும்.

தம்பர் வயதுக்கு மீறிய செயல் செய்யும் ஒரு பிரகிருதிதான். அவரின் உடம்பில் ஒரு நான்கு முழத்துண்டும் ஒரு பொத்தல் மேல் துணியும்தான் கிடக்கின்றன. பொத்தல் துணியால் அழகான ஒரு தலைப்பாகை கட்டியிருக்கிறார். அவ்விருதுண்டுகளும் சலவைக்குப் போய் எத்தனை நாளோ யாரறிவார்? தம்பருக்குக் கூட அது சலவைக்குப் போட்டு எத்தனை நாளென்பது ஞாபகம் இருக்காது.

அவருக்கு உறவு என்று சொல்லிக் கொள்வதற்கு உயிரோடு யாரும் இல்லை. அந்த நாய்தான் அவரது அண்ணன், தம்பி, மகன், மனைவி எல்லாம்.

நந்தினி சேவியர் படைப்புகள்

தம்பரும் நாயும் ஒரே மாதிரி, அந்த நாய்க்கும் வயது கடந்து விட்டது. மெலிந்து எலும்புகள் உடலைப் புடைத்துக் கொண்டு வெளியில் தெரிய, முன்னங்கால் ஒரு பக்கம் சாய்த்து தம்பரைப் போல கம்பீரமாக நடக்கும் ஓர் அலாதி...நாய்தான் தம்பர்...தம்பர்தான் நாய்.

தம்பர் அந்தக் கறுத்த நாய்க்கு ஏன்தான் வெள்ளையனென்று பெயர் வைத்தாரோ? வெள்ளையன் என்று சொல்வதற்கு அந்த நாயில் சாட்டிற்காவது ஒரு சிறு வெள்ளை...கிடையவே கிடையாது. இது ஏன் என்பது இன்னமும் கூட ஒருவருக்கும் புரியவில்லை.

தம்பர் வேட்டையில் மிகவும் கெட்டிக்காரர். வேட்டைக்கு அவர் வெளியில் சென்றால் வெறுங்கையோடு திரும்புவது கிடையாது. வேட்டையில் மட்டுமல்ல, வேட்டையைப் பற்றி வர்ணிப்பதிலும் அவர் மகாதீரர்.

கைகளை வீசி வேட்டையில் என்ன நடந்தது: வெள்ளையன் எப்படிப் பிடித்தது: தாம் என்ன செய்தார் என்பதை அவர் நடித்துக் காட்டுவார்.

வேட்டையில் புலியான அவருக்கு "வெலிச்சோர்...தம்பர்" என்று கூட ஒரு பட்டம். தம்பருக்கு ஊரில் நல்ல மதிப்பு. யாராவது "தம்பர் முயல் தின்ன ஆசையாகக் கிடக்குது" என்று சொன்னால் போதும், அன்று அல்லது அதற்கு மறு நாள் அந்த ஆசையைத் தம்பர் நிறைவேற்றுவார்.

தம்பரோடு யாரும் வேட்டைக்குப் போவது இல்லை. போனால் ஒரு மிருகத்தையும் தப்பியோட விடக்கூடாது. அப்படி ஏதாவது நடந்தால் தம்பர் சாதாரணமாக இருந்துவிட மாட்டார். அந்த மனிதர் மேல் ஒரே வசை புராணம் பாடி முடிப்பார்.

இந்த ஒரு காரணத்திற்காகவே அவரோடு யாரும் போவது இல்லை. மற்றும்படி அவருக்கு ஊரில் நல்ல மதிப்பு.

அளவோடு வேட்டையாடிக்கொண்டு தம்பர் திரும்புவது இதனால்தான். பலர் வேட்டைக்குப்போனால் எல்லோருக்குமாக வேட்டையாட வேண்டும். இது அவருக்கு மட்டும்தானே ஒன்று அல்லது இரண்டு அது போதும். வயதான காலத்தில் நாயையும் தம்மையும் வருத்துவதற்கு அவர் விரும்புவது இல்லை.

அவருக்குச் சாப்பாடு போட்டுக் கொண்டிருக்கும் அந்த வெள்ளையனுக்கு முதலில் சாப்பாடு போடாமல் தான் உண்ண மாட்டார் தம்பர்.

நந்தினி சேவியர்

அவரது கூப்பன் எப்போது தொலைந்து போயிற்றோ அன்றிலிருந்து அவர் சோறு உண்பதில்லை.

முயல் இறைச்சியும் உடும்பு இறைச்சியும்தான் அவரது அன்றாட உணவு. அவரை உயிருடன் உலாவ விடுவதே அந்த இறைச்சிகள் தான் என்று தம்பர் கூறுவார். எனவே அவரது உயிர் வெள்ளையன். வெள்ளையன் இல்லா விட்டால் உடும்பேது? முயலேது?

★★★

''பாற்றா...பாற்றா...உதுக்குள்ளான்...உதுக்குள்ளான்'' சூரியன் சந்தாதோட்ட வடலிக்குள் விழுந்து விட்டான். தம்பர் வேட்டையை இன்னமும் முடிக்கவில்லை.

அவர் கையில் உடும்புக் குடலையோ, முயல் குடலையோ இல்லை. ஒன்றுமே பிடிபடாத ஏமாற்றம். அவரது வார்த்தையில், ''ராசா உதுக்குள்ளான்ரி கிடக்குது எடி... பாற்றா பாற்றா'' தம்பர் துரிதமாக இயங்குகிறார். வெள்ளையன் பற்றைக்குள் நுழைந்து வளைந்து மோப்பம் பிடிக்கிறது.

வெள்ளையனில் முந்தைய சுறுசுறுப்பு இல்லை. ஏன் தம்பரும் அப்படித்தான். வயது போய் விட்டது மட்டுமல்ல மத்தியானத்துச் சாப்பாடு கூட இன்னமும் வயிற்றுக்குள் போகவில்லை.

தம்பர் முன்பென்றால் இவ்வளவுக்கு வேட்டையை முடித்து விடுவார். ஆனால் இன்று அவருக்கு வேட்டையை முடிக்க விருப்ப மில்லை. ''வெலிச்சோர் தம்பர் வெறுங்கையோடு திரும்புவதா?''

''பாற்றா... பாற்றா கிடக்கடா எழுப்படா... வெள்ளையா உதுக்குள்ளான்... உதுக்குள்ளான்''

ஈனஸ்வரத்தில் முனகுகிறார் தம்பர். கடமைக்காகப் போராடுகிறது வெள்ளையன். ''தம்பி மற்றப் பத்தையைப் பாரடி... கிடக்குது எழுப்படி இராசா... ஒண்டெண்டாலென்ன... எழுப்படி இராசா'' வெள்ளையன் ஆவேசமாக மோப்பம் பிடிக்கிறது.

''தம்பி பொழுதுபட்டால் படட்டுக்கும் நீபாரடி ராசா... பாற்றா...பாற்றா'' தம்பருக்கு வீட்டிற்குப்போகும் எண்ணமே இல்லை. வெள்ளையனுக்குப் போக மனமிருந்தாலும் தம்பரில்லாமல் அது போக முடியுமா? தம்பர் போகத்தான் விடுவாரா?

பற்றைகளை இடறுகிறது வெள்ளையன், முட்கள் அதன் உடலைக் கீறி, இரத்தம் கசிந்து அதன் எலும்புடலில் உறைகிறது.

வேதனையைக் காட்டிக் கொடுக்காமல், எஜமானுக்காக மோப்பம் பிடிக்கிறது வெள்ளையன். ''தம்பி பாற்றா...கிடக்கடா... கிடக்கடா...பாற்றா பாற்றா வெள்ளையா... எழுப்படா''.

வெள்ளையன் பகீரதப் பிரயத்தனம் செய்கிறது. ''மற்றப்பத்தையுக்க போடா...அதையும் பாரடா...உதுக்குள்ளான் கிடக்கெடா...''

வெள்ளையனின் நாசியில் ஏதோ தட்டுப்பட்டு விட்டது. தம்பர் உசாராகிறார். ''விட்டிடாதை...கிடக்குது எழுப்பு...எழுப்பு...''

வெள்ளையனின் சாமர்த்தியத்தால் ஒரு சிறிய உடும்பு எழும்பி விட்டது. ''பிடியடி...பிடியடி அள்ளடா அள்ளடா வெள்ளையா''

வெள்ளையனாலும் ஓடமுடியவில்லை. தம்பராலும் ஓட முடியவில்லை. உடும்பு ஓர் அடர்ந்த புதருக்குள் நுழைந்து விட்டது.

தம்பருக்கு ஆத்திரம் ''உதைப்பிடிக்காமல்... விடுறேல்லை ராசாத்தி உள்ளுக்கை போய்... எழுப்படி... நான்... இஞ்சாலை நிக்கிறன்'' தம்பர் வெள்ளையனை ஊக்குவிக்கிறார்.

வெள்ளையன் பற்றையைச் சுற்றிச் சுற்றி வருகிறது. உள்ளே நுழையாமல் வெளியிலேயே நின்று கொண்டு சுற்றிச் சுற்றி வருகிறது. மோப்பம் பிடிக்கிறது.

''வெள்ளையா... பயப்பிடாதை... உள்ளுக்கை போய் எழுப்படா தம்பி'' ''போடி உள்ளுக்கை போய் அதை எழுப்பு...உதையாவது பிடிச்சுக் கொண்டு வீட்டை போவம்''

வெள்ளையன் உள்ளே நுழைகிறது. எதனுடனோ போராடும் ஒலி. அதனால் அந்தப் பற்றையே கிடுகிடுக்கிறது.

''வெள்ளையா...விட்டிடாதை படுக்கையில் வைச்சு அமத்து'' தம்பர் வெளியிலே நின்று ஆவேசமாகக் கத்துகிறார். சிறிது நேர அமைதிக்குப் பிறகு வெள்ளையன் வெளியே வருகிறது.

அதன் வாயில்...

தம்பர் அதை வாங்க மகிழ்ச்சியோடு கையை நீட்டுகிறார்.

''பாம்பு...ஐயோ வெள்ளையா...இது என்ன...?'' தம்பரின் வாய் பயத்தால் அலறியது. வெள்ளையன் வலிகண்ட நாயைப் போல சரிகிறது. அதன் உடல் நீலம் பாரித்து...

நந்தினி சேவியர்

தம்பர் கதறினார். அவரது தாயும் தகப்பனும் இறந்தபோதும், மனைவி மக்கள் வீடு விழுந்து மடிந்த போதும் எப்படி அழுதாரோ அதேபோல...இது அவரது கடைசி நஷ்டம். அவரது உணவுக்கு வழி செய்யும் அந்த உயிரின் நாடித்துடிப்பு மெதுவாக அடங்கிக் கொண்டிருந்தது.

ஈழநாடு – 1969

உதயன் – 2009

2

அயல் கிராமத்தைச் சேர்ந்தவர்கள்

நாங்கள் வழமை போல குந்தியிருக்கும் ஞான வைரவர் கோவில் ஆல மரத்தின் கீழ் குந்தியிருந்தோம்.

சின்னையரின் தேநீர்க் கடை இன்னமும் திறக்கவில்லை. முன்புறத்துத் தட்டியை இழுத்துச் சாத்திக் கட்டியிருக்கும் கயிற்றின் முடிச்சு வழமைபோல இறுகியே இருந்தது.

மனிதர் காலைக் கடன்களை முடித்துக்கொண்டு தட்டியை அவிழ்க்க ஆறு மணியாகி விடும். அது எங்களுக்குத் தெரிந்து தானிருந்தது.

காலை நேர வயிற்றுப் புகைச்சலைத் தவிர்க்க சின்னையர் போட்டுத் தரும் தேநீருக்காக நாங்கள் காத்துக் கிடந்தோம். எங்களது அணியச் சாமான்கள் ஒதுக்குப் புறமாக விழுதுகளில் சாய்த்து வைக்கப்பட்டிருந்தன.

முதல் நாள் ஆறுமுகத்தானின் ''வாய்ச்சி'' ஆணியொன்றில் பட்டுவிட்டதால் எங்களது அணியத்தில் ஒரேயொரு பொருள் மட்டும் குறைந்திருந்தது.

''கம்மாலைக்குப் போய் அதைத் தோய்வித்து விட வேண்டும்'' என்று ஆறுமுகம் அடிக்கடி முனகிக் கொண்டிருந்தான். வலது கை ஊனமாகிவிட்டது போன்ற மன வருத்தம் அவனுக்கு.

ஆப்புகளைப் போட்டுக் கட்டியிருக்கும் சாக்குப் பையையும் 'வல்லுட்டுக் குத்தி' யையும் எடுக்கப் போன செல்லையன் இழுகயிற்றை எடுத்து வரும் கந்தனோடு தொலைவில் வருவது தெரிந்தது.

வாய்க் கசப்பைத் தீர்க்க வெற்றிலையைக் கூடப் போட முடியாமல் சின்னையர் கடைத்தட்டியைத் திறப்பதை எதிர்பார்த்துக் காத்துக் கிடந்தோம்.

அந்த அதிகாலை வேளையில் எம்மைப் போல் எத்தனையோ மனிதப் பிரகிருதிகள் இப்படித் தொழிலுக்குப் புறப்பட்டுப் போவதையும், காத்துக் கிடப்பதையும் நாங்கள் மனப்பூர்வமாக அறிவோம்.

வாழ்க்கைச் செலவினங்கள் அதிகரித்துக் கொண்டு போகும் இந்த நாட்களில் எம் போன்றோரின் அவல நிலைகளை நாம் எமக்குள் எண்ணிப் பார்த்து புழுங்குவோம்.

எமது கைகளின் வலுவானது சற்றுத் தொய்யுமாக இருந்தால் நாம் மழை இல்லாத பயிர்களாகி விடுவோம் என்பது எமக்குத் தெரியாமலில்லை.

இவற்றைப் பற்றிச் சிந்திக்கும் தோறும் நாம் உணர்ச்சி வசப்பட்டு விடுவோம். எங்களது மனைவி மக்கள் எங்களோடு சேர்ந்து பாடுபட்ட போதிலும் எம்மால் அன்றாடச் செலவுகளைக் கூடச் சரிக்கட்ட முடியாது சங்கடங்கள் ஏற்படுவதைப் பற்றித் தீவிரமாக சம்பாஷிப்போம்.

படிப்பறிவற்ற எம்மைப் போன்றோருக்கு இவையாவும் புதிர்களாக இருந்த காலமொன்றிருந்தது.

நமது பிள்ளைகளை நாம் ஓரளவிற்குப் படிக்க வைத்தோம். அவர்கள் ஒரளவிற்காவது நமக்குச் சகலவற்றையும் விளக்கக் கூடிய வல்லமை பெற்றவர்களாக இருந்தார்கள்.

எமது கிராமம் பின்தங்கிய நிலையிலிருந்து விடுபட எமது வாலிபப் பிள்ளைகள் உற்சாகத்தோடு உழைத்தார்கள்.

நாமும் அதற்கு உடந்தையாக இருந்தோம்.

எமது கிராமம் ஒரு மாறுபட்ட - வித்தியாசமான - மறுமலர்ச்சியுடன் புத்துயிர் பெற்று வருவதை நாம் அவதானிக்கக் கூடியதாக இருந்தது.

இதற்கு எல்லாம் மூலகாரணம் எமது ஒற்றுமையும் விட்டுக் கொடுக்கும் தன்மையும் நமது பிள்ளைகளின் உற்சாகமுமே. எங்கள் கிராமத்தில் அநேகமானவர்கள் கூலித் தொழிலாளிகளாவே இருந்தோம்.

ஆண்கள், பெண்கள், வாலிபர்கள், முதியோர்கள் என்ற வித்தியாசம் இன்றி நாம் கூலித் தொழில் செய்து சீவியம் போக்காட்ட வேண்டியிருந்தது. நாம் கிணறு வெட்டுதல், மண் சுமத்தல், கல்லுடைத்தல் ஆகிய தொழில்களுடன் பனை அடித்தல், துலா வெட்டுதல். போன்ற தொழில்களிலும் ஓரளவு தேர்ச்சி பெற்று இருந்தமையால் எமக்குள்ளே போட்டிகளும் பொறாமைகளும் இருக்கவில்லை. அப்படியான ஒரு நிலைமை ஒரு காலத்தில் இருந்ததென்னவோ உண்மைதான். அவை மிகுந்த அவமானத்திற்கும் அரூசைக்குமுரிய பழைய மடிந்து விட்ட நிலைமைகள்.

செத்துப் போன அந்தக் காலத்தைப் பற்றி நினைக்குந்தோறும் நாம் எமக்குள் மிகுந்த வெட்கமடைவோம். இந்த ஒரு நிலைமையே எங்களை ஐக்கிமாக்க உதவியதெனலாம்.

காலை நேரங்களில் நாம் அந்த ஞான வைரவர் கோவில் ஆலமரத்தின் கீழ் கூடுவோம். கலட்டி பூவற்கரைத் திடல், முடவானை, குச்சம்...முதலிய கிராமத்தின் மனிதர்கள் சந்திக்கும் கேந்திர பூமி அது.

அங்கு சின்னையரின் தேநீர்க் கடையில் சூடாக ஏதாவதை வயிற்றினுள் தள்ளிய பின் சிதறு தேங்காய்களாக நான்கு திக்கும் பிரிந்து உழைக்கச் செல்வது நமது அன்றாட அத்தியாவசிய கைங்கரியமாக இருந்துவரும் நித்திய கருமம்.

மைமலில் சோர்வுடன் திரும்பிய பிறகு எமது உடல்களைச் சற்று ஆசுவாசப்படுத்தியபின்...எமது குடில்களின் ஒதுக்குப்புறமாக எமது மக்களின் முகங்களைப் போல இறுகி வெடித்துப் பிளந்து கிடக்கும் பொட்டல் வெளியில் கூட்டமாகக் கூடி இரவு இறுகும் வரை சம்பாசித்துக் கொண்டிருப்போம்.

எங்களில் குடிவெறிகாரர்களும் இருந்தோம். ஆனாலும் அந்த நிலையில் நாம் எமது குடிசைகளுக்குள் போய் முடங்கிக் கொள்வோம். எமது மனைவிமாருக்கும் எங்களுக்கும் இடையில் வாக்குவாதங்களும் வக்கணைகளும் சில நேரங்களில் மூண்டு விடுவதுமுண்டு. அப்போது எல்லாம் மற்றவர்கள் தலையிட்டுச் சமாளிக்கும் ஒரு நிலையை ஏற்படுத்தாமல் நாமே அடங்கிப் போகும் ஒரு பழக்கத்தை நாம் உண்டாக்கிக் கொண்டோம்.

பிறருக்கு இடையூறாக நாம் இருக்க விரும்புவதுமில்லை. பிறர் எம்மை அதற்கு அனுமதிப்பதுமில்லை. எம்மைப் போல்

தம்மை ஆக்கிக் கொள்ளாத உதிரிகள் சிலர் எம்மிடையே இல்லாமல் இல்லை. அவையும் தொங்கு தசையாகிக் கிழடு தட்டி விட்ட மனிதர்கள்தாம். அவர்களின் எண்ணிக்கை மிகமிகச் சொற்பமாகவே இருந்தது. அந்த மனிதர்களைப் பற்றி நாம் கோபிப்பது இல்லை. காரணம் நிதர்சனத்திலேயே அவர்களை எமக்குப் புரிந்திருந்தது.

காலம் எமக்குச் சரியான திசையைக் காட்டிக் கொண்டிருந்தது. நாம் தெளிவு பெற்றுக் கொண்டிருந்தோம்.

எம் கண்முன் ஒரு பாதை தெரிந்து கொண்டிருந்தது. அதன் வழியே நாம் நமது சந்ததியை வழிநடத்திச் செல்வதற்கு ஊக்கமாக இருந்தோம்.

வழமை போலவே சின்னையர் நெடுநேரம் காத்திருக்க வைக்க வில்லை. அவர் தட்டியைத் திறப்பதற்கு நாம் உதவி செய்தோம். தேநீர்க்கடை சுறுசுறுப்பாகத் தொடங்கி விட்டது. அடுப்பின் புகையோடு சுகந்தமான சாம்பிராணி புகையும் காற்றில் மிதந்தது.

உற்சாகமாக சின்னையர் போட்டுத் தந்த தேநீரைப் பருகி விட்டு வல்லுவங்களை அவிழ்த்து வெற்றிலையை குதப்பியபடி அணியங் களைத் தோள்களில் ஏற்றிக் கொண்டு நாம் நடக்கத் தொடங்கினோம்.

பிள்ளையார் கோவிலடித் தோட்ட வெளியில் இறங்கி கூவிலை நோக்கி எம் கால்கள் நடந்தன. முதல் நாள் நாம் துண்டு போட்ட பனையில் இன்று சிலாகைகள் அடிக்க வேண்டியிருந்தது.

எங்களது கால்கள் சற்று வேகமாக நடக்கத் தொடங்கின. மாயக்கைக் குளத்தை அண்மி நாங்கள் நடந்த போது எட்டநிற்கும் பனை வடலிகளை ஊடறத்து அழுகுரல் சத்தம் கேட்டது.

நாம் துணுக்குற்றுச் செவிமடுத்தோம். காற்றிலே மெல்லிய ஒப்பாரியின் அனுங்கல் பரவிவந்தது. எமது கால்கள் நிதானித்தன. நாங்கள் கண்களை வடலிகளை நோக்கி எறிந்து நடந்தோம்.தூரத்தில் மாயக்கை முருகன் காலெறிந்து நடந்து வருவது எமக்குத் தெரிந்தது.

நாம் அவனருகில் கடுகி நடந்தோம். அவன் கூறிய சம்பவம் எம்மை மிகுந்த அதிர்வுக்குள்ளாக்கியது. நாம் திகைத்து நின்றோம். எங்களது பாலிய நண்பன் கிட்டிணன் பனையால் விழுந்து இறந்த விட்டான் என்ற செய்திதான் அது.

நாம் வடலிக்குள்ளால் விழுந்து கிட்டிணன் வீட்டை நோக்கி ஓடினோம். வெட்டிப் பிளந்து விட்ட மரம் எங்களைக் காத்துக் கிடக்கிறதென்ற நினைப்பே எங்களுக்கு மறந்து போய் விட்டது.

நேற்று மாலை நிகழ்ந்து விட்ட அந்த சம்பவத்தை நாம் அப்பொழு தான் அறிந்தோம். எங்களுக்கு மிகுந்த கவலை ஏற்பட்டிருந்தது. கிட்டிணனை நாம் சிறுவயதிலிருந்தே அறிவோம். அவன் மிகுந்த உற்சாகமான ஒரு தொழிலாளி. துணிச்சல் நிறைந்தவன். யாருக்கும் பயப்படாதவன், முரடன்.

எங்களுக்கும் அவனுக்கும் இடையில் இருந்த அந்த நட்பு மானசீகமானது. அது நெருக்கமானதும், பவுத்திரமானதும் கூட.

சகல தொழிலாள, விவசாயிகளைப்போல அவனிடமும் எங்களிடமும் இழப்பதற்கு ஒன்றுமே இருக்கவில்லை. இந்த நிலைமையும் நமது இறுக்கமான பிணைப்புக்கு ஒரு காரணமாக இருக்கலாம். நேற்று முன்தினம் கூட அவன் எங்களைத் தேடிக் கிராமத்திற்கு வந்திருந்தான்.

தனக்கும் ஊரின் சில பெரிய மனிதர்களுக்கும் இடையில் ஏற்பட்ட விரோதங்கள் பற்றியெல்லாம் அப்போது அவன் எங்களிடம் பூடகமாகக் கூறினான். தன்னுடைய சமூகத்தவர்களைத் தன்னுடன் நின்று கதைக்கத் தடை விதிக்கப்பட்டிருப்பதாகவும் கூறினான். அந்த மக்கள் மிகுந்த பயமுள்ளவர்களாக இருந்தமையால் கட்டுப் பாட்டுக்குள் அடங்கிக் கிடப்பதாக அவன் மனமுடைந்து மிக விசனப்பட்டான். நாமும் அதைப் பற்றிக் கவலை தெரிவித்தோம். இன்று அவன் இறந்து விட்டான்.

தங்களின் ஒற்றுமையின்மையைப் பற்றி மனமுடைந்தவன் தனி வழிப் பயணம் புறப்பட்டு விட்டான்.

எமது கால்கள் கிட்டிணனது வீட்டினுள் பிரவேசித்த போது அவன் வீட்டின் முன்பு சிறு பந்தல் போட்டு வெள்ளை கட்டப் பட்டிருந்தது. கிட்டிணனது சடலம் பெரிய கட்டிலொன்றில் வளர்த்தப் பட்டிருந்தது. அவனது தலை மாட்டில் குத்துவிளக்கொன்று அழுது வடிந்து கொண்டிருந்தது. கிட்டிணனின் மனைவி தங்கச்சியம்மாவும்... மகள் செல்லக் கண்டுவும் பெரிதாக ஒப்பாரி வைத்துக் கொண்டிருந்தனர்.

நாங்கள் எங்கள் அணியச் சாமான்களை வைத்து விட்டு கிட்டிணனை அருகில் சென்று பார்த்தோம். எமது கண்கள் பனித்து நீரைச் சிந்தின.

நந்தினி சேவியர்

அன்று எங்களுக்கு வேலைக்குப் போகும் எண்ணமே மறந்து விட்டது. அயல் கிராமத்து அந்த மனிதனுக்காக நாம் அங்கே நின்றிருந்தோம்.

முருகன் எல்லா கிராமங்களுக்கும் 'இழவு' அறிவித்திருந்தான். எமது கிராமத்திலிருந்தும் பலர் வந்திருந்தார்கள். எங்களது பையன்களும் வந்திருந்தார்கள். சந்தைக்குப் போனவர்கள் திரும்பினர். செத்த வீட்டில் செய்ய வேண்டிய அலுவல்கள் நடைபெற்றுக் கொண்டிருந்தன.

நாம் முற்றத்து வேலியோரம் பனை நிழல்களில் குந்தியிருந்து சுருட்டுக்களைப் பற்றுவதும், வெற்றிலைகளைச் சப்புவதுமாக, கிட்டிணனைப் பற்றி சம்பாஷித்துக் கொண்டிருந்தோம்.

நேரம்...கடந்து கொண்டிருந்தது...

நாங்கள் அயல் கிராமத்து அந்த மனிதனுக்காக எழுந்திருந்து உதவி செய்ய முனைந்தோம். இரண்டு பூவரசம் கதிகால்களைத் தறித்து. கிட்டிகளைப் பிணைத்து நாம் பாடை வேலைகளைத் தொடங்கி விட்டோம். ஆறுமுகம் பன்னாங்கு பின்னும் காரியத்தில் இறங்கி யிருந்தான்.

மாயக்கையின் மனிதர்களது முகங்கள் இறுகிச் சோர்ந்து கிடப்பதை நாம் அந்த வேளையிலும் அவதானிக்காமல் இல்லை. அதன் அர்த்தம் எங்களுக்குப் புரியவும் இல்லை.

சூரியன் உச்சியைக் கடந்து விட்டான். மூன்று மணிக்கு மேலிருக்கும் போலிருந்தது. வந்த மனிதர்கள் பலர் விடைபெற்று விட்டார்கள். நாமோ காத்து இருந்தோம்.

அந்த அயல் கிராமத்து மக்கள் மௌனமாக உலாவிக் கொண்டிருந்தார்கள். அவர்கள் ஏதோ பயத்தினால் பீடிக்கப் பட்டவர்களாய் ஒதுங்கி ஒதுங்கி நடந்து கொண்டு இருந்தார்கள்.

எமக்குப் பொறுமை எல்லை கடந்து விட்டது. முருகனைக் கைச்சாடை காட்டிக் கூப்பிட்டான் ஆறுமுகம்.

"என்ன ஆரேனும்...இன்னும் வரவேணுமே...?"

"இல்லை...ஆறுமுகம்?"

"வந்த சனமெல்லாம் போகுது. எப்ப எடுக்கப் போறியள்...?"

முருகன் விம்முவது எங்களுக்குப் புரிந்தது. ஏதோ விபரீதம் நடக்கப் போவதாக அவன் அழுவதும் எங்களுக்குத் தெரிந்தது.

ஆறுமுகம் எங்களருகில் விரைந்து வந்தான். எமது பையன்களும் எமது கிராமத்து மனிதர்களும் வந்தார்கள்.

''கிட்டிணன்ரை சவத்தைக் காவ ஒருதரும் போகக் கூடாது என்று தடை விதிச்சு இருக்காம். காவச் சம்மதிக்கிறாங்களில்லை... பயப்பிடுறாங்கள்''

எமக்கு எல்லாம் புரிந்து விட்டது. சனத்தின் அழுகுரலையும் அதற்குப் பங்கு போடும் மனிதர்களையும் விட்டு நாம் சற்று ஒதுக்குபுறமாக நடந்தோம்.

முருகனைத் தனியே அழைத்து மற்றவர்களைக் கூட்டி வரும்படி கூறினோம். அவர்கள் - ஆண்கள் - தயங்கியபடி எங்களருகில் வந்தார்கள். ஆறுமுகம் சற்றுச் சூடாக அவர்களைப் பார்த்துப் பேசினான்.

''நீங்கள்... பயந்தவர்கள்... ரோசமில்லாதவர்கள்''

''எப்படியும் அவங்களிட்டைத்தானே நாங்கள் பிழைக்கிறம்... எங்களுக்கு உதவியில்லை'' அவர்கள் தலைகுனிந்து பேசினார்கள்.

''நாங்கள் இருக்கிறம்... பயப்பிடாதையுங்கோ... கிட்டிணனைப் போல இருங்கோ'' ஆறுமுகம் பேசினான்.

மாயக்கை வாழ் மனிதர்கள் துணிந்து நிமிர்ந்த அந்த நேரம் நாம் துணிச்சலைக் கொடுத்தவர்கள் என்பதைக் காட்டாமல் ஒதுங்கி நின்றோம். அவர்கள் பரபரப்போடு சவத்தைக் குளிப்பாட்டி வாய்க்கரிசி போட்டு விரைவாகச் செயற்பட்டார்கள்.

எல்லாம் பரபரப்பாக நடந்து முடிந்தன. முருகன் தேவாரம் பாடினான் ''கூற்றாயினவாறு...விலக்ககலீர் கொடுமைபல செய்தன...''

முன்னே கொள்ளிச் சட்டியுடன் கிட்டிணனின் புத்திரர் நடக்க அவர்களின் பிறகே வேலியைப் பிரித்துக் கிட்டிணனின் சவம் நாலு மாயக்கை மனிதர்களின் தோளில் ஏறிப் புறப்பட்டது.

நாம் எமது கோடரிகளையும் வாய்ச்சிகளையும் தோள்களில் ஏற்றியபடி சவத்திற்கு முன்னும் பின்னும் நடந்தோம்.

நந்தினி சேவியர்

நம்மில் சிலர் பின் தங்கி கிட்டிணனது வீட்டில் காவலுக்கு நின்றார்கள். சுடலையைச் சமீபித்தும் கூட நாம் எதிர்பார்த்ததுபோல் எதுவும் நடக்கவில்லை.

சவம் கட்டையில் வளர்த்தப்பட்டு நெஞ்சாங்கட்டை வைக்கப் பட்டது. சவத்தைச் சுற்றி நடந்த கிட்டிணனின் மூத்தபையன் கொள்ளிக் குடம் கொத்தப்பட்டதும் சம்பிரதாயமாகக் கொள்ளியை வைத்தான்.

அது முடிந்ததும் காவோலைகளை கொளுத்தி நெருப்பைப் பெரிதாக்கினார்கள் மாயக்கை வாழ் மக்கள்.

நாங்கள் மெதுவாக அங்கிருந்து நகரத் தொடங்கினோம். எம்மில் சிலர் சுடலையிலும் எரிப்பவர்களுக்கு உதவியாக நின்றிருந்தார்கள்.

அந்த அயல் கிராமத்து மனிதர்களுக்கு அன்றும் சரி அதற்குப் பிறகும் சரி எதுவித தீங்கும் பிறரால் நேரவில்லை.

அவர்களும் எங்களைப் போல் தங்களையும் ஆக்கிக் கொள்வதற்கு நாம் உதவியாக இருந்தோம்.

ஒரு நாள் அவர்கள் எங்களைப் போல வேதங்களை ஆக்கிக் கொள்வார்கள்.

மல்லிகை – 1972

நந்தினி சேவியர் படைப்புகள்

3

ஒரு பகற்பொழுது

படலையைத் திறந்துகொண்டு உள்ளே நுழையும் வரையும் செல்லத்திற்கு கோபம் அடங்கவில்லை.

கோடிக்குள் கட்டப்பட்டிருந்த ஆடு பலத்த சத்தமாகக் கத்தியது.

''உனக்கு மட்டுமே... பசி... எல்லாருக்குந்தான்...உன்னையும் வித்துத் துலைச்சிட்டால்...?

எரிச்சலும் ஏக்கமுமாக அவள் முணுமுணுத்தாள்.

காலையில் நடந்த அந்தச் சம்பவக்கொதிப்பில்...நித்தியமாய் வழக்கமாய் செய்கிற சில அன்றாட கைங்கரியங்கள் நிறைவேற்றப் படாமல் நிற்பது... கொட்டிலின் முற்றத்தில் கிடக்கும் வெற்றுக் குடத்திலும் கோடிக்குள் நின்று கத்தும் ஆட்டின் கதறலிலும் தெரிகிறது.

கோடிக்குள் சென்று ஆட்டினை அவிழ்த்து சபாபதியாரின் பின் காணிக்குள் கட்டுவதற்கு அவள் போகும் போதுதான்...மார்க்கண்டு வந்து...ஆடாய் கத்திய அந்த சமாச்சாரம் நிகழ்ந்தது.

அவரது காட்டுக் கத்தலின் தாக்கத்திற்கு ஆட்பட்டு அவற்றினைச் சமாளிக்கும் வன்மை சிறிதும் அற்றவராய் அந்த வன்மையை ஒருபோதும் சுவீகரிக்கும் நோக்கமற்று... வழமைபோல தனது மனையாளே இதற்கும் மறுமொழி பகரட்டுமென்று மௌனியாகக் கப்போடு... சாய்ந்து... வானப் பெருவெளியில் பகல் நட்சத்திரம் தேடிக் கொண்டிருந்த மாணிக்கத்தை... கடைக்கார மார்க்கண்டு... மிக மிக நையாண்டியாக ஏசினார்.

''சாமான் வாங்கவெண்டால் பெடியளை பெட்டியளோடை அனுப்பிப் போடுவியள்...வாங்கின காசு தரத்தான் நாங்கள் வீட்டுக்கு

நடையாய் நடக்க வேணும் என்ன...? கடனுக்கு சாமான் வாங்கி சாப்பிடுறதை விட... பட்டினி கிடக்கலாம்... உந்தக் காசுக்கு எத்தனை நாள் நடந்திருப்பன்... உங்களுக்கு வெக்கம், மானம்... ரோசம்... ஏதேனும் இருக்கே...''

மார்க்கண்டுவின் ஏச்சில் புதையுண்டு கிடக்கும் அர்த்தங்கள் மிக மிக கேவலமானவை.

அந்த வார்த்தைப் பிரயோகங்களின் தொடர்ச்சி மிகவும் அசிங்கமானவையாகவே வெளிவரும் என்பது எல்லாருக்குந் தெரியும்.

தனது வார்த்தைகளை நம்பியே தான் கடை நடத்துவதாக அவரே பலருக்குக் கூறியுமிருக்கிறார்.

கோடிக்குள் நின்ற செல்லத்தின் காதுகளில் மார்க்கண்டுவின் வார்த்தைகள் விழவே செய்தன.

''மாணிக்கா...காசு தர முடியாவிட்டால் சொல்லு?''

அவர் வார்த்தைகள் இறுகி வந்தன...!

மாணிக்கத்தின் மௌனம் அவரை உருக்கொள்ள வைத்தது... பலத்த சத்தமாய் அவர் கத்தினார். இறுதியில் தனது கடனுக்குத் தான் கேட்ட கேள்விகள் போதும் என்கிற முடிவுடன் அவர் நடந்தார்.

அவரது கேள்விகள் எல்லாவற்றையும் செவிமடுத்துக் கூனிக் குறுகி...மானமிழந்து விட்டது போன்ற நிலையாய் கோடிக்குள் சிலையாக நின்ற செல்லத்திற்கு அவர் போன பின்பும் முன்னுக்கு வர மனமில்லாதிருந்தது.

சாமான் வாங்கிய காசு அறுபத்தி நாலு ரூபா எண்பத்திமூன்று சதத்திற்காக அவர் கேட்ட அந்தக் கேள்விகள்?

தான் போன வேலையை மறந்து மனது மரத்துப்போய்விட நெடுநேரம் கழித்து அவள் முன்னுக்கு வந்தாள்.

மாணிக்கம் கப்போடு சாய்ந்து அதே வானத்தின் நட்சத்திரத் தேடல் முயற்சியில்... சலனமற்று எதுவித...

அவளுக்கு எல்லாக் கோபமும் ஒன்றாய்ச் சங்கமித்து அடி வயிற்றின் புகைச்சலாய் மாற அழுகையும் ஆத்திரமும் பின்னிப் பிணைய மாணிக்கத்தின் மேல் பாய்ந்தாள்.

நந்தினி சேவியர் படைப்புகள்

''கேட்டியளே அவன் என்னைக் கேட்ட கேள்வியளை உங்களுக்கு ரோசம் இருக்கோ, மானமிருக்கோ, எண்டெல்லாம் கேட்டானே. அதுக்காகவாவது ஏதேனும் சொன்னியளே? ஆ...நான் என்ன செய்யிறது. உங்கடை ஐஞ்சுரூபா சம்பளத்திலை ஐஞ்சு பேரை... ஒரு நாளைக்கு தாக்காட்டிறது எண்டா கடன் வாங்கத்தானே வேணும்...என்னை என்ன செய்யச் சொல்லுறியள்?''

அவள் பொருமி அழுதாள். ஐந்து உறுப்பினர்களைக் கொண்ட அந்தக் குடும்பத்தை மூடியுள்ள பொருளாதாரப் பிரச்சினைகள் நாட்டின் சகலவிதமான பின்தங்கிய வறிய குடும்பங்களில் குவிந்துள்ள பிரச்சினைகளுக்குக் குறைந்ததல்ல.

அவன் அந்த வீட்டின் 'வேலையாள்' என்று குறிப்பிடப்பட்டுள்ள கூப்பன் புத்தகத்துக்குரியவன். தனது விபரமறிந்த காலந்தொட்டு உழைக்கவே செய்கிறான். பிரச்சினைகள்... தீர்ந்தபாடில்லை.

அவனும் அவளும் இணைந்ததற்குப் பிறபாடு எத்தனையோ சமாச்சாரங்கள் அவனது வாழ்க்கையிலும் நாட்டிலும் நிகழ்ந்து விட்டன.

ஒன்றையொன்று மிஞ்சியதான கஷ்டநிஸ்டூரங்கள்.

அவர்களுடைய மூத்த பையன் 'குழந்தைக்' கூப்பனாக இருந்தது முதல்... இன்று... கடைசிப் பையன்... குழந்தைக் கூப்பனிலிருந்து 'பிள்ளை'க் கூப்பனாக மாறியது வரையில் அவர்களது பங்கீட்டு அரிசி தொடக்கம் சீனி... மா... மிளகாய் மல்லி... ரேசன் மட்டை... பாண் மட்டை என்று எவ்வளவோ மாற்றங்கள்! அவர்களுக்கு மட்டுமல்ல... அவளைப் போன்றதும் அவனைப்போன்றதும் அவளது பிள்ளைகளைப் போன்றதுமான... வேலையாள்... சாதாரணம்... பிள்ளை... குழந்தை... என்று கூப்பன்களை வைத்திருக்கும் அன்றன்றாடு உழைத்து வயிற்றுக்குள் போடும் மக்களின் வாழ்க்கையிலும் கஷ்டங்கள்தான்.

இதெல்லாம் தெரிந்திருந்தும் அவள் அவன் மீது சீறினாள். தனது இதயத்தின் வேக்காட்டை அவன் மீது கொட்டினாள்.

அவன் ஒரு பொறுமைசாலி தனது 'மனிசி' யின் கோபத்தில் உள்ள நியாய அநியாயங்களைப் பற்றி பகுத்துப் பார்ப்பதைவிட எழுந்து வெளியில் போய் விடுவது நல்லதென்ற முடிவோடு அவன் எழுந்து நடந்தான்.

அவள் முற்றத்தைக் கூட்டவேண்டுமென்றோ... ஆட்டை அவிழ்த்துக் கட்ட வேண்டுமென்றோ யோசிக்காது அழுது கொண்டு நின்றாள்.

அந்தக் கிழமை எடுத்த கூப்பனரிசி இரண்டாம் நாளே முடிந்து விட...பக்கத்து வீட்டில் ஒரு பேணி அரிசி கடன் வாங்கிக்காச்சிய கஞ்சியைக் குடித்துவிட்டுப் போங்கோ என்று கணவனை அழைக்கும் மனோநிலையற்றவளாய் நின்றாள்.

கஞ்சியை குடித்துவிட்டு பிள்ளைகள் மூன்றும் பள்ளிக்கூடம் போய் விட்டார்கள். அவன்...நின்றிருந்தாலும் கஞ்சி காணாது என்பது அவளுக்கும் புரியும். ஆனாலும் வழமையாக கேட்பது போல் கேட்க அவனும் தனக்குப் பசித்த போதும் இருப்பது தனது இரத்தங்களுக்கும் போதாது என்பதை உணர்ந்து "எனக்கு வேண்டாம் பசிக்கேல்லை" என்று சொல்லிவிட்டு வேலைக்குப் போவதில் ஒரு திருப்தியை இருவரும் பகிர்ந்து கொள்வது வழக்கம் அது தவறி விட்டது.

இப்போது அவளின் கோபம் மார்க்கண்டுவின் மீதுதான் மாறியது...காதுகளில் கிடந்த தோடுகளைக் களற்றி கொண்டு போய் கடையில் விற்று மார்க்கண்டுவின் முகத்தில் காசை விட்டெறிந்து விட்டு அவள் திரும்பியிருந்தாள்.

ஆடு மீண்டும் கத்தியதும் அவள் ஆட்டை அவிழ்த்துக் கொண்டு போய் பின் வளவுக்குள் கட்டினாள்.

அந்த வாய் பேசாத சீவன் மீது அவளுக்குப் பரிதாபம் பீறிட்டது...பசியின் கொடுமை அவளுக்குப் புரியும்.

"நீ...நிக்க வேண்டிய இடத்திலை நிக்க வேணும்...! புண்ணாக்கு வாங்கி வைக்க எங்களாலை முடியாது, எங்கை மரங்கள்ளை பச்சை யிருக்கு... உன்னை விக்கத்தான் வேணும்...அவன் தம்பிராசா அறாவிலையெல்லே கேட்கிறான்"

"இனி... அறாவிலை எண்டாலும் விக்கத்தான் வேணும்... உன்ர பரிதாபத்துக்காகவும் என்ர வாழ் மாயத்துக்காகவும்தான்... இப்ப தோட்டை அறா விலைக்கு விக்கேல்லையே..."

அவள் தனது ஆட்டுடன் தன்பாட்டில் பேசிக்கொண்டு நின்றாள்.

அவளுக்கும் வயிறு புகைந்து கருகியது...தேத்தண்ணியாவது வைச்சுக் குடிக்கலாமெண்டால் சீனி...?

நந்தினி சேவியர் படைப்புகள்

மாணிக்கம் வெளியில் போனபிற்பாடு அவள் தோடுகளைக் கழற்றிக்கொண்டு நகைக் கடைக்குப் போன போது சில திட்டங்களோடு தான் போனாள்... நல்ல விலைக்கு விற்றால் மார்க்கண்டுவின்ரை காசு குடுத்து மிச்சக் காசுக்கு... இரண்டு கொத்தரிசியும்... சீனி, தேயிலையும் வாங்க வேண்டு மென்பதுதான்... அது.

தோட்டை அறுபத்தைந்து ரூபாவிற்கே விற்கமுடிந்தது. திட்டங்கள் தவிடுபொடியாகி மார்க்கண்டுவின் 'பிசகு' தீர்ந்து அவள் திரும்பி விட்டாள். இப்போது அவள் முந்தானையில் பதினேழு சதங்கள் மட்டும்... பகற்பாடு... இரவுப்பாடு...

அவளுக்குக் கோபம் கோபமாக வந்தது... ஐயோ இந்த நிலமையள் மாறாதா...?

பஸ்சுக்குக் கட்டணம் உயர்த்தியதால் நடந்து போக தொடங்கியவர்களில் அவளும் ஒருத்தி. நடந்து வந்த களையும் மனக் கஸ்டங்களும் அவளுக்குக் கண்களில் ஒரு வித மயக்கமாக வந்தது.

விளக்குமாறை எடுத்து ஒரு வேகத்தோடு முற்றத்தைப் பெருக்கி விட்டு மாணிக்கம் சாய்ந்திருக்கும் கப்போடு சாய்ந்து கொண்டாள் செல்லம்.

அவளுக்கு இப்போது தன் கணவனின் மீது அனுதாபமும் பாசமும் பிறந்தது.

''அது ஒரு வல்ல சீவன் எண்டபடியால் இப்படிப் பேசியும் பேசாமல் இருக்குது. பாவம் அந்தாளும் என்ன செய்யிறது''

கப்பு மூலையோடு கிடந்த கடகத்துள் இருந்து அடைக்கோழி கத்தியது.

''இது சனியன்'' என்று அதைத் தூக்கி வெளியில் எறிந்தாள் செல்லம்.

அது இட்ட முட்டைகள் இரண்டுந்தான் இன்று தனது பிள்ளைகளின் மதிய உணவுக்கான ஒரு இறாத்தல் பாண் வாங்க உதவியது. இது அதன் மீது பரிவை ஏற்படுத்தினாலும், இன்னும் சில நாட்கள் அந்தக் கோழி முட்டையிட மாட்டாது என்னும்போது ஒரு சுயநலம் கலந்த வெறுப்பு கோழியை விரட்ட உதவியது.

செவ்வாய்... வியாழன்... சனி ஆகிய தினங்களில் அவர்களுக்கு ஒவ்வொரு இறாத்தல் பாண் கிடைக்கிறது. காலையில் பாணை வாங்கிவந்து வைத்துவிட்டு கஞ்சியை குடித்து விட்டு அவளது பிள்ளைகள் பள்ளிக்குச் சென்றிருந்தார்கள்.

முதலாம், மூன்றாம், ஐந்தாம் வகுப்பில் படிக்கும் அவளது மூர்த்தி... மல்லிகா...கீர்த்தி...என்கின்ற அந்தச் செல்வங்கள் இன்னும் கொஞ்சம் நேரத்தில் வந்து விடுவார்கள். மூன்று பேருக்கும் ஒரு இறாத்தல் பாண். அது போதாவிட்டாலும் கீர்த்தி மூத்தவன் தன் பங்கில் விட்டுக் கொடுத்து மற்றவர்களைச் சமாளிப்பான். அது செல்லத்திற்குப் புரியும். ஒன்பது வயது நிரம்பிய அந்தப் பச்சை யுள்ளத்திற்கு தமது தாய் தந்தையரின் கவலைகள் புரியாவிட்டாலும் சகோதர வாஞ்சை இருக்கவே செய்தது. அவனை ஐந்தாம் வகுப்போடு நிறுத்தி தகப்பனாரோடு வேலைக்கு அனுப்ப வேண்டும் என்று நினைப்பாள். ஆனால் வகுப்பில் அவனது கெட்டிக்காரத்தனத்தை யோசிக்கும்போது மனம் மறுக்கும்.

மாணிக்கம் கூட மகனைத் தொடர்ந்து படிக்க வைக்க வேண்டும் என்று கூறுவான்.

மாணிக்கம் மிகவும் மெலிந்து விட்டான். காலையிலும் மத்தியானத்திலும் சாப்பிடாமல் ஒரு நேரத் தீனியோடு உழைப்ப தென்றால் ஏன்...அவள் காணும் அவர்களைப் போன்று ஒவ்வொரு மனிதரிலும் மெலிவு தெரியவே செய்கிறது.

அவள் பருத்தித்துறைக்குப் போகும்போது வியாபாரி மூலையில் ஒரு புதுவீட்டின் கோப்பிசத்தின் மேல் சிலாகை அடித்துக்கொண்டிருக்கும் தனது கணவனை அவள் கண்டாள். சுத்தியலை உயர்த்தி ஆணியை அடிக்கும்போது அவனது விலா எலும்புகள் அவளுக்குத் தெரிந்தன.

அவளுக்கு மிகவும் கவலையாக இருந்தது.

முதல் நாளும் அதற்கு முதல் நாளும் மாணிக்கம் வேலைக்குப் போகவில்லை...அவனுடைய மேஸ்திரியருக்கு ஏதோ அவசர தேவையிருந்ததால் அவர் இரண்டு நாள் வேலைக்குப் போகவில்லை. எனவே இவனுக்கும் வேலையிருக்கவில்லை.

முதல் நாளுக்கு முதல் நாளிரவு அவனுக்கு பச்சை மாவில் தோசை சுட்டு அவள் கொடுத்திருந்தாள்.

முதல் நாளிரவு அன்னலட்சுமியிடம் ஒரு பேணி மா கடன் வாங்கி கொஞ்சமாக கீரை போட்டு புட்டவித்துக் கொடுத்திருந்தாள். இப்படியான நொய்த சாப்பாடுகள் உழைக்கின்ற உடம்புகளுக்கு எந்த அளவுக்குப் போதும்?

மாணிக்கத்தை நினைக்க அவளுக்கு அழுகை வந்தது.

''இண்டைக்காவது அந்தாளுக்கு சோறு குடுக்கலாமெண்டால் அவன் கடைக்காரப் பாழ்படுவான் அறாவிலைக்கல்லோ தோட்டை எடுத்தான்...''

நகைக் கடை மூலையில் ஒட்டப்பட்டிருந்த அந்த நோட்டீசின் வாசகம் அவளுக்கு இப்போது மிகவும் புரிந்தது.

''மாறிமாறி ஆண்டாலும் ஏழையள் வாழ்வு கண்ணீரிலே''

இதைத்தானே செல்லையாவும் கூறினான். செல்லையா என்கின்ற அவளுடைய கணவனின் தம்பி கூறும் அந்த நல்ல நிலைமையை ஆக்கக்கூடிய அரசு விரைவில் வரவேண்டுமென்று அவள் மானசீகமாக விரும்பினாள்.

விலைவாசிகள் ஏறாத, பொருட்களுக்குத் தட்டுப்பாடு ஏற்படாத உயர்வு தாழ்வு இல்லாத...அந்த அரசை அமைக்க எல்லாரும் ஒத்துழைக்கக் கூடாதா என்று அவள் மனதுள் முனகினாள்.

வள்ளியாச்சி கூட அவளிடம் தான் சாவதற்குள் இந்த நிலையைக் கண்டு சாகவேண்டுமென்று விரும்புவதாகக் கூறியிருக்கிறாள்.

கிழவியான அந்த மனுசியின் ஆர்வத்தை செல்லையா பல தடவைகள் பாராட்டியிருக்கிறான்.

''மச்சாளும்... அண்ணையும்தான்... இன்னும் பயந்து சாகுதுகள்'' என்று அவன் நளினமாக அவளைப் பகிடி பண்ணுவான்.

அயலெங்கும் 'அரிசி' 'சீனி' 'மா' என்று கடன்...இந்த நேரத்தில் தனது மனக்கொதிப்பைக் கூறும் செல்லையாவின் ''ஒளிமயமான எதிர்காலம்'' பற்றிய நம்பிக்கைக்கனவுகளில் செலவிடுவதில் அவள் தனது பசியையும் தனது கணவனின் பசியையும் கணநேரம் மறந்திருந்தாள்.

அடுப்படியுள் ஏதோ இடறும் ஒலி கேட்டது.

விளக்குமாற்றைத் தூக்கிக் கொண்டு பாய்ந்தாள் செல்லம்.

வரிச்சுப் பிடித்திருந்த மட்டையிடுக்குக்குள்ளால் ஒரு நாய் மதியத்துக்குப் பிள்ளைகளுக்கென்று வைத்திருந்த பாணைக் கவ்வியபடி பாய்ந்தது.

ஒரு கணம் அவளுக்குத் தலை சுற்றியது.

ஐயோ கடவுளே...எந்தத் தேவடியாளின்ரை நாய்க் கோதாரி இஞ்சை வந்தது...

''அடிஅடி...ஐயோ என்ரை பிள்ளையள் பசி கிடக்க மாட்டுதுகள்...''

அவளுக்கு ஏனோ குரல் வரண்டு விட்டது...கத்திப் பேச முடியாமல் ''எணை வள்ளியாச்சி...என்று சுரணையின்றி கூப்பிட்டுக் கொண்டு நாயைத் துரத்திக் கொண்டு பாய்ந்தாள். நாய் உக்கி விழுந்து கிடந்த வேலிப் பொட்டுக்கால் பாய்ந்து ஒழுங்கையில் இறங்கி ஓடியது.

வள்ளியாச்சி வேலியின் மூலையில் நின்று 'அடிஅடி' என்று கத்தியும் நாய் நிற்கவில்லை.

செல்லத்திற்கு உலகம் இருண்டு வருவது போலிருந்தது. அவள் திட்டியழுதாள்.

பாடசாலையிலிருந்து திரும்ப இருக்கும்...பிள்ளையள்

''எணை வள்ளியாச்சி...நான் என்னணை செய்யிறது...'' அவள் நாயைத் திட்டியபடி புலம்பியழுதாள்.

ஆடு 'மே' என்று பின் வளவுக்குள் நின்று கத்தியது.

அதன் கத்தலில் பசியோடு வரும் பிள்ளைகளின் சாயல். அவளுக்கு எதுவும் புரியவல்லை. தோடு வித்த விஷயம் முதல் சகலதையும் ஒரு பாட்டம் வள்ளியாச்சியிடம் கூறி விட்டு, ''ஐயோ வீடு வாசலை வேலி விராயை அறிக்கையாய் வைச்சிருக்கலாமெண்டால் என்னை செய்யிறது. இப்பநான் ஆரிட்டைக் கடனுக்குப் போறது... அவன் மார்க்கண்டுவிட்டை இப்பதான் ரோசத்தோடை காசை எறிஞ்சிட்டு வந்தன். இனி... மாவுக்கு... அல்லது அரிசிக்கு அவனிட்டைப் போகவே... அவன்... அவன்...''

அவள் அவனையும் திட்டினாள். பேசப் பேச அவளுக்கு மயக்கமாக வந்தது.

ஓய்ந்து போய் திண்ணைக் கப்போடு வந்து சாய்ந்தாள் அவள்.

பசியோடு வரும் கீர்த்தி, மல்லிகா, மூர்த்தியின் உருவம் அவளுக்கு மங்கலாய் தெரிந்தது.

முந்தானையை விரித்து நிலத்தில் சரிந்தாள் செல்லம்...

கண்ணீர்... சீலையில் துளிர்த்தது. ஏதோ ஒருவித மயக்கம்... நித்திரையுமல்ல... மயக்கமுமல்ல... எவ்வளவு நேரம் கழிந்தது.

'செல்லம் செல்லம்' என்று வாஞ்சையாகக் குரல் கொடுத்தபடி வள்ளியாச்சி உள்ளே வந்தாள்.

''எழும்படி மோனை... பெடியள் பசியோடை வரப்போகுது'' கிழவியின் குரலில்... அதிகாரம் கலந்த வாத்சல்யம் குமிழியிட்டது.

சிணுக்கத்தோடு ''நான் என்னணை செய்யிறது'' என்று ஏக்கத்தோடு முணுமுணுத்தாள் செல்லம்.

கிழவி கொடுப்புக்குள் சிரித்தாள்... ''அதுக்காகப் பிஞ்சுகளையும் பட்டினி போடப் போறியே''

இந்தா இதை எடுத்து அவி.

முந்தானைக்குள் இருந்த ஒரு பருத்த செஞ்சிவப்பான மண்ணப்பிய மரவள்ளிக்கிழங்கை எடுத்து அவள் முன் வைத்தாள் கிழவி.

இப்போதைக்கு இதை அவிச்சு ஒரு சம்பலும் இடிச்சால் சரி...இந்தா இதிலை கொஞ்ச ஒடியலும் கிடக்குது...இதை இடிச்சு கொத்தானுக்கு இரவுக்குப் புட்டவி எல்லாம் சரி...கவலைப் படாதை...எழும்பு.

தாயகம் – 1974

4

நீண்ட இரவுக்குப் பின்...

அந்தப் பரீட்சை நடக்குமிடத்தைக் கண்டுபிடிக்க அரசரத்தினமும், குலமும் மிகவும் கஷ்டப்பட்டுவிட்டார்கள்.

'குலம்' கொழும்பு வாசியாகி மூன்று வருடங்களாகி விட்டாலும் தலைப்பட்டினத்தின் சந்து பொந்துகளைத் தரிசிக்கும் வல்லமையைப் பெற்றிருக்கவில்லை.

காலையில் அவசர அவசரமாகக் காரியாலயத்திற்குப் புறப்பட்டு மாலையில் 'றூம்' என்று சொல்லுகின்ற புறக்கோட்டையின் தையல் கடைப் 'புறாக் கூண்டு' மேல் தட்டுக்கு ஏணியேறி வரும் வரை அவனுக்கு அவசர அலுவல்கள் அனந்தம்.

யாழ்ப்பாணத்திலிருந்து மருந்துச் சிட்டை அனுப்பும் ஆயுர்வேத வைத்தியரான மாமாவுக்காக கடைகளை அலசுவதும், புத்தகத்திற்காக எழுதும் சிறிய தகப்பனாரின் மகளுக்காக 'அற்லஸ் கோல்' முதலிய புத்தகக் கடைகளைத் தேடித் திரிவதும் இடையிடையே கோவூரைத் தேடிவரும் உறவினர் நண்பர்களை அழைத்துச் செல்வதும் புற்றுநோய் ஆஸ்பத்திரி நேர்முகப் பரீட்சை யென்று வரும் வேண்டியவர்களுக்காக புகையிரத நிலையத்தில் 'தவங்' கிடப்பது முதற் கொண்டு மிருகக்காட்சிச் சாலை நூதன சாலை, மவுண்லவேனியா இத்தியாதிகள் ஈறாக அவர்களை ஊர் அனுப்பும் வரை எவ்வளவோ சிரமதானங்கள்.

குலம் மிகவும் பொறுமைசாலி. இல்லாவிட்டால் நெருக்கி அழுத்தும் பொருளாதாரப் பிடிக்குள் சிக்கி மரவள்ளிக் கிழங்கோடும் மத்திமமான சாப்பாடுமாக மல்லாடும் இந்த நிலையை உதறித்தள்ளி விட்டு ஊருக்குத் திரும்பியிருப்பான்.

கொழும்பில் வேலை செய்கின்ற சராசரி அலுவலகத் தொழிலாளிகளின் கஷ்டங்களை அவனும் மிகவும் வன்மையோடு ஏற்றுக் கொண்டிருந்தான்.

ஒரு சிலர் நினைப்பது போல் கொழும்பில் அவர்கள் உல்லாச வாழ்க்கை வாழவில்லை என்பதை இந்த மூன்று வருட வாழ்க்கையின் மிகவும் உறுத்தலான அனுபவம் அவனுக்குக் காட்டிவிட்டிருந்தது.

யாழ்ப்பாணம் வரும்போது போலியான ஒரு கம்பீரத்துடன் மிடுக்காக பலர் வருவது போல் அவனால் வர முடியவில்லை.

வெளிப்படையாகவே தனக்குள்ள கஷ்டங்களை அவன் கூறிவிடுவான். இருந்தும் அனேகர் அதைப் புரிந்து கொள்ளவில்லை.

அரசரத்தினம் கூட அவனின் இந்த நிலயை ஒரு காலத்தில் நம்பத் தயாரில்லாமல் தானிருந்தான்.

கொழும்பில் ஏதோ ஒரு ராஜபோக வாழ்க்கையில் அவன் திழைப்பதாகவும் தனக்கும் அந்த நிலை வரவேண்டுமென்றும் அவன் மிகவும் விரும்பியிருந்தான்.

குலத்திற்கு எழுதும் கடிதங்களில் அரசரத்தினத்தின் அபிலாசைகள் தொனிப்பதை குலம் பலமுறை அவதானித்து இருக்கிறான்.

அரசரத்தினத்தின் அந்த ‘அபிலாசைகள்’ குலத்திற்கு மிகுந்த மன வருத்தத்தை ஏற்படுத்தும். எத்தனையோ முறை அவன் சூசகமாகவும் வெளிப்படையாகவும் எழுதியும் ஊருக்கு வரும் போது நேர்முகமாக எடுத்துக் கூறியும் அரசரத்தினத்தின் அந்த நிலையை மாற்ற முடியவில்லை.

வரதன் கூறியது போல் அரசரத்தினத்துடன் படித்த பலரும் அந்தப் பலகீனத்திற்கு ஆட்பட்டிருந்தனர். அது விரைவில் தீர்ந்து விடும் என்ற நம்பிக்கை குலத்திற்கும் இருந்தது.

முதல் நாள் மாலை அவன் காரியாலயத்தை விட்டு வந்தபோது...

‘அதிகாலை ரயில்வே ஸ்டேசனில் சந்திக்கவும்’ என்ற தந்தி அவனுக்காகக் காத்திருந்தது.

முன்பே அரசு ஏதோ ஒரு நேர்முகப் பரீட்சைக்கு வருவதாகக் கடிதமெழுதிய ஞாபகம் அவனுக்கு வந்தது.

குலத்திற்கு மிகவும் அனுதாபம் பீரிட்டது. இன்றைய நிலையில் கொழும்பு வந்து திரும்புவதென்றால் ஏற்படும் பணச் செலவிற்கு 'அரசு' படப்போகும் பாடு அவனுக்கு மானசீகமாக விளங்கியது.

ரயில்வே ஸ்டேசனில் அரசுவைச் சந்தித்த போது அரசுவே அதைப்பற்றி மனந்திறந்து சொன்னான்.

''மச்சான் சத்தியமாயெடா அம்மாவும் அக்காவும் எனக்குக் காசு தாறதுக்குப் பட்டபாடு கொஞ்ச நஞ்சமல்ல. நேற்றத் தான்ரா இந்தக் கடிதம் கிடைச்சுது. காலமை பாணுக்குக் காசில்லாமல் பட்டினி யோடை கிடைக்கையுக்கை இந்தக் கடிதம் வந்தது. மத்தியானப் பாட்டுக்கு என்னவேனும் செய்ய வேணுமென்கிற யோசினையி லயிருக்க முழுசாய் ஐம்பது ரூபா வேணுமென்டால் மச்சான்... போடுறதுக்கு லோங்சு கூட இல்லையடா. அம்பிகை பாகனிட்டைப் போய்க் கெஞ்சி மண்டாடித்தான்ரா ஒரு லோங்சும் சேட்டும் வாங்கினனான். மாத்திறதுக்கு வேறை சேட்டில்லை. போட்டிருக்கிற சேட்டும் பின்பக்கம் வெடிச்சுப் போய் கிடந்தது. தைச்சுப் போட்டு கொண்டு வந்தனான்...

ஒரு சேட்டுப் பெட்டியும் கையுமாக சிவந்து நின்ற கண்களோடு புகையிரத நிலையத்தில் நின்ற அரசுவை மிகுந்த கனிவோடு நோக்கினான் குலம்.

அந்த அதிகாலை நேரம் யாழ்ப்பாணத்தின் - இலங்கையின் ஒரு சராசரி மனிதனைச் சந்தித்த உணர்வு குலத்திற்கு எழுந்தது.

ரூமுக்குச் சென்று குளித்து உடைகளை மாட்டிக் கொண்டு புறப்படுவதற்கிடையில் அரசு எவ்வளவோ கதைகளைக் கூறி விட்டான்.

''மச்சான் எனக்கு ரெக்னிக்கல் கொலிச் ஸ்ரனோ சேட்டிபிக்கற் இருக்குது. வகுப்பிலையும் நான்தான் கெட்டிக்காரன். உனக்குத் தெரியுந்தானே இந்த வேலைக்குப் போட்டதற்குப் பிறகு ஒரு டியூட்டரியிலை பிறக்ரீசுக்குப் போய் வந்தனான். போன மாதந்தான் காசு இரண்டு மாதம் குடுக்கேல்லையெண்டு அந்தாள் வர வேண்டாமென்று சொல்லிப்போட்டுது. எண்டாலும் என்னாலை ரெஸ்ரை நல்லாய்சச்செய்ய முடியுமெண்ணிற நம்பிக்கையிருக்கு. நான் எடுபடுவன் நீ நம்பு...ஆரேனும் என்னோடை படிச்சவங்கள் தான் வருவாங்கள். மிஸ் வல்லிபுரம் கொடிகாமத்திலை நிண்டு ஏறினவ... அவ என்னைவிட ஸ்பீற் குறைவுதான். ஆர் உங்கை வரப் போகினம்... ஆரேனும் சிங்களப் பொடியன் வந்தால் அவங்களுக்குச் சிலவேளை கிடைச்சாலும் கிடைக்கும்.

நம்பிக்கையோடு அவன் முனகியவைகளை குலம் அமைதியாகக் கேட்டுக் கொண்டிருந்தான்.

தன்னுடைய உண்மையான உறுதியான வார்த்தைகள் அரசுவின் அனிச்சமலர் இதயத்தை...அதனில் தேங்கி நிற்கும் பசுமையான எண்ணங்களை கசக்கி எறிந்து விடக் கூடாதென்று அவன் மிகவும் எச்சரிக்கையாக நடந்து கொண்டான்.

''இந்த வேலை மட்டும் எனக்குக் கிடைச்சால்... அம்மாவையும் அக்காவையும் என்ரை இரண்டு தம்பிகளையும் என்னால காப்பாத்த முடியும்...''

இந்த வார்த்தைகளை அரசு மிகமிக நம்பிக்கையோடு முனகினான்...குலத்திற்கு உள்ளூரச் சிரிப்பாகவிருந்தது.

அவன்கூட இப்படித்தான் நினைத்திருந்தான்...

சுருட்டோடும் சுருட்டுக் கொட்டிலோடும் மல்லாடும் தன் தகப்பனாரை ஓய்வெடுக்க வைக்க வேண்டுமென்று அவன் மிகவும் விரும்பினான். வால்ச் சுருட்டுக்கட்டும் பையனாக இருந்து அதே நேரத்தில் படிப்பிலும் கவனமாக இருந்து ஏதோ ஒரு அதிஸ்டவசமாக கொழும்பில் ஒரு கந்தோரில் உத்தியோகமாகும் வரை அவனிடமும் அந்த நம்பிக்கை இளமையாகவே இருந்தது. இன்று அந்த நம்பிக்கை அவனிடமிருந்து வெகு தொலைவு விலகி மடிந்து போய் விட்டது.

கணபதியர் இன்றும் சுருட்டுக் கொட்டிலில் மல்லாடும் மசிய நிறமான காட்சி அவன் கண்ணில் நிழலாடியது.

அழுக்குப் படிந்த பாவாடையுடன் அடுப்புக்கருகில் குந்தியிருந்து கஞ்சி காச்சும் அவன் சகோதரி புனிதத்தின் காட்சியும் புலனாகியது.

இந்த நாட்டின் அடித்தளத்திலுள்ள ஒவ்வொரு பிரசையின் வீட்டிலும் அன்றாடம் நிகழும் காட்சிகளின் பிரதியீடுகள்தான் தன் வீட்டிலும் நிகழுகிறது என்பதை அவன் உணர்வான்.

அவனது நண்பன் வரதன் கம்மாலையின் அனல் வெளிச்சத்தில் சுத்தியலை உயர்த்தி ஓங்கிப் பழுக்கக்காய்ச்சிய இரும்பில் அடிக்கும் காட்சி அவனுள் விரிந்தது.

''குலம் இந்த நிலமையள் எலக்சனாலையோ மாறி மாறி அரசுகள் வாறதாலையோ மாறாது...இந்த நிலைமையளைக் கட்டிக் காத்து நிக்கிற அரசு அமைப்பை உடைத்து அதிலை எங்களைப்

போலை உழைக்கிற மக்களின்ரை அரசைப் போராடி அமர்த்தாத வரையில் இது தீராது... இதுக்கு உதவக்கூடிய எங்கடை ஒரே ஒரு தொழிலாள வர்க்கக் கட்சியிலை நாங்களும் இணைந்து எங்களோடை இணையக் கூடிய நல்லெண்ணங் கொண்ட ஆக்களையும் இணைக்கிற வேலையைச் செய்து அந்தப் பொன்னான வேளையை விரைவிலை வரச் செய்யாமல் சும்மா இருப்பது மடத்தனம். விரக்தியடைந்து போய் எல்லாத்தையும் கைவிடாமல் உறுதியாய் இருந்து கொள்''

வரதனின் குரல் குலத்தின் காதில் அதிர்ந்து வந்தது.

அவனுக்கும் அந்த உண்மையில் அசைக்க முடியாத நம்பிக்கை யிருந்தது.

அவன் அலுவலக நண்பர்கள் பலரோடு அளவளாவிய போது அநேகமானவர்கள் அவனோடு முரண்படாதிருந்ததைக் கண்டான்.

வரதனைப் போன்றே அவனது அலுவலக நண்பன் 'விமலரத்தின' வும் இவனோடு பல விஷயங்களில் உடன்பட்டிருந்தான்.

காலையில் ரயில்வே ஸ்டேசனில் இருந்து திரும்பும் வழியில் 'விமலை' எதேச்சையாகச் சந்தித்தபோது 'அரசு' வை அவனுக்கு அறிமுகம் செய்தான் குலம்.

விமல் மிகுந்த அனுதாபத்தோடு அரசுவைப் பார்த்தான்.

''உமது முயற்சி வெற்றியளிப்பதாக...'' என்று ஆங்கிலத்தில் கூறும்போது அவன் மிகவும் இங்கிதமாகவே நடந்து கொண்டான்.

சிங்களத்தில் குலத்தோடு கதைக்கும் போது இதே பரீட்சைக்கு தனது உறவினர் ஒருவரும் வந்திருப்பதாகவும் பரீட்சை நடக்குமிடத்தில் மீண்டும் சந்திப்பதாகவும் கூறி அவன் விடைபெற்றுக் கொண்டான்.

'லெஸ்லி கார்டின்ஸ்' என்னும் அந்த இடத்தைத் தேடிக் கண்டுபிடிப்பதற்கிடையில் மப்பும் மந்தாரமுமாய் இருந்த வானம் மழையாகக் கொட்டத் தொடங்கி விட்டது.

மழைக்காக ஒரு வீட்டின் முன்பக்க பிளாற்றின் கீழ் ஒதுங்கி நின்றபோது...

அரசுவிடம் வரதனைப் பற்றி விசாரித்தான் குலம்.

''உன்னை விசாரிக்கச் சொல்லிச் சொன்னனான். எனக்கு வேலை கிடைச்சால் தனக்கும் சந்தோஷமாம். எனக்கு வேலை கிடைச்சாப்போலை பிரச்சினை எல்லாந் தீர்ந்திட மாட்டுதாம்...''

நந்தினி சேவியர் படைப்புகள்

வரதன் என்ன அர்த்தத்தில் அதனைக் கூறியிருப்பான் என்பது குலத்திற்குப் புரிந்தது. அரசுவுக்குக்கூட அது புரிந்துதான் இருக்கும், அவன் அதை வெளிக்காட்டிக் கொள்ளவில்லை.

'லெஸ்லி கார்டின்ஸ்'சில் உள்ள அந்த நூலக வேலைகள் சபைக் காரியாலயத்திற்கு அவர்கள் மிகுந்த அலைவுக்குப் பிறகு எட்டு மணிபோல் போய்ச் சேர்ந்தார்கள்.

முன்புறம் குறோட்டன் செடிகள், மண்டிப்போய் கிடந்த ஒரு சிறிய 'மாடி வீடு' தான் அந்த அலுவலகம்.

அவர்களுக்கு முன்பதாக ஒரு ஐந்தாறு பேர் அங்கு வந்து விட்டிருந்தார்கள். அதில் மூன்று பேர் பெண்கள்.

முன்புறம் போடப்பட்டிருந்த ஆசனங்களில் அவர்களோடு அரசுவும் குலமும் அமர்ந்து கொண்டார்கள்.

நேரம் செல்லச்செல்ல கொஞ்சம் கொஞ்சமாக ஆட்கள் வரத் தொடங்கி விட்டார்கள். ரக்சியிலும் காரிலுமாக பெண்களும் ஆண்களும் சுமார் நாற்பது ஐம்பது பேர்களுக்கு மேல் சேர்ந்து விட்டார்கள்.

ஆங்கிலத் தட்டச்சாளர் ஒருவரைத் தேர்ந்தெடுப்பதற்கான அந்தப் பரீட்சைக்குக் கிட்டத்தட்ட இலங்கையின் சகல பாகங் களிலிருந்து முப்பது சிங்களவர்களும் இருபது தமிழர்களும் அழைக்கப் பட்டிருந்தார்கள்.

முதலில் பகுதி பகுதியாக வேகப் பரீட்சை நடைபெற்றது.

அரசு மிகத் திறமையாகவே பரீட்சையைச் செய்தான்.

மேல் மாடியில் நடந்த அந்தப் பரீட்சைக்கு அவனோடு மூன்று பெண்களும் ஒரு ஆணும் முதல் பகுதிக்கு அனுமதித்தார்கள். பெண்களைவிட அந்த ஆண் மிகவும் குறைவாகச் செய்ததை அரசு அவதானித்தான்.

உள்ளே ஒருவித சந்தோஷம் ஏற்பட்டபோதும் அந்தப் பையன் மீது அவனுக்குப் பச்சாதாபம் ஏற்படவே செய்தது.

பரஸ்பரம் இருவரும் கதைக்கக்கூடிய சந்தர்ப்பம் கிடைத்தபோது அந்தச் சிங்களப் பையன் ஆங்கிலத்தில் அரசுவைப் பாராட்டினான்.

''உம்மடை திறமையைப் பாராட்டுகிறேன். உமக்கு இந்த வேலை கிடைக்க எனது வாழ்த்துக்கள்...''

தனது பலவீனத்தை ஏற்றுக் கொண்டு மனந்திறந்து தன்னைப் பாராட்டிய அந்த சிங்கள வாலிபன் மீது அரசுவுக்கு ஒரு மரியாதை பிறந்தது.

'ரத்னபால' என்கின்ற அந்தப் பையனோடு மிகவும் நெருக்கமாகக் கதைக்கக்கூடிய சந்தர்ப்பமும் அவனுக்குக் கிடைத்தது.

வேகப் பரீட்சை முடிந்ததும் நேர்முகப் பரீட்சை மதியம் இரண்டுக்கு ஆரம்பமாகும் என்று அறிவித்தார்கள்.

சாப்பிடுவதற்காக 'ரத்னபால'வும் இவர்கள் நுழைந்த ஹோட்டலுக்கே வந்திருந்தான்.

குலம் அந்தப் பையனோடு மிகவும் சரளமாகப் பேசினான். குருநாகலைச் சேர்ந்த ஒரு வறிய விவசாயியின் மகன் தானென்று அவன் கூறினான்.

மிகவும் அன்னியோன்னியமாகக் கதைக்கத் தொடங்கியபோது அவன் பல விடயங்களைப்பற்றியும் பேசினான்.

உண்மையில் எங்களைப் போன்ற வறிய மக்கள் சிங்கள வரென்றாலும்... தமிழரென்றாலும் ஒரே விதக் கஷ்டத்தைத்தான் அனுபவிக்கிறார்கள். பணமுள்ளவன் எந்த இனத்தவன் என்றாலும் எந்த அரசு வந்தபோதும் பாதிக்கப்படுறதில்லை...''

ரத்னபாலாவின் பேச்சு குலத்திற்கு மிகவும் பிடித்தமாயிருந்தது. 'நீங்கள் எங்கு வந்து தங்கியிருக்கிறீர்கள்' என்று விசாரித்த போது தான் விமல் குறிப்பிட்ட ரத்னபாலா என்பது தெளிவாகியது.

விமலோடு தான் வேலை செய்வதாக குலம் தன்னை அறிமுகப் படுத்திக் கொண்டான்.

''உண்மையில் எனக்கு இந்த வேலை கிடைக்கமாட்டுது என்று எனக்குத் தெரியும். என்னுடைய தகப்பனாரின் நிர்ப்பந்தத்திற்காகத் தான் இங்கு வந்தேன். வழமையான தகப்பன்மாருக் கிருக்கின்ற ஆசைதான் என்னுடைய தகப்பனாரையும் பிடித்துக் கொண்டிருக்கிறது. அது இந்த முறையோடு தீர்ந்திடும். இனி நான் வயலில் வேலை செய்கிறதை அவர் மிகவும் சந்தோஷமாய் ஏற்றுக்கொள்வார். இதோடை நான் பத்துக்குக் கூடின பரீட்சைக்கு வந்து போயிட்டன். இதுதான் கடைசி என்று சொல்லி விட்டுத்தான் வந்தேன். வயல்லை வேலை

செய்யிறதாலை அந்த மக்களோடு பழகவும் அவர்களோடு ஐக்கியப் பட்டு வேலை செய்யவும் சந்தர்ப்பம் கிடைக்கும். அதை நான் விரும்புகிறேன்'' என்று மிகவும் மகிழ்ச்சியோடு அவன் முணு முணுத்தான்.

புதிய மகிழ்ச்சியின் முத்திரை அவன் முகத்தில் பிரதி பலித்தது.

குலம் அரசுவை அர்த்தப் புஸ்டியோடு நோக்கினான்.

அரசு தலையை மெதுவாகத் தாழ்த்திக் கொண்டான்.

மதியம் நேர்முகப் பரீட்சை நடந்தது.

அரசுவை அவர்கள் கேட்ட கேள்விகள் அரசுவுக்கிருந்த எல்லாவற்றையும் சிதறடித்து விட்டன.

'முன் அனுபவம்' இருக்கிறதா என்கின்ற கேள்வியில் புதைந்து கிடந்த அர்த்தம் வேறொரு காரியாலயத்தில் வேலையாளாக இருந்த ஒருவருக்கு வேலையைப் பொறுப்பேற்கும்படி கைகளில் கடிதம் கொடுத்து விட்டபோது தான் புரிந்தது.

திரை மறைவில் என்ன நடந்ததோ; தமிழரான அந்த நபர் எதுவும் சொல்லாததால் ஒருவருக்கும் புரியவில்லை.

குலம்...ஆழ்ந்த பெருமூச்சு விட்டான்.

அரசுவுக்கு என்ன பேசுவதென்றே புரியவில்லை.

வீட்டில் அவன் அன்னையும் அக்காவும் தனக்காக வாங்கிய ஐம்பது ரூபாவுக்காக நார்ப்பெட்டியோடு போராட இருப்பது அவன் மனக்கண்ணில் விரிய...

கண்கள் பொலுபொலுத்தன.

குலம் அவனை மிகவும் தேற்றினான். ''மச்சான் எதுக்கும் வருத்தப்படாதை''

''இல்லை குலம் நான் வெறும் முட்டாளடா, இந்த ஐம்பது ரூபாவை எப்படியெடா அடைக்கிறது? நான் இனி மேசன் வேலைக் கெண்டாலும் போகத்தான் போறன் இனியும் சும்மா வரட்டுத் தனமாய் இருக்கேலாது...

குலம் மிகுந்த சந்தோஷத்தோடு அரசுவின் கைகளைப் பற்றினான்.

"மச்சான் பாத்தியே ரத்தினபாலாவைப் போலையும் உன்னைப் போலையும் எத்தினை தமிழ் சிங்களச் சீவன்கள் கஷ்டப்பட்டு வந்ததோ தெரியாது, நாங்கள் கதைச்சதாலை எங்களுக்குப் பிரச்சினை விளங்கிச்சுது...மற்றதுகள்?''

"குலம் உத்தியோகம் கிடைக்காது என்கிறதாலை மட்டும் நான் இந்த முடிவுக்கு வரயில்லை. நீங்கள் படுகிற கஷ்டத்தைப் பார்த்த பிறகும் இந்த நாட்டிலை இருக்கிற பிரச்சினையைத் தீர்க்கிறதுக்கு நீங்கள் சொல்கிற மார்க்கந்தான் சரி எண்டு எனக்கு விளங்கி விட்டது. நானும் வரதனோடை சேர்ந்து உழைக்க வேணும். இண்டைய நிலையில் அது கூட கிடைக்குமோ தெரியாது. 'ரத்தினபாலா' போல நானும் விடிவுக்கான மார்க்கத்தைக் காண உழைக்கப் போகிறேன். அந்த நிலை வந்தால்தான் விடிவும் இந்த நிலைக்கு முடிவும் வரும் என்னை நம்பு. நான் திருந்தியிட்டன்."

புகையிரத நிலையத்தில் அரசுவை மெயில் வண்டியில் ஏற்றி யாழ்ப்பாணம் அனுப்பும் போது குலத்திற்கு என்றுமில்லாத மகிழ்ச்சி ஏற்பட்டது.

நீண்ட இரவு கழிந்து அதிகாலை வேளையில் அந்த வண்டி சாவகச்சேரி புகையிரத நிலையத்தில் தரித்தபோது ஒரு புது மனிதனாகவே கீழே இறங்கினான் அரசு.

தாயகம் – 1974

5

பயணத்தின் முடிவில்

முன்னொரு தடவையேனும் வந்த பரிச்சயம் இல்லாத நிலையில் கையில் சூட்கேஸ் சகிதம் அவன் அந்த பஸ்சை விட்டு இறங்கினான்.

''யாரைக் கேட்பது...? யாரிடம் விசாரிப்பது...? எதுவுமே புரியாத சூனிய நிலை.

வாய் இருக்கிறது. பகல் நேரம். இந்த இரண்டு நம்பிக்கையும் அவனை ஓரளவு துணிவுறச் செய்தது.

ஆனாலும் விசாரித்து அறிந்து அந்த மனிதனின் முன்பு கூனிக்குறுகி தெண்டனிட வேண்டு மென்கின்ற கூச்சம் அவனை மேலும் தயக்கமுற வைத்தது.

தனது இயலாமையையும் அந்த நிலைமைக்கான காரணத்தையும் தனது தமயனையும் அவன் மிகவும் கடிந்து கொண்டான்.

சூட்கேசில் கனக்கும் காகிதத் கட்டுகளும் ஒரு சாரமும், துவாயும் மிகமிக பாரமாகி அவனது கையை இழுப்பது போன்ற பிரமை.

''புறப்படுகின்ற பஸ்சில் ஏறி, திரும்பவும் யாழ்ப்பாணத்திற்கே போய் விடுவோமா?''

விபரீதமான எண்ணமொன்று தலைதூக்கி அவனைச் சஞ்சலமுற வைக்கிறது.

விடிகாலையில் பஸ் நிலையத்தில் அவனை வழியனுப்பும் போது தமையனார் கூறிய வார்த்தைகளை அவன் நினைவு கூர்ந்தான்.

''நான் எல்லாம் அவரோடை கதைச்சனான்...எப்பிடியும் செய்து தருவார்; சேட்டிவிக்கற்றுகளைக் காட்டு அருள்நாதனுக்கும்

தேவனுக்கும் அவர்தானே செய்து குடுத்தவர்...நீ...உன்னிலைதான் இனி விசயமிருக்குது...எங்கடை கஷ்டத்தைப் பார்த்து நடந்து கொள்...''

தனது குணத்தைப்பற்றி நன்கு அறிந்திருந்தமையால் ஒரு நிதானத்துடன் அவர் வார்த்தைகளை உபயோகிகிகிறார் என்பதை அவன் சட்டென இனங்கண்டு கொண்டான்.

அந்த நேரமே அவனுக்குத் தன் பிடிவாத குணங்கள் யாவும் விலகிப்போய் விட்டதான ஓர் உணர்வு எழுந்தது.

''தந்தியடிச்சபடியால் ஆரையேனும் பஸ்ராண்டுக்க அனுப்பி இருப்பார் பயப்பிடாதே'' கண்ணாடிப்புறம் எட்டி உரக்க அவர் கூறிய வார்த்தைகள் பஸ்சின் உன்னலிலும் அவனுக்கு மிகத் தெளிவாகக் கேட்டன.

அருள்நாதனைப் போல் ஒரு கூட்டுத்தாபன உத்தியோகத்தராக அல்லது தேவனைப்போல ஒரு பாடசாலை ஆசிரியராக தன் தம்பி வரவேண்டுமென்கின்ற விருப்புக்கு அவர் ஆட்பட்டுப் போயிருப்பதை அவன் சில நாட்களாக அவதானித்து வந்திருக்கிறான்.

''உடனடியாக தங்கனை அனுப்பிவிடவும்'' என்ற அத்தந்தி செய்தி கிடைத்ததும் அவர் கொண்ட பரபரப்பும் பதட்டமும் அவனை மிகவும் விசனத்தில் ஆழ்த்தியது.

''அவங்கள் ஒரு அதிஷ்டக்காரங்கள்... உனக்கும் ஒரு அதிஷ்டந்தான் வந்திருக்குது...''

குசினிப்புறமிருந்து அவனது அண்ணி மெல்லிய குரலில் கூறிய நம்பிக்கையான வார்த்தைகளை அவன் எண்ணிப் பார்த்தான்.

குடும்பமென்ற பெரும்சுமையின் பாரத்தை வலுக்கட்டாயமாகச் சுமந்து நிற்கும் அவர்களுக்கு ஒரு விதத்தில் தன்னாலும் உதவி செய்யமுடியும் என்கின்ற நம்பிக்கை விழுதூன்றியபோது அதனை அவனால் மறுதலிக்க முடியவில்லை.

விடியலில் எழுந்து துறைக்குப் போய், சீலையோடு மாரடித்து, மருந்து நனைத்து, நீலம் தோய்த்துக் கஞ்சி முறுக்கிக் காயவைத்து, பிறகு இஸ்திரிக்கைப் பெட்டியோடு மல்லாடும் தனது தமையனைப் பற்றி அவன் நினைவுக்கு வந்தது.

நந்தினி சேவியர் படைப்புகள்

பெரிய குடும்பம். ஏழு பேருக்கு மேற்பட்ட உறுப்பினர்கள். சோடா,நீலம்,கரி? விலை ஏற்றம் முடிவு...ஏதோ ஒரு தூரத்து உறவினரிடம் கையேந்த வேண்டிய ஓர் இக்கட்டான நிலை...

அதன் விளைவு தந்தியாக உருமாறி வீடு தேடி வந்து அவனைக் கெதிகலங்கடித்துக் கொண்டிருக்கிறது.

வெள்ளாவிக் கொட்டிலில் துறையடியில்...சீலைகாயப் போடுமிடங்களில் அவனது அண்ணனும் அண்ணியும் கூறியவற்றை யெல்லாம் சகிப்புத்தன்மையோடு அவன் கிரகித்துக் கொண்டான்.

சூட்கேசும் கையுமாக பஸ்ராண்டில் நின்றுகொண்டிருக்கும் அந்த நேரத்திலும் தனக்கு அது எப்படிச் சாத்தியமாயிற்று என்பதைப் பற்றியும் சிந்திக்கலானான்.

தெரிந்த முகங்களைத் தேடவேண்டிய அவசியமில்லை... தடிப்பான கண்ணாடிப் பிரேம் போட்ட கரிய குட்டையான அந்த மனிதன் சில நேரம் வந்திருக்கலாம்.

''நீர் தங்கராசாவா?''

தோளில் தட்டும் ஒரு நம்பிக்கையான கேள்வி.

''ஓம்'' என்பது போல் தலையசைத்து, அந்த மனிதனை அவன் ஏறஇறங்கப் பார்த்தான்.

''இப்ப மூதூருக்கு ஒரு லோஞ்ச் இருக்குது. போவம்'' ரக்சி ஒன்றைக் கை தட்டினார் அந்த மனிதர்.

ஜெற்றிக்கு விரையும் போதும்... லோஞ்சில் ஏறி அது புறப்படும் வரையும் கூட அவன் அந்த மனிதருடன் எதுவும் பேசவில்லை. சில நிமிடங்களின் பின் அவன் கேட்டான்.

''எப்படி என்னைக் கண்டு பிடிச்சியள்...?

''அது ஒன்றும் கஷ்டமில்லை. சீ.சீ சொன்னவர்... பஸ்ராண்டில் ஆரேனும் பஸ்சாலை இறங்கி முழுசிக்கொண்டு நிண்டால்... அது நீராய்தானிருக்குமென்று, நான் கண்டுபிடிச்சிட்டன்''

கலகலப்பாக அந்த மனிதர் பேசியபோது அவனுக்கு ''சுரீர்'' என்றாலும் மெதுவாக அவன் சிரித்தான்.

தொலை தூரம்... சமுத்திரத்தின் அந்தத்தில் தெரியும் அடிவானக் கறுப்பில் நீளமாகத் தெரியும் நிழல்களையும்... வெளிச்சவீட்டையும் உற்றுப்பார்த்தபடி அவன் அமைதியாக நின்றான்.

பல தடவைகளில் அந்த மனிதருடன் அலட்சியமாக நடந்து கொண்ட நினைவுகள் ஏனோ அவனுள் திரும்பவும் திரும்பவும் அலையெழுந்து வீந்தன.

''தலைக்கணம்பிடித்த... மிருகங்கள்...''

மூதூர் மண்ணில் கால் பதிக்கும் வேளையிலும் அந்த எரிச்சல் எப்படியோ பீறிடவே செய்தது.

''இவ்வளவு தூரம் வந்திட்டு இனி...உதைப்பாக்கேலாது...'' அந்த மனிதனைத் தொடர்ந்து உறுதியோடு நடந்தான் அவன்.

★★★

அவன் மூதூருக்கு வந்து மூன்று நாட்கள் அந்தக் கடற்கரையும், தென்னஞ் சோலைகளும்...மரஞ்செடி கொடிகளும் ஏதோ ஒரு சினிமாவில் பார்த்த காட்சி ஒன்றின் பிரதிபலிப்பாகி...

அவனுக்கு மூதூர் மிகவும் பிடித்து விட்டது.

வந்த காரியம்...?

அன்று மாலை அவனே அதைக் கேட்பது என்று முடிவு செய்து கொண்டான். லைபிரரி வாசலில் உட்கார்ந்திருந்த அவனை, கந்தோர் பீயோன் தேடி வந்தது அவனுக்கு ஒரு பரபரப்பை ஏற்படுத்தியது.

''தம்பி, உங்களை ஐயா கூட்டிக்கிட்டு வரச்சொல்லிச் சொன்னாரு...''

மூதூருக்கு வந்த பிறகு அவரும் அவனும் பரஸ்பரம் கதைக்கக் கூடிய சந்தர்ப்பம் ஏற்படவில்லை.

அவனது பொழுதுகள் லைபிரரியிலும்... தியேட்டரிலும்... தேநீர்க்கடைகளிலும் பள்ளிவாசல் முகப்பிலும்... தேவாலயத் திலும்... இறங்குதுறையிலுமே கழிந்தது. நீண்டதான மூன்று பகல்கள்...

ஏதோ ஒரு நெருக்கமுறாத அன்னியத்தன்னை வாய்ந்த தவிர்ப்பு வேண்டுமென்றே செய்து கொண்டதான புறக்கணிப்பு.

கந்தோர் வாயிலைக் கடந்து பின்புற தனி அறைக்கு அவன் விரைந்து நடந்தான்.

''எப்படிமூதூர் பிடிச்சுதா?''

அன்று காலையில்தான் வந்தவனை விசாரிப்பது போன்ற பாவனை.

''ஓ...நல்லாய் பிடிச்சுக் கொண்டுது...''

அவனும் அதே தொனியில் பேசினான்.

அவர் அவனை கதிரையில் உட்காரும்படி கூறிவிட்டு தன் முன்னால் விரித்திருந்த பெரிய கொப்பி ஒன்றில் மூழ்கிவிட்டார்.

அவன் அந்த மனிதரின் பின் புறமாகத் திறந்துவிடப் பட்டிருந்த ஜன்னலால் தெரியும் காட்சிகளை சலனமற்றுப் பார்த்துக் கொண்டிருந்தான்.

ஜன்னலுக்கு வெளியே மூதூருக்கு வெளிச்சந்தரும் ஜெனறேற்றர் நிலையம் தெரிந்தது அதற்கப்பால்... கால்வாய்க்கு மேல் வளைந்து தெரியும் பாலம்... அமெரிக்கன் பிளான் கல்வீடு... உடுப்புகளைக் காயப்போடும் ஒரு இளம் பெண்... ஊஞ்சலாடும் ஒரு சிறுமி... கிணற்றில் தண்ணீர் அள்ளும் ஒரு அழகான பெண்...

அவனது பார்வை திரும்பவும் உள் மீண்டு அவரில் நிலைத்தது.

சில கணங்கள் மடிய அவர் மெதுவாக அவனை நிமிர்ந்து பார்த்தார்.

''தேவன், அருள்நாதனாக்கள் உம்மோடை எப்படி...?''

''என்னோடை அவ்வளவு பரவாயில்லை... நல்ல சினேகிதம்...''

''அவையள் என்னட்டை வந்ததாலைதான் இப்ப நல்லாயிருக்கினம். இல்லாட்டி உம்மைபோல... இப்பவும் தெருவழியதான் திரிய வேண்டும் உம்மடை விசயத்தையும் நான் கவனிப்பன்...''

அவருடைய வார்த்தைகள் கல்லில் விழும் அடிபோல் நெஞ்சில் தாக்குவதை அவன் உணர்ந்து கொண்டான்.

தலையைக் கவிழ்ந்தபடி உட்கார்ந்திருந்த அவன் முன், லாச்சியை திறந்து இரண்டு மூன்று பைல்களைத் தூக்கிப் போட்ட அவர்;

''இது என்ன தெரியுமா? என்பது போல் அவனைப் பார்த்தார்.

''இது அருளின்ரை, இதில் அவன் எனக்கெழுதின கடிதங்கள் இருக்கு, இது தேவன்ரை இது அல்பிரட்டின்ரை ஒரு காலத்திலை இது தேவைப்படுமெண்டபடியால் வைச்சிருக்கிறன்...''

ஒரு மெல்லிய நையாண்டியோடு அந்த வார்த்தைகளை அவர் பேசினார்.

அவன் திகைப்போடு அவரைப் பார்த்துக் கொண்டிருந்தான். 'இதெல்லாம் தேவையில்லாத விசயங்கள் இதுகளை ஏன் எனக்குக் காட்ட வேணும்...''

அவன் மௌனியாகவே இருந்தான். அவர் கேட்டார்.

''நீர் எப்ப ஊருக்குப் போறீர்...?'' தர்ம சங்கடமான கேள்வி.

''நாளைக்கு''

''புதன்கிழமை போகலாம் தானே...'' அவர் அவனை இடைமறித்தார்.

அவனுக்கு எதுவும் புரியவில்லை.

''புதன்கிழமை நாளையிண்டைக்குத்தானே... சில விசயங் களிருக்குது... நீர் புதன் கிழமைதான்.. போகிறீர்'' அவர் பேச்சுக்கு முற்றுப்புள்ளி வைத்தார்.

மறுநாளும் ஒரு மௌனத்திலேயே பொழுது கரைந்தது.

இரவு அவர் கூறினார். ''ஊரிலை மா, அரிசி தட்டுப்பாடு... தங்கச்சியின்ரை கலியாணமும் வருகுது. நான் கொஞ்சம் சாமான் வாங்கி வைச்சிருக்கிறன். அதைக்கொண்டு போய் வீட்டிலை குடும்... வீட்டிலை வேலி விராயள் அடைக்க வேணும்...கன வேலைகள் கிடக்குது... நீர்தான் செய்ய வேணும்...அங்கை ஆம்பிளை யாருமில்லை...''

அவர் ஒரு கீழிறங்கின தொனியில் பேசுவது போல் அவனுக்குப் பட்டது.

விசயம் எல்லாம் புரிந்து விட்டது போன்ற நிலை. அவன் தீவிர சிந்தனையில் புதைந்து போனான்.

இஸ்திரிப்பெட்டி...துறை...லோன்றி.

இரவு முழுக்க அவன் சிந்தித்த படியே படுத்திருந்தான்.

பாரிய சாமான்சுமையொன்றை பியோன் ரஹீமிடம் கொடுத்து ஜெற்றிக்கு அவனை அனுப்பும் போது அவர் கூறினார்.

''வீட்டலுவல்களை மறக்க வேண்டாம். முதல்லை சாமான்களைக் குடுத்திட்டுத்தான்...பிறகு உங்கடை வீட்டுக்குப் போம்...''

ஜெற்றிக்கு வரும் வரை ஒரு நிதானமான மௌனத்திலேயே நடை கழிந்தது.

வெடிக்கத் தயாராகும் எரிமலையின் அமைதி.

அவன் லோஞ்சியில் ஏறினான்.

எரிமலை பயங்கரமாக வெடித்தது.

ரஹீம் திகைத்துப் பொறிகலங்கி நின்றான்.

சாமான்களையும் றஹீமையும் மூதூரையும் பின் தள்ளி வேகமாக நகர்ந்தது லோஞ்சி.

புள்ளிகளாகக் கோடுகளாகத் தெரியும் தென்னஞ் சோலைகளை... வெளிச்ச வீட்டை வெறிக்கப்பார்த்த படி நின்ற அவனின் பார்வை நெடுமூச்சோடு சமுத்திரத்தில் லயித்தது.

வீட்டில் வெடிக்க இருக்கும், பூகம்பம்...அதன் விளைவு...?

''துறை, இஸ்திரிகை,லோன்றி...''

எதையும் எதற்கும் தயாரான ஒரு ஓர்மம் அவனுள் படிந்து இறுகியது.

அலை – 1974

6

மத்தியானத்திற்குச் சற்றுப் பின்பாக

நவீன சந்தையின் முன்னே ஆஸ்பத்திரி வீதிக்கும் கஸ்தூரியார் வீதிக்கும் குறுக்காக அந்த நண்பனை இவன் தரிசனம் கொண்டான்.

ஸ்ரீரியோ போடும் இதமான ஆங்கிலப்பாடலை எதிர் கொண்டு அவன் இவனைத் தேநீருக்கு அழைத்தான்.

''எப்படிச் சுகம்...? கண்டு கனநாள்...தோழர்கள் எல்லோரும் சுகமா...?''

சரமாரியான கேள்விக்கு விடைகூறுமுன்... கேள்விகள்... உரிமை நிறைந்த பரிவு... ஆர்வம்.

பொனி 'எம்' பாடல் ஒன்று ஸ்பீக்கர் பொக்சில் ஸ்ரீரியோவாக இழைந்தது.

''எவன் சுயநலத்தோட... எங்களை விட்டு விலகினாலும் கவலையில்லை... எங்கடை கொள்கைதான் சரி... ரஷ்யா பிழைச்சிட்டுது எண்டதுக்காக... எல்லாத்தையும் விட்டிட்டா இருந்தம்'' உற்சாகத்தோடு அவன் பேசினான்.

கறுப்புப் பிறேம் போட்ட கண்ணாடி... சில்வர்ப் பிரேமாக மாறியிருந்தது. முன்னைய விடச் சற்று மெலிந்தது போல்... கண்களின் தீட்சண்யம் முன் போலவே... சுமார் பத்து பன்னிரண்டு வருடங்களுக்கு முன் எங்கோ ஒரு பகிரங்கச் சொற்பொழிவிலோ அல்லது ஊர்வலத்திலோ அந்த இவன் அவனைச் சந்தித்ததாக ஞாபகம். அன்றும் இன்றும் மாறாத அதே தோற்றத்தினனாய்...

நகரத்தின் தரிசனம் கிடைத்த அந்தப் பழைய நாட்கள் இவனுள் நிழல் தட்டியது.

கட்சிக் காரியாலயத்தின் மேல் மாடியில்... முனீஸ்வரன் வீதி புத்தகக் கடையில்... காந்தி கபேயில்... திருநெல்வேலிச் சந்தியின் கோவில் முகப்புக் கொட்டிலில்... 'றீகலின்' எதிர்ப்புறத் தகரக் கொட்டகைத் தேநீர்க்கடையில்...

எத்தனை தடவைகள் எத்தனை தேநீர்கள்... ஒவ்வொரு தடவையிலும் சோர்வு தட்டாத உற்சாகமே புதிது புதிதாகப் பிரசவம் கொண்டது.

நம்பிக்கையோடு விசுவாசமாகப் பழகிய சில தன்னலவாதிகளின் துரோக நடவடிக்கைச் சோர்வுகளுக்கு இவனது போன்ற பரிவுகள் உயிர்ப்புகளாயின.

"கிளிநொச்சியிலை... உம்மையும் சிவமாக்களையும்... லொக்கப்பிலை வைச்ச அண்டைக்கிரவு... யோகன் மூடிக்கொண்டு படுத்திருக்கையிக்கையே எனக்குச் சந்தேகம்... உவன் மாறுவனெண்டு..."

உறுதியோடு விரலை நீட்டிப் பலத்துச் சொன்னான் அவன்...

இவனுக்குச் சிரிப்பு வந்தது. 'எவன் கொள்கையை விட்டிட்டு வசதிகளைப் பாக்கத் துவங்குகிறானோ அவன் எங்களோடை இருக்க ஏலாது...உதுதான் முந்தியும் நடந்தது...அதை விடும்"

இடை வெட்டி முத்தாய்ப்பு வைத்த இவன் சற்று நேர மௌனத்தை விழுங்கி...கொடுப்புக்குள் சிரித்தபடி அவனைப் பார்த்தான்.

கண்ணாடிக்குள்ளால் இவனை ஏறிட்டவன் சிரிப்பின் அர்த்தம் என்னவெனக் கண்டு தானும் மெல்லச் சிரித்தான்.

"என்னர விசயம் பற்றிக்கேக்கத் தானே நினைக்கிறீர்... இனியும் காலங்கடத்திறது சரியில்லை எண்டுதான் எல்லாரும் சொல்லுகினம்..."

ஓர் இரவு முனீஸ்வரன் வீதியின் புத்தகக் கடைப் பின்புறத்தில் ஐந்தாறு புத்தகக் கட்டுகளைத் தலையணையாக்கி மெல்லிய கடதாசிப் பேப்பரை பாயாக்கி பறக்கும் நுளம்பைச் சிகரட் புகையால் விரட்ட எத்தனித்து உடல் சரிந்த நேரத்தில் கதையோடு கதையாக இந்த விசயத்தை அவன் இவனுக்கு உடைத்தான்.

ஒரு கணம் இவனால் அதனை நம்ப முடியாது இருந்தது.

"காந்தன்... உண்மையாய்த்தான்... சொல்லுறீரோ" கேள்வியிலேயே சந்தேகம் ஊடாடியது.

நந்தினி சேவியர்

''நிச்சயம்... அது என்னோடை பஸ்சிலை ஒன்றாக வாறது... நானே நேரிலை கேட்டுப்போட்டன். என்னைப் பொறுத்த வரையில்ல எனக்கு விருப்பம்... நான் ஆருக்கும் பயப்படவில்லை''

இரவின் மெல்லிய குளிரின் இதத்தில் அவன் சரிந்து கிடந்து சற்றுச் சூடாகப் பேசினான்.

இதற்கு முன் அவர்கள் இருவரும் இப்படியான பேச்சுகளைப் பேசியதில்லை.

அரசியல் பற்றியும், இலக்கியம் பற்றியும் நிறைய நிறையப் பேசியிருக்கிறார்கள்.

ஊர்வலத்தில் கோஷமிட்டிருக்கிறார்கள்.

நோட்டீஸ் விநியோகித்திருக்கிறார்கள்.

போஸ்ரர் ஒட்டியிருக்கிறார்கள்.

இப்படியான விசயங்களைப் பற்றிக்கதைப்பது ஏதோ தகாதது என்ற நோக்கில் அல்லாது...இதுபற்றிய அவசர அவசியமற்ற சந்தர்ப்பங்களே அவர்களுக்கு ஏற்பட்டது...ஏற்பட்டிருந்தது.

கிராமமுமற்ற...நகரமுமற்ற இரண்டும் கெட்டான் பிரதேசத்தின் பல சரக்குக் கடையொன்றில் விற்பனையாளனாக அல்லாடிய இவனுக்குக் கடந்து போய்விட்ட இருபத்தெட்டு முப்பது வருட வாழ்க்கையின் இடர்பாடுகள் களைவதற்குரியன என்ற விருப்பு ஏற்பட்ட போதே தத்துவத்தின் நெறிப்படுத்தலுக்குரிய இயக்கமொன்றில் ஐக்கியமாகினான்.

தொழில்நுட்பக் கல்லூரியின் சான்றிதழ்களும், பரீட்சைப் பெறுபேறுகளும் வறுமைக்கும் பசிக்கும் விடையளிக்கவில்லை. முடிவு இவனுக்குத் தேவையாக இருந்தது. இதன் தேடுதலில் முனைந்து நிற்கும் போது ஏற்படும் சந்திப்புக்கள் அது பற்றிய கதைகளிலேயும் செயல்களிலேயுமே கழிந்தன.

ஓகஸ்ட் எழுபத்து ஏழின் பரபரப்பான அந்த நாட்களின் சிங்கள மாணவர்களைத் தென்னிலங்கைக்கனுப்பும் கைங்கரியத்தில் ஈடுபட்டிருந்த வேளைகளில் அவனுக்குக் கலியாணம் நிச்சயமாகி இருப்தாக அறிந்தான்.

அது பற்றிய விடயங்கள் கேட்காமலேயே அடிபட்டுப் போய்விட்டன.

அகதிகள் முகாமில் ஒரு பகற் பொழுது பரபரப்பான சமையலில் லோங்சை முழங்கால் வரை மடித்து விட்டு உற்சாகமாக ஈடுபட்டு நின்ற அந்த வேளையிலும் கூட யாரோ ''அவனுக்கு வரப்போகும் மனைவி கொடுத்து வைத்தவள்'' என்று கூறிய வார்த்தைகளின் பின்னணியிலேதான் அந்த விசயத்தை இவன் நினைவு கூர்ந்தான்.

பஸ்சில் வரும் போது அது பற்றிக் கேட்க எத்தனித்தும் விசயங்கள் வேறு குறுக்கிட்டு விலகிப் போனதன் பின் அந்த இரவில் அவனே இவனுக்கு விசயத்தை மெல்ல ஓதினான்.

''தேவா...என்ரை முடிவு சரியா?... இவன் இருட்டில் மெல்லச் சிரித்தான்.

''எனக்குக் காந்தன் உம்மடை பிள்ளையைத் தெரியாது. உம்மைப் பொறுத்தவரயிலை உமக்கு ஒரு கலியாணம் தேவை. எத்தினை நாளைக்கு கடைச் சாப்பாடு சாப்பிடப் போறீர். அதிலையும் நீர் விரும்பின ஒரு பிள்ளையைச் செய்யிறதெண்ட முறையிலை உமக்குப் பொருத்தமானதாகத்தான் இருக்குமெண்டு நினைக்கிறேன்''

ஒரே கணத்தில் அந்தக் கேள்விக்கு முற்றுப்புள்ளியிட்டு விசயத்தை நிறுத்தினான்.

மில்லில் பல தடவைகள்...இரவில் பகலில் இதுபற்றிய கதைகள் ஓரிரு வசனங்களுடன் முடிந்ததுண்டு.

நெத்தலியாற்றின் சலசலக்கும் நீரில் சிவமும் இவனும் குளித்த ஒரு நாளில் காந்தனின் பிரச்சினை ஒன்றைப்பற்றி இவன் அறிந்தான். அது கைகலப்பில்லாமல் மெதுவாக முடிவடைந்தது என்று பின்னர் இவன் அறிந்து கொண்டான்.

காந்தனைப் புரிந்து கொண்ட இவனுக்குச் சில காலம் வியப்புகள் தோன்ற ஆரம்பித்தன.

நேரமற்றுப் பொழுதற்றுத் தொடரும் கதைகள் இடை முறிக்கப்படுவதும்... செயலில் பரபரப்பு மாறி வருவதும்... ஏதோ ஒரு அவசரத்திற்கு ஆட்பட்டவனாகக் காந்தன் மாறிவிட்டதும் புலனாகியது.

இரவில் தனிமையில் நெடுநாட்கள் நுளம்பு விரட்டிக் கொண்டிருந்த நிலைமைகள் மாறிப் பல நாட்கள் ஆகிவிட்டன.

காந்தனின் மாறுதல்கள் நன்மையாக இருக்க வேண்டும் என்று இவன் விருப்பம் கொண்டான். அவன் ஏதோ ஒரு உரிமைக்கு

ஆட்பட்டு, தனது முழுத்தன்மைகளிலும் சில மாறுதலுக்குட்பட்டு விட்டமையை இவன் உணர்ந்து கொண்டான். அதில் இவனுக்கு ஒரு மகிழ்வே மீந்திருந்தது.

நவீன சந்தையின் மின்சார உபகரணக் கடை மின் விசிறிச் சுழற்சியின் கீழ்... கலகலத்துச் சிரிக்கும் நிறைவுகளில் காந்தனின் எதிர்காலம் பற்றிய கனவுகளை இவன் பரிமாறிக் கொண்டதுண்டு.

அப்போதும் அத்தகைய ஒரு மாறுதல் காந்தனில் ஏற்பட்டதற்குரிய ஆச்சரியம் சகலதையும் மீறித் தலைதூக்கவே செய்யும்.

மாநகரசபை உத்தியோகம்... எதிர்கால இலட்சியங்கள்... வாழ்க்கைச் செலவுகள்... இது சவால்களேதான்... காந்தனே பல தடவைகள் கூறியிருக்கிறான்.

மூதூரின் தென்னைமரச் சோலையிலும்... திருவடி நிலையின் கடற்கரையிலும் பம்பலப்பிட்டி ரயில்வே ஸ்டேஷன் பாலத்துப் படிக்கட்டிலும் இருந்து இவனுடன் நெருக்கமாகக் கதைத்த அந்த ஒரு நண்பனை இவன் நினைவு கூர்வான்.

உத்தியோகம்... வசதி என்று வந்து விட்டால் உறவு... நட்பு... யாவும்... போலிதானா...?

"ஜெகதீசா நீ சந்தோசமாயிருந்தால் போதும்... என்னோடை நட்பாக இருப்பதாலை உன்னுடைய வீட்டார் உன்னைக் கோவிப்பதை நான் விரும்பவில்லை..."

ஏதோ திகதியிட்ட கடிதமொன்றில் அவனது நட்புக்கு முற்றுப்புள்ளியிட்டமையை இவன் நினைவுகூர்ந்தான்.

தேநீரை மெல்ல உறிஞ்சியபடி அவன் இவனை நெடுநேரம் உற்றுப்பார்த்தபடி அமர்ந்திருந்தான். மௌனம் மெல்லக் கரைய இவன் பேசினான்.

"உம்மடை பிள்ளை ஏ.எல் படிக்கிறதெண்டு சொன்னதாய் ஞாபகம்... இப்பத்தைய இளம் வயதுப் பிள்ளைகளுக்கிருக்கிற போலித்தனங்கள் அதுகளுக்கும் இருக்கத்தான் செய்யும்... உம்மடைபக்கம் வெண்டெடுக்க வேண்டியதுதான் நீர் செய்யக் கூடிய ஒரு வேலை - அதை முதலிலை செய்யவேணும்..."

காந்தன் மௌனித்தான் தலை சற்றுமுன் சரிந்தது.

கண்ணாடிப் பிரேம் மெல்லக் கழன்றுவர நடுவில் கைவைத்து நகர்த்தி தலையை நிமிர்த்தினான்.

நந்தினி சேவியர் படைப்புகள்

''முதல்லை உம்மை ஸ்திரப்படுத்திக்கொள்ள வேணும். உலகத்தை நீர் உணர்ந்தது போல அவவுக்கும் உணர்த்த வேணும்...கூட்டுக்குள்ள தலையைக் கொடுத்து விட்டு மேதாவியைப் போல பேசுறதும் சடுதியாகச் சோர்வடையிறதும் இப்பத்தைய பிள்ளையளின்ரை குணம்...''

காந்தன் ஆச்சரியத்தோடு இவனைப் பார்த்துச்சிரித்தான்.

தேவாவும் சிரித்தான் ''உங்கடை அனுபவம் எனக்கில்லை... எனக்குப் பட்டதைச் சொல்லுறன்... அவ்வளவுதான்''

மீண்டும் அவன் சிரித்தான்.

பொனி 'எம்' மின் முடிவுக்குப் பின் 'சன்ரானா' வின் வீறையும் தவிர்த்து அமுங்கிய குரலில் இவன் முனகினான்.

''எங்கடை பூரண ஆதரவு உமக்குண்டு... கெதியிலை கலியாணச் சாப்பாடு தேவை... முதல்லை கொஞ்சச் காசை மிச்சம் பிடிக்கப் பார்க்கவேணும்''

''அது போக...கேக்க மறந்து போனன்... இப்பவும் கடையிலை தானோ?'' சடுதியாக இவனைக் கேட்டான் காந்தன்.

தேவாவின் முகத்தில் ஒரு சோகம் நிழலிட்டது.

''இல்லை காந்தன்... சம்பளங்கட்டாது... இப்ப நான் பொலி கண்டியிலை... சூடைதெரிக்கப் போறன்...ஒரு மாதிரிப் பொழுது கழியிது...கஷ்டந்தான்...''

காந்தன் இவனை விழி விரியப் பார்த்தான்.

''என்ரை நிலைமை மிகமிகப் பெரிசு...தம்பிமாரும் கஷ்டப் படுகிறார்கள். அப்பரைப் பார்க்கத்தான் இப்ப ஆசுப்பத்திரிக்கு வந்தனான்... அந்த மனிசனை இந்த வயசிலையும்...கண்கலங்காமல் காப்பாத்த முடியேல்லை எண்ணிற கவலைதான்... எனக்கு''

''உடம்பிலை வலுவிருக்கிற வரையும் உழைப்பன் வாழுவன்'' உறுதியாக அவன் அந்த வார்த்தைகளைக் கூறினான்.

''எனக்கு உத்தியோகம் எடுத்துத்தாற தெண்டால் தன்ரை மகளைக் கலியாணம் செய்யச் சொல்லி ஒருத்தன் கேட்டான்... மாட்டனெண்டு சொல்லிப் போட்டன்''

''கலியாணமும் வேலையும்... இப்ப வியாபாரமாய்ப் போச்சு''

பெருமூச்சு விட்டான் காந்தன்.

நந்தினி சேவியர்

"உம்மடை தகப்பன் எந்த வாட்டிலை... ஐஞ்சு மணிக்கு நான் போய் பாக்கிறன்"

"பதின்னாலாம் வாட்டிலை பத்தாம் கட்டில். தாடியோட என்னைப்போல ஒரு மெல்லிய ஆள். அவருக்கு உம்மைத்தெரியாது நீர்தான் உம்மை அறிமுகப்படுத்த வேணும்"

"கண்டிப்பாய் போய்ப்பார்க்கிறேன்... நாளைக்கும் நீர் வருவீர்தானே..."

"இல்லை, தம்பிதான் வருவான்...நாளையிண்டைக்குத் துண்டு வெட்டிப்போடுவாங்கள் எண்டு சொன்னவர்... வருத்தம் மாறயில்லை என்ன செய்யிறது...? அதைவிடும் நேரம் என்ன?

சுதாரித்த தேவா, காந்தனைப் பரபரத்தான்.

பள்ளிக்கூடம் விடுகிற நேரம்... பஸ்சிலை கூட்டமா யிருக்கும்... கெதியிலை போனாத்தான்... இடம்பிடிக்கலாம்.

குறிப்புணர்ந்து எழுந்தான் காந்தன்.

பூபாலசிங்கம் புத்தகக் கடை மூலையில் வெள்ளைக் கவுண்களும்... ரைகளும்... முட்டிமோதி பஸ்ராண்டை நெருக்குகையில்...

"எப்ப மில்லுக்கு வாறீர்...?

காந்தன் கேட்டான்.

"நேரம் கிடைச்சாக் கண்டிப்பாய் ஒரு நாளைக்கு வருவன் நிச்சயம்"

"சிவராசாவையும், செல்லத்துரையையும் விசாரிச்சதாய்ச் சொல்லும்... லோகேஸ்வரனாக்களின்ரை வழக்கு வாற செவ்வாய்க் கிழமை... ஒரு நல்ல நியூஸ் தங்களைப் பிழை எண்டு கந்தரும் சொல்லத் துவங்கிவிட்டாராம்... தெரியுமே..."

கோப்பாய் கியூவை நோக்கி நடந்தபடி காந்தன் கேட்டதற்கு...

"உண்மைதானோ" என்று ஆச்சரியமாகக் கேட்டபடி பருத்தித் துறைக் கியூகம்பிக்குள் புகுந்த தேவா புறப்பட்ட பஸ்ஸில் ஓடித் தொற்றினான்.

கவனம்... கவனம் என்று இரண்டு பேர் அவனை இறுகப் பிடித்துக் கொள்ள காந்தன் கையசைத்தான்.

வாகை – 1977

நந்தினி சேவியர் படைப்புகள்

7

ஆண்டவருடைய சித்தம்

தென்னை மர ஓலைகள் சரசரக்க காற்று சற்றுப்பலமாகவே வீசியது. அறைவீட்டின் முன்புறம் போடப்பட்டிருந்த அந்த வாங்குக்கு மேல் அவன் சலனமற்று உட்கார்ந்திருந்தான்.

அவனைத் தனியே விட்டு விட்டு சிஸ்ரர் மடத்துக் கேற்றைத் திறந்து கொண்டு அவனது தமையன், சுவாமியாரைப் பற்றி விசாரிக்கப் போய் பத்து நிமிடங்களுக்கு மேல்.

இன்று சுவாமியாரைக் காண வேண்டுமென்று அவனது தமையனோ அவனோ நினைத்திருக்கவில்லை. அதற்குரிய சூழ்நிலை கூட காலை வரை இருக்கவில்லை. சடுதியாக அது நிகழந்தது.

''சவாமியார் உன்னைப் பார்க்க வேணுமாம்...உன்னோடை கதைக்க வேணுமாம். சிஸ்ரர்மாரும் அதைத்தான் விரும்புகினம்...''

மூன்று நாட்களுக்கு முன் ஒருமாலை நேரம் மில்லில் இருந்து வீவில் வந்து மேல் கழுவிக் கொண்டு கிணற்றடியில் நிற்கும் போது அவனது தமையன் இந்த விபரத்தைக் கூறியபோது அதில் தனக்கு அவ்வளவு அக்கறை இல்லாத மாதிரியேதான் இவன் காட்டிக் கொண்டான்.

''தங்களின்ரை ஆதரவில் இருக்கின்ற ஒரு பிள்ளையை உனக்கு செய்துதாறதெண்டால் உன்னைப் பற்றி விசாரிக்கத்தானே விரும்புவினம்...''

சுவாமியாரின் விருப்பத்துக்குரிய காரணத்தை நியாயப்படுத்த முனையும் பாவனையில் தமையன் கதைப்பதை உணர்ந்த இவனுக்குச் சிரிப்பு வந்தது.

அவனோடு தமையன் நேரடியாக இவ்வளவு வார்த்தைகளைத் தன்னும் உச்சரிக்கக்கூடிய ஒரு நிலைமை ஏற்பட்டதைப் பற்றி அவனுக்குச் சந்தோசமாகக்கூட இருந்தது.

இந்த முப்பத்திமூன்று வருட வாழ்க்கையில் அவனும் தமையனும் பேசிக்கொண்ட சந்தர்ப்பங்கள் மிகமிகக் குறைவு. அப்படி ஏற்படுகின்ற போதுகளில் வார்தைகள் தடித்து... முகமுறிவுகளுடன் அவை முடிவு பெற்ற நிலைமைகளே அதிகம்.

மரியாதை... பயம் என்பதோடு வேண்டடத்தகாத சில அதிருப்திகளும் பேச்சை அடியோடு கட்டுப்படுத்தியிருந்தன.

அவனது தாய் இறந்து, தகப்பனிறந்து படிப்புக்கள் அரை குறையாகி கூலிவேலை கூடக்கிடைக்காத... கொடிய நிலைமைகள் ஏற்பட்ட அந்தக் காலங்களில் கூட வாய் திறந்து எதையும் கேட்காத வைராக்கியத்தில் இவனது நாட்கள் கழிந்திருந்தன.

கராச்சில் வேலை செய்த காலத்திலும்... கஸ்தூரியார் வீதியிலுள்ள ஒரு கடையில் வேலை செய்தபோதும் அச்சகத்தில் பேப்பரடுக்க முனைந்து முகம் முறிந்து போனதுண்டு.

பொறுப்பற்ற ஊதாரியாக அவன் திரிவது கூடாது என்கின்ற விருப்புக்கு அவர் ஆட்பட்டு அவனை ஒரு கலியாணப் பந்தத்தில் தள்ளிவிட முனைவு கொண்டு... எட்டு வருடங்களின் பின்தான்... இந்த ஒரு சந்தர்ப்பமும்... இவனின் சம்மதமும் கிட்டியது.

யாரையோ மனதில் வைத்து இவனின் சம்மதத்தை அறியத் தமையன் அனுப்பியிருந்த நண்பனிடம் தனது விருப்பத்தை மிக நிதானமாக இவன் வெளியிட்டான்.

''என்னைப் பொறுத்தவரை எனக்குக் கலியாணம் இப்ப அவசரமில்லை. அப்படிச் செய்கின்றதெண்டாலும்...ஒரு அநாதை மடத்திலை இருக்கின்ற பிள்ளையைத்தான் செய்ய விரும்புறன். சிஸ்ரர் மடத்திலை இருக்கின்ற எங்கடை சொந்தக் காரப் பிள்ளையைக் கேட்கச் சொல்லும்...''

''மாலி கேக் ஸ்பொட்டின்'' இஞ்சித் தேநீரை உறிஞ்சியபடி இவன் பேசியபோது வந்த நண்பனே ஆச்சரியமும் மகிழ்ச்சியும் தெரிவித்தான்.

ஒரு காலத்தில் அவனது உறவினர்கள் அவனைப்பற்றி பொறுப்பற்றவன், வருத்தக்காரன், கையாலாகாதவன், என்று ஒதுக்கித் தள்ளியமையின் மீது கொண்ட வெறுப்பை எட்டி உதைப்பதான பாவனையில் அந்தச் செய்தியை இவன் வெளியிட்டான்.

சங்கானையில் மின்தறி ஆலைமுகப்பில் நின்று அவனைப் பற்றி காரசாரமாக அவன் தமையனாரிடம் ஏசிய உறவுக்கார நூலகரின் வார்த்தைகளை ஓங்கி அடிப்பது போல் அந்த வார்த்தைகளைக் கூறினான் அவன்.

காற்று மீண்டும் தென்னோலைகளை சரசரக்க வைத்தது. அணிலொன்று வீறுடன் கத்தியபடி அறை வீட்டின் முகட்டில் பாய்ந்ததை அவன் கவனித்தான். அறை வீட்டினுள்ளே மணிக்கூட்டில் பத்து மணி அடித்தது. கைக்கடிகாரத்தில் நேரத்தைப் பார்த்தான். பத்து ஏழு…எந்த மணி சரி…? அவனுக்கு ஏனோ எரிச்சலாக இருந்தது.

இந்த நேரம் மில்லில் என்ன நடக்கும்…

ஒரு அவியல் முடிந்திருக்கும். கெங்காதான் அடுப்புப் பார்ப்பான். சின்னத்துரையும் தயாபரனும் நேசலிங்கமும் காலடிப்பார்கள். சிலவேளை ஊடுவெட்டியிருப்பார்கள். தருமண்ணை அந்த மங்கல் ‘ஹெல்மட்’ டோடு பாங்குக்குப் போயிருப்பார். பெரியவரின் செக்குக்கும் காசு போட வேண்டும். வெள்ளையப்புவின் வண்டில் பத்து மூடை அரிசியுடன் மில்லைக் கடந்து சந்திக்குச் சென்றிருக்கும். குழாய்க் கிணறு குத்துகிறவர்கள் இண்டைக்குத்தானே வருவதாகக் கூறினார்கள்.

சிஸ்ரர் மடத்தின் கதவு திறக்க அவனது தமையனும் ஒரு கண்ணாடி அணிந்து மெலிந்த கறுத்த சிஸ்ரரும் கதைத்தபடி.

அவனுக்குச் சலிப்பாக இருந்தது. எவ்வளவோ வேலைகள் மில்லில்…அவனை அவர்கள் எதிர்பார்த்திருப்பார்கள்.

றோட்டில் வாகனங்களின் இரைச்சல் - கடற்காற்றின் தென்னோலைச் சரசரப்பு - அரை மணித்தியாலம் வீணாகி விட்டதான அவஸ்த்தை…

ஒரு காலத்தில் வேலையற்று வேலை தேடி அலைந்து திரிந்த அந்த நாட்களில் இத்த நேரப் பிரச்சினை இருக்கவில்லை.

வாசிகசாலை முகப்பு, கபடி விளையாடும் மணற்பரப்பு… கிட்டியடிக்கும் மைதானம்… மார்க்சியம் பற்றிய வகுப்புகள்… கூட்டங்கள்… இலக்கியச் சர்ச்சைகள்… இன்னும் அவை பற்றிய விருப்புகள் இல்லாமல் போகவில்லை. பொறுப்புகள் சுமைகளாகி நேரமே தொழிலாகிவிட்டது.

சிஸ்ரரும் தமையனும் படியேறி வந்தபோது அவன் எழுந்து நின்று கொண்டிருந்தான்.

‘‘உங்கடை அண்ணா உங்களைப் பற்றி நிறையச் சொன்னவர்... நாங்களும் உங்களைப் பார்க்க விரும்பினாங்கள்...’’

சிநேக பூர்வமான புன்முறுவலுடன் அந்தக் கண்ணாடி சிஸ்ரர் இவனோடு பேசியபோது அவன் மௌனமாகச் சிரித்தான்.

‘‘ஃபாதர் எப்ப வருவார்?’’ இவன் கேட்டான்.

‘‘வந்திடுவார்... வாற நேரந்தான்’’

இவர்கள் பேசுவதைக் கேட்டுக் கொண்டு விலகி நின்றிருந்த தமையனை இவன் ஏறிட்டான்.

‘‘உங்கடை விருப்பம் என்ன எண்ணிறதை அறியத்தான் நாங்கள் உங்களைச் சந்திக்க விரும்பினம்... நீங்கள் இங்கை இண்டைக்கு வந்திருக்கா விட்டால் உங்கடை மில்லுக்கு நாங்கள் வாறதுக்குத்தான் இருந்தனாங்கள். ஆண்டவருடைய சித்தம்... நீங்களே வந்திட்டியள்’’

சிஸ்ரர் சந்தோசமாகக் கதைத்தபோது அவனுக்கு சற்று கூச்சமாகக் கூட இருந்தது.

‘‘உங்களைப் போல ஆட்களிருந்திட்டால் திரேசாவை போல எத்தனையோ பிள்ளையள் நிம்மதியடையேலும்...’’

சிஸ்ரர் தொடர்ந்து பேசிக் கொண்டிருந்தார். ‘‘இந்த மாசமே விசயங்களை முடிக்க வேணும்... பெரிய சிஸ்ரரும் மாறி மட்டக் களப்புக்குப் போறா... அதுக்கு இடையிலே... இது நடக்கிறதுதான் நல்லது... இண்டைக்கே பிள்ளையை நீங்கள் பார்த்து உங்கடை விருப்பத்தை எங்களுக்குச் சொல்லுகிறது நல்லது... அவளின்ரை அபிப்பிராயத்தையும் கேட்கத்தானே வேணும்...’’

தூரத்திலிருக்கும் தமையனாரையும் இவனையும் மாறிமாறிப் பார்த்தபடி சிஸ்ரர் கதைத்தபோது இவன் இடை மறித்தான்.

‘‘மன்னிக்கவேணும் சிஸ்ரர், இந்த விஷயத்திலை... கொஞ்சம் பிந்திறதைத்தான் நான் விரும்புறன். எனக்குச் சில வசதிகளைச் செய்யவேணும். நான் என்ன சொல்லிறனெண்டால் எனக்கெண்டு சில ஒழுங்குகளை நான் செய்ய வேண்டியிருக்கும்’’

அவன் பேசிய தோரணையில் ஒரு அழுத்தம் இருந்தது. மேலும் ஏதோ கூற அவன் முற்பட்டபோது சுவாமியாரின் ‘கொண்டா’ மணிக் கூண்டடியால் திரும்பி அறை வீட்டில் ஏறியது.

தனது மனதில் உள்ள கருத்துக்களை முழுமையாகப் பகிர்ந்து கொள்ள அவன் விரும்பினான்.

''கன நேரம் காக்கவைச்சிட்டன் போலை...'' என்று மன்னிப்புக் கேட்கும் பாவனையில் முகத்தை வைத்துக் கொண்டு அறைக்கதவைத் திறந்தார் சுவாமியார்.

அந்தச் சுவாமியாரை அவன் அடிக்கடி கண்டிருக்கிறான். இருபாலைச் சந்தியிலும் நல்லூர் மாக்கற்றிலும் முத்திரைச் சந்தையிலும் சிவப்பு நிற அந்தக் 'கொண்டா' மோட்டார் சைக்கிளையும் சுவாமியாரையும் பல தடவைகளில் எதிர்ப்பட்டிருக்கிறான்.

அந்தச் சுவாமியார் இவனை விட ஓரிரு வயதுகள் குறைந்தவராகக் கூட இருக்கலாம் என்று கூட யோசித்தான். ஒரு காலத்தில் தான்கூட சுவாமியாராக வரவேண்டுமென்று ஆசைப்பட்ட அந்த நிகழ்வுகள் இப்போது அவனுக்கு நினைவுக்கு வந்தன.

அன்று செமினறிக்கு அவன் போயிருந்தால் இன்று எங்கோ ஒரு கோவிலில்...பங்குக் குருவாக...திருப்பலிப் பூசையில் அப்பத்தையும் இரசத்தையும் எடுத்து...அவனுக்குச் சிரிப்பு வந்தது.

''சிஸ்ரர்... எல்லாம் கதைச்சவதானே...பிள்ளையைப் பார்த்தாச்சா...?''

சுவாமியார் அவனைப் பார்த்தார். ''அவர் ஆறுதலாகத்தான் எதுவும் செய்ய முடியுமெண்டு சொல்லுகிறார் ஃபாதர்...''

சிஸ்ரரின் வார்த்தைகளைக்கேட்ட சுவாமியார் கேள்விக் குறியுடன் அவனது தமையனாரைத் திரும்பிப் பார்த்தார்.

''தம்பி சொல்லுகிறதென்னெண்டால் தனக்குச் சில பொருளாதார கஸ்டங்கள் இருக்கிறதெண்டும்...அதைச் சரிப்படுத்தக் கொஞ்ச நாள் தேவை எண்டும்...அதுதான் யோசிக்கிறார்''

''அதுவும் சரிதான். பெரிய சிஸ்ரரும் மாறிப்போறா. எதுக்கும் நல்ல முடிவாய் கூடிய சீக்கிரம் எடுக்கிறது நல்லது''

தமையனாரோடு சுவாமியார் ஏதோ உறுதிப்பாட்டோடு கதைத்தார்.

''எந்த மட்டிலை எண்டால் உமக்கு வசதிப்படும்...திரேசா நல்ல பிள்ளை. உமக்கு ஒரு நல்ல மனைவியாக இருப்பா. அது பற்றி நீர் யோசிக்கத் தேவையில்லை...ஆண்டவருடைய சித்தம் உங்கள் இரண்டு பேரையும் இணைக்கப் போகுது...''

"அதுக்காக நான் யோசிக்கயில்லை ஃபாதர். நான் மில்லிலை வேலை செய்யிறன். இருபத்திநாலு மணித்தியாலமும் அங்கைதான் இருக்கிறன். நெல்லெடுக்க மன்னார், மட்டக்களப்பு, எண்டு அடிக்கடி பயணம், எனக்கெண்டு நான் சிலதைத் தேட வேணும். இன்னும் கொஞ்ச நாள் கழிச்சு அடுத்த கிறிஸ்மஸ்சோடை எண்டால்..."

மிகவும் அட்சர சுத்தமாக அவன் பேசுவதை சுவாமியாரும் சிஸ்ரரும் கேட்டுக் கொண்டிருந்தனர்.

மடத்திலிருந்து ரீயும் பிஸ்கற்றும் வந்தன. சங்கோசத்தோடு 'ரீ' யை வாங்கிக் கொண்ட இவன் சற்று நேரம் மௌனத்தில் சிந்தனை வசப்பட்டுப் போனான்.

எவ்வளவோ விசயங்களை மனதில் போட்டுக் கொண்டு அவன் குழம்பிப் போயிருந்தான். இந்த இடத்திற்கு இன்று வந்திருக்காமல் ஆறுதலாக ஒரு நாள் வந்திருக்கலாம் என்றுகூட யோசித்தான்.

மில்லில் தேடுவார்கள். காலையில் வருவதாகக் கூறி இரண்டு நாள் லீவில் வெளிக்கிட்டவன் இன்னமும் திரும்பவில்லை என்றால் அங்கே அனைத்தும் ஸ்தம்பிக்கும்...

தமையன் செருமி இவனை நினைவுக்குக் கொண்டு வர இவன் ரீயை மெல்லக் குடித்தான்.

"அப்படி எண்டால் திரேசாவை இண்டைக்கே பாத்திடுமன்..." சுவாமி அவனை ஏறிட்டார்.

"நாள் இருக்குத்தானே...ஆறுதலாக இன்னொரு நாளைக்கு..."

இவன் அவரின் வார்த்தைகளை உடனடியாக மறுதலித்தான்.

"சரி...உம்மடை இஸ்டம். ஆண்டவருடைய சித்தம் அப்படி..."

எழுந்து நின்ற இவனைப் பார்த்தபடி சுவாமியாரும் எழுந்து கொண்டார்.

"எதுக்கும் உங்கடை அட்ரசுக்கு நான் கடிதம் எழுதிறன். இதுபற்றி யோசிப்பம்"

அவரின் முகவரியை நின்ற நிலையில் குறித்துக் கொண்டான் அவன்.

வணபிதா...

அர்ச் செபஸ்தியார் ஆலயம் முனை.

நந்தினி சேவியர் படைப்புகள்

பஸ் கோல்ற் வரை அவனும் தமையனும் மௌனித்தே நடந்து வந்தனர். நெடு நேரத்தின் பின் அவர் கூறினார். ''நல்ல பதிலாகச் சுவாமிக்கு எழுது''

மில்லுக்கு அவன் வரும்போது பன்னிரண்டு மணிக்கு மேலாகி விட்டது. பஸ்சில் யோசித்துக் கொண்டு வந்த விசயங்களை எல்லாம் கோர்வையாக்கி ஒரு கடிதம் எழுத அவன் முடிவு செய்து கொண்டான்.

இரவு பணி கொட்டும் நிலவில் வெள்ளையப்புவிடம் போய்த் திரும்பி வந்து குளிருக்காக இரண்டு சேட்டுக்களை அணிந்து கொண்டு அறை மேசையில் அவன் கடிதம் எழுத உட்கார்ந்தான்.

'அன்புடையீர்' ...என ஆரம்பித்து தனது நிலைப்பாட்டை அவன் எழுதினான். நான் கொம்யூனிஸ் சித்தாந்தத்தை நம்புபவன்; புரட்சி ஒன்றே பிரச்சினைகளைத் தீர்க்குமென்ற உறுதிப்பாடுடையவன்; அதற்காக உழைப்பதையே விரும்புபவன்; எனக்கு வரப்போகும் மனைவி என்னைப்பற்றி அறிந்திருப்பது நல்லதென நினைத்தே இதைத் தெரியப்படுத்துகிறேன் என்பது போன்ற விபரங்களை அவன் எழுதினான்.

கடிதத்தை எழுதி முடித்தபோது அவனுக்கு ஒரு திருப்தி ஏற்பட்டது.

ஏதோ நெஞ்சில் கனத்த சுமையை இறக்கி வைத்து விட்டதான உணர்வுடன் அந்தக் கடிதத்தை அவன் போஸ்ற் பண்ணினான்.

மில் வேலையில் கவனம் கொண்டு கணக்கு வழக்குகளைப் பொறுப்பேற்று அந்தச் சந்தடியில் சகலவற்றையும் மறந்து விட்ட ஒரு பனி விலகாத காலையில் அவனுக்கு ஒரு கடிதம் கிடைத்தது.

''உமது கொள்கையுடன் ஒத்துப் போக அந்தப் பெண் தயாராக இல்லை. இந்தக் கல்யாணத்தில் அந்தப் பெண்ணுக்கும்... சிஸ்ரர் மாருக்கும் இஸ்டமில்லை என்பதை தெரிவிக்கச் சொன்னார்கள்...''

இப்படிக்கு

வண. பிதா...

புதிசு 1982

8

தொலைந்து போனவர்கள்

அந்தச் சிறு நகரம் அழிவுண்டு போய் விட்டது. சினிமாக்களில் காட்டப்படும் ஒரு யுத்த பூமியின் நகரச் சிதைவு போல அந்த நகரமும் சிதைவுண்டு போய் விட்டது.

சின்னஞ் சிறு வயதில் அவன் தனது தகப்பனாருடன் கையைப் பிடித்தபடி உலாவி வந்த அந்த அழகிய நகரம் இன்று?

அவனுடைய தகப்பனாரிடம் ஒரு இரும்புக்கரியல் பூட்டப்பட்ட சைக்கிள் இருந்தது. அதனை உருட்டிக்கொண்டு அந்த நகரத்துக் கடற்கரை வீதியில் எத்தனை தடவைகள் அவன் நடந்திருக்கிறான்.

ரேவடியில் தரித்து நிற்கும் வத்தைகளிலிருந்து வைக்கோல் களைச் சும்மாடாக்கி ஓடு சுமக்கும் பெண்கள் இன்று இறந்து பட்டிருப்பார்கள்.

பச்சை நிற மாபிள் பதிக்கப்பட்ட வங்கிக் கட்டிடம், சிவன் கோவில், தீர்த்தக்கேணி, சடைத்துப்பருத்து கிளை பரப்பி நிற்கும் வாகைமரம், அவனது தகப்பனார் சைக்கிளுக்குக் காற்றுப்போனால் ஒட்டுப் போடுகின்ற சைக்கிள் கடை....இவை யாவும் எப்போதோ பார்வையை விட்டு விலகிப்போய் விட்டன.

நகரத்து வீதிகளில் நின்ற புளிய மரங்களும் அந்தப் பழைய காலத்துக் கிட்டங்கிக் கட்டிடமும் அரச மரத்தின் கீழிருந்த சப்பாத்துக் கடையும் அவனுக்கு விபரமறிந்த பராயத்திலேயே இல்லாமல் போய்விட்டன.

அவனும், அவனது பள்ளித் தோழர்களும் இரவு இரண்டாவது காட்சி பார்ப்பதற்காக நேரத்துடன் புறப்பட்டு மாக்கற்றின் உட்புறம் முட்டைத்தோசை சாப்பிட்ட கடையும் அந்தத் தோசைக்காரக் கிழவியும் கூடக் காணாமல் போய்விட்டார்கள்.

நந்தினி சேவியர் படைப்புகள்

அவன் முதல்முதல் சினிமாவை அறிமுகம் கொண்ட அந்தச் சென்றல் தியேட்டரும், டோர்ச் லைட்டும் கையுமாக உலாவுகின்ற அந்தத் தியேட்டரின் கறுப்புக் கண்ணாடி மனேச்சரும்கூட எங்கோ மறையுண்டு போய் விட்டார்கள்.

மழை வெள்ள வாய்க்கால்கள் மீன் மாக்கற்புறமாக சென்று கடலில் சங்கமித்த காலங்கள் போய் அவை மண்மூடிப் போய் விட்டதான நிலைமை.

அவன் ஆரம்பக் கல்வியைப் பெற்றுக் கொண்டதும் பின்னர் ஆங்கிலத்தையும் ஒரு பாடமாகச் சேர்த்துப் பரீட்சைகள் எழுதிய மண்டபங்களும் சின்னாபின்னப் பட்டுப் போய் விட்டன.

சித்திரை வருடப்பிறப்புகளுக்கு மல்யுத்தம் பார்த்த பொலிஸ் மைதானமும், கபடி விளையாட்டுக்கள் பார்த்து மகிழ்ந்த மணற் கரைகளும் மறைந்து போய் விட்டன.

இவனுடைய தகப்பனார் கள்ளருந்திவிட்டு வந்து சைக்கிளைச் சாத்தி வைத்து தனது சகமனிதர்களுடன் அரசியல் சம்பாசிக்கும் திண்ணை மண்டபமும் கரிக்கோப்புச் சுடலையின் அந்தியேட்டி மடமும் சுப்பர் மடம் என்கின்ற அந்தச் சிறு கிராமமும் கூட அழிவின் பிடியில் சிக்குண்டு போய்விட்டன.

அவன் அந்தப் பிரதேசத்தைத் தரிசனை கொண்டு முப்பத் திரண்டு வருடங்கள்.

ஒரு காலத்தில் அவனது தாயும், தகப்பனும் மகிழ்ந்து குலாவி, அவனையும் அவனுடைய இரண்டு அண்ணன்மாரையும், ஒரு தங்கையையும் ஈன்றது இந்நகரத்தில்தான்.

அவனுடைய அண்ணனொருவன் சின்னஞ்சிறு வயதில் நீந்தவென்று சென்று பிணமாக இங்கு வந்ததை அவன் தனது சின்னஞ்சிறு கண்களால் பார்த்து நின்றான்... அப்போது அவனுக்கு வயது நான்கு.

அவனுடைய அடுத்த அண்ணன் தொழில் நிமித்தம் வாகன மொன்றில் ஏறி எங்கோ தொலைதூர நாட்டிற்குப் போய் அங்கேயே குடியும் குடித்தனமுமாக இருப்பதையும், அவன் இனி இங்கே திரும்பி வர மாட்டான் என்பதையும் அறிந்து கொண்டதும் இந்த நகரத்து வீதிகளில் ஒன்றில்தான்.

"சச்சிதானந்தற்றை இரண்டாவது பெடியன் ஆரோ வெள்ளைக்காரப் பொம்பிளையை முடிச்சிட்டானாம்"

அவனது தாயாரை நெடுநாட்கள் அழவைத்த அந்தச் சம்பவம் நடந்த நேரம் இவன் டியூட்டரிக்கு வந்து போய் கொண்டிருந்தான்.

நகரைச் சுற்றியிருந்த கடைகள் இடிக்கப்பட்டு கிட்டங்கி இருந்த இடம் இரட்டைமாடிக் கட்டிடமாக மாறிக் கொண்டிருந்த நாட்கள்.

ஒரு வெய்யில் அகோரமாக எறித்த பங்குனிக் கடைசியின் நடுஇரவில் அவனது தாய் புற்றுநோய் வந்து இறந்து போனாள்.

அவனையும், அவனது தங்கையையும் தூரத்தில் இவர்களை மறந்து போய் விட்ட அண்ணனையும் நினைத்துக் கவலை தோய்ந்த முகத்துடன் அவள் மரணித்துப் போனாள்.

அவனுடைய தாய் இறந்த நாளில் அவன் படிப்பை முடித்து விட்டு வீட்டில் சும்மாதான் இருந்தான்.

நண்பர்களுடன் அகால வேளைகளில் திருவிழாக்களுக்கு சென்று கச்சான் வாங்கிக்கொறித்தபடி இசைக்குழுக்களை ரசிக்கும் ரஸ்தியாதிப்போக்கு சாஸ்வதமாகிப் போய்விட்ட காலங்கள்.

"மச்சான் புட்டளைத் திருவிழா வாற கிழமை கொடியேற்றத் தோடை தொடக்கம்"

"வல்லிபுரக் கோவில் கடல்தீர்த்தம் இம்முறையும் சன்னதியும் நல்லூரும் கழிஞ்ச பிறகுதான் வருகுது"

திருவிழாக் கணக்குகளும் கொடியேற்றங்களும் அவனுக்கும் அவனது நண்பர்களுக்கும் பஞ்சாங்கப்பாடம்.

அவனது தகப்பனார் மிகவும் பெலகீனமாகிவிட்டார். இரும்புக் கரியலைக் கழற்றி மூலையில் போட்டாகிவிட்டது.

இப்போது அந்தச் சைக்கிள் அவனது பராமரிப்பில் "சச்சிமணி வண்டில்" அவனது சைக்கிளுக்குப் பெயராகி நிலைத்தும் விட்டது.

புட்டளை ஏழாந்திருவிழா நாதஸ்வரக் கச்சேரியை ரசித்துக் கொண்டிருந்த நேரம் பக்கத்து வீட்டு அப்புத்துரை வந்து அவனுடைய நண்பனொருவனை அழைத்து ஏதோ சொன்னது அவனுக்குக் கேட்டது.

நந்தினி சேவியர் படைப்புகள்

மனம் இல்லாமல் அவர்களோடு அரைகுறைக் கச்சேரியில் வீட்டுக்குப் போனபோதுதான் அவனது தாய் இறந்து போன விடயம் அவனுக்குப் புலனாகியது.

அவனது தாயாரின் இறுதிக்கிரியைகளில் அவனது தகப்பனாருக்குத் தெரிந்த அவனுக்குத்தெரியாத பலர் வந்திருந்தார்கள். தேர்தல் வேறு அண்மித்து இருந்ததால் காண முடியாத பலரையும் அன்று பலர் கண்டார்கள்.

அவனுடைய தங்கைக்குத் திருமணம் நடந்த அந்த நாட்கள் அவனுக்கு ஞாபகமிருக்கிறது. அவனுடைய மைத்துனன் வேலை யற்றிருக்கும் அவனுக்காகப் பலரிடம் சிபாரிசுக் கடிதங்கள் வாங்கி ரெயில் ஏறி தெற்கு நோக்கி பயணப்பட்ட காலங்களும் ஞாபகமிருக்கிறது.

அவனோடு படித்த ஒரு மக்குப் பையன் எங்கோ ஒரு வங்கியில் வேலையாக இருப்பதுவும்,

அடிக்கடி மரபுக் கவிதைகள் பாடும் ஒரு கவிதைப்பற்றுடைய நண்பன் பொலிஸ்காரனாக இருப்பதுவும்,

வகுப்பிலேயே 'இனியில்லை' என்கின்ற கெட்டிக்காரனாக இருந்த சினேகிதன் ஒருவன் வள்ளத்தில் தொழிலுக்குப் போவதுவும்,

இன்னும் இன்னும் நண்பர்கள் ஏதேதோ தொழில்களைப் பார்க்க முனைவதும் இவனுக்குத் தெரியும்.

''சச்சியின்ரை பெடியன் மறஸ்சில வலுவிண்ணன். அவனிட்டைத் தான் என்ரை பெடியனைப் படிக்க விட்டிருக்கிறன்''

இந்த ஒரு பெயர் மட்டும் அவனிடம் மிஞ்சியிருந்தது.

ஆனையிறவு தாண்டி தட்டிவானில் பயணப்பட்டுப் புளியடியில் இறங்கி விசுவமடுக்குளத்தடியில் கொஞ்ச நாட்கள் இவன் விவசாயமும் செய்திருக்கிறான்.

சச்சிதானந்தம் என்கின்ற இவனது தகப்பனாரின் மர வேலைப் பட்டறையில் கொஞ்ச நாட்கள் உதவியாளனாகி உடைந்த கதிரைகள் முக்காலிகளின் கால்களைச் சீர் செய்து காலையில் பட்டறை மாலையில் ரியூசன்.

''மணியம் மாஸ்ரர்'' அழிந்து போன நகரத்தில் அவனுக்கும் ஒரு பெயர்.

அவனுடைய தங்கைக்கு ஒரு மகன் மாலைசுற்றிப் பிறந்த அந்த நாட்களில் சிலர் பேசிக் கொண்டது போல் ''மாலை சுற்றிப் பிறந்தபடியாலை மாமனுக்குக் கெடுதி''

அவனது இடது கால் ஊனப்படடுப் போய் விட்டது. நிலையொன்று சீவுவதற்காகக் கொண்டு வந்த மாமரம் ஒன்று காலுக்கு மேல் விழுந்து... இப்போது இவன்...

''சொத்தி... மணியம்''

சைக்கிள் ஞாபகச்சின்னங்களில் ஒன்றாகி வீட்டின் கோடிப்புறம் தொங்குகிறது.

பட்டறைக்கு வெளியே ''முழுநேர ரியூசன் வகுப்புகள்'' என்கின்ற விளம்பரம் நிரந்தரமாகி விட்டது.

சிறு வயதில் அவனோடு படித்தவர்களின் பிள்ளைகள் சிலரும் அவனிடம் படிக்க வந்து போய்க் கொண்டிருக்கும் நிலை ஏற்பட்டுப் போய்விட்டது.

நகரத்தின் மையப் பகுதியில் சிறு மாற்றங்கள் தென்பட ஆரம்பித்தன. நகரம் புதுப் பொலிவுடன் விரைந்து மாறி வந்தது.

சடுதியென நகரில் காக்கியின் நிழல்கள்...

விளையாட்டுப் போட்டிகள்... திருவிழாக்கள்... படக் காட்சிகள்... இரவு பகல் சேவையாற்றும் தேநீர்க் கடைகள் மெல்லெனக் குறைவுபட்டு வந்தன.

அவனிடம் படித்துக் கொண்டிருந்த இரண்டொரு மாணவர்களும் காணாமற் போனார்கள்.

அவர்களைப் பற்றி அவன் மறந்து கொண்டிருந்த நாட்களில்... மற்றைய நகரங்களிலும் தெருவீதிகளிலும் காக்கிகளின் வாகனங்கள் அதிகமாக நடமாடத் தொடங்கியிருந்தன.

ஒரு நாள்...

நகரத்தின் இரண்டு மைல் தள்ளி கடற்கரைத் தென்னை மரங்களும்... பாரியமதகும் அடம்பன் கொடிகள் நிறைந்து, பரவி, நிற்பதுமான ஒரு வெள்ள வாய்க்கால் கரையில் ராணுவ வண்டி ஒன்று பல சிப்பாய்களுடன் நொருங்குண்டு போய்விட்டது.

பொலிவு கொண்ட நகரம் இடம் பெயர்ந்து தெற்கே நகரத் தொடங்கி விட்டது.

பஸ்தரிப்பு நிலையம், தேனீர்க் கடைகள், மரக்கறிக் கடைகள்... பலகாரம் விற்கும் அந்த நடுத்தர வயதுக்காரப் பெண்கள்... அனைவரும் இடம்மாறிப் போனார்கள்.

இந்த நகரத்திலும் வேறும் கிராமங்களிலும் காணாமற் போனவர்கள் புதிய தோற்றங்களில் இறுகிய உடற்கட்டுக்களுடன் மனிதர்களுக்குத் தரிசனையாக ஆரம்பித்தார்கள்.

இவனிடம் படித்த மாணவர்களில் இரண்டொருவரை நகரத்துத் தெருவீதிச் சுவர்களில் கலர்ப்படமாகக் கண்டு இவன் ஆச்சரியம் கொண்டான்.

படிக்கும் காலத்தில் சாதுக்களாக இருந்த இவர்களுக்கு இது எப்படிச் சாத்தியமாகிற்றென அவன் அர்த்தமற்றுச் சிந்தித்தான்.

சற்று மையடித்து மப்புடன் இருந்தாலும் பட்டறையில் உளியும் கையுமாக நிற்கும் சச்சிதாநந்தர் தனது பெலகீனமான உடல் நிலையையும் மறந்து காணாமற் போன இவர்களைச் சிலாகித்துப் பேசுவதை இவன் பல தடவைகள் கேட்டு உள்ளம் மகிழ்ந்திருக்கிறான்.

ஏதோ தாமே எல்லாவற்றிற்கும் கொந்தராத்துக்காரர்களென வக்காலத்து வாங்கி மேடைகளில் பிரசங்கம் செய்தவர்கள் தலையைக் காத்துக் கொள்ள எங்கோ ஓடி விட்டமையை அவர் சாங்கோபாங்கமாக எடுத்துக் கூறி இந்தக் காணாமற் போனவர் களைப் போற்றுவார்.

தொடர்ந்து பலர் மரணித்துப் போனவர்கள்.

நகரம் வெறுமை கொண்டு, வீதிகளும் வெறித்துப் போயின.

காக்கிகளுக்குள் சிறையுண்டு போனார்கள். இரவுகள் நித்திய இரவுகளாகவும், பகல்கள் நித்திய பகல்களாகவும் மக்களுக்குப் பழகிப் போயின.

காணாமற் போனவர்களுக்கு இரவுகள் நித்திய பகல் களாகவும், பகல்கள் பகல்களாகவுமே அர்த்தம் கொண்டன...

கிழக்கிலும் இன்னும் பெயர் தெரியாத ஊர்களிலும் பல தொலைந்து போனவர்களைப் பற்றியெல்லாம் இவன் அறிந்து கொண்டான்.

நந்தினி சேவியர்

மருத்துவக் கல்லூரி மூன்றாம் வருட மாணவன், தலைமை வாத்தியார் செல்லப்பாவின் இரண்டாவது மகன், இவனுடைய பெரிய தகப்பனாரின் கடைசி மகன், இவனது தங்கையுடன் கூடப் படித்த திரேசாவின் தங்கை எனப் பலரை இவன் கேள்வியுற்றான்.

நீண்ட நான்கு வருடங்கள்.

இந்த இடைவெளியில் பலரை அவன் கண்டு கதைப்பதற்கான சந்தர்ப்பங்கள் ஏற்பட்டு அவை பசுமையாக நிலைத்தும் போய் விட்டன.

நகரத்தின் உயிர்த்துடிப்புக்கள் மனித மனங்களின் சகிப்புத் தன்மையில் புத்துயிர் பெற்று வரும் நாளில்... கிழக்கின் அனர்த்தங்களை நிகர்த்ததென இங்குமோர் நிகழ்வு உருக்கொண்டது.

பலர் எரியுண்டு போனார்கள்... பலர் வேட்டுக்களுக்கு இரையாகிப் போனார்கள்... வீடுகளும் வேலிகளும் கருகிச் சாம்பராகிப் போயின.

காக்கியின் நிழல் வடபுறமெங்கும் இராட்சதக் கரங்களை விரித்தபடி கவிந்து கிடந்தது.

ஊன்றுகோல்களுடன் மணற்காட்டினை நோக்கியோர் பயணத்தில்...பனை வடலிகளைத் தாண்டி வல்லி புரத்தின் கட்டி முடிக்கப்படாத ராஜகோபுரத்தைக் குறிவைத்து, அவனும்,அவனது தகப்பனாரும் நடந்ததை அவன் மீளவும் நினைவு கொண்டான்.

ஏதோ மாறுதல் நடந்து விட்டதான பாவனை ராணுவ கவச வண்டிகள் ஓடாத அந்த வீதிகளில் மீண்டும் ஒரு சலசலப்பு...

அந்த நகரம் இன்னும் வழமையான நிலைமைக்குத் திரும்ப வில்லை.

அதே மீன்கடை, அதே மாக்கற்,உதயன் புத்தக சாலை... மினிவான்கள்... இ.போ.ச.பஸ்கள்... கொடிகாமத்துக்குச் செல்லும் தட்டிவான்கள்.

"தம்பி கிட்டடியில் நான் பழையபடி எங்கடை கடைக்குப் போயிடுவன் இப்ப எல்லாம் சரிதானே"

அவனுக்கு அறிமுகமான ஒரு பலசரக்குக் கடைக்காரர் கூறினார்.

இவனுக்கு எல்லாமே சிரிப்பிற்கிடமாகவிருந்தது.

நந்தினி சேவியர் படைப்புகள்

யாவுமே நிறைவு பெற்று விட்டதா?

புல்டோசர்களின் சக்கரங்கள் ரோட்டுக்களில் பதித்தசுவடுகள் இன்னமும்...?

சனங்கள் மனிதர்கள் எதிலுமே நிறைவு தேடும் சுகானுபவர்களாகி...?

ராணுவ வாகனமொன்று பழைய நகரத்தின் வீதியால் விரைந்து மந்திகைக்குப் போகிறது.

அதே பச்சை நிறச் சீருடை...சப்பாத்துக்கள்...தலைப்பாகை மட்டுமே சற்று வித்தியாசமாய்...

இப்படி இன்னும் எத்தனை நாட்களுக்கு?

கடற்புறம் வீடுகளுக்கு மனிதர்கள் எப்போது திரும்புவார்கள்.

சிதைவுண்ட வீடுகளில் இவனைப் போலாகி விடத் துணியும் மனப்போக்கும் யாரிடமுள்ளது...?

ஊன்றுகோல்களைத் துணையாக்கி இவன் நடக்கிறான்.

இந்தத் தெருவின் வீதிகளில் இவனைப்போல் வெறும் காலுடன் நடந்த பலர் இன்றில்லை. அவனறிய கட்டி முடிக்கப் பட்ட வீடுகளும் ... இல்லையெனவாகிவிட்டன...

இந்த நகரம் மீண்டும் உயிர்ப்புற வேண்டும்.

சட்டி பானைக்கடைகளும், தோசைக் கடையும் மீண்டும் இங்கே வேண்டும்.

அதற்காக மீண்டும் பலர் தொலைந்து போக வேண்டும்.

சச்சிதானந்தர் நேற்றுக்கூட பலரிடம் இப்படித்தான் கூறிக் கொண்டிருந்தார்.

இன்று அவனுக்கு உற்சாகம் தரும் செய்திகள் சில காதில் விழுந்திருந்தது.

அதனை எப்படியும் சச்சிதானந்தரிடம் சொல்லிவிட வேண்டும்.

அறுபத்தி ஐந்து வயதான அந்தக் கிழவர் மகிழ்ச்சியடையக் கூடியதான சில சங்கதிகளை அவரிடம் பரிமாறிக் கொள்ள வேண்டும்.

நந்தினி சேவியர்

கரிக்கோப்புச் சுடலையை, சுப்பர் மடத்தை...அந்தியேட்டி மடத்தை... பழைய சைக்கிள் கடையை, கோவில் தெப்பக் குளத்தைப் பற்றியெல்லாம் நிறைய கதைக்கக்கூடியதாக அவன் நிமிர்ந்து நடந்தான்.

செய்தி நெஞ்சில் மகிழ்ச்சியோடு பதிந்திருந்தது.

உண்மை...

மீண்டும் மீண்டும் பலர் காணாமற் போய்க் கொண்டிருக் கிறார்கள். தொலைந்து போய்க் கொண்டிருக்கிறார்கள்...

ஈழமுரசு – 1987

சுபமங்களா – 1994

9

மேய்ப்பன்

"டாண்... டாண்! டாண்!"

புனித தோமையார் ஆலய திருந்தாதி மணி இடையிடையே ஒலிக்கிறது.

இன்று ஞாயிற்றுக்கிழமை தான்.

ஆனால் இந்தக் கோவிலில் பூசை நடக்காது.

பூசை நடைபெற்று இரு வருடங்களாகி விட்டன. கோவிலில் பூசை மட்டும் நடைபெறுவதில்லையே தவிர, காலந்தப்பாது திருந்தாதிமணி மட்டும் ஒலிக்கும்.

இந்த ஒழுங்கின் காரணகர்த்தா சங்கிலித்தாம் அவர்கள்.

அவர் இல்லாவிட்டால்...?

அவ்வூரின் கேந்திரப் பகுதியாக உள்ள கடற்கரைப் பிராந்தியத்தில் விரிந்து இருக்கும் கடற்கரையின் எதிர்ப்புறத்தில் அஞ்சல் அகத்தை அண்மித்து நிமிர்ந்து நிற்கின்றது தோமையார் ஆலயம்.

அது அப்பிராந்திய கடற்கரை வாழ் மக்களின் சொத்தாகும்.

புனித தோமையார் ஆலயத்தை நினைப்பவர்கள் சங்கிலித்தாம் கிறகோரியை மறக்க மாட்டார்கள்.

கோவிலின் வளர்ச்சிக்கும் பாதுகாப்புக்கும் ஒழுங்குக்கும் பொறுப்பாளி அவர்தான். இதனால் அவருக்கு ஊரில் நல்ல மரியாதையும் இருந்தது.

சங்கிலித்தாம் கிறகோரி நல்ல தேகக்கட்டுடையவர். வயது சுமார் அறுபதுக்கு மேல் இருக்கும். ஆனால் இன்று கூட தனியே கடலுக்குப் போக அஞ்சாதவர்.

நந்தினி சேவியர்

கரைவலை... விடுவலை... கொண்டோடி வலை.... தூண்டி வலை... படகுவலை...

இப்படி எத்தனையோ நுணுக்கமான தொழிற்பாடுகளை அறிந்தவர்.

தோமையார் ஆலயத்திருநாள் தொடங்கி விட்டால் அவர் கடலுக்குப் போவதே கிடையாது.

அவ்வேளையில் அவருடைய கட்டுமரமும் வலையும் கரையேறி பிணையல் கழன்று வெய்யிலில் ஓய்வெடுக்கும்.

அவர் தான் கோவில், கோவில் தான் அவர்.

அந்தக் காலம் பொற்காலம்......?

திருந்தாதிமணி விட்டு விட்டுக் கேட்கிறது. கிறகோரியின் ஞானமகன் பிரான்சிஸ் மணியின் தேய்வொலி கேட்டுச் சிலிர்க்கின்றான்.

கோவில் மணி ஒலி அவனை தூண்டில் போட்டு கோவிலுக்கு இழுக்கின்றது.

ஞானத்தந்தையின் நினைவு, வலை இழுவையாக இழுக்க...

அவன் கோவிலை அடையவும் திருந்தாதிமணி அடிப்பதும் நின்று விடுகிறது.

ஆனாலும் அந்த மணியின் தொனி அலை அலையாகத் தேய்வது மட்டும் நிற்கவில்லை

கிறகோரி கோவில் விறாந்தையில் உட்கார்ந்து இருக்கின்றார். அவர் கண்கள் சற்றுத் தொலைவில் உள்ள கடற்பரப்பில் எதையோ தேடிக்கொண்டிருக்கின்றன.

மிதப்புக் கட்டையின் அசைவை வெறிக்கும் விரக்திப் பார்வை...

தவிர்க்கவோ... எடுத்து எறிந்து விடவோ முடியாத சிந்தனை...

வலைக்குள் சிக்கிக் கொண்ட மீனின் அவலம், நிர்ப்பந்தத்தின் பிடிக்குள் முடங்கி விட்ட ஒரு நிலை...

''தொட்டையா''

பிரான்சிஸ் மெதுவாக அழைத்தான். அவர் சிந்தனை இடம் பெயர்கிறது.

''என்ன தொட்டையா யோசனை?''

அவர் அவனை நிமிர்ந்து பார்த்தார். வாய் திறக்கவில்லை. மௌனமாக இருக்கிறார்.

''சாப்பிட்டியளா தொட்டையா?''

பிரான்சிஸ் மீண்டும் கேட்டான்.

''அதுக்கென்ன குறைச்சல்'' இவ்வார்த்தைகளில் சலிப்பு பிரதி பலிக்கின்றது. மீண்டும் அமைதியாக அவர் வாய் திறக்க...

''சாப்பாடு மட்டும் இருந்தால் போதும்... எனக்கு.... இந்த... இதை... நிம்மதி வேண்டாமோ...?''

கிறகோரியின் குரல் கரகரத்தது.

''நீங்கள் என்ன செய்யேலும் தொட்டையா''

பிரான்சிஸ் மெதுவாக முனகினான்.

''மகன் உனக்குத் தெரியாது... நீ குழந்தை... இந்தக் கோயிலைக் கட்டுறதுக்கு நாங்கள் எவ்வளவு கஷ்டப்பட்டம்.''

சங்கிலித்தாமுக்கு இந்த வார்த்தைகளைச் சொல்லும் போது உணர்ச்சியால் உடல் நடுங்கியது.

''இந்தக்கோயிலுக்கு ஒருத்தருமே வாறதில்லை..... நான் முன்னுக்கு நிண்டு கட்டின கோயில். என்ரை கண்ணுக்கு முன்னாலேயே சீரழியுது....''

தொடர்ந்து பேசிய அவர் தலையைக் கவிழ்ந்து கொண்டார்.

அவர் அழுகையை அடக்க முயல்வது பிரான்சிஸுக்குப் புரிந்தது.

இதற்கு அடிப்படை ஒரு சிறு சம்பவமே. கத்தோலிக்கர்களின் மேய்ப்பன் என்று பெஞ்சமின் குருவானவரால் போற்றப்பட்ட அவனின் ஞானத்தந்தை இப்போது மந்தைகள் இல்லாத மேய்ப்பன்.

அவரைப் பார்க்க விரும்பாத பிரான்சிஸ் தனது பார்வையைக் கோவில் சுவரை நோக்கித் திருப்பினான்.

கோவில் மிகவும் பழுதாகி விட்டிருந்தது. அதன் தேஜஸ் மங்கி இன்னும் இரண்டு வருடம் இப்படியே இருந்தால் அது நிச்சயம் அழிந்துதான் போய்விடும்.

"நான் எதுக்கும் பயப்பிடவில்லை மகன். கும்பாகூட என்னாலை கோயிலுக்குவாறதில்லை எண்ணிறதை நினைக்க..."

கிறகோரி விம்மினார்.

"கும்பா" என்கிற உறவு முறை பிரான்சிஸின் தந்தையைப் பற்றியது.

பிரான்சிஸுக்கு கிறகோரியோடு கதைக்கக்கூடாதென்று அவன் தந்தை கட்டளையிட்டிருந்தார். ஆனாலும் அவன் அதை மிகவும் பயத்துடனேயே மீறிக்கொண்டிருந்தான்.

அவனால் தன் ஞானத்தந்தையைப் புறக்கணிக்க முடியவில்லை. அவர் நியாயத்தைத்தான் செய்திருப்பதாக அவன் நம்பியிருந்தான்.

"நீங்கள் சுவாமியிட்டை போனனீங்களோ?"

"ஓம்... போனனான்..."

"என்ன சொன்னவர்...?"

"எல்லாரும் ஒற்றுமையாய் வந்தால் தானும் வாறாராம். மேற்றிராணியாரும் அதைத்தான் சொன்னவராம்."

"இது நடக்கக் கூடியதா?" பிரான்சிஸ் சிந்தனையில் ஆழ்ந்து விட்டான்.

அங்குள்ளவர்களுக்குள் இரண்டு பிரிவு. இதைத் தீர்த்து வைக்கக் கூடிய சங்கிலித்தாமே இருபகுதியினருக்கும் எதிரி. இந்நிலையில்...

தீர்வு...?

பிரான்சிஸ் தன் ஞானத்தந்தையை வெறிக்கப் பார்க்கிறான். அவர் நிலத்தில் ஏதோ கைகளால் கீறிக் கொண்டிருக்கிறார். அவர் சிந்தனை வலை பின்னுகிறது, அது அவர் முகத்தில் அப்பட்டமாகத் தெரிகிறது. சென்றவருடம் அடித்த புயலில் மகன் அள்ளுண்டு போகாதிருந்தால் அவர் இப்போதும் மதிப்பானவராகத்தான் இருந்திருப்பார்.

அவரது மகனின் மனைவியாகிய தெரேசாவை அவர் கந்தசாமிக்கு மறுமணம் செய்து கொடுக்கவேண்டிய நிர்ப்பந்தம் ஏற்பட்டதும், சங்கிலித்தாமின் மதிப்புக் குறைந்ததும் இதனால்தான்.

அவர் தெரேசாவை..... அத்திருமணத்தை முடிக்காதிருந்தால்....

இழிவேதும் ஏற்படாமலிருக்கவே கிறகோரி இருவரையும் நேர்மையான விதத்தில் இணைத்தார்.

சங்கிலித்தாமின் நேர்மை மற்றவர்களுக்கு சகிக்கமுடியாத கோபத்தை உண்டு பண்ணுமென எதிர்பார்க்கவில்லை.

சங்கிலித்தாம் தனிமைப்படுத்தப்பட்டுவிட்டார்.

முன்பே பல பிரச்சினைகளால் கோவிலுக்கு வராமல் இருந்தவர்கள் இப்பிரச்சினையையும் அழுங்குப்பிடியாகப் பிடித்து கோவிலுக்கு வருவதை நிறுத்திக்கொண்டு விட்டார்கள்.

கோவிலில் பூசை இல்லை.

திருந்தாதி மட்டும் அடிக்கிறது. கிறகோரியும் இல்லா விட்டால்...? கிறகோரி பிரான்சிஸை நிமிர்ந்து பார்த்தார்.

''மகன்! கோயில் சிலவுக்கு ஒரு ஐம்பதுரூபா வேணும். தேவநற்கருணைக்கூட்டுச்சீலையும்... பெரிய கூட்டை மூடியிருந்த சீலையும் நல்லாய்க் கிழிஞ்சுபோச்சுது... இப்பிடியே விட்டுட்டால் இரண்டும் உக்கிப்போயிடும்...''

கிறகோரி எட்டாத் தண்ணியில் தத்தளிக்கும் நீச்சல் தெரியாத மனிதனின் அவஸ்தையில் முக்கி முனகினார்.

பிரான்சிஸிடம் ஏது பணம் ?

அவன் தனது முகத்தை மறுபுறம் திருப்பி வைத்துக் கொண்டான். கிறகோரிக்கு அவன் நிலை புரிந்திருக்கவேண்டும்.

இருட்டில் சீறும் அலைகளின் பேரோசை கேட்கிறது. கிறகோரியின் இதயமும் அடித்துப் புரண்டு அலையோசை காட்டுகிறது.

பிரான்சிஸ் அங்கு வந்தபோது இருந்த அதேநிலை. ஐஸ் போட்ட மீனின் மரத்ததன்மையது.

பிரான்சிஸுக்கு அவர் அப்போதும் இதைத்தான் சிந்தித்துக் கொண்டிருந்தார் என்பது பட்டவர்த்தனமாகிவிட்டது.

திடீரென கிறகோரி விம்மி அழுதார்.

''மகன் எனக்கொரு உதவி செய்வியளே?''

''என்ன தொட்டையா?''

"இண்டைக்குக் கடல்லை போகலாமெண்டிருக்கிறன்... வந்து அந்த மரத்தைப் பிணைச்சுத் தாறியளே...?"

அவன் தலையசைத்தான்.

கிறகோரி கடலுக்குப் போய் இரண்டு வருடங்கள். சக்கரியாஸ் இறந்த பிறகு அவர் கடலுக்கே போகவில்லை. ஆனால் இன்று... ஒரு நிர்ப்பந்தம். பிரான்சிசுக்குப் புரிந்தது.

அவரது குடிலிலிருந்து கொண்டுவந்த ஏதனங்கள் அனைத்தையும் பிணைத்துவிட்ட மரத்தில் வைத்துவிட்டு கைகளால் மரத்தை நீரினுள் தள்ளினான் பிரான்சிஸ்.

ஏனோ அவன் கை நடுங்கியது. கிறகோரி அவனைப்பாடும்படி வற்புறுத்தினார். பிரான்சிஸ் மெதுவாகப் பாடினான்.

"எங்கே சுமந்து போகிறீர். என் யேசுநாதா எங்கே சுமந்து போகிறீர்".

கிறகோரியும் மெதுவாகப் பாடியபடி சவளால் நீரை வலித்து முன்னேறிக்கொண்டிருந்தார். இருளில் மரம் வானைக் கடந்து அலைகளைப் பிளந்து முன்னேறிக் கொண்டிருந்தது.

பிரான்சிஸ் நெடுநேரம் கடற்கரையில் நின்று கொண்டிருந்தான்.

இடி இடித்தது. மின்னல் மின்னியது.

இரவுமுழுக்க நல்ல மழை. தொடர்ந்து பகலுமிரவுமாக அன்றிரவு கடலுக்குப் போன அனேகர் ஏதேச்சையாகத் தப்பிவந்தார்கள்.

வராத சிலருள் சங்கிலித்தாம் கிறகோரியும் ஒருவர்.

டாண்....டாண்....டாண்!

தோமையார் கோவில் மணி தேய்வாக ஒலிக்கிறது.

அது திருந்தாதியல்ல...

இறந்துவிட்ட கிறகோரிக்காகவும் மற்றவர்களுக்காகவும் அடிக்கப்படும் துக்கமணி.

அடிப்பவன் பிரான்சிஸ்.

இன்று இதுவும் நின்று விடும்.

திருந்தாதி...?

—ஈழநாடு 1970

10

ஒற்றைத்தென்னை

பிரபஞ்சவெளியை ஊடுருவிக் கொண்டு நிமிர்ந்து நிற்கிறது அந்த ஒற்றைத்தென்னை.

தொலைதூரத்தில் தெரியும் தீவுக்கூட்டங்களுக்கும், எட்டத்திலே வரும் இயந்திர வள்ளங்களுக்கும், பாய்கட்டி ஓடும் படகுகளுக்கும் குருநகர் ஜெட்டி இறங்கு துறையைக்காட்டும் கலங்கரை விளக்கம் அந்த ஒற்றைத்தென்னை.

வரிசையாக இறங்குதுறையோரம் நிற்கும் இயந்திர வள்ளங்கள் நீர்ச் சுழிப்பில் நர்த்தனமிட்டுக் கொண்டிருந்தன.

கடலின் முள்ளந்தண்டாக நீண்டு கிளைவிட்டு சுத்தியல் அமைப்பில் மல்லாந்து கிடக்கும் அந்த இறங்குதுறை ரோட்டின் மருங்கில் குவிக்கப்பட்டு இருக்கும் மீனை ஒருவன் பிளந்து பிளந்து எறிய, குடல்களையும் கழிவுப்பதார்த்தங்களையும் அலசி அலசி வீசுகிறான் மற்றொருவன்.

எறியப்படும் மீனை ரோட்டில் சாக்கைப் பிரித்துக் கொட்டி யிருக்கும் உப்புக் குவியலில் பிரட்டி எடுத்து அடுக்குகிறான் இன்னொருவன்.

தொலைதூரம் நீரைக் கிழித்துக்கொண்டுவரும் ஒரு வள்ளம் இறங்கு துறையை அண்மித்து நிற்கிறது.

கயிற்றை எறிந்து இறங்குதுறையின் குத்துக் கல்லில் கட்டும் சந்தியாக் கிழவன்,

"மருமோன்... மருமோன்" என்று குரல் கொடுத்தான்.

அவன் முகத்தில் பூரணதிருப்தியின் சாயல்.

நந்தினி சேவியர்

செவத்தி என்கிற செபஸ்தியாம்பிள்ளையும் அவனோடு வள்ளத்தை விட்டு வெளியில் வந்தான்.

"மிச்சம் நல்லாய் இருக்கு... செவத்திக்கு நல்ல மலிவு"

இறங்குதுறையில் மீன்பிடிக்கும் அல்போண்சனைப் பார்த்து முனகினான் சந்தியாக்கிழவன்.

அந்த வள்ளத்தை அவர்கள் பருத்தித்துறையிலிருந்து வாங்கியிருந்தார்கள். வெள்ளோட்டத்திற்காக அந்த வள்ளத்தை கௌதாரி முனைவரை ஓட்டிச் சென்று அவர்கள் இருவரும் திரும்பியிருந்தார்கள்.

வள்ளத்தின் அமைப்பும் இயந்திரங்களின் பாவனையும் சந்தியாக்கிழவனுக்கு நன்றாகப்புரியும்.

அல்போண்சன் சந்தியாக் கிழவனைப் பார்த்து, "அம்மான்... நீ போனால் சும்மா சாதாரணமே... எடுப்பாய்!" என்று சிரித்தான்.

வெய்யிலின் அகோர எறிப்பிலும் கிழவன் அவர்களோடு தொழிற்பாடுகளைப் பற்றியே பேசிக்கொண்டு இருக்கிறான்.

செவத்தியின் மனைவி தூரத்தில் நின்று குரல் கொடுப்பது கேட்கிறது.

"ஓ... அம்மான்... உந்தாளையும் கூட்டிக்கொண்டு தேத்தண்ணி குடிக்க வா..."

அவளின் குரல் மெதுவாக ஒலித்தடங்குகிறது.

"அம்மான் தான் இந்த நேரம் தேத்தண்ணிக் குடிக்கும். அக்கை சும்மா சாட்டுக்கு கூப்பிடுது...." என்றான் நீருள் மீனை அலசியபடி நிற்கும் ரொபேட்.

அவன் கூறியதில் நியாயம் இருப்பது போல் சிரித்த சந்தியா தலைப்பாகையை அவிழ்த்து முகத்தைத் துடைத்தபடி பிரதான வீதியை நோக்கி நடக்கத்தொடங்கினான்.

இறங்குதுறையில் நிற்கும் அநேக கண்கள் அவனை அனுதாபத்தோடு நோக்கின.

பெருமூச்சுக்கள் வெடித்துச் சிதறுகின்றன. அவன் நடக்கிறான்.

சந்தியாவுக்கு அறுபத்தைந்து வயது இருக்கும். ஆனாலும் கட்டுமஸ்தான தேகமும், வலிமை மிக்க மன உறுதியும் அவனை இன்னும் உசுப்பவில்லை.

நந்தினி சேவியர் படைப்புகள்

குருநகர் வாழ் மீனவர்களுக்கும், மற்றைய சமூகத்தினருக்கும் அவனைப்பற்றி நன்றாகத்தெரியும்.

இன்றுவரை அவன் யாருக்குமே பயந்ததுமில்லை. இனியும் பணியப்போவதுமில்லை.

சிறுவயதிலிருந்தே சுறாக்குட்டியைப்போல் சுறுசுறுப்பாக எதிர்நீச்சல்போட்டுப் பழகியவன் அவன்.

இன்றுவரை அவனை அசரப்பண்ணியவர்கள் எவருமில்லை.

பெரிய சம்மாட்டிகள் முதலாளிகள் எத்தனையோ பேரை எதிர்த்து நின்ற ஒரேஒரு நேர்மையான தொழிலாளி குருநகரில் உண்டென்றால் அது சந்தியாக்கிழவனேதான்.

எத்தனையோமுறை பொலிசாரைக்கொண்டு அவனுக்கு எதிராகப் பலவித நடவடிக்கைகளைப் பணமுதலைகள் செய்தன.

ஆனால் அவைகளினால் அவனை ஒன்றுமே செய்ய முடியவில்லை.

நெஞ்சுரம் பெற்றவன் சந்தியாக்கிழவன்.

அவனது குடும்பமே அழிந்தொழிந்தபோதும் அவன் அசராதவன்.

சுமார் ஒரு வருடத்திற்கு முன் நிகழ்ந்து விட்ட அந்த நிகழ்ச்சி....?

அவன் இப்போது இருப்பது போலத்தான் அப்போதும் கலகலப்பாக இருந்தான்.

மீன்களைப்பிளந்தெறியும் கைங்கரியத்தில் லாவகமாக அவன் ஈடுபடும் போது அதைப்பார்க்க சிலருக்கு ஆச்சரியமாகக்கூட இருக்கும்.

என்ன வேகம்.... என்ன வேகம்!

இன்றும் அவன் இறங்குதுறையில் நிற்கிறான். ஆனால் அவனோடு கூட வேலைசெய்தவர்கள்...?

விக்டர், டேவிட், அதிரியார்...?

விக்ரரும் டேவிட்டனும் இன்று உயிரோடு இல்லை.

அதிரியார்...?

''அம்மான்... அம்மான்.! ஐயாவைக் கண்டியளே...''

வேகமாக நடக்கும் சந்தியாக்கிழவன் முன் அலங்க மலங்க ஓடி வந்தாள் மாகிரற்.

''ஏனடி பிள்ளை... எங்கை போனவன்...?'' பதறினான் கிழவன்

''நான் கைவேலையாய் இருந்தன்.. அப்ப அந்தாள் படலையைத் திறந்து கொண்டு வெளியிலை வந்திட்டுது...''

தூண்டிலில் சிக்கிய மீனைப்போல் அவள் துடித்தாள்.

''பயப்பிடாதை. உங்கைகிட்டடியிலை... எங்கையேனும் நிப்பான் நான் பாத்து கூட்டி வாறன்...''

சந்தியா திரும்பி நடந்தான். அவன் நினைத்தது வீண்போகவில்லை.

கடற்கரையின் கிழக்குப்புற ஒற்றைத் தென்னையில் சாய்ந்து கொண்டு கடலை வெறிக்கப் பார்த்தபடி உட்கார்ந்திருந்தான் அதிரியார்க் கிழவன்.

சந்தியா அவனை அனுதாபத்தோடு பார்த்தான்.

அதிரியாரின் எலும்புகள் துருத்தும் உடலம், மேலும்காய்ந்து கருவாடாகியும் இருப்பது அவனுக்குப்புரிகிறது.

அதிரியாருக்குச் சந்தியாவை விட மூன்று நான்கு வயது குறைவாகத்தான் இருக்கும்.

முன்பு அதிரியாரும் நல்லவாளிப்பான தேகக்கட்டு உடையவனாகத் தான் இருந்தான்.

அதெல்லாம் சிதைந்து உருக்குலைந்தது...! அந்த ஒரு வருடத்திற்கு முன் நடந்த நிகழ்ச்சியினால்தான்...

அந்த நிகழ்ச்சி...?

''என்னடா இப்படியே... நெடுகலும் யோசிச்சு.. கவலைப் பட்டு... சும்மா மனதை அலட்டாதே. பொடிச்சி உன்னைக் காணாமல் தவிக்கிறாள் எழும்பு''

குரலில் சற்று அனுதாபமும் கண்டிப்பும் தொனிக்க அலையாக அடித்தான் சந்தியா.

உப்பு நீரைக் குடித்துவிட்டதுபோல் முகம் சுருங்கிக்கிடக்கும் அதிரியார் விம்மினான்.

''அண்ணை.... அண்ணை.'' அவனுக்குக் குரல் அடைக்கிறது.

''யோசியாதை மோனை. யோசியாதை... நடந்தது நடந்திட்டுது.... இனி என்ன...?''

குரலில் எந்தவித சலனமுமின்றி உரத்த தொனியில் பேசினான் சந்தியாக்கிழவன்.

இரண்டு கிழங்களும் ஒரேதாக்கத்துள் சிக்குண்டவைதான். ஆனால் இரண்டும் இப்போது இருக்கும் நிலை மிகமிக வித்தியாசமானது.

பெரிய கோயில் சவுக்காலையை வெறிக்கப்பார்க்கும் அதிரியார் பலத்து அழுதான்.

பாலைத்தீவு படகுவிபத்தில் அவனது மகன் விக்ரர் இறந்து போகாதிருந்தால் அவன் இப்படி இருப்பானா...?

''அழாதையெடா... தம்பி... அழாதை...''

அதிரியாரைத் தேற்றும் சந்தியாவுக்கும் சற்று உடல் நடுங்குகிறது. ஆனால் அதை அவன் சமாளிக்கிறான்.

ஒரு மகனை இழந்து பயித்தியமாகிவிட்ட அதிரியாருக்கு அந்த விபத்திலே தனது குடும்பத்தையே இழந்து நிற்கும், அசையாது நிற்கும் அந்தத் தனி மரம் ஒற்றை மரம் ஆறுதல் கூறுகிறது.

படகு விபத்தில் அவரது மனைவி, மக்கள், பேரக்குழந்தைகள் அனைத்தையும் இழந்து விட்ட அந்த மனிதன் மற்றவனுக்கு ஆறுதல் கூறுகிறான்.

கல்லூரிக்குச் செல்லும் சிறுவர்களைக் காணும் போதும், கணவன் மனைவியாக சோடியாக நடக்கும் தம்பதிகளைக் காணும் போதும் சந்தியாவுக்கு மக்களின் மருமக்களின் பேரக் குழந்தைகளின் நினைவு வரத்தான் செய்யும். அவன் சமாளித்துக்கொள்வான்.

''உவற்றை நினைவுக்குத்தான் உப்பிடி வந்தது... ஆள்பாடு தொப்பி...!''

சந்தியாவின் பழைய கம்பீரிய நடவடிக்கைகளைப் பார்த்து பொறாமை வலை பின்னிய சிலர் கூறத்தான் செய்தார்கள். ஆனால் கிழவன் இன்றும் பழைய சந்தியாவே!

பெரியகோயில் சவுக்காலையைத் தாண்டி சாராயத் தவறணையை நோக்கி நடக்கும் போது கிழவன் கவலையோடு நடப்பதுண்டு. அதற்குள் உறங்கும் அவனது குடும்பம் சில வேளை அவனை கெதிகலக்கும். ஆனால் கண நேரம்...! தவறணையிலிருந்து திரும்பும்போது சந்தியாக் கிழவன் பழைய மனிதனாகி விடுவான்.

தனிச்சமையல். தனித் தொழில். எல்லாருக்கும் உதவி... தொழில் ஆசான். மதிப்பிற்குரிய சீவன்.

நந்தினி சேவியர்

''அம்மான்''

சிறு தோல்விகளைக்கண்டு கலங்கி தற்கொலை செய்பவர்களும், தம் தோல்விகளால் விரக்தியுறுபவர்களுமான இளம் சந்ததியினருக்கு ஒரு உதாரணம் காட்டக்கூடிய மனவலிமை மிக்க, சலிக்காத உழைப்பாளியான நேர்மைத் தொழிலாளவர்க்க வாரிசுதான் சந்தியாக்கிழவன்.

ஆனால் அதிரியார்...?

''ம்... எழும்பு... வீட்டை போ. பொடிச்சி அந்தரப்படுவள்...''

மீண்டும் உலுப்பினான் சந்தியா.

ஒற்றைத் தென்னையில் கையை ஊன்றி எழுந்திருக்கும் அதிரியார் சந்தியாவின் பின்னே தள்ளாடி நடக்கின்றான்.

பன்னிரண்டு மணி வெய்யில் நெருப்பைக் கக்கிக்கொண்டு இருக்கின்றது. ஓடிவரும் மாகிரற் தகப்பனை கையில் பிடித்து வீட்டுக்குள் கொண்டு செல்கிறாள்.

''அம்மான் சாப்பிட வாருங்கோவன்...''

''வேண்டாம் பிள்ளை. நான் சோறு காய்ச்சின்னான். உதிலை போட்டு வந்துதான் சாப்பிட வேணும்''

மாகிரற்றைப் பார்த்துக் கூறும் சந்தியாக்கிழவன் தவறணையை நோக்கி கம்பீரமாக நடக்கிறான்.

மாகிரற் தொலைவில் தெரியும் ஒற்றைத்தென்னையை வெறிக்கப் பார்க்கிறாள்.

அந்தத்தென்னை...அது...?

எத்தனையோ மழைபுயலுக்கும்அசையாது நிலைத்து நிற்கும் அத்தனிமரம்...?

குருநகரில் எதற்குமே அசையாத இரண்டு தென்னைகள்...!

ஒன்று அது. மற்றது...?

சந்தியாக்கிழவன்!

அவளுக்கு உடல் சிலிர்க்கிறது.

– இதயம் 1971

11

கடலோரத்துக் குடிசைகள்

கோவிலின் மேற்குப்புறமாக அமைந்திருக்கும் அந்த அறை வீட்டின் முன்புற விறாந்தையில் போடபப்பட்டிருந்த நாற்காலியில் அமர்ந்தபடி கோவிற்காணிக்குள் தலை நிமிர்ந்து நிற்கும் தென்னை மரங்களின் இடைவெளிக்குள்ளால் தெரியும் ரோட்டையும், ஐஸ் கொட்டில்களையும், விரிந்து கிடக்கும் கடலையும் சலனமற்றுப் பார்த்துக் கொண்டிருக்கிறார் வணக்கத்திற்குரிய மரியசேவியர் சுவாமியார்.

சமையல்காரன் ஞானம் ஆசனக் கோவிலுக்கு சற்று முன்னர் தான் போயிருந்தான். இரவு நோவினைக்கு முன் அவன் வந்து விடுவான்.

''பாட்டுப் பழக்கத்திற்காக யேசுதாசன் மாஸ்டரை வரச் சொல்லும்'' என்று அவர்தான் ஞானத்தை அனுப்பியிருந்தார்.

முதல் நன்மை பெறும் சிறுவர்களுக்கு செபம் படிப்பிக்க இருப்பதனால் பாட்டுப் பழக்குவதற்கு அவரால் முடியாதிருந்தது.

பங்குனித் திருநாள் ஆரம்பத்தை முன்னிட்டு அவர் முதல் தினம் தான் அந்த மீசாம் கோவிலுக்கு வந்திருந்தார்.

நீண்ட பதினாறு வருடங்களுக்குப் பிறகு அவரது காலடி அந்த மண்ணில் பதிந்திருக்கிறது. தான் பிறந்து வளர்ந்த அந்த மண்ணையும், உருண்டு புரண்ட அந்தக் கடற்கரையையும், நீந்தி விளையாடிய அந்தக் கடலையும் மெய்மறந்து பார்த்துக் கொண்டிருப்பதில் ஒரு ஆத்ம திருப்தியை அவர் அனுபவித்துக் கொண்டிருந்தார்.

அந்த புனித சவேரியார் கோவிலில் தான் அவருக்கு 'ஞானஸ்நானம்' கொடுக்கப்பட்டது. அவர் முதல் நன்மை பெற்றதும், உறுதி பூசுதல் பெற்றுக் கொண்டதும் அதே கோவிலில்தான். இப்போது ஒரு குருவானவராக அவர் அந்தக் கோவிலுக்கு வந்திருக்கிறார்.

பங்குனி வெய்யிலைக் கிழித்தபடி உப்புக்காற்று கடலிலிருந்து மெல்ல வீசுகிறது. அறை வீட்டின் பக்கத்தில் சடைத்து நிற்கும் வேப்பமரத்தின் இலைகள் சலசலத்து ஓய்கின்றன.

"இந்த அகோர வெய்யிலுக்கு வேப்பமரமும் கடல்க்காத்தும் இல்லாது விட்டால் பெரிய கரைச்சலாய்த் தானிருக்கும். சா... தேவனே. என்ன வெய்யில் என்ன வெய்யில்" அவர் மெதுவாக முனகிக் கொண்டார்.

"இந்த வேப்பமரத்துக்கு ஒரு நூறு வயதாவது இருக்கும்"

முற்றி வெடித்துப் பட்டைகள் விரிந்து கிளைகளை நீட்டியிருக்கும் அந்த மரத்தைப் பார்த்தபடி அவர் தமக்குள் பேசிக்கொண்டார்.

யாரோ பிசின் எடுப்பதற்காக வேப்பமரத்தின் பட்டைகளை வெட்டியிருந்தார்கள். அதன் இடுக்குகளுக்குள்ளால் பூசைப்பாத்திர நிறத்தில் பிசின் கசிந்து.... இறுகி காய்ந்து...அதைப் பார்க்கும் போது சிறுவயதில் அவரும், அவரது தம்பி எட்வேட்டும் அம்மரத்தில் பிசின் எடுக்க கத்தியுடன் வந்து கத்தியினால் பிசினைக் கொத்திக் கொத்தி எடுத்த ஞாபகம் துளிர்விட மெல்லப் புன்முறுவல் பூத்தார் அடிகளார்.

அவரது இளமைக் காலத்தின் பசுமையில் தான் எவ்வளவு ரம்மியமான நினைவுகள்.

"பின்னேரம் எலிசபெத்தின் பிள்ளைக்கு ஞானஸ்நானம் வாற தெண்டு சொன்னவை"

ஞானம் கூறிய வார்த்தைகள் அவருள் நுரைத்து வந்தன.

"நான் தூக்கித் திரிஞ்ச பிள்ளை... இண்டைக்கு ஒரு பிள்ளைக்குத் தாய். திருச்சபைக்குக் கட்டுப்படாமல் விக்கினமுள்ள உறவுக்காரனை கலியாணம் முடிச்சு... இப்ப பிள்ளைக்கு ஞானஸ்நானம் கொடுக்கவும், விரும்பி வந்திருக்கினம்... ம்... இப்ப... ஆர்தான் திருச்சபைக்குக் கட்டுப்படுகினம்..." அவர் நெடுமூச்செறிந்தார்.

காலையில் வீடு தரிசிக்கச் சென்ற இடத்தில் தான் அவரது தம்பி எட்வேட் பற்றிய செய்திகள் கிடைத்தன. சம்மாட்டியார் நீக்கிலாஸ் அதனை அழுத்தமாகவும் கேலியாகவும் கூறினார்.

"அவன் கடவுள் நம்பிக்கை இல்லாதவன்... ஊரிலை கலாதியள். செய்யிறான்... எளிய சாதியளோடை எல்லாம் கூட்டும்... கூட்டமும்..."

நந்தினி சேவியர் படைப்புகள்

சுவாமியாரால் அதனை நம்ப முடியாதிருந்தது. கோவிலின் பழைய சங்கிலித்தாம் தேவசகாயத்தின் மகன்... ஒரு வணக்கத்திற்குரிய பிதாவின் தம்பி கோவிலுக்கு வராதிருப்பதுவும் கடவுள் இல்லை என்பதுவும்... அவருக்கு மிகவும் சங்கடமாக இருந்தது.

"சத்தியமாய்ப் பாருங்கோ... உங்களுக்காகப் பாக்கிறம் இல்லாட்டிப் பொலிசிலை பிடிச்சுக் குடுத்துப் போடுவம்... வோட்டுப் போடாதை எண்ணிறதும்... சங்கம் வைக்கிறதும்... கூலிப் பிரச்சனை கிளப்பிறதும்... நான் ஒரு இந்தியாக்காரப் பொடியனை என்ரை வள்ளத்திலையிருந்து விலத்திப் போட்டன் எண்ணிறதுக்காக தானும் விலத்தியிட்டான்.. இப்ப வேறை ஆக்களும் என்னட்டை வாறாங்களில்லை... அவன் சொல்லுறான்... விலத்தின பொடியனை எடுத்தால் தானாம் வருவன் எண்டு... நீங்கள் அவனுக்கு புத்தி சொல்ல வேணும் சுவாமி"

சம்மாட்டியாரின் பேச்சு மரியசேவியர்சுவாமியாருக்கு எட்வேட்டின்மீது மிகுந்த கோபத்தையும், ஆத்திரத்தையும் கிளறியது.

சிறுவயதில் சுவாமியாரைவிட மிகப் பொறுமைசாலியாக எட்வேட் இருந்தது அவருக்குத் தெரியும். இப்போது....?

"நான் தம்பியைக் கண்டு கதைக்கிறன்..."

சம்மாட்டியாரை சமாதானப்படுத்தினார் சுவாமியார்.

வீடு தரிசிப்புக்கென எவ்வளவு களிகூர்ந்த எண்ணத்துடன் அவர் புறப்பட்டார். யாவும்... வியாகுலவாதையாக மாற... அவர் ஒவ்வொரு வீடாக ஏறி இறங்கினார்.

நீண்ட நெடு வருடங்களின் பின் அவர் தம் சொந்த மண்ணில் கால் பதித்திருக்கிறார். அவர் செமினறிக்குப் போய்... குருவாகி... ரோம்... பரிஸ்... என்று வெளிநாடுகள் சென்று... ஒரு நரை கண்ட அரைக்கிழமாக, மூக்குக் கண்ணாடியும்... முகச்சுருக்கத்துடனும்... புனித சவேரியார் கோவில் பங்குக்கு வந்துள்ளார்.

பலருக்கு அவரை சட்டென அடையாளம் கண்டு கொள்ள முடியவில்லை... "நான் சகாயத்தின்ரை மகன்" என்று அவர் தம்மை அறிமுகப்படுத்தவேண்டியிருந்தது.

பல கிழவர்கள் அவரைச் சந்தோசத்தோடு பார்த்து அளவளாவினார்கள்.

"தோத்திரம் சுவாமி" என்று அவர்கள் கூறும் போது அவர் மிகுந்த சங்கோசப்பட்டார்.

தமது உறவினன் ஒருவன்... தாம் தூக்கி வளர்த்த பிள்ளை தமது கோவிலுக்கு பங்குக்குருவாக வந்திருந்தமை அவர்களுக்கு மிகுந்த சந்தோசத்தைக் கொடுத்திருந்தது.

பலர் அவரது தாயையும், தந்தையையும் நினைவு கூர்ந்து கண்கலங்கினார்கள்.

அவர் ரோம் நகரில் இருந்த காலத்தில்தான்... அவருடை தகப்பனார் இறந்து போன தந்தி கிடைத்தது... அவர் வராமலேயே... அவரது தகப்பனாரின் நல்லடக்கம் முடிந்து போயிற்று.

சொந்த மண்ணில் காலடி வைத்த அன்று மாலையே தமது தகப்பனாரின் கல்லறைக்குச் சென்று அவருக்காக ஜெபித்து விட்டு அவர் வந்திருந்தார்.

தம்பி எட்வேட் பற்றிய நினைவுகள் அவருள் எழுந்தாலும் அவர் அவனைச் சந்திக்கும் வாய்ப்பு இதுவரை கிட்டவில்லை.

அவரது மாமாவின் மகள் சாந்தாவைத்தான் அவன் திருமணம் செய்திருப்பதாக அவர் அங்கு வைத்து அறிந்து கொண்டார்.

பதினாறு வருடத்திற்கு முந்தைய அவர்களது வாழ்க்கை பற்றிய நினைவு அவருள்... கிளர்ந்து வந்தது.

"மாமா... வருத்தக்காரன்... அப்பு தானே... அவர்களுக்கு அடிக்கடி உதவி வந்தவர்... சாந்தா... நல்ல பிள்ளை..."

அவர் ஏக்கப் பெருமூச்சு விட்டார்.

காலையில் எட்வேட்டின் வீட்டினுள் அவர் புகுந்த போது ஒரு பரவசம் அவருக்குள் பொங்கியது. அது அவர்களின் பரம்பரையான வீடு. தேவசகாயம் தமக்காகவும், இரண்டு பிள்ளைகளுக்காகவும் கஸ்டப்பட்டுக் கட்டிய வீடு. படலையில் நின்று தமது வீட்டை கணநேரம் பார்த்த அவருக்கு பெருமூச்சு ஒன்று வெடித்துக் கிளம்பியது.

வீடு மிக மாறித்தான் போய் விட்டது. கடற்கரைப்புறமாக அமைந்திருந்த வேலிகள் யாவும் விழுந்து... நிலம் சுவர் யாவும் பிளந்து, கூரை உக்கி குடத்தடியில் நட்டிருந்த தென்னை... மரமாகி குலைகளுடன்...

அவர் கடப்பைக் கடந்து அங்கியை இழுத்து விட்டபடி முற்றத்திற்குப் போனார். கடதாசியில் நூலைக் கட்டிப் பட்டம் விட்டுக்கொண்டிருந்த ஒரு சிறுவன் அவரைக் கண்டு மிரண்டபடி உள்ளே ஓடினான்.

அழுக்கான தூளியொன்று இறப்பில் மெதுவாக ஆடிக் கொண்டிருந்தது.

''வீட்டில் ஒருத்தரும் இல்லையா?'' என்ற மெல்லக் குரல் கொடுத்தார் சுவாமியார். வெளியே குரல் கேட்டதும் பையன் ஓடிவந்து கட்டிப்பிடித்த அவசரமும்... குசினியிலிருந்து விரைவாக ஒரு பெண் வெளியில் வந்தாள். ஓடியல் மாவை நீரில் நனைத்துப் பிழிந்த கையை சேலையில் துடைத்தபடி... ''வாங்கோ... சுவாமி...'' என்று அவள் அவரை வரவேற்றாள்.

அவர் திண்ணையின் குத்துச் சுவரில் அமர்ந்து கொண்டு அந்தப் பெண்ணைப் பார்த்தார்.

''நீங்கள்... எட்வேட்டின்ரை... மனைவி... சாந்தா தானே...''

அவள் ஓம் என்பதுபோல தலையசைத்தாள்.

சிறுவயதில் அவளைக் கண்டது. இன்று வளர்ந்து இரண்டு பிள்ளைகளுக்குத் தாயாகி... மெலிந்து...

''உங்கடை அவர் இல்லையோ''

''அவர் வீசிறதுக்குப் போட்டார். வரக் கொஞ்ச நேரம் செல்லும்...''

''உங்கடை அவர் கோயிலுக்கு வாறதில்லையாம்... நீங்களும் வாறதில்லையோ?''

அவர் மெதுவாகவும் நிதானமாகவும் கேட்டார்.

''அவர் வாறதில்லைத் தான்... ஆனால் என்னைப் போக வேண்டாம் எண்டு மறிக்கிறேல்லை...''

அவர் சிறிது நேரம் மௌனமாக இருந்தார்.

பையன் தாயின் கால்களைக் கட்டிப்பிடித்தபடி... சேலைக்குள்ளால் சுவாமியாரை எட்டி எட்டிப் பார்த்துச் சிரித்தபடி நின்றான்.

''மகனுக்கு என்ன பெயர்...?''

அவர் பையனைப் பார்த்தபடி கேட்டார்.

''ஞானஸ்நானப் பெயர் மரியசேவியர். நாங்கள்... ராசா எண்டுதான் கூப்பிடிறனாங்கள்...''

அவருக்கு உடம்பு புல்லரித்தது. பிள்ளைக்கு ஞானஸ்நானம் கொடுத்தது மாத்திரமல்லாது... சுவாமியாரின் பெயரையே மகனுக்கும் சூட்டியுள்ளார்கள்.

குரலில் நெகிழ்ச்சிபின்ன... ''என்னை ஆரெண்டு தெரியுதா?'' என்று கேட்டார் சுவாமியார்.

அவள் சுவாமியாரை உற்றுப் பார்த்தாள். எங்கோ பார்த்தது போன்ற சலனம்... யோசனை...

''நான் தான் எட்வேட்டின்ரை... அண்ணன்... மரியசேவியர்...'' அவர் நிதானமாகக் கூறினார்.

சாந்தாவுக்கு மகிழ்ச்சியான பரபரப்புத் தோன்றியது. அதோடு ஏதோ ஒரு மனக்குமைச்சலும் அழுகையாகப் பரிணமிக்க... கண்கள் வழியாக நீர் மெல்லத் துளிர்த்து முத்தாகத் தெறித்தது. என்ன பேசுவதென்றே தெரியாமல் அவள் அழுதாள்.

''ஏன் அழுகிறியள்... நான்... சாக இல்லை... நல்லாய்த்தான் இருக்கிறன்... தேவ கிருபையாலை எந்தக் குறையும்... இல்லை...''

அவர் ஆறுதலாகப் பேசினார். தூளிக்குள் கிடந்த குழந்தை மெல்லச் சிணுங்கியது. அதை மெதுவாக ஆட்டியபடி அவள் பரபரப்பாக ப் பேசினாள்.

தங்களது இரண்டாவது பெண் குழந்தை பற்றியும், தங்களது வறுமை பற்றியும், மதியச் சாப்பாட்டிற்காக ஒடியல் புட்டு அவிக்கும் தாற்பரியம் பற்றியும், தனது கணவன் படும் கஸ்டங்கள் பற்றியும், அந்தக் கடலோரத்துக் குடிசை வாழ் மக்களின் அவலங்கள் பற்றியும் அவள் பேசினாள்.

சம்மாட்டியார் எட்வேட் பற்றிக் கூறிய எதைப்பற்றியும் சுவாமியார் அவளிடம் கேட்கவில்லை.

பிள்ளைகள் இரண்டையும் சிலுவையிட்டு ஆசீர்வதித்து... வீட்டிற்கு புனித நீர் தெளித்து... அவர் கூறினார்.

''ஆண்டவர் உங்களை ஆசீர்வதிப்பார். மத்தியானம் தம்பி வந்ததும்... கோவிலுக்கு வரச் சொல்லுங்கோ... கனக்கக் கதைக்க வேணும்...''

பையனைத் தூக்கி உச்சிமோந்து அவனைக் கீழே இறக்கி விட்டு நகர்ந்தார் சுவாமியார்.

பகல் சரியும் நேரம்...

இதுவரை எட்வேட் அவரைக்காண வரவில்லை.

''வரமாட்டானோ...?'' கைக் கடிகாரத்தைப் பார்த்தார் சுவாமியார் இரண்டு... பதினைந்து...

''ஆண்டவரே உங்கள் மக்கள் அனைவரையும்... காப்பாற்றி யருளும்...''

மனதுள் முணுமுணுத்தார் சுவாமியார்.

பஸ் ஒன்று ரோட்டில் தரிக்கும் ஓசை...

''ஞானம் வந்திருப்பானோ...? சாய்... இப்பதானே போனவன்...''

பசி எடுப்பது போன்ற பிரமை.

ஐஸ்பழ வானொன்று ஒலி பெருக்கியை அலறவிட்டபடி ரோட்டில் நகர்வது தெரிந்தது.

மேசையில் ஞானம் சமைத்து வைத்த உணவுகள். கையலம்பி மேசையில் குந்தினார்.

இறைச்சி... முட்டை... மரக்கறி ஊர் அரிசிச் சோறு... கப்பல் வாழைப்பழம்...

அவருக்குத் தொண்டைக்குறழி அடைப்பது போன்ற தவிப்பு.

எட்வேட் வீட்டிலும், அந்தக் கடலோரக் குடிசைகள் அனைத்திலும் ஒடியல்புட்டு... மரவள்ளிக்கிழங்கு... கியுவில் நின்று பெற்ற பாண்... பச்சைத் தண்ணி பட்டினி...

கொஞ்சநேரம் அவர் அந்த உணவை வெறித்துப் பார்த்தபடி உட்கார்ந்திருந்தார். சாப்பிட மனமேயில்லாதிருந்தது.

சாப்பிடுவதற்கு முன்னர் கூறும் செபத்தை முனகிவிட்டு சாட்டிற்காக கொஞ்சம் வாயில் வைத்து விட்டு கைகளைக் கழுவி எழுந்தார் சுவாமியார்.

அவர் மனம் ஏதேதோ எண்ணங்களை வலைவீசிக் கொண்டிருந்தது. மெதுவாக நடந்து அறைவீட்டின் பின்புறம் போனார் அவர்.

''ஆண்டவரே.... இரக்கமாயிரும்... கிறீஸ்துவே இரக்க மாயிரும்... ஆண்டவரே இரக்கமாயிரும்...''

வேப்பமரக்காற்று சற்று இதமூட்ட, கண் மூடி... நிஸ்டையில்...

வெளியில் யாரோ செருமும் ஓசை அறை வீட்டைக் கடந்து பின் விறாந்தை வரை கேட்டது

எழுந்து முன்புறம் வந்தார் சுவாமியார்.

''நீங்கள் வரச் சொன்னனீங்களாம்... சாந்தா சொல்லிச்சுது... அதுதான் வந்தனான்...''

அவரது தம்பி எட்வேட் எதிரில் நின்று கொண்டிருந்தான்.

பரட்டைத் தலையும், உரமேறிய உடற்கட்டும்... முகத்தில் குத்திடும் மீசையும் தாடியுமாக... அவனைத் தன் மூக்குக் கண்ணாடிக் குள்ளால் பார்த்தார் சுவாமியார்.

''எவ்வளவு வளர்ந்திட்டான். ஒரு இருபத்தெட்டு வயதெண்டாலும் இருக்கும். தம்பி... ஒரு பதினொருமணிபோலை வீட்டுக்கு வந்தனான், குழந்தையளைப் பாத்தன்... நேற்றே நான் இங்கை வந்திட்டன்... ஒருத்தருக்கும் என்னைத் தெரியேல்லை... நீ... கூட நல்லாய் வளர்ந்திட்டாய்... உந்தத் தாடி மீசையை எடுத்தால் என்ன...? தலை யெல்லாம்... பரட்டையாய் இருக்கு. நல்லாய் கறுத்துப் போனாய்...?''

அவர் அன்போடு பேசிக்கொண்டே போனார்.

எட்வேட் எதுவுமே பேசவில்லை. அவன் சலனமற்று நின்றான்.

''உந்தக் கதிரையிலை இரு... ஏதேனும் கதையன்... எத்தினை வரிசத்துக்குப் பிறகு சந்திக்கிறம்... உந்த வேம்பைப்பார்... உதிலை நீயும் நானும் முந்திப் பிசினெடுக்கிறது நினைவிருக்கோ...''

எட்வேட் கதிரையில் அமராது நின்றபடியே கதைத்தான். சுவாமியார் சம்மாட்டியாரின் குற்றச்சாட்டைப் பற்றிக் கூறிய போது எட்வேட் சற்றுச் சூடாகவே பதிலிறுத்தான்.

''பெற்றோல் விலை ஏறியிட்டுது, டீசல் விலை ஏறியிட்டுதெண்டு பங்குக் காசிலை பிடிக்கிறவரிட்டை நாங்கள் எப்படி நிக்கிறது...? அந்த மலை நாட்டுப்பொடியனை களவெடுத்ததெண்டு அநியாயமாய் அடிச்சுத் துரத்திப் போட்டு இப்ப நியாயம் சொல்லுறார்... எம்.பி மாருக்கும் பொலிசுக்கும் அவர் வால் பிடிக்கலாம்... எங்களுக்கு உது சரிவராது. நாங்கள் நியாயத்தின்ரை பக்கந்தான் நிப்பம்...''

சுவாமியார் அதிர்ந்துபோய் இருந்தார்.

அமைதியான சிறுவனாக இருந்த தம்பியா இவன்?

பேரலை கிளப்பிய எட்வேட்டின் வாய் சற்று ஓய்ந்தது.

சுவாமியார் சிறிது நேரம் அவனை வெறிக்கப் பார்த்தார்.

''நியாயம் உன்ரை பக்கமெண்டால் நான் என்ன சொல்லுறது? நீக்கிலாஸ் காசுக்காரன்...''

எட்வேட் அலட்சியமாகச் சிரித்தான்.

''நீ... கடவுளில்லை எண்ணிறியாம்... உண்மையா...?

அவர் திடீரெனக் கேட்டார்.

''உண்மைதான்...''

சுவாமிக்கு வாயடைத்தது.

''ஏன்... அப்படிச் சொல்லுறாய்?''

''மதம் ... அபின் எண்ணிறதை உணர்ந்ததாலே...''

''அப்ப நீ... நீ... அந்தக் கட்சியைத் சேர்ந்தவனோ...?''

கோபத்தோடு கேட்டார் சுவாமியார்.

''ஓம் நான் அந்தக் கட்சிதான்... அந்தக் கட்சியின்ரை கொள்கையிலை எனக்கு அசைக்க முடியாத நம்பிக்கை இருக்கு...''

''நீ... என்ரை தம்பிதானோ... இல்லைக் கேக்கிறன்...நீ... ஒரு சுவாமியாற்றை தம்பிதானோ...?''

ஆவேசமாகக் கேட்ட சுவாமியார் எழுந்து நின்றார்.

''நான் ஒரு சுவாமியாற்றை தம்பிதான்... ஆனால்... சுவாமி இல்லை...''

அவன் கிண்டலாகப் பேசினான்.

''அப்ப பைபிள்ளை இருக்கிறதெல்லம் பிழையெண்டு சொல்லிறியோ...?''

சுவாமியார் சற்று உணர்ச்சிவசப்பட்டுப் பேசினார்.

அவன் உடனடியாகப் பதில் பேசவில்லை. சுவரை வெறித்தபடி நின்று பின் நிதானமாகக் கூறினான்.

"நீங்கள் செத்தபிறகு வாற சொர்க்கத்தைப் பற்றிப் பேசிறியள்... நாங்கள் இப்ப இருக்கிற நரகத்தைப் பற்றிப் பேசிறம்... அதை மாத்தப் பாக்கிறம்..."

"உதுகளைப் பேசிறபடியாலைதான் உங்கடை வீட்டிலை வறுமை பஞ்சம்..."

சுவாமியார் இடைமறித்தார். எட்வேட் சிரித்தான்.

"ஒவ்வொரு நாளும் கோயில்லையே பழிகிடக்கிற சந்தியா அண்ணை, பேதுறு அம்மான்... எல்லோருக்கும் இதாலையே வறுமையும் கஸ்டமும்...? மா இல்லை... சீனி இல்லை... பாணுக்கு கியூ... இது அண்டண்டாடு உழைக்கிற ஆக்களுக்கு மட்டுந்தான். இது... விதி இல்லை... சதி. நீங்களும்... நீங்கள் கும்பிடிற தெய்வமும்... காசுக்காரர் பக்கந்தான்..."

அவன் மூச்சு வாங்கப்பேசினான்.

"உங்கடை பாதை வேறை எங்கடை பாதை வேறை... எங்களைத் தடுக்காதையுங்கோ. தடுத்தாலும் நாங்கள் கேக்கப் போறேல்லை"

அவன் ஆவேசம் தணிந்து குரலைச் சற்றுத் தாழ்த்திக் கொண்டு பேசினான்.

சற்று நேரம் மௌனமாக நின்ற சுவாமியார் சடுதியாகக் கேட்டார்.

"அப்ப... நீ... என்னதான்... சொல்லுறாய்..."

"பைபிள்ளை ஒரே ஒரு வசனம் மட்டும்தான் எனக்குப் பிடிச்சிருக்குது... அதுதான் எனக்கு விருப்பமும்... அதைச் சொல்லுறன் கேளுங்கோ... மரங்களின் வேர்களினருகே கோடரிகள் போடப்பட்டுள்ளன... நற்கனி கொடாத மரங்கள் அத்தனையும் வெட்டுண்டு அக்கினியில் போடப்படும்... இது தான் இஞ்சையும் கெதியிலை நடக்கும்... நம்புங்கோ நான் வாறன்..."

எட்வேட் படியிறங்கி நடந்தான்.

சுவாமியார் அவன் போவதைப் பார்த்தபடி விக்கித்து நின்றார். கடலில் அலைகள் பேரோசையோடு மோதுமொலி பெரிதாகக் கேட்டது.

1975 – பரிசுக்கதைகள் – 1994

12

மனிதம்

அவன் இறந்து போனான்...

பழங்கோவிலின் உருக்குலைந்து போன கரும் கட்டிடம் போல அவனது உடலும் சிதறி சின்னாபின்னப்பட்டுப் போய்விட்டது.

கடற்கரை இருந்து ஆவேசத்தோடு திசையற்றுச் சீறிவரும் குண்டுகளின் வெறித்தனத்திற்குத் தப்பிக்கொள்வதற்காக புகலிடம் தேடிவந்த தருணத்தில் அவனும் அவனது குடும்பத்தில் சிலரும் இப்படியாக மரணித்துப்போனார்கள்.

சவக்காலையின் தென்புறத்து ஆலமரத்திற்கு இடப்புறம் வெள்ளம் ஓடும் பனை வடலிக்கரைச் செம்மண் தரையில் அவனதும், அவனது மனைவியதும், அவனது இரண்டு பிள்ளைகளினதும் சடலங்கள் பரவிக்கிடந்தன.

முன்தினம் பகல் அந்த விபரீதம் நடக்குமுன் அவர்கள் அறுவராக புறப்பட்டிருந்தார்கள். அவன், அவனது மனைவி, மூன்று பிள்ளைகள், தொழில் உதவிக்கென தன்னிடம் வைத்திருக்கும் வவுனியாவிலிருந்து கூட்டி வந்த சிறுவன்

வடக்கிலிருந்து காற்றைக் கிழித்து வந்து சிதறி வெடித்து உயிர்களைப் பறித்துக் கொண்ட அந்த குண்டு வெடித்து ஒரு இரவு கழிந்து நெடு நேரம்.

அந்தக் கணமுதல்... சூரியன் மறைந்து தோன்றிய இந்த நேரம் வரை அந்த இரண்டு சீவன்களும் அதே ஆலமரத்தின் கீழ்...

ஊர் பதுங்கிக் கிடந்தது.

அழுதழுது கண்ணீர் வற்றி... பசி... சோர்வு நித்திரைக் களைப்புடன் அந்த பிஞ்சுவும் அந்த சிறுவனும்...

சிதைவுற்ற உடல்களை வெறித்ததென ஒரு பார்வை.

நந்தினி சேவியர்

குண்டுச் சத்தங்கள் ஓய... ஊரில் சில சலசலப்பு... குசுகுசுப்பு...

''முத்துவும்... பெண்டிலும்... செத்துப் போச்சுதுகளாம்''

பயம்... வெருட்சி, துயரம்...

''ஆர் போய்ப் பாக்கிறது? என்னெண்டு பாக்கிறது...?'' நெடுநேரம் கழித்து துணிந்த கிழடு ஒன்று புறப்பட்டது.

தனிமை... வெறுமை... பயம்...

ஆலமரத்தின் கீழ் அதே நிலையில் அந்தச் சிறுவனும், பிஞ்சுவும்...

விரைவாக நடந்த அந்த கிழம், பரபரப்போடு அவர்களை நெருங்கி... சிறுவனின் மடியிலிருந்த சிசுவை ஆதரவோடு வாங்கியது.

தலையைச்சரித்து துவளும் குழந்தையின் களைப்பில் கிழவன் சகலதையும் புரிந்து கொள்ள...

''தம்பி... பிள்ளைக்கு பசி... நான் கொண்டு போய் தேத்தண்ணியாவது பருக்கிறன். உமக்கும் பசி... நீரும்... வாரும்...''

சோர்ந்து இருந்த சிறுவனின் குரல் தளதளத்தது. விம்மினான்.

''எனக்கும் பசிக்குது தான்... நானும் உங்களோட வந்திட்டாக்கா ஐய்யாவையும் அம்மாவையும் காகம் கொத்திப் போடும்... நீங்க தங்கச்சியை கொண்டு போங்க...''

ஈழமுரசு – 1987

நெல்லிமரப் பள்ளிக்கூடம்

எஸ். கொடகே சகோதரர்கள்
கொழும்பு – 10
முதற்பதிப்பு – 2011

13

நெல்லிமரப் பள்ளிக்கூடம்

அந்தப் பள்ளிக்கூடம் கட்டப்பட்ட காலம் பற்றி இவனுக்கு எதுவும் தெரியாது.

இவனது அம்மா அந்தப் பள்ளிக்கூடத்தில் படித்ததாகவும், இவனது மாமா, குஞ்சியப்புமார் எல்லாம் அந்த பள்ளிக்கூடத்தில் படித்தாகவும் இவன் அறிந்திருந்தான்.

மருதமரங்கள் சூழப்பெற்ற வயல்வெளித் தாமரைக் குளத்தைத் தாண்டி வரம்புகளால் நடந்து ஒரு மண் ஒழுங்கையால் ஏறி இவன் அந்தப் பள்ளிக்கூடத்திற்குப் போயிருக்கிறான்.

பெரிய தாட்டான் குரங்குகள் வாகைமரங்களில் தாவுகின்ற குழைக்கடைச் சந்தியால் திரும்பி கேணியடியால் செல்லும் பிறிதொரு பாதையாலும் அந்தப் பள்ளிக்கூடத்திற்கு இவன் போயிருக்கிறான்.

சுற்றிவர மாமரங்கள் சூழப்பெற்ற கிடுகால் வேயப்பெற்ற இரண்டு மடுவங்கள் கொண்டதுதான் அந்தப் பள்ளிக்கூடம்.

இவனது அப்பு இவனைத் தோளில் உட்காரவைத்து ஒரு சரஸ்வதி பூசைக்கு மறுதினம் அந்தப் பள்ளிக்கூடத்தில் சேர்த்தது இவனுக்கு ஞாபகம்.

கோயிலம்மா, ராசலிங்கம், சின்னான் என்கின்ற கதிரவேலு ஆகியோருக்கு ஏடு திறந்ததும் அதே நாள் தான்.

தொய்வுக்கார மீனாட்சியம்மா என்கிற ரீச்சர்தான் இவனுக்கு ஆனா, ஆவன்னா சொல்லிக் கொடுத்த முதல் ரீச்சர்.

பள்ளிக்கூட வாயிலில் நெடுத்து வளர்ந்திருந்த சர்க்கரை நெல்லி மரத்தின் கீழ் வட்டமாக இருந்து 'அறஞ்செய விரும்பு' என்று கத்திக்கத்தி ஆத்திசூடி வரிகளைப் படித்ததும் இவனுக்கு நினைவிருந்தது.

வேறு பாடசாலை மாணவர்கள் 'உமா வாசகம்' படிக்க, இவனும் நெல்லிமரப் பள்ளிக்கூட மாணவர்களும் 'பாலபாடம்', 'பாலபோதினி' படித்ததும் இவனுக்கு ஞாபகத்திலிருக்கிறது.

மிக நோஞ்சானாக இருந்த இவனை நாலாம் வகுப்பு காசிநாதன் 'கடுகர்' என்று செல்லமாகக் கூப்பிட்டதும் இவனுக்கு நினைவிருக்கிறது.

முரடனான காசிநாதன் பின் நாட்களில் 'சண்டியன் காசி' யாகியதும் இவனது நினைவிலில்லாமலில்லை.

நெல்லிமரப் பள்ளிக்கூடத்தில் இவன் படித்த காலத்தில் பெரிய சூரிய கிரகணம் ஒன்று வந்ததும் அவனுக்கு நினைவிருக்கிறது.

பொன்னையா வாத்தியார் கண்ணாடி ஒன்றில் கரும்புகை பிடித்து அதற்குள்ளால் மாணவர்களைச் சூரியன் பார்க்கவைத்ததும் இவன் நினைவில் உண்டு.

பொன்னையா வாத்தியார் கரும்பலகையில் கீறும் பூனைக் குட்டிகளின் படமும் இவனுக்கு ஞாபகமிருக்கிறது.

பொன்னையா வாத்தியாரின் மோட்டார் சைக்கிள், அச் சைக்கிளின் பின்புறமுள்ள மருந்துகள் உள்ள பெட்டி எல்லாம் அவனது ஞாபகத்திலுண்டு. பொன்னையா வாத்தியார் ஒரு முறிவு நெரிவு வைத்தியரும் விஷக்கடி வைத்தியருங்கூட.

நெல்லிமரப்பள்ளிக்கூடத்தின் பொறுப்பாளராக - பொறுப்பாளர்போல் - அவர் இருந்தாலும் தலைமை ஆசிரியர் பொறுப்பு மீனாட்சியம்மா ரீச்சருக்குத்தான்.

இவன் முதலாம் வகுப்பில் படித்த காலத்தில்தான் தாமரைக் குளத்தடியில் நன்னியரின் மகன் செல்லையன் கண்டங்கருவளலைப் பாம்பு கடித்து மரணித்துப்போனான்.

பொன்னையா வாத்தியாரின் விஷக்கடி வைத்தியம் சரிவராமல் நீலம் பரிந்து சின்னானின் அண்ணன் செத்துப்போனான்.

சரஸ்வதி பூசைக்கு பூ பிடுங்குவதற்கு மட்டுமே அனுமதிக்கப்படும் இவனும் இவனைச் சேர்ந்தவர்களும், பல நாட்கள் தாமரைக் குளத்தடிக்குப் போகாதிருந்ததும் இவனுக்கு நினைவிலிருந்தது.

சபாரத்தினம் தண்ணீர் அள்ளி வைக்கும் கறள் பிடித்த வாளியும் பால்பேணியும், அது வைக்கப்படும் குச்சுச் சுவரும் இவனுக்கு நினைவிலேயே இருந்தது.

பூமணி தண்ணீரள்ளி வார்க்கக் காசியும், கந்தசாமியும், இவனும் கைமண்டையில் தண்ணீர் குடித்தமையும் ஞாபகத்திலேயே இருந்தது.

இவன் அரிவரி முடித்து வகுப்பேறி முதலாம் வகுப்புக்கு வந்த சிலநாட்களின் பின்பு நெல்லிமரப் பள்ளிக்கூடத்திற்கு ஒரு புது வாத்தியாரும். ஆங்கிலம் படிப்பிக்கவென பெரிய தோடு போட்ட ரீச்சரும் வந்திருந்தனர்.

காசிநாதன் புதுவாத்தியாருக்கு 'முட்டுக்காய்த் தலையர்' என்று பட்டப் பெயர் வைத்து கதைத்ததுவும் இவனுக்கு ஞாபகம்.

குண்டான அந்த வாத்தியார் மாணவர்களை பிரம்பால் விளாசியதை இவன் அறிவான்.

பொன்னையா வாத்தியாரின் சாந்த குணத்திற்கு நேர் விரோதம் முட்டுக்காய்த் தலைப் பஞ்சாட்சர வாத்தியார்.

நெல்லிமரப் பள்ளிக்கூடத்திற்கு மேற்கேயுள்ள வேதக்கோவில் கிராமத்தின் மாணவர்களில் பலர் இந்தப் பள்ளிக்கூடத்திலேயே படித்தவர்கள்.

ஐந்தாம் வகுப்புவரையேயுள்ள இந்தப் பள்ளிக்கூடத்தில் மிகக் குறைவான மாணவர் உள்ள வகுப்பு ஐந்தாம் வகுப்புத்தான். அதில் ஐந்துபேரே படித்தனர்.

நெல்லிமரப் பள்ளிக்கூடத்தை உருவாக்கியவர் ஒரு சைவப் பெரியார் என்பதை இவன் அப்போது அறிந்திருக்கவில்லை. இவனது அம்மா இராமு வாத்தியார் என்கிற ஒருவரைப்பற்றி அடிக்கடி கூறியிருப்பதும் இவனுக்குத் தெரியும்.

இவனது அப்பு வேதக்கோவில் கிராமத்திற்கு பெண் எடுக்க வந்தமையால் வேதக் கோவில் கிராமத்தவரானவர்.

இவனது அம்மாவும், மாமாவும், குஞ்சியப்புமாரும் நெல்லிமரப் பள்ளிக்கூடத்தில்தான் படித்தார்கள் என இவன் அறிந்திருந்தான். இவனது மாமாவும், சின்னக்குஞ்சியப்புவும் மூன்றாம் வகுப்பில் மூன்று வருடங்கள் படித்து பின், படிப்பை விட்டதுவும் இவனது அம்மா மூலம் இவன் அறிந்தேயிருந்தான்.

இவனது மாமாவுடன் சேர்ந்து ஆரம்பநாட்களில் தாமரைக் குளத்தில் தூண்டில் போட்டு கெழுத்தி மீன் பிடித்தமையும், நுளம்புக்காக

நந்தினி சேவியர் படைப்புகள்

மருதங்காய்கள் பொறுக்கியமையும், செல்லையன் செத்த பிறகு தாமரைக்குளத்துப் பாதையை மறந்தமையும்கூட இவனுக்கு நினைவிலிருந்தது.

பள்ளிக்கூடம் விட்ட பிறகு வயல் வெளியில் சின்னான் கதிரவேலுவும், சபாரத்தினமும் மல்யுத்தம் புரியும்போது கந்தசாமியே மத்தியஸ்தம் செய்வதும், கந்தசாமி சின்னானின் பக்கச்சார்பாக நிற்பதுவும், தான் சபாவின் பக்கம் நிற்பதுவும் இவனுக்கு ஞாபகம்.

ஒரு தடவை செல்வம் தன் கல்லுச் சிலேற்றால் இவனை அடித்தபோது சபாதான் இவனுக்காக செல்வத்தின் சிலேற்றை வாங்கி உடைத்தமையும், இதற்காக இவனது அப்பு செல்வத்திற்கு ஒரு புதுச் சிலேற் வாங்கிக் கொடுத்தமையும் இவனுக்கு ஞாபகம்.

சின்னச்சின்னச் சண்டைகளில் சபாவும், காசியும் இவனுக்குத் துணையாக இருந்தமையை இவன் மறந்திடவில்லை. ஆனால் முட்டுக்காய்த் தலையர் இவனை அடித்தபோது சபாவும், காசியும், கந்தசாமியும், செல்வமும் துணைக்கு வரவேமுடியாமல் போனமை இவனுக்கு ஞாபகத்திலிருந்தது.

''வாத்தியார்! இவன் கிணத்துக்கட்டிலை ஏறி துலாக்கயித்தைப் பிடிச்சவன்''

ஜீவகாருண்யம்தான் இந்த விசயத்தைப் பஞ்சாட்சர வாத்தியாருக்குச் சொல்லி வைத்தான். இரண்டாம் வகுப்பில் படிக்கும் கடுகரென்ற நோஞ்சானுக்கு அன்று விழுந்த அந்த அடிகள். இரண்டு பிரம்புகள் முறிந்து தும்பு தும்பாக...

அடுத்து வந்த நாட்களில் வேதக் கோவில் கிராமத்து மாணவர்கள் எவரும் பள்ளிக்கூடம் போகவில்லை. கிராமமே உறுதியாக இருந்தது. பொன்னையா வாத்தியாரின் மோட்டார் சைக்கிள் பல தடவைகள் வேதக்கோயில் கிராமத்திற்கு வந்து போனதைப் பலர் பார்த்தார்கள். ஒருதடவை தொய்வுகார மீனாட்சியம்மா ரீச்சரும் அவரது கணவரும் வந்து போனார்கள்.

பஞ்சாட்சர வாத்தியாருக்கு மாற்றம் கிடைத்து கிழக்கு ஊர் போனதாக ஒரு வதந்தியும் சிலகாலம் கிராமத்தில் உலாவியது. யாரும் அதை காதுகொடுத்துக் கேட்கவேயில்லை.

வேதக்கோவில் கிராமத்தில் திடீரெனப் பள்ளிக்கூடம் ஒன்று உருவாகியது.

தென்னங்குற்றிகளில் பலகை அடிக்கப்பட்ட வாங்கு மேசைகளில் மாணவர்கள் படிக்கத் தொடங்கினார்கள்.

காசிநாதன் சண்டியனாக அறியப்பட்டது போலல்லாமல், சின்னான் கதிரவேலுவின் பெயர் வேதக்கோவில் கிராமத்திற்குமப்பால் பெருமையோடு பேசப்படும் வண்ணம் அவன் இறந்து போனான்.

நெல்லிமரப்பள்ளிக்கூடம் சிலகாலம் நெசவுசாலையாகவும்... ஒரு தற்காலிக அச்சுக்கூடமாகவும் இயங்கிப் பின்னர் வெற்று நிலமாகிவிட்டதாக இவன் அறிந்து கொண்டான்.

இவனது நண்பர்கள் சபா, ராசலிங்கம், சந்தியாப்பிள்ளை, காசி, சின்னான்கதிரவேலு ஆகியவர்களைப்போல... இவனது நினைவுகளில் இன்னும் பொன்னையா வாத்தியார், மீனாட்சியம்மா ரீச்சர், பஞ்சாட்சர வாத்தியார் - அதோடு சிதைந்துபோன... நெல்லிமரப்பள்ளிக்கூடமும்.

கண்ணில் தெரியுதுவானம் – 2001, (தொகுப்பு)

தீண்டத்தகாதவன் – 2007 (தொகுப்பு)

14

தவனம்

எம். எல் வசந்தகுமாரியின் கச்சேரி நடந்து கொண்டிருந்த போது பாத்றூம் போய் வந்த சிவகுமார் காதுக்குள் மெல்ல கிசுகிசுத்தான்.

''நிலமை சரியில்லை... போவது நல்லது....''

சன்னமான இருளில், மேடைப் பிரகாசத்தில் எம்.எல்.வி. ''கொஞ்சும் புறாவே''யை அட்டகாசமாக ஆரம்பித்திருந்தார்.

ரவியின் கையைப் பிடித்து மெல்ல இழுத்துக் கொண்டு இராமகிருஸ்ணமிசன் மண்டபத்தை விட்டு, அவசரமாக மூவரும் வெளியேறினார்கள்.

வெள்ளவத்தையிலிருந்து கல்ஸ்ரொப் வரும் வரையில் எதுவித பதற்றமும் தெரியவில்லை.

புதிய சோனகத் தெரு 79ம் நம்பர் ஒபீசின் மேல்மாடியில் அமைந்த ரூமுக்குள் போய் சேட்டைக் கழற்றும் வரை நெஞ்சில் கனத்த சுமை விலகவேயில்லை.

மூன்றாம் மாடியின் மேல்புற கம்பிக்கிராதியில் நின்று தொலைதூரம் பார்த்தான்.

சுகததாச ஸ்டேடிய விளக்குகளின் பிரகாசமும்... விரைந்து செல்லும் வாகனங்களின் பொட்டு வெளிச்சங்களும்... நகரத்தின் பரபரப்புகளும் சந்தோசத்தைக் கொடுப்பதை இன்று தவிர்த்திருந்தன.

இடியப்பப்பார்சலும்... சொதிப்பைக்கற்றுமாக வந்த செல்வம். பரபரப்போடு இவனைத் தாண்டி தனது அறைக்குள் விரைந்தான். ''*யாழ்ப்பாணத்தில் 13 ஆமி... அவுட்டாம்... தின்னை வேலியிலாம்...*''

எக்கவுண்டன், ஜி.எம். வெள்ளை, பிறேமசிறி, நளிம்... எல்லோரும் வந்துவிட்டார்கள்.

ஜி.எம் மின் கறுப்பு வெள்ளை T.V 9 மணி ஆங்கிலச் செய்தியில் சாதாரண செய்திகளை மட்டும் ஒளிபரப்பிய போது சற்று நிம்மதியாகவே இருந்தது.

இரவு நெடுநேரம் இவன் விழித்திருந்தான். காலையில் பிலிங்வத்தையில் கொன்சோட்டியம் போய்... கொள்வனவு செய்யும் வேலைக்கு இவனை பணித்திருந்தார்கள்.

நாகராணி, லட்சுமி, காமல், பற்றிசியா, மல்காந்தியோடு ஐந்து அரைப் பரல்கள்... ஐஸ்கட்டிகளோடும், கிருஸ்ணனோடும் ''சடாச்சரண'' எனப் பெயர் குறிப்பிட்ட அவர்களது கொம்பனி லொறியை விக்ரர் செலுத்தும் போது கூறினான்.

''தொரை... நெலமை என்னவோ சரியில்லைதான். எம்.டிக்கு... இது வெளங்க மாட்டேங்குதே...''

ஆமர் வீதியால் திரும்பி, சுகததாச ஸ்டேடியப் பின்புறமாக பிலிங்வத்தை பேச்சசிங் சென்ரருக்குள் லொறி நுழையும்போது யாருமே அங்கு வந்திருக்கவில்லை.

காவலாளி அகலமான கதவை விரிய திறந்து விட்டான்.

நேரம் செல்லச்செல்ல பதற்றம் கூடியது.

சுந்தரம் ஜிந்துப்பிட்டியிலிருந்து... குறுக்குப்பாதையால் வேகமாக வந்தான். ''ஐயா... நிலமை சரியில்லை... உடனே... வெளிக்கிடுங்க... யாரும் நிக்காதையுங்க...''

தராசில் போடப்பட்டிருந்த C.P யின் 20 கிலோ இறால் மட்டும் நிறுக்கப்பட்டிருந்தது.

இறாலை பரலில் கொட்டி கிருஸ்ணன் லொறியில் தூக்கி எறிந்தான். மல்காந்தியும்... லட்சுமியும் அழுவதற்குத் தயார்...

விக்ரர் வேகமாக லொறியை எடுத்தான். ஆமர் வீதி... எரிய ஆரம்பித்திருந்தது. ரோட்டில் ரயர்கள் குவிக்கப்பட்டிருந்தன. பொல்லுகளும் போத்தல்களும்... கல்லுகளும்... பறவைகளாகி சிதற ஆரம்பித்து விட்டன.

விக்ரரின் சாதுரியமான சாரத்தியத்தால் லொறி சப்பாத்து வீதிக்குள் நுழைந்து ஜெம்பட்டாவீதியை ஊடறுத்து விவேகானந்தா மேட்டைத் தாண்டி புதிய சோனகத் தெருவுக்குள்ளால் 79ம் நம்பருள் நுழைந்தது.

கலவரம்... நெருப்பு... வீடுகள்... கண்ணாடிகள் நொறுங்கும் ஓசை.

79ம் நம்பரின் கதவுகள் இறுகச்சாத்தப்பட்டன.

ஜீ.எம், வெள்ளை, எக்கவுண்டன், பிரேமசிறி, சிவகுமார், ரவி எல்லோரும் 3ம் மாடி கம்பிக் கிறாதியில்.

எட்டிய தொலைவு புகைமண்டலம்...

கொலன்னாவ... களனி... தொட்லங்கை...

பிரேமசிறி அவசரமாக ஓடி வந்தான்.

எம்.டி யின்ரை கோல்.

ஜி.எம் கீழே இறங்கி பின் மேலே வந்தார்.

"லொறி..... பத்திரமாக வந்து விட்டதா... என்று விசாரித்தார். வெள்ளவத்தைப் பக்கமும்... பதட்டமாம்..."

எவரும் எதுவும் பேசவில்லை. மெஸன்சர் வீதியில் குழப்பம் ஆரம்பமாகியது. வானத்தில் போத்தல்களும், கல்லுகளும் பறக்கத் தொடங்கிவிட்டன.

ஊரடங்குச் சட்டம் பிறப்பிக்கப்பட்டதாக தகவல்கள் கசியத் தொடங்கிவிட்டன.

எம்.எல்.வி ஆக்களின் நிலைமை. இவனுக்குள் அந்தச்சிந்தனை இப்போது தலை தூக்கியது. கதவுகள் சாத்தப்பட்டே கிடந்தன. ரவிக்கு தாய் தகப்பனின் நினைவு. அவனுக்கு அழுகை பொத்துக் கொண்டு பீரிட்டது.

சிவகுமாருக்கும் கவலை... பயம். அழுகையை மரியாதைக்காக கட்டுப்பட்டுக்குள் வைக்க முயற்சித்துக் கொண்டான்.

இவனுக்கு பயமும், கவலையும் அற்றதான ஒரு நிலை. யார் பற்றியோ, யாரைப் பற்றியோ நினைக்க மனதில்லை.

படித்து முடித்து வேலை தேடி விரக்தியுற்று உறவுகளால் வெறுப்பேறி மனம் மரத்துப் போயிருந்தது.

ஒரு தேநீருக்காக கூப்பிடும்வரை காத்திருந்த அந்நியமாக்கப் பட்ட தன்மை. தற்கொலை செய்து மாய்ந்து கொள்ள முனைந்து தோல்வியுற்ற அனுபவச் சூடுகள்...

நந்தினி சேவியர்

சகோதர சகோதரிகளின் புறக்கணிப்பு. பெருநாள் கொண்டாட்டங்களில் தூரமாக்கப்பட்ட தவிப்பு.

ஊர்... உறவு... யாவும் வெறுத்துப்போய்... மனதை விட்டு தூக்கியெறிந்த நிலை.

யாழ்ப்பாணத்தின் பிரபல்யமில்லாத ஒரு கிராமத்தைச் சேர்ந்த இவனுக்கு யாழ்ப்பாணம் நாகவிகாரை, ''சிற்றி பேக்கரிப்பாணும் பருப்புக்கறியும்'' இவையே சிங்களம் பற்றிய பூரண புரிதலாயிருந்தது.

பின்னர் அற்லஸ் ஹோலில் தபால் மூலம் சிங்களம் 1ம் வகுப்புக்குரிய 4 பாடங்கள் படித்ததோடு அந்த அறிவும் முற்றுப் பெற்றது.

சிவப்புச் சிந்தனை வசப்பட்ட காலத்தில் வாட்சன் பெனான்டோ, கிக்கொடதர்மசேன, காந்திஒபயசேகரா... என சிங்களத்தோழர்களின் பேச்சுக்களை மொழிபெயர்ப்பின் மூலம் கேட்டு கைதட்டிய அனுபவம் பின்னர் சித்தித்தது.

கொழும்பு ரயிலில் முதலில் பயணப்பட்டது: தாயாரின் புற்றுநோய் காரணமாக மகரகமைக்கானது. பின் கொழும்பு இறால் ஏற்றுமதி தனியார் நிறுவனத்தில் கஸ்டப்பட்டு வேலை பெற்று... அப்போது பல சிங்கள நண்பர்கள்... ஊழியர்கள் - ஆண்கள், பெண்கள்.

சிங்களம் வாயில் நுழைய மறுத்து, தமிழ் போல பேசும், ஒரு தகுதி வாய்த்த நாட்களிலேயே இந்நிகழ்வு.

செல்வராசா - நிறம் வெள்ளை, நிறம் மட்டுமே வெள்ளை. மனம் கறுப்பு - கண்கள் பச்சை. எம்.டி யின் உறவு சில நேரம் எரிச்சல் ஏற்படும் வார்த்தைகளும்... அதிருப்தியும்...

பிரேமசிறி வெள்ளை மாத்தையாவுக்கு மிக நெருக்கம். தினசரி அரைப்போத்தல் கறுப்பு அவனது கடமை. மேலதிக கட்டாயக் கடமை.

தொலைபேசி அடிக்கும் ஓசை.

வெள்ளை கீழிருந்து கதைக்கும் குரல்

''என்ன... கண்ணாஸ்பத்திரியடியிலை ஒரு ஆளை வானோடை போட்டுக் கொழுத்தியிட்டாங்களோ...''

''வேறை...''

''வானுக்கு ஏதேனும் டமேச்சே...''

''வெலிக்கடையிலையும் குளப்பமோ... என்ன...? கனபேரைக் கொண்டிட்டாங்களோ...''

வெள்ளை போனை வைத்து விட்டு பரபரப்பாக ஓடி வந்தான்.

பச்சை நிறக் கண்கள் சுருங்கியிருந்தன.

மெஸஞ்சர் வீதி என்கின்ற புதிய சோனகத் தெருக்கடைகள் பெரிதாக எரிய ஆரம்பித்திருந்தன.

மேலே ஹெலிகள் பறப்பது காதில் விழுந்தது. 3ம் மாடி கம்பிக் கிராதியை விட்டு இவர்கள் நகராதிருந்தார்கள்.

பகல் கழிந்தும் பசியே வரவில்லை.

ஊரடங்கு...

பிரேமசிறி தேநீர் போட்டுக் கொண்டு வந்தான். வெள்ளை, லோங்ஸ்சும் சேட்டுமாக அங்குமிங்கும் அலைந்து கொண்டிருக்க பிரேமசிறி அவனின் காதைக் கடித்தான்.

''சாமான் வாங்க முடியும்... ஆனால் சாப்பாடுதான் இல்லை...''

தொலைபேசியும் செயலற்றுப் போய்... மின்சாரம் இல்லாது... இருள் கவிந்து வந்து 79ம் நம்பரை நிறைத்தது.

''போர் என்றால் போர்... சமாதானம் என்றால் சமாதானம்''

ஜே.ஆரின் பட்டியல்... எரிந்தவையைவிட எரியாதவையை எரியூட்டத் தொடங்கியது. ஜி.எம், ரவி, சிவகுமார் இவர்கள் மௌனத்தில் தள்ளப்பட்டார்கள்...

முன்னரே முரண்பட்ட முகங்கள் சற்று சினேகித பாவத்துடன் பேச காலம் உதவிற்று.

''நான் தான் ஒடைக்கச் சொன்னேன்... ஒரு இறாத்தல் சுவிப்பிங் மா கேட்டேன் கொடுக்கல்லை... நான் தான் ஒடைக்கச் சொன்னேன்.''

சாரத்தை உயர்த்திப் பிடித்தபடி மெஸஞ்சர் வீதி சண்டியன் நிஸ்தார் கத்திக் கொண்டிருந்தான்.

நிஸ்தார் கத்தக் கத்த வெள்ளைக்கு உதறல் எடுத்தது, ஜி.எம் சினத்தோடு கூறினார்...

''வெள்ளை, அயலோட ஒத்துப்போக வேணும்... எண்டெல்லாம் சொல்லேக்கை சண்டித்தனம் காட்டுவாய், பாத்தியா... நிலமையை...''

பதற்றம்... பதற்றம்... பயம்... பாணில்லை, சோறில்லை, கறியில்லை, தேனீர்மட்டும்...

பயத்தோடும், பசியோடும் பகல் கழிந்து இரவு வந்து மீண்டும் பகல் வந்தது.

பயம் விலகாத... ஒரு அமைதிச் சூழல்...

எப்படியோ மின்சாரம் மீள வந்தது. மீண்டும்... சலசலப்பு.

திரும்பவும் கலவரம் உருக் கொண்டது. 'கொட்டி' கொழும்புக்கு வந்து விட்டதான பரபரப்பு. கம்பிக் கிராதியில்... இவனும் வெள்ளையும், ரவியும்... செல்வமும்.

ரவி கேட்டான்... ''கொலன்னாவைப் பக்கம் தெரியிறது புதுப் புகையோ... பழம் புகையோ...?''

கிடைத்த அமைதிச்சூழல் குழம்பி மனங்களில் இருந்த நம்பிக்கைத் துளிர்கள்... கருகிச் சருகாகிப் போய்விட...

என்ன செய்வது?

மெஸஞ்சர் வீதி ரேடேஸ் உடைபடும் ஓசை... தமிழன்கடை...

யாரிடம் போவது?

புதினப் பத்திரிகை நண்பன் போனில் பேசினான்.

பம்பலப்பிட்டி இந்துக்கல்லூரியில் முகாம்... அங்கிருந்து கப்பலில் யாழ்ப்பாணம்... செல்ல முடியும்.''

இவனது இரண்டு நண்பர்கள் எரியுண்டதும், வெட்டுப்பட்டதும் செய்தியாகக் கிடைத்தது.

மனம் சூனியப்பட்டது. யாழ் செல்ல விருப்பமற்ற... தவிர்ப்பு.

கடந்தகால அனுபவத்தின் சூட்டுக் காயங்கள் ஆறாமல் தழும்புகளாக இதயத்தில்...

கலவரம் வெடித்து மூன்று நாட்களாகியும் ஒரு வித ஆறுதலுமற்ற... தனிமை உணர்வு.

இறந்தோர் பட்டியல்களில் பட்டியலாக பலரின் பெயர்களில் இவனது பெயரும் இருந்திருக்கலாம்.

பிரேமசிறி... மால்பொறா பைக்கற் ஒன்றை நீட்டினான். புதுப்பழக்கம், புதுப்புகை.

தொண்டை வரண்டு கண்டசாலாவின் குரலில் இவன் பேசத் தொடங்க...

டன்கில்... ரிபிள்வைவ்... பிரிஸ்டல்... கோல்ட்லீவ்... பிரேமசிறி எப்படியோ கொண்டு வந்து விடுவான்.

ஜி.எம்மும், எக்கவுண்டனும் கிடைத்த சந்தர்ப்பத்தில் எங்கோ சென்று யாழ் போனதாக யாரோ சொன்னார்கள். அதுபோலவே செல்வம் உட்பட பலர்...

வெள்ளை, ரவி, சிவகுமார், இவன், பிரேமசிரி.

நிலமை வழமைக்குத் திரும்பியதாக வானொலி மட்டும் திரும்பத் திரும்பக் கூறிக் கொண்டிருந்தது. ஐலெண்ட் லொஜ் வாசலில் இருந்து வான்கள் - மினிபஸ்கள் யாழ் போவதாகத் தகவல்கள் கிடைத்தன.

கோல்ட் லீவ்... இப்போது மனதுக்கும் உதட்டுக்கும் பழக்கப்பட... தொடர் சீகரெட் ஊதல்.

ஒன்றரை ரூபாய்... ஒரு சிகரெட்.

எம்.எல்.வி ஆட்கள் மிகுந்த சிரமத்துடன் தென்னிந்தியாவுக்கு கட்டுநாயக்காவிலிருந்து பயணப்பட்டதாக ஐந்து நாள் கழிந்து வெளிவரத் தொடங்கியிருந்த ஒரு தமிழ் தினசரி கூறியது.

வெள்ளை குடும்பத்தைக் காண யாழ் புறப்பட ஆயத்தப்பட்ட போது பிரேமசிறி கவலையோடு கறுப்பு அரையுடன் வந்தான்.

எரிந்த மனமும்... கடைகளும் மனிதர்களும் இவன் சலிப்போடு தனித்தான். ''ஏய். எம்.டி கேக்கிறார்... நீ... யாழ்ப்பாணம் போக வில்லையா?''

இவனுக்கு மெல்லச் சிரிப்பு வந்தது. Cold Room இல் இருந்த இறாலையும், கணவாயையும் இவர்கள் பசியில் கிடைத்த அரிசியைப் போட்டுக் கஞ்சி காச்சி சாப்பிட்டதை அறிந்து, அவர் கூறிய வார்த்தைகள் இப்போதும் அவனுக்கு நினைவில் வந்தது.

''வெள்ளை. நீங்கள் சாப்பிட்டது... உண்மையில் என்னைச் சாப்பிட்டது மாதிரித்தான்...''

ஜி.எம் யாழிலிருந்து ரெலிபோனில் பேசினார்.

''சுகமாய் இருக்கிறியா? ரவியும்... சிவகுமாரும்... ஊருக்கு வந்து விட்டார்கள். திரும்பி வருவாங்களோ தெரியாது... நீ வரவில்லையா...?''

"இல்லை"

ஒரே வசனத்தில் விடைசொல்லி போனை வைத்தான்.

இறால் கோது எடுபடாமல் கிடந்த கழிவறையிலிருந்து நாற்றம் மூன்றாம் மாடி றூம் வரை எட்டி வந்தது.

பிரேமசிறியும், இவனும் கழிவறையில் மண்ணெண்ணை ஊற்றி நெருப்பு வைத்தார்கள். பிண நாற்றம்.

பிரேமசிறி குமட்டலோடு வாந்தி எடுத்தான்.

இதே போல்... நாறி எரிந்த மனிதர்கள்... எத்தனை பேர்...?

கட்டிலில் சாய்ந்தபடி இவன் யோசித்தான்.

புயலடித்து ஓய்ந்த பத்தாவது நாள்.

வானொலி கூறாமலேயே நகரம் வழமைக்குத் திரும்பத் தொடங்கியிருந்தது.

"தொரைக்கு இரவுச் சாப்பாடு என்ன?" கேட்டபடி பிரேமசிறி அறைக்குள் வந்தான்.

பலபேர் தங்கிய 3ம் மாடி. இவன் மட்டும் தனியே "பத்து இடியப்பம் சொதி... இரண்டு கோல்ட்லீவ். ஒண்ட நீ எடு..."

லோங்சின் பின்பக்கமிருந்து ஒரு பத்து ரூபா நோட்டும்... சில்லறைகளும்... கை மாற...

பிரேமசிறி கீழ் இறங்கினான். இவன் மூன்றாம் மாடி கம்பிக் கிராதிக்கு வந்தான்.

சீதளக்காற்று முகத்தில் அறைய எம்.எல்.வி யின் ஐயா சாமி... பாடல்... கீழ்த்தோட்ட வீடொன்றிலிருந்து காற்றோடு இழைந்தது.

உடம்பும்... மனமும்... சில்லிட்டது.

தூர சுகததாச விளையாட்டரங்கு,

ஒளி விளக்குகள், பொட்டுகளாக ஊரும் வாகன வெளிச்சங்கள்.

வாய் சிகரெட்டுக்குத் தவனப்பட்டது.

பிரேமசிறி வரும்வரை இவன் காத்திருந்தான்.

பெயர் – 2002

15

எதிர்வு

அவனது மனைவியின் அப்புச்சி சடுதியாய் இறந்து போனார். ஒரு காலம் தனிக்காட்டு ராஜாவாக பட்டினத்தில் உலாவி வந்த அவர் நொந்துபட்டு ஏக்கத்துடன் இறந்து போனார். பல தடவைகள் நெருக்குதல் வந்த போது பிடிவாதத்துடன் பெயர மறுத்த அவர் ஒருவித நிர்ப்பந்தமும் இல்லாமல் அவனது மனைவியுடனும் அவனுடனும் புறப்பட்டு கால்நடையாக இரவோடு இரவாக வெளியேறி, நிலாவெளி கள்ளம்பத்தை திரியாய் ஊடாக புடவைக் கட்டுக்கு நடந்து வள்ளமேறி முல்லைத்தீவுக்கு ஊடாக கொம்படிவெளி தாண்டி தனது ஆச்சியின் ஊருக்கு வந்திருந்தார்.

இருளின் பெருக்கு வற்றிவரும் அதிகாலைப்பொழுதில் அது நிகழ்ந்தது.

ஆழ்ந்த உறக்கத்தில் இருந்த அவனை பெரும் குரலெடுத்து அழுதபடி அவனது மனைவி உலுப்பி எழுப்பியபோதுதான் அவனுக்கு அது புரிந்தது.

பொறுப்பு என வந்த பின் அவன் எதிர் கொள்ளும் முதல் மரணத்தையும், அதன் சுமையைத் தாங்கிக் கொள்ளும் கடப்பாட்டையும் அவன் இருள் விலகாக் காலையில் எதிர்வு கொண்டான்.

அரச உத்தியோகம் என்னும் வெறும் கௌரவத்தை நிகழ்ந்து விட்ட அனர்த்தங்கள் துச்சமாக்கிவிட்ட சூழல், சடங்குகள் சம்பிரதாயங்கள் எல்லாமே தலைகீழாகப் புரட்டிவிடப்பட்டு வாழ்வு இன்னதுதான் என அடையாளப்படுத்தப்படாது வீம்புடன் கழியும் கணங்கள்.

அவனது அப்புவின் மரண நிகழ்வுகளை இவன் நினைத்துப் பார்த்தான். யாழ்ப்பாணத்தின் ஒரு குக்கிராமத்தில் சில கத்தோலிக்க குடும்பங்கள். அவர்களுக்கென அமைக்கப்பட்ட ஒரு சிற்றாலயம்.

நந்தினி சேவியர்

வீட்டிலிருந்து எட்டிப்பார்த்தால் தெரியும் ஒரு நாவல் மரங்கள் சூழப்பெற்ற, மாரிகாலத்துத்தவளைகள் கூச்சலிடும் துரவுடன்கூடிய சவக்காலை.

ஆயினும் பளபளக்கும் குஞ்சத்துடன் சிலுவை பொறிக்கப்பட்ட வாசனை வீசும் மஞ்சள் நிற சவப்பெட்டி, அதனுடன் அப்புவின் அப்புவை சுமந்து செல்ல சுற்றிலும் கருநிறத்தறுப்பாளினால் மூடப்பெற்ற சாம்பல் குதிரை பூட்டிய பிரேத வண்டில், இடிமேளம் என அழைக்கப்பட்ட பாண்ட் வாத்தியம்...

அவன் தன்னுள் சிரித்துக்கொண்டான்.

எவ்வளவு ஆடம்பரம்... எவ்வளவு வீம்புத்தனம்.

அப்புவின் அப்பு தனது குடுமியை இறுக முடிந்தபடி மத்தளத்திற்கு வார் போடுவதை பக்கத்தில் குந்தியிருந்தபடி அவனும், அவனது அண்ணனும் பார்த்துக்கொண்டிருப்பார்கள். மத்தளத்தை மூட்டி முடிந்ததும் அவர் விரல்கள் மத்தளத்தில் மீட்டும் ஒலியின் லாவகம். அதேபோல் ஆர்மோனியப்பெட்டியில் இழையும் விரல்களின் நளினம். அண்ணாவிச் செல்லப்பு செல்லப்புதான்.

ஒரு காலம் பேரன் அவன் நாட்டுக்கூத்துக்காரனாக வருவான் என அடிக்கடி அப்பப்பு கூறிக்கொண்டிருந்தார். அப்பப்புவின் மரணத்துடன் அவர் விளையாடிய நாட்டுக்கூத்துகளும், ஆர்மேனியப் பெட்டியும், மிருதங்கமும், இல்லாது போனது போலவே... இவன் பற்றிய எதிர்வும் இல்லாது போய்விட்டது.

அப்பப்புவின் மரணவீட்டில் பழையகால எக்ஸ்மொடல் காரொன்றில் இடி மேளம் வந்து இறங்கியது.

காரின் டிக்கியில் இருந்து பாரிய ரம் ஒன்றும், சின்ன ரம் ஒன்றும் இறக்கப்பட்டன. அதனை வாசிக்கும் பொலிஸ் குரோப்கார கட்டை மனிதரும், குரங்குமூஞ்சி சின்ன ரம்மரும் இறங்கினார்கள்.

கையில் எக்காளம் என்னும் டிரொம்பொட்டை பிடித்தபடி வாய் வட்டமாக வெளிறிய நெடுத்த ஒரு மனிதனும், கிளரினட்கார வயோதிபரும் இறங்கினார்கள்.

இடிமேளம் முழங்க ஆரம்பித்தது.

எக்காள மனிதன் இவனிடம் தனது கையில் பச்சைகுத்தி இருந்த சிலுவையில் அறையப்பட்ட இயேசுநாதரைக்காட்டி இறந்தவர்

நந்தினி சேவியர் படைப்புகள்

இந்த மதமா என்று கேட்டு ''அன்புருவாய் என் மடியில் ஆசையுடன் வந்துதித்த'' என்ற பாடலை வாசிக்கத்துவங்கியதும் இவனுக்கு ஞாபகத்தில் இருந்தது.

இலுப்பைமரச்சந்தியைத் தாண்டி வயல்வெளிக்குமப்பால் இடிமேளம் அதிர்ந்து ஒலிக்கத்தொடங்கி பாடல் முடிய நின்றது.

அந்த இடிமேளக்காரர்களையே இவன் முதல் முதல் முழுக்கால் சட்டையுடனும், சேட்டுடனும் கண்டிருக்கிறான். யாழ்ப்பாணத்தின் பெரிய கோவில் சுற்றாடலில் உள்ள ஒரு பகுதியில் அவர்கள் பல காலம் இருந்து வந்ததை அவன் பின்னர் அறிந்து கொண்டான்.

கண்கள் இரத்தம்போல் சிவந்து போகும் வண்ணம் அவர்களுக்கு அப்பு வீட்டின் கோடிப்புறம் கவனிப்புச் செய்தாலும், முகத்திலோ நடவடிக்கையிலோ எதுவித பதகளிப்பும் காட்டாத மிக நிதானமான வாத்தியக்காரர்கள் அவர்கள்.

சிவப்பு நிற கன்வஸ் சப்பாத்து. கிழிந்து போன காக்கி உடுப்பு... வாசிப்பு மட்டும் நேர்த்தி. மிக மிக நேர்த்தி.

''இயேசு நேசிக்கிறார்.... இயேசுநேசிக்கிறார். நீசனான எனையும் அதிகமாய் இயேசு நேசிக்கிறார்.''

ஆட்கள் உள்வரும் நேரம் சடுதியென மேளம் ஒலித்து பிறகு சன்னமாக கீழ்ஸ்தாயியில் சுருங்கும்.

இலுப்பை மரத்திற்குக் கீழ் ஒப்பாரிகளைத் தவிர்த்து இவர்கள் விளையாடிக் கொண்டு இருக்கும் நேரம் குளம்போசை கேட்க, கல்லு நெரிசலில் சக்கரம் வீறுடன் சுழல, பிரேதவண்டில் கிராமத்துள் நுழைந்ததையும், ஆசனத்தட்டில் மெல்லிய ஒரு நரைத்தலை கிழவர் இருந்து வந்ததையும் இவன் அவதானித்தான்.

அப்போது எல்லாம் வண்டிலும் குதிரையும் வேடிக்கைப் பொருளாகவே அவனுக்கும் அவனது நண்பர்களுக்கும் இருந்தது.

விபரம் புரிபட்ட காலத்தில் கிறேஸ்ரோபர் லீயின் டிரெகுலாப் படங்கள் பழைய பிரேத வண்டியையும் குதிரையையும் இவனுக்கு நினைவவூட்டி வந்தன.

அந்தக் காலம் போய் பின்னர் பிரேத வாகனங்களும், அந்திய கால சேவை நிலையங்களும் வந்து இடிமேளம் இல்லாது போய்..... சுதிமரியான் காலம் வந்து, அந்தக் குரங்குமூஞ்சி சிறிய டிரம்மர் சின்னக்கடைத் தெருவில் பிச்சை எடுத்துக்கொண்டு திரிந்தமையை அவன் அறிவான்.

அவனுடைய அப்புவின் அப்புவின் தங்கைதான் அவனுடைய மாமனாரின் ஆச்சி. ஆச்சியின் மரணம் பற்றி அவனுக்குத் தெரியாது. ஆனால் அப்பப்புவின் பிரேதம் தான் வரும் வரை காத்திருக்காமல் அடக்கம் பண்ணப்பட்டு விட்டதாகக் கூறி, வந்த உடனேயே சண்டை போட்டு கஞ்சி தண்ணிக்கு நிற்காமல் ஆச்சி புறப்பட்டும் போனமை இவனுக்குத்தெரியும்.

பின்னர் வந்த மரணங்களில் அந்த இடிமேளத்தையும், பிரேத வண்டியையும் அநேக தடவைகள் இவன் கண்டிருக்கிறான்.

ஆனால் பொன்னம்மானின் மரணம் இவனுக்கு ஒரு புதினமாக இருந்தது. பொன்னம்மானின் மரணத்தைத் தொடர்ந்து அந்தக்கிராமம் சிறைவைக்கப் பட்டமையும் அவனுக்கு விளங்கிக் கொள்ள முடியாத ஒரு அனுபவமாக இருந்தது.

பல நாட்கள் அவனும், அவனது உறவுக்காரப் பையன்களும் பாடசாலைக்குச் செல்லவில்லை.

கிழக்கின் எல்லையோடு தெற்கு, வடக்கு, மேற்கென காவலில் கட்டுண்டு கிடந்தது கிராமம்.

சனிட்டரி இன்ஸ்பெக்டர்களும், பொலிசும் எல்லையில் விழித்திருந்து இவர்களைக் கண்காணித்துக் கொண்டிருந்தார்கள்.

அவனது அப்புவும், மாமனும் மட்டுமே பொன்னம்மானை அடக்கம்பண்ண சவக்காலைக்குப் போனார்கள்.

உறவுகள் எல்லாம் வேலிகளின் ஓரம் குந்தியிருந்து ஓலமிட... மர்மமான சவஅடக்கமாக அது நிகழ்ந்தது.

சுற்றிலும் சுண்ணாம்பு நிறைக்கப்பட்ட சாக்குகளால் பொதியப் பட்டு பொன்னம்மான் அடக்கம் செய்யப்பட்டதாக அப்பு பின்னர் ஒரு சமயம் கூறியமை அவனுக்கு விளக்கமாகியது.

இடிமேளமோ... கறுப்புப்போர்வை பிரேதவண்டிலோ... பிருஸ்டம் பெருத்த சாம்பல் குதிரையோ இல்லாது அந்த மரண நிகழ்வு நடந்து முடிந்தது. நாட்களின் நகர்வில் ஊரின் மரணச்சடங்குகள் பலவகைத்தனவாக நிகழ்ந்து முடிந்து போயிருந்தன.

ஊர்கள் சிறையிடப்பட்டு, தெருக்கள்... வீதிகளில் மரங்கள் முளைத்து, வாழ்விடங்கள் காடுகளாகியமையும், பயணங்கள் நடையாகவும் சைக்கிள்களிலுமாக சாத்தியப்பட்டுப்போன காலத்தில் மாமனின் இந்த மரண நிகழ்வு.

அனுங்கும் சிறு விளக்கின் ஒளியில் அயல் மனிதர் சிலரின் வருகையில் அவன் முற்றத்திற்கு வந்தான்.

தொலைவில் சவுக்குமரங்களுக்கும், வெண்மணற் பரப்புக்குமப்பால் கிழக்கு புலரும் அறிகுறி.

''பந்தல் போட வேணும்... ஆக்களுக்கு அறிவிக்க வேணும்... என்ன செய்ய''

அக்கறையோடு விசாரிக்கும் குரல்கள்.

மைத்துனனும், மாமியும் அவன் அருகில் நெருங்கிவர அவன் கேட்டான்..

''சொந்தக்காரர் எல்லாருக்கும் சொல்லவேணுமோ? சொல்லத் தான் வேணும்''

கேள்வியோடு பதிலும் குரலில் தொனித்தது

''மச்சான் ஒண்டும் செய்யத்தேவையில்லை... வாற ஆக்களை கவனிச்சாப்போதும்''

மாமி தயங்க அவன் உறுதியானான்.

''ஒண்டுக்கும் யோசிக்கத்தேவையில்லை... இது என்ரைஊர் இது என்ரை கடமை...'' அவன் துரிதமாகினான்.

மனைவியைப் பார்க்க அவனுக்குப் பாவமாக இருந்தது. மகன் பிறந்து 50வது நாள்.

''ஒண்டுக்கும் யோசிக்க வேண்டாம். நாங்கள் அகதிகள் தான். ஆனால் எல்லாம் நடக்கும்...''

''ஏதேனும் காசு தேவைப்படுமோ''...?

பக்கத்துவீட்டு சின்னராசா அவனிடம் மெதுவாகக் கேட்டார். அவரது கையில் ஒரு காசுச் சுருள்.

''இல்லை. தேவைப்பட்டால் நான் கேட்பன். நன்றி...''

அவன் தீர்க்கமாக அவருக்குப் பதிலுரைத்தான்.

மகன் பிறந்த செய்தி கிடைத்து புறப்பட்டு ஒரு வாரம் முந்தியே அவன் துறைமுக நகரத்திலிருந்து வந்திருந்தான். மனைவியையும், மாமன்மாமியையும், மனைவியின் சகோதரியையும், பிள்ளைகளையும், மைத்துனனையும் ஊரில் விட்டு... தனியே திரும்பி... ஒரு எட்டு

ஒன்பது மாதங்கள் கழித்து மகன் பிறந்த செய்தி கேட்டு அவன் ஊர் வந்திருந்தான். மழை கொட்டும் ஒரு வைசாக் மாத காலத்தில் குழந்தையை குளிக்கவார்க்கும் பேசின் மற்றும் ஏராளம் சாமான்களுடன் வவுனியா வந்து, கால்நடையாக தாண்டிக்குளம் கடந்து சாந்தசோலையூடாக தலைச் சுமையோடு அவன் நடந்து வந்தான். சூப்பி ஊதும் ஒரு சிவப்பு நிற மோட்டார் சைக்கிள்காரனுடன் பேரம்பேசி பூநகரி... சங்குப்பிட்டியூ'டாக நள்ளிரவு கடந்து முதற் கோழி கூவும் நேரம் சரசாலையான் காட்டைத் தாண்டி கிழக்கூரின் எல்லைப்புறக் கிராமத்திற்கு அவன் வந்திருந்தான்.

தனது குழந்தையின் முகத்தை, தனது மனைவியை, தனது மாமன் மாமி மைத்துனரைக்காணவேண்டிய ஒரு நெடும் பயணத்தை மிகுந்த சிரமத்தோடு கடந்து அவன் ஊர் வந்தான். அவன் ஊர் வந்த அந்த இரவின் இறுதிக்கணங்களில் அவனை உடுக்கொலியும், காத்தான்கூத்து பாடல்களுமே வரவேற்றன. அடுத்து வரும் நாட்களில் ஒரு கூத்து மேடையேற்றப்பட விருப்பதை அவன் உணர்ந்து கொண்டான்.

மாமனாரின் மரணம் நிகழ்ந்த சமயம் அழுகையின் சன்னஒலி கேட்டு... கூத்தாடும் கூத்துப்பழகும் அயலவர்கள் தான் முதலில் உள் நுழைந்தார்கள். அவர்களே பந்தல் போட்டு உதவ முன்வந்தார்கள். விடிவதற்கு முன்னர் பல விடயங்கள் முடியவேண்டியிருந்தது.

''ஆராவது ஒரு மோட்டார் சைக்கிள்காரனைப் பிடித்து எண்ணை அடிச்சால் விடிய ஆறுமணிக்கு முன்னம் யாழ்ப்பாணம் ஆனைக்கோட்டைக்கு எல்லாம் தகவல் சொல்லி முடிக்கலாம்''

சின்னராசாவே அந்த விசயத்தையும் சொன்னார்.

''ராசன் அல்லது நாதன் வந்தால் அவங்களே அதை செய்வாங்கள்... உங்கடை மகனை ஒருக்கால் சைக்கிள்ளை அனுப்பி நாதனை உடனடியாய் வரச்சொல்லுங்கோ, விடிவிடியெண்ணப் போகவேணும்''

''அதை நான் செய்யிறன்''

பாக்கியராசா விடயத்தைப் பொறுப்பெடுத்தார். கூத்துப் பழகிய பின் நூர்ந்து விட்ட பெற்றோமாக்ஸ் திரும்பக் கொளுத்தப் பட்டுக் கொண்டு வருவது வேலி இடுக்குக்குள்ளால் வெளிச்சத்தின் நகர்வில் தெரிந்தது.

''அங்கை செல்லத்தம்பி பெற்றோல்மாக்சோடை வாறான்... சண்முகத்தார் வீட்டையும் இன்னொரு பெற்றோல்மாக்ஸ் இருக்கு எடுக்கலாம்...மான்ரில் உடைஞ்சு கிடந்தது. இனி விடியத்தான். கடையில வாங்கவேணும். இப்ப இது போதும்...''

கடைசிப்புகையை இழுத்து குறையை வீசிவிட்டு கிணற்றடிப் பக்கம் நடந்த தங்கப்பழம் துலாக் கொடியை தாழ்த்தி தண்ணீரள்ளி முகத்தைக் கழுவினான். பக்கத்து வீட்டிலிருந்து வாங்குகளும் கதிரைகளுமாக ஆசனங்கள் பலது சேர்ந்து விட அவன் மட்டும் பெரும் யோசனையோடு அங்கும் இங்கும் அலைந்து கொண்டிருந்தான். விடியலுக்கு நேரம் இருந்தது.

''பெட்டி எடுக்கவேணும் சுவாமியாருக்குச் சொல்லி சவக்காலையில் அடக்க நிலத்துக்கு அனுமதி பெறவேணும்... பிரேதம் எடுத்த பின்னரான கஞ்சிதண்ணிக்கு உணவுக்கு ஏற்பாடு பண்ண வேண்டும்...''

மகனின் பிறப்பிற்கு ஆசையோடு வாங்கிய நகை இருந்தது. அவனின் குறிப்பறிந்து மனைவி நடந்து கொண்டாள்.

தங்கப்பழம்... அவன்... இருவரும் வெளிக்கிட ஆயத்தமாக வெளியில் நாதனின் மோட்டார் சைக்கிள் வரும் ஓசை.

சொல்லவேண்டியவர்களின் பட்டியலை இவன் ஒப்புவித்தான்.

''நல்லூர் ஆனைக்கோட்டை சுழிபுரம் முதலிலை... பிறகுதான் மட்டுவில் மீசாலை ஒருத்தரையும் தவறவிடவேண்டாம். எண்ணையை அடி. பிறகு கணக்கைச் சொல்லு...''

தம்பியார் நாதனின் கையில் ஐநூறு ரூபாய்த்தாளொன்றைச் செருகினான்.

''வேண்டாம் பிறகு பார்ப்போம்'' என்றபடி இருளுக்குள் நாதனும் மோட்டார் சைக்கிளும் மறைய, பெரிய இரும்புக்கரியல் சைக்கிளுடன் தங்கப்பழத்தை பின்தொடர்ந்து ஒழுங்கைக்குள் இறங்கினான் அவன்.

சோழகம் வேகமாக அடித்து மணல்வீசி அடங்கியது.

''பெட்டி எடுக்க மந்திகைக்குத்தான் போகவேணும்... பெட்டிக்கடைக்காரன்... எந்த நேரமும் திறந்திருப்பான்.''

தங்கப்பழம் சாதாரணமாகக் கூறியபடி பெடலை மிதிக்க, அவன் பின்தங்கி மெதுவாகத் தொடர்ந்தான். ரோட்டின் பள்ளங்கள் தங்கப்பழத்திற்கு அத்துப்படி.

''பஸ் ஓட்டம் குறைவு, சைக்கிள்ளைதான் ஆக்கள் வருவினம். வல்லைவெளி... காத்து அதிகம். வெய்யிலும்... சரியான கஸ்டமாய்த் தான் இருக்கும்''

தங்கப்பழமே கதைத்தபடி வந்தான். தும்பளை தாண்டி தொம்மையப்பர் கோயில் வாசலுக்கு அவர்கள் வந்த போது காலை ஆராதனைக்கு ஆயத்தம் நடந்துகொண்டிருந்தது.

கடல் புறம் புள்ளியிடும் சூள்லாம்பு வெளிச்சத்தில் தொலைதூரம்... சூடைவலைக் கட்டுமரங்கள்...

சங்கிலித்தாம் திருந்தாதி சொல்லி முடிக்க, அவன் கோவிலுக்குள் நுழைந்தான்.

''நாங்கள் அகதியாக கற்கோவளத்திலை வந்து இருக்கிறம்! இரவு என்னுடைய மாமனார் செத்துப்போனார். அடக்கம் செய்ய வேணும்.. பூசையும் வைக்க வேணும் இவன் நேரடியாக விசயத்திற்கு வந்தான்.

நிதானமாகக் கேட்ட சங்கிலித்தாம் ''குரிசு மணி தரலாம்... எத்தினை மணிக்கு அடக்கம் எண்டால் எல்லா ஆயத்தமும்... நாங்க செய்யிறம். கிடங்கு வெட்ட ஆக்களை அனுப்பினால் போதும்...''

அவன் சற்று யோசித்து

''மூண்டரை மணிக்கு'' என்றான்

கற்கோவளத்திலிருந்து மூன்று மைல் நடப்பதற்கு ஒரு மணித்தியாலம் தேவை. இரண்டரைக்கு எடுத்தாலும் மூண்டரைக்கு வந்து விடலாம்.

அவனது கணக்கு சரியாக இருப்பதை தங்கப்பழம் கவனித்துக் கொண்டான்..

''சுவாமியாரை சந்திக்கவேணுமோ''

''இல்லை, நான் எல்லாம் சொல்லுவன். நீங்கள் உங்கடை விசயங்களைப் பாருங்கோ.''

கதையை சட்டெனமுடித்த சங்கிலித்தாம் பெற்றோல்மாக்ஸ் வெளிச்சத்தில் செபப்புத்தகத்தை விரித்து செபமாலை தியானத்தைத் தொடங்கினார்.

''இன்னும் விடியேல்லை. மாக்கற்றுக்குச் சாமான் வர ஏழு எட்டு மணியாகும்... இப்ப என்ன செய்யிறது''

''முதல்லை ஒரு பிளேன்ரியும் ஏதாவது புகைத்தலும் எடுப்பம். பிறகு மற்றதைப் பாப்பம்...''

சைக்கிளைத் தள்ளிக்கொண்டு கடற்கரை வீதிக்கு வந்தான் அவன். கடல் சலனமற்றுக்கிடந்தது.

வாடையில் குமுறும் அலையெறியும் பாக்குநீரிணை சோழகத்தில் சோம்பிக்கிடந்தது. இந்த வீதியும் கல்லூரி நண்பர்களது வீடுகளும்... உப்புக் காற்றும் கடற் குளிப்பும் இவனுக்கு ஞாபகம் வந்தது.

மரியாம்பிள்ளை மாஸ்ரர்... பாட்டுக்கார அன்னநாதன்... கையெழுத்துப் பத்திரிகை நடத்திய இருதயதாஸ்.

ரோட்டில் சைக்கிள் மிதிக்க மிதிக்க ஒவ்வொருவரது நினைவும்...

''பொம்பர் வராவிட்டால் எல்லாம் சரியாய் நடக்கும்...'' தங்கப்பழமே இந்த விடயத்தை நினைவூட்டினான்.

பழைய தபாற்கந்தோர் சந்தியில் திரும்பி ரேவடிக்குச் செல்லாது தும்பளைரோட்டுக்கு அவர்கள் வந்த போது விடியத்தொடங்கி யிருந்தது.

சாந்திகபேயில் ஒவ்வொரு பிளேன்ரியும், பிரிஸ்டலும் வாங்கி ஊதியபடி பஸ்டிப்போவின் எதிரில் முருகானந்தம் டிஸ்பென்சறி வாசலில் அவன் குந்தினான்.

சந்தைக்குள் வெற்றிலைக் கடைக்காரரும் பலகாரக்காரர்களும் மண்ணெண்ணைக் கடைகளும் பரபரப்பாகிக் கொண்டிருக்க ஒருவிதமான காலைப் பரபரப்பு. சங்குப்பிட்டி மோட்டார் சைக்கிள்களும், மினிவான்களும், தட்டிவான்களும், மண்ணெண்ணைப் புகையைக் கக்கியபடி புறப்பட ஆயத்தப்பட... அவன் காத்திருந்தான்.

காய்கறி... தேங்காய்... வெற்றிலைபாக்கு... தூள்... உப்பு... விறகு... பீடி... உர பாக் ஒன்றில் எல்லாம் கட்டி எடுத்து தங்கப் பழத்திடம் கொடுத்தபின்னர் அவன் கூறினான்.

''வேட்டி சால்வை பெட்டி நானெடுத்துக் கொண்டுவாறன்... நீர் இறைச்சி அல்லது மீனை வாங்கிக்கொண்டு உடனே வீட்டை போம். சீனி... நிவாரணம் எடுத்தது இருக்கு. மாப்பெட்டியும் இருக்கு. தேயிலை வாங்கி உரப்பைக்குள்ள வைச்சிருக்கிறன்... பாண் கொஞ்சம் வாங்கினால் புள்ளைகுட்டியைச் சமாளிக்கலாம். நீர் உடனே போம், நான் பிறகால வாறன்...''

தங்கப்பழத்தை அனுப்பியபின் இவன் மந்திகையை நோக்கி சைக்கிளை மிதித்தான். மகனுக்காக வாங்கிய நகைகள் விற்ற பணத்தின் மீதி கனமற்ற அவனது இதயம் போல் இலேசாக...

''பெட்டி... நல்ல விலையாய் இருக்கும்'' அவன் யோசித்தான், ''அப்புவுக்கு எடுத்த பெட்டியைப்போல இல்லாமல் நல்லபெட்டியாய் எடுக்க வேணும்''

அவனது அப்பு இறந்த போது அவன் கொழும்பில் ஒரு தனியார் நிறுவனத்தில் வேலையாக இருந்தான். எண்பத்துமூன்று கலவரங்கள் முடிந்து ஒருவித பதற்றம் நீங்கிய கொழும்பின் அதிகாலை.

ரேஸ்பேப்பர்காரனும், தெம்பிலி வண்டிலும் சத்தம்மெழுப்பும் ஒரு அதிகாலைநேரம் அவனது அண்ணன் தொலைபேசியில் பேசினான்.

''அப்புவுக்கு கொஞ்சம் கடுமை... உன்னைப் பார்க்கவேணுமாம் உடனைவா...''

அண்ணனின் குரல் தளதளப்பில் இவன் கேட்டான், ''எப்ப எடுக்கிறதாய் உத்தேசம்...?''

தமயன் பெரும் குரலெடுத்து தொலைபேசியில் அழுதான்.

''ஏஜென்சிக்காரன் ஏமாத்தினதாலை ஒரு சதம் கூட இப்ப என்னட்டை இல்லை. நீ... காசோடை உடனே வா. உன்னைத்தான் நம்பியிருக்கிறன்...''

பக்கத்து அறையில் இருந்த கணக்காளரும் மனேஜரும் அருகில் வர இவன் குலுங்கி அழுதான்.

''நான் உடனை போகவேணும். எனக்கு காசு தேவை...''

''எவ்வளவு வேணும்''

''ஒரு மூவாயிரம் எண்டாலும் வேணும்''

"இல்லை... ஒரு... ஐயாயிரம் தாறம். உடனை வெளிக்கிடும்... லீவு போடும்... இப்ப யாழ்ப்பாணத்திற்கு பஸ் இருக்காது. அநுராதபுரம் போய் அங்கையிருந்து வவுனியாவுக்கு போய்த்தான் யாழ்ப்பாணம் போகவேணும்... உடனை வெளிக்கிடும்"

மால்போரோ பேக் ஒன்றில் ஒரு லோங்சையும் சேட்டையும் சாரத்தையும் திணித்தபடி அரசமரச்சந்திக்கு அவன் வர அநுராதபுர மினி பஸ் ஒன்று புறப்பட்டது.

அப்பர் பற்றிய நினைவுகள் மட்டும் மெல்லியதாய்...

அப்பர் குடிகாரனாக இருந்தாலும் அவர்களை ஒருகாலமும் கஸ்டப்படவிடவில்லை.

அம்மாவின் இறப்புக்குப்பிறகே அந்த மனிதனின் அசைவியக்கம் தடைப்பட்டது. சலரோகம் அதனைக்கவனிக்காத தன்மை கோமாவில் வீழ்த்தி இரண்டொருநாளில் மரணம்.

புறப்பட்ட மறுநாள் அதிகாலையில் அவன் ஊர் வந்த போது அவனை எதிர்கொண்டு அழும் உறவுகளோடு அவனால் அழ முடியாதிருந்தது.

மனம் ஒரு நாள் பூராவும் இறுகி மரத்துப்போயிருந்தது.

மிகமிகச் சாதாரணமான ஒரு சப்புப் பலகைப் பெட்டியில் அந்த பெருத்த சரீரம் நீட்டிக்கிடந்ததைப் பார்த்து அவனுக்கு ஒருவிதமான கூச்சம் கூட ஏற்பட்டது.

"அப்புவுக்கு ஒரு நல்லபெட்டிகூட எடுக்கவில்லை" அவனுக்கு அண்ணனில் ஆத்திரம் வந்தாலும், மூளியாக நிற்கும் அண்ணி பிள்ளைகளைப் பார்த்து ஆத்திரத்தை அடக்கிக்கொண்டான்.

"தம்பி என்ன செய்ய காசு கொண்டு வந்தனிதானே..."

பரிதாபமாக பார்க்கும் அண்ணனின் கையில் மூவாயிரம் ரூபாவை அவன் திணித்தான்.

அதன் பிறகே எல்லாம் நடந்து முடிந்தது. கடற்கரை வீதி பாவனையற்று கோவிலே புலம்பெயர்ந்து வந்துவிட்ட பழங்கோவிலடிச் சவுக்காலை போகும் வரை அவன் அழவேயில்லை. கிடங்குக்குள் அப்புவின் உடல் பெட்டியுடன் கீழ் இறங்கும்போது உள்மனப்பாரம் உடைந்து அவன் கதறினான்.

நந்தினி சேவியர்

"ஐயோ என்ரை அப்பு..."

அவனது அழுகை அடங்க நெடு நேரம் எடுத்தது. அப்புவிற்கு நல்லபெட்டி ஒன்றை எடுக்கமுடியாத சோகமும் அதனோடு சேர அவன் நெடு நேரம் அழுதான். மாமனுக்கு ஒரு நல்ல பெட்டி எடுக்க வேண்டும் என்ற எண்ணம் இதனாலேயே அவனுக்குள் எழுந்தது.

"நல்ல பெட்டி... நாலு... அல்லது ஐயாயிரம்... அதற்கான பணம்?" அவன் எதிர்பார்த்தபடி நல்லபெட்டி ஏதும் விலைக்கேற்றபடி கிடைக்கவில்லை.

ஒரு பச்சை நிறச் சாதாரண பெட்டி...

இரும்புக்கரியல் சைக்கிளில் எடுத்த வேட்டி சால்வையை பெட்டியுள் மூடி பக்கவாட்டில் அதனை வைத்துக் கட்டினான். ஏதோ ஒரு விழாவுக்காக நாட்டப்பட்ட வீதி மருங்கு கம்பங்களுக்குள்ளால் பெட்டியுடன் ஓடுவது சிரமமாக இருந்தது. பல இடங்களில் அவன் சைக்கிளில் இருந்து இறங்கி உருட்டியபடி நடந்தான்.

ஆனைவிழுந்தான் கிளைப்பனைச் சந்தி வரும்வரை இருந்த சிரமம் பின்னர் நீங்கியது. சோழகம் தள்ளிச் செல்ல மிக நிதானமாக அவன்பெட்டியுடன் சைக்கிள் ஓடினான்.

வெய்யில் ஏறி வந்தது. பசி வேறு. களைப்போடு வேலியின் சரிவுக்கூடாக அவன் வீட்டிற்குள் நுழைந்தான்.

எல்லாம் நல்லபடியாக செய்யப்பட்டிருந்தது. முன்புறம் சிறிய பந்தல்... அடுக்கப்பட்ட கதிரைகள் கூத்துப்பழகும் பெடியள் பாக்கியராசா, தங்கப்பழம்... சின்னராசா எல்லோரும் அவனை கனிவோடு வரவேற்க,

"ராசனையும் இரண்டுபேரையும் கிடங்கு வெட்ட அனுப்பி யிருக்கு, எல்லாம் செய்திருக்கிறம். சமையல் பக்கத்து வீட்டிலை ஒழுங்கு செய்தாச்சு. வேறு என்ன?"

"ஆக்கள் வரத்தொடங்கியிட்டினம். நாதன் எல்லா இடமும் சொல்லியாச்சு எண்டு சொன்னான். இப்பத்தான் போறான்.. பொண்சாதிக்காரியை ஏத்திக்கொண்டு வாறதாம்..." பாக்கியராசா கிட்ட வந்து அவனிடம் சொல்ல...

"குளிப்பாட்டி வேட்டி சால்வை உடுத்து பெட்டிக்குள்ள வைக்கிறவேலையைப்பாருங்கோ. குரிசு மணி இப்ப வந்திடும். நாதன் வரயிக்கை எடுத்து வாறனென்டு சொன்னவர்..."

தங்கப்பழம் அவசரப்பட பாக்கியராசா உதவிக்கு இரண்டு பேரை கூப்பிட்டபடி ஆயத்தமாகினார்.

அவனுக்கு பசியோடு தேநீர் தாகமும் ஏற்பட்டது.

மச்சான் பந்தலின் கீழ் அசையாத மனிதனாய்... சலனமற்று...

மனைவியின் அன்ரிஅம்மா அவனை பின்புறம் அழைத்துச் சென்று சொன்னா.

''காலமையும் ஒண்டும் குடிக்காமல் போனீங்களாம். பாண்கிடக்கு... கொஞ்சம் தேத்தண்ணி குடியுங்கோ அவள் பச்சைப் பிள்ளை வயித்துக்காரி குத்தி முறியிறாள்.. நீங்கள் களைச்சுப் போனீங்கள்... கொஞ்சமாய் சாப்பிடுங்கோ''

அவன் பாணில் ஒரு கடிகடித்து தேநீரைப்பருகி சிகரட் ஒன்றை மூட்டினான்.

வெயில் ஏறிவர வானத்தில் பொம்பர் இரையும் ஓசை. மந்திகைப்புறம் கிபீர் தாழப் பறந்து குத்தி மேலெழுந்தது.

குண்டோசை ஒரு கணம் நிலத்தை உலுப்பி ஓய, பிறிதொரு கிபீர் மாறிமாறி குண்டுகள் வானிலிருந்து கீழிறங்க மரண வீடு கலங்கியது. பீதி ஊரை வாட்டி ஓய பங்கரைதேடும் மனங்கள். சைக்கிளில் தொலை தூரம் இருந்து வந்தவர்கள் ஏக்கத்துடன் நிற்க கிபீரின் இரைச்சல் மெது மெதுவாய் அடங்கியது.

''எத்தனை மணிக்கு சவ அடக்கம்?'' பெரும் கேள்வி பூதாகரமாய் அவனைச் சூழ்ந்தது.

''தொம்மையப்பர் கோவில் பக்கமும் குண்டு ஒண்டு விழுந்ததாம்'' யாரோ சொன்னார்கள்.

''கிடங்கு வெட்டப் போன ராசனும் மற்றவர்களும்..?'' அவன் பதறினான். ஒழுங்கையின் எல்லை வரை அவன் நடந்தான்.

தூர சைக்கிளில் ராசனும் இன்னும் இருவரும்.

இவனுக்கு நிம்மதிப் பெருமூச்சு.

''அண்ணன் கிடங்கு வெட்டியாச்சு... ஆனால் போஸ்ரோபிஸ் சந்தியிலை ஒரு குண்டு விழுந்திட்டுது. என்ன நடந்ததோ தெரியாது... நாங்கள் கடக்கரை ரோட்டாலை வாறம்''.

பரபரப்போடு சைக்கிளை விட்டு குதித்தான் ராசன்.

நந்தினி சேவியர்

பொம்பரின் உறுமல் நெடுநேரம் தொலைவில் ...

எங்கும் ஒரே ஏக்கம். பதற்றம். ஒப்பாரியற்று பீரிட்டெழும் உறவுகளின் அழுகுரல். என்ன செய்வது? வெய்யில் ஏறிவர கொஞ்சம் கொஞ்சமாக சைக்கிளிலும் நடையிலுமாக ஆட்கள் வரத் தொடங்கினார்கள்...

''மச்சான் என்ன செய்யிறது... எப்படியும் இரண்டு மணிக்கு எடுக்கவேணும் சரிதானே'' அவன் மைத்துனனை அணுகி விசயத்தைக் கூறினான்.

''அப்படியெண்டால் இப்பவே செபஞ் சொல்லத்துவங்குவம்''

அன்ரிஅம்மா அவசரமா ஓடி வந்து அவனது மைத்துனனிடம் கூறினா.

''போன பொம்பர்... கொஞ்ச நேரம் கழிச்சு திரும்பி வரும்... உது அடிக்கடி நடக்கிறது தான்...''

தங்கப்பழம் நிதானமாக கூறினாலும் அவனது முகத்திலும் கிலி இருந்தது.

எரியும் குத்துவிளக்கு சோழகத்தில் அடிக்கடி நூர்ந்து விட, அவனது மனைவி எண்ணெய் வார்த்தபடி....

பெண்கள் நெருங்கி இருந்து செபம் சொல்லத் தொடங்கியதும் அழுகை அமுங்கி அடங்கியது. பொழுது வேப்பமர உச்சியில்...

காரணிக்கம் முடிந்து பிரார்த்தனையை அன்ரி அம்மா சொல்லத்தொடங்க பொம்பரின் ஓசை...

இப்போது. அது கடலின் அந்தியிலிருந்து கேட்கத் தொடங்கியது.

நிச்சயம் குத்தினால் கற்கோவளம் ஐஸ் பக்டரி பக்கம் தான்.

பிரார்த்தனைக் குரல்கள் நடுங்கத்தொடங்க...

''உலகத்தை மீட்டு இரட்சித்த சுதனாகிய சர்வேசுரா.''

''எங்களுக்காக வேண்டிக்கொள்ளும்...''

வந்த சனம் கலையத்தொடங்க... பொம்பர் தாழ்ந்து இறங்கி... எச்சமிட்டு மேலேறியது.

மணல்க் காடு எகிறிக்கலங்கியது. என்ன செய்யலாம்? எங்கு போவது...? யாரும் யாரிடமும் பேசவில்லை. சைக்கிள்கள் மெல்ல மெல்ல குறையத்தொடங்க...

''அப்புச்சி... அப்புச்சி... ஐயோ என்ரை அப்புச்சி...'' அவனது மனைவியும், மச்சாளும் தொண்டை கமற அழத் தொடங்கினார்கள்.

மரணவீட்டில் ஒரு சிலர் மட்டுமே மீதமாய்...

அவன்... அவன்தம்பி ராசன், நாதன், தங்கப்பழம், பாக்கியராசா, கூத்துப்பழகிய கிராமத்துப்பையன்கள், சின்னராசா, மைத்துனன், அன்ரிஅம்மா, மாமி... பிள்ளைகள்.

''என்ன செய்யலாம்... பருத்தித்துறைக்கு எப்படிப் போறது?''

பொம்பரின் ஓசை, வானில்... வட்டம் வட்டமாக சிலநேரம்... பதிவதும், உயர்வதுமாக.

கிட்டத்தட்ட விட்டுவிட்டு பத்துக்குமேற்பட்ட வெடி அதிர்வு... பனைக்கூடலுக்குள் சூரியன் சரிந்து விழத்தொடங்கியது. ஏக்கமுடன் முகங்களை முகங்களைப்பார்க்கும் நிலை.

''அண்ணை இனிப்பாக்க ஏலாது.... பருத்தித்துறைக்கும் போகேலாது.... அங்கை சவுக்கந்தோப்புக்கு அங்காலை... அடக்கத்தை முடிப்பம்''

அவனின் தம்பி ராசன் அவனைப்பார்த்துக் கூறினான்

ஒரு ஆசாரமான கத்தோலிக்க மனிதன். ஞாயிறு பூசையைத் தவறவிடாதவரின் அடக்கம் முறைப்படி நடக்காமல்....

அவனது மனைவி மைத்துனர் மாமியிடம் இக்கேள்வி மனதில் எழுந்தாலும் சந்தர்ப்பம்.... சூழ்நிலை... நிர்ப்பந்தம்...

பெட்டியை மூடி.... தோளில் தூக்கினான் நாதன். நாலுபேர் தோள்கொடுக்க.... மண்வெட்டியோடு முன் நடந்த ராசனை பின் தொடர்ந்தான் அவன்.

''அப்புச்சி'' ... ''அப்புச்சி'' அழுகுரல் பின் தங்கியது.

பொம்பரின் இரைச்சலை மீறி சவுக்கு மரம் தாண்டி அழுகுரல் கேட்டபடி இருக்க....

நந்தினி சேவியர்

முறையான செபத்துடன் கிடங்குக்குள் அவனின் மாமனாரின் பிரேதம் பச்சைப்பெட்டியுடன் இறங்கியது. ராசன் சவுக்கு மரக் கம்புகளால் சிலுவை ஒன்றைக்கட்டி தலைமாட்டில் நாட்டிக் கொண்டிருந்த போது அவனின் மைத்துனன் பெரிதாகக் கதறினான்.

"அப்புச்சி எங்களை விட்டிட்டுப் போட்டியே..."

மணலில் கால் புதைய சவுக்குமரக்காட்டைத் தாண்டி அவனும் மற்றவர்களும் வீடு திரும்பிய அந்த நேரத்திலும் கிபீர் விமானங்கள் குண்டு வீசும் ஒலி தொடர்ந்து கேட்டபடியேதான் இருந்தது.

ஒருகாலம் துறைமுகநகரத்தில் மரணவீடுகளுக்கும், வைபவங் களுக்கும் யாழ்ப்பாணத்தின் இடிமேளக்காரர்களைப் போல எக்காளம் வாசிக்கும் ஒருவராக இருந்த அவனது மாமனாரின் மரணம் மிகச் சாதாரணமாக நிகழ்ந்து முடிந்து போயிற்று.

யாழ்ப்பாணத்தின் அவல மரண நிகழ்வுகளில் ஆயிரத்தில் ஒன்றாக இது.

நாட்கள் நகர.... துறைமுக நகரம் திரும்பி மகன் வளர்ந்து பள்ளிக்கூடம் போகும் ஒரு நாளில் அவன் காதில் செய்தி ஒன்று வீழ்ந்தது.

"அவன் கொம்யூனிஸ்ட்காரன். அது தான் கோயில்ச்சடங்கு செய்யாமல் மாமனை சவுக்கு மரக்காட்டுக்குள்ளை தாட்டுப்போட்டான்."

அப்புவின் நாட்டுக்கூத்தில் கட்டியம் கூறுவது போல.... இதுவும் ஒரு கட்டியமாக... அவன் தனக்குள் சிரித்துக்கொண்டான்

வாய்விட்டுச் சிரித்துக் கொண்டான்.

எத்தனையோ இடிகள் இழப்புக்கள் அனர்த்தங்கள் எல்லாமே பொறுமையுடன் கழிந்து விட, அவனின் மகனுக்குத் தற்போது வயது பன்னிரண்டு. ஏழாம் ஆண்டு.

பாடசாலை வாத்தியக்குழுவில் அவனது மகன் ஒரு எக்காள வாத்தியக்காரன்.

அவனது அப்புவின் அப்புவின் மரண நிகழ்வில் எக்காளம் வாசித்த வாய் வெளிறிய நெடுத்த மனிதனைப்போலவும்...

சவுக்குமரத்தோப்புகளுக்கப்பால் சாதாரணமாக அடக்கம் பண்ணப்பட்ட அவனது மாமனாரான பேரனைப் போலவும்...

சுட்டும் விழி 2003.

16

விருட்சம்

வீட்டின்முன் சடைத்து, பரந்து கிளைவிட்டிருந்த மாமரம் பிஞ்சும் காயுமாக நின்ற அந்த நாட்களில் நவுக்கிரி மாசாக்காய்ச்சல் காய்த்ததாக அம்மம்மாவின் மரணத்திற்கு வந்தவர்கள் பேசிக் கொண்டதை அம்மா அடிக்கடி நினைவு கூர்ந்திருக்கிறார்.

வேதக்கோவில் சூழலை நிறைத்திருந்த நாவல் மரங்களும், தாமரைக்குளத்தடி மருதமரங்களும், நெல்லிமரம் சாட்சியாக நினைவில் நிற்கும் பள்ளிக்கூடமும் இவனுக்கு ஞாபகம்.

முனியப்பர் கோவிலில் விழுதோடு பரவி நிற்கும் ஆலமரம். பணிக்கர் கோவிலடி வாகை மரங்கள், நாச்சிமார் கோவிலடி அரசமரம், இவை யாவும் இவனுக்கு காலாகாலம் இளைப்பாற்றி கொடுத்த விருட்சங்கள்.

வீட்டின் மேற்குப்புற ஒழுங்கையும், வெள்ளவாய்க்கால் சந்தியும் இணையும் மூலையில் ஒரு பெரிய இலுப்பைமரம் நின்றதுவும் அந்த மரத்தின் கீழ் ஏதோ ஒரு குடும்பப் பகைமை காரணமாக கடைக்காரத் துரைச்சாமி உலக்கையால் பிடரியில் அடித்து கொல்லப் பட்டுக் கிடந்தமையும் இவனுக்கு மெல்லிய சலனமாக அடிக்கடி நினைவில் தென்படும்.

கேரளத்து மனிதர் ஒருவர் இவனது வளரிளம் பருவத்து பாடசாலை ஆசிரியராக இருந்திருக்கிறார். பல கணித பாடநூல்களும் இரசாயன நூல்களும் எழுதிய அவ்வாசிரியர் இவனுக்கும் இவனது சகமாணவர்களுக்கும் விஞ்ஞானம் கற்பிக்க பாடசாலைக்கு அருகில் இருந்த வேப்பமரத்தின் கீழ்...... "ஞான் இப்பொழுது கேள்வி கேட்கும். நீங்கள் சரியாக சொல்லாமல் விட்டால் ஞான் உங்களுக்கு அடிக்கும்" என்று கூறிக்கூறி விஞ்ஞான பாடத்தை ஊட்டியமை பற்றியும் இவன் அடிக்கடி நினைத்துப் பார்ப்பதுண்டு.

நந்தினி சேவியர்

மரங்களின் தொடர்பு இவனுக்கு எப்போதும் இருந்திருக்கிறது. மரங்களைப் பார்க்கும்போது இவனுக்கு ஏற்படும் ஏதோ ஒருவகை பரவசம் தனக்கு மட்டும்தானா, அல்லது எல்லோருக்கும் இப்படித் தானா என்று இவன் யோசிப்பான்.

விருட்சங்களின் பெயர்களே ஊர்களுக்கும், இடங்களுக்குமாக நுட்பமாக நிலைத்துவிட்டமை பற்றியெல்லாம் இவன் சிந்திப்பதுண்டு. அரசடி, புளியடி, நெல்லியடி, பூநாறிமரத்தடி இப்படிக் கணக்கற்ற அடையாளங்கள்.

பெயரே இல்லாத மரம் ஒன்றுக்கு 'பெயரில்லாமரம்' என்ற பெயர் வந்து, பஸ்பிரயாணிகள் இறங்குகின்ற தரிப்பிடத்திற்கு 'பெயரில்லாமரத்தடி' என்கின்ற பிரபல்யமான ஒரு பெயராக நிலைத்து விட்ட தன்மையையும் இவனறிவான்.

சந்நிதி கோவில் சுற்றாடல் மரங்கள், வல்லிபுரக்கோவில் சூழலை செழுமைப்படுத்துகின்ற பெருவிருட்சங்கள், சுட்டிபுரத்து அம்மன்கோவில் மரங்கள், கரிக்கோப்புச் சுடலையின் சவுக்குமரங்கள் யாவுமே இவனுக்கு அற்புதமானவை.

நண்பர்களின் உறவு போல தனிமையின் சுகானுபவத் திளைப்பிற்கு மரங்களே இவனுக்கு தஞ்சமாகின காலம் ஒன்று முன்பு இருந்தது.

வாழ்வின் சலிப்பு சிலவேளைகளில் தன்னையே அன்னியமாக்கி, பிறரால் அன்னியமாக்கப்பட்டு சர்வமும் ஒடுங்கி தனிமைப்பட்டுப் போன காலங்களில் மரங்களின் நிழல்களே இவனுக்கு ஆதரவு தந்திருக்கின்றன.

பெரும் புயலொன்றில் மாறம்புலப் பிள்ளையார் கோவில் முன்றலில் நின்ற ஆலமரம் வேரோடு சரிந்தமை இவனுக்குள் பெரும் சோகத்தை ஏற்படுத்தியிருந்தது.

அந்த ஆலமரத்தின் கீழ் புதுவருடப்பிறப்பன்று போர்த் தேங்காயடியில் எத்தனையோ காலிக்கையான்கள் சிதறுண்டமையும் இவனுக்கு ஞாபகத்திலிருக்கிறது.

பூமாஞ்சோலையிலிருந்துவரும் வெடிப்பொன்னப்பா தன் கைபடச் செய்த பீரங்கிவெடி ஒன்றைக் கொளுத்தி போர்த்தேங்காய் அடியை ஆரம்பித்து வைப்பதுவும், அதே வெடிப் பொன்னப்பா விபத்தொன்றில் தனது வெடிகளினாலேயே போர்த்தேங்காய் போல சிதறுண்டு போனமையும் இவனுக்கு நினைவிலுண்டு.

ஷெல்லடி, ஆட்டிலறித்தாக்குதல், ஹெலித் தாக்குதல் போன்ற சம்பவங்கள் சாஸ்வதமாகிப் போய்விட்ட இன்றைய சூழலில் வெடிப்பொன்னப்பாவின் விபத்து மரணம் மிகமிகச் சாதாரணமாகிப் போய்விட்டாலும், அன்று அது மிக ஆச்சரியமானதும் அதிசயமானதுமான ஒரு நிகழ்வேதான்.

வெடிப்பொன்னப்பாவின் வீட்டின் வாசலில் பெரியதொரு கொய்யா மரம் நின்றதுவும், வெடிவிபத்தோடு அந்த மரம் செத்துப் போனமையும் பெரியதொரு துன்பியல் நிகழ்வாகவே இவனுக்குத் தெரிந்தது.

இவனும், செல்வம், நவம், ராசமூர்த்தி ஆகியோரும் அந்தக் கொய்யாமரத்தில் பலநாட்கள், பலமணித்தியாலங்களை செலவிட்டமையும் இவனால் மறக்க முடியாதிருந்தது.

இவனது பாலியகால நண்பன் ஜெயக்கொடி மூன்று நாள் காய்ச்சலில் மரணித்துப் போனமைக்கு பொடுங்கர் வளவு விளாத்தி மரத்தில் குடிகொண்டிருந்த ஊத்தைகுடியன் பேயின் வேலைதான் காரணம் என்ற கசமுசப்பு கேட்ட காலமொன்றும் இவனுக்கு சித்தித்திருந்தது.

காலாகாலம் மரங்களோடு சம்பந்தப்பட்டதாகவே இவனது வாழ்வு கழிந்திருந்தது.

விசுவமடு காணிப்பட்டாளத்துக் காம்பில் கடமையாற்றிய போது தான் வீரை மரங்களும், பாலை மரங்களும் அறிமுகமாகின.

நண்பனொருவனின் பிரிவாற்றாமையைத் தாங்கிக்கொள்ள முடியாமலேயே இவன் காணிப்பட்டாளத்தில் தன்னை இணைத்துக் கொண்டான்.

கல்லூரிப்படிப்பின் முற்றுப்பெறுகையின் வெறுமை, தொழில் தேடலில் காணிப்பட்டாளமே கைகொடுத்தது. ஒட்டுச்சுட்டான், விசுவமடு என இரு காம்புகளில் பல நண்பர்கள் இணைந்து கொள்ள, ஒரு மழைநேரத்து மதியவேளையில் கூப்பன் அடிக்கட்டையுடன் பஸ்சேறி பரந்தன் சந்தியால் திரும்பி கண்டாவளை கடந்து கட்டி முடிக்கப்படாத நெத்தலியாற்றுப் பாலத்தின் கீழாக பெருமரங்கள் சூழப் பெற்ற விசுவமடு காம்ப் வாசலில் இறங்கி.... பைஜாமா போட்ட ஓ.ஐ.சி.யின் முன் நின்றது இப்போதும் நினைவில் பசுமையாக உள்ளது.

நந்தினி சேவியர்

ஒரு காலம் கல்லூரியின் சாரணர் படையில் சேர்ந்து காக்கி உடுப்புப் போட்டதன் பின்னர் காணிப்பட்டாளத்தில் தான் காக்கி அணியும் சந்தர்ப்பம் கிட்டியது. சிவப்பு நிற கன்வஸ் சப்பாத்து, இரண்டு காற்சட்டை, சோல்டர் வைத்த இரண்டு சேட், ஒரு பிரம்புக் கூடை, மண் அள்ளும் தாச்சி, மண்வெட்டி ஒன்று, சாப்பாட்டுத் தட்டு ஒன்று, தேநீர் குடிக்கும் கைபிடி அலுமினியக் குவளை ஒன்று என்பன கையொப்பமிட்டு இவனால் பொறுப்பேற்கப்பட்டன.

அதிகாலை எழுந்து, தேநீருக்கான வரிசையில் காத்து நின்று, புறப்படும் உழவு இயந்திரத்தில் தொற்றி ஏறி, தொலைவில் கீப் கணக்கில் மண் வெட்டி, கைகளில் கண்டல், கொப்புளங்கள் ஏற்பட்டு மாணிக்கப்பிள்ளையார் ஆற்றில் குளித்து, சிவப்பு நிறப் பீற்றூட்டுடன் சோறும் பாணும் சாப்பிட்டு...

இந்த வாழ்க்கை ஒரு மூன்று மாதங்களே நீடித்தது.

இன்று காப்டன், மேஜர், லெப்ரினற் கேர்னல் என்று பல மாவீரர்களைப் புதைத்தாகிவிட்டது. இவனோடு இருந்த காணிப் பட்டாளக் காரர்கள் சிலரும் இதில் அடங்கலாம்.

பாலை மரங்களின் கீழ்... வீரை மரங்களின் கீழ்... பெயர் தெரியாத பெரு விருட்சங்களின் கீழ்... சிநேகித பாவத்துடன் இவனோடு உணவருந்திய பட்டாளத்துப் பொடியள் பலரை போர்க்கோலத்தில் இவன் கண்டிருக்கிறான். தென்பகுதியிலும் '71'ன் ஆரம்ப காலத்தில் கிளர்ந்த ஒரு சம்பவத்தில் கணிசமாக இணைந்தவர்களும், இறந்தவர்களும் இவனைப் போல் காணிப் பட்டாளத்தைச் சேர்ந்தவர்கள் தான் என்பதையும் இவன் அறிவான்.

அப்போது வன்னியின் பெருவிருட்சங்கள் எதிர்காலத்தில் போர்க்கருவிகளாக மாறும் சாத்தியம் ஏற்படும் என்பதை இவன் கிஞ்சித்தும் யோசித்திருக்கவில்லை. பெரும் பெரும் விருட்சங்கள் நிழல் தந்த காலம் போய் கிளைமோர்களைத் தாங்கி நின்று போர் புரிந்தமை உண்மையில் அதிசயமான ஒன்றுதான்.

அமைதியும், சாந்தமும், சிநேகமும், மனிதமும், நிறைந்த மக்கள் தமது குணாதிசயங்களிலிருந்து விடுபட்டுப் போக ஏதுவான நிர்ப்பந்தம் போலவே, விருட்சங்களுக்கும் நேர்ந்தமை தவிர்க்க முடியாத துன்பமாக இருந்தது.

யாழ்ப்பாணத்தின் பழைய பஸ்நிலையச்சூழலும் பெருவிருட்சங் களும் இளைப்பாற்று மண்டபமும், சிவசக்தி கூல்பாரும்,

சருகுத்தாளில் சுற்றப்பட்டு அடுக்கி வைக்கப் பட்டிருக்கும் அப்பிள் பழங்களும், கொத்துக் கொத்தாக தொங்கும் முந்திரிப் பழங்களும், குருவிச் சாத்திரக்காரரும், வடைவிற்போரும், நாய்க்குட்டி விசரியும் இவனுக்கு ஞாபகம் வருவதுண்டு.

புதிய பஸ் நிலையம் இடம் பெயர்ந்த பின் கொளுத்தும் வெயிலும், தகரக் கொட்டகையும் அக்காலத்திலேயே பழையபஸ் நிலையத்தின் நிறைவை அடிக்கடி நினைக்கத் தூண்டுவதுண்டு.

இப்படியேதான் பருத்தித்துறை பஸ்நிலையமும், மாக்கற்றும், புளியமரங்களின் நிழலும் சடுதியென ஏக்கத்துடன் மாறிப்போனமை கவலை தருவதாய் நிகழ்ந்தது. காணிப் பட்டாளக்காலம்போய் சிவப்பு அரசியல் சிந்தனைக்காட்படுவதற்கு சிலகாலம் முன்னர் விரும்பியோ விரும்பாமலோ நண்பர் சிலருடன் போதைவஸ்துவைப் பரிசோதிக்க விளைந்து, துன்னாலை மண்பிட்டி அரசமரம், புத்திரின் ஞான தீட்சையை நினைவுகூரத்தக்க அனுபவத்தை ஏற்படுத்தியமையும் இவனால் மறக்கமுடிய வில்லை.

வாழ்வனுபவ விரக்தியின் எல்லைதொட்டு, தற்கொலை செய்யும் மனோபாவத்தை நிராகரித்து, ஒரு துறவு வாழ்வுச் சூழலில் கழிந்த காலங்களில் ஆனைவிழுந்தான் சுடலையின் சவுக்கு மரங்களும், கிளைப்பனைகளும், மணற்குன்றுகளும் உறவுகளாகிய மையும் இவனுக்கு நினைவிலுண்டு.

பனிகொட்டும் இரவில் போர்வையற்று வெற்றுடம்புடன் மரங்களின் கீழ் மெய்மறந்து இவன் தூங்கியிருக்கிறான், அந்த நாட்கள் என்றும் இனிமையானவை. இன்று போல் அல்லாது அன்று எதிர்காலம் பற்றிய நம்பிக்கையீனம் மட்டுமே மனதை நிறைத்திருந்த தருணங்கள் அவை.

"கந்தையற்றை பொடியனுக்கு மூளை மாறாட்டம்"

ஊரில் இப்படி ஒரு கிசுகிசுப்பு அப்போது இருந்தது. அதையும் மீறி அவனது தீவிர சிந்தனைத் தெளிவு பின்னர் அவனுக்கு ஒரு மதிப்பும் மரியாதையும் ஏற்பட ஏதுவாகியது.

போர்க்குணாம்சம், எதையும் தீவிரத்துடன் சீர்தூக்கிப் பார்த்தல், தவறு கண்டு கொதிக்கும் போக்கு.. இவை இவனுக்கு எதிரிகளை விட தோழர்களையே கூடுதலாக்கியது.

கஸ்தூரியார் வீதியில் ஒரு வானொலிப் பெட்டித் திருத்தகத்தில், இருபாலையில் ஒரு மில்லில், மட்டக்களப்பில் ஒரு தனியார் நிறுவனத்தில், மன்னாரில் ஒரு மீன் வாடியில், கொழும்பில் ஒரு ஏற்றுமதி நிறுவனத்தில் என மூன்று மாதம், நான்கு மாதம் என நிலைத்திருக்காமைக்கு இவனது நேர்மையும், விட்டுக் கொடுக்காத் தன்மையும் ஒரு காரணமாக இருந்திருக்கலாம்.

மன்னார் பழையபாலத்தில் ஒரு மீன் வாடியில் இருந்தபோது வள்ளங்களில் ஏறிப் பயிற்சி பெறச் சென்றவர்களை இவனே வழியனுப்பி வைத்திருக்கிறான். ஒரு விருட்சத்தின் கிளைகள் இவையென இவன் எண்ணிய எண்ணம் பின்னர் பொய்த்துப் போயிற்று.

அம்மாவும் அப்பரும் இறந்துவிட்ட பின்னர் ஏதோ ஒரு விபத்துப் போல திருமலை வந்து, திருமணமாகி... அமைதிப்படை, அதிரடிப்படையாகி பின்னர் அக்பர் கப்பலில் அவர்கள் இந்தியா திரும்பிய பின்னர் திருமலையில் நிகழ்ந்த குழப்பத்தில் கால்நடையாக மனைவியுடன் நடந்து பெருவிருட்சங்களின் கீழ் சமைத்துச் சாப்பிட்டு உறங்கி வள்ளத்தில் ஏறி செம்மலையில் இறங்கி கிட்டத்தட்ட முப்பது இரவுகளையும் பகலையும் மரங்களின் கீழேயே கழித்திருக்கிறான்.

இன்று இவனுக்கு ஒரு மகனும் மகளும். மகன் பிறந்தகாலத்தில் திருமலையில் இருந்து வன்னிப் பாதையூடாக யாழ் சென்று கிளாலியூடாக திரும்பத் தாமதப்பட்டு வேலையிழந்த நாட்களில் வல்லிபுரக் கோவில் விருட்சங்களே இவனுக்கு ஆறுதலாயிற்று. ஆகாயத் தாக்குதல்கள் வலுப் பெற்றிருந்த அந்த நாட்களில் வைரவர் கோவில் வேப்பமரத்தின் கீழ் உள்ள பதுங்கு குழியுள் இவனது மனைவியும், மகனும், இவனுமாக பல தடவைகள் வியர்த்துவிறு விறுத்தமையும் இவனுக்கு நினைவிலில்லாமலில்லை.

"இனிக்காணும். எப்படியாவது ஊருக்குப் போக வேணும்"

மனைவியின் பிடிவாதம் வென்று திருமலை திரும்பிய அந்த நாட்களும், வேலையற்று வீதியில் திரிந்த அந்த நிலைமையும் இன்று மீள வேலைபெற்று இயந்திரமாகிவிட்ட நிலையும் ஒன்றுக்கொன்று சம்பந்தப்பட்ட தொடர் நிகழ்ச்சியாக இவனுக்குள் இன்னும் இருக்கிறது.

திருகோணமலை 3ம் கட்டை திருச்சிலுவை வயோதிபர் மடமும் அதன் மருங்கில் நிற்கும் அரசமரங்களும், பழைய எழுத்தாளர் ஒருவர் அங்கு அகதியாக மரித்ததுவும் பெருஞ் சோகமாக அவனுள்

இன்னமும் கலந்து கிடக்கிறது. பின்னர் அடித்த புயலொன்றில் சர்வோதய நிலைய வெளிவாயிலுக்கு அருகாமை யில் நின்ற ஆலவிருட்சம் வேரோடும், வேரடி மண்ணோடும் சரிந்து விழுந்தமையும் இவனால் மறக்கமுடியாதது. யாழ்ப்பாணத்துக்காக பயணிக்கும் பலர் இவனிடம் இளைப்பாற்றி பெற்று பயணப்பட்ட காலம் போய் இன்று அரை நாள் பயணத்தில் யாழ் செல்லும் காலம் கனிந்திருக்கிறது. சகபயணிகளை ஒற்றராக கருதிப் பயணப்படும் போது பயமுறுத்தி நின்ற விருட்சங்கள் இன்று இலை அசைத்து வரவேற்பதுவும், விடை கொடுத்தனுப்புவதுமான நல்நிலையும் சித்தித்திருக்கும் சூழ்நிலை. ஏதோ ஒரு வகை உடன்பாடும் இசைவும் கொண்டு பேசி உறவுகொண்ட நண்பர்கள். இரத்த உருத்துக்கள் வித்தாகிப்போய் விதைக்கப்பட்ட சூழ்நிலையில் இன்னதுதான் என எதிர்பார்க்காத ஒரு பேரமைதி..! இது நிலைக்குமா...? நிலைக்க வேண்டும்.

இவனது திருகோணமலை வீட்டின் பின் புறமான வேலியின் நடுவே பெரியதொரு மாமரம் நின்றது இவனுக்குத் தெரியும்.

மூன்று வருட அகதி வாழ்க்கை முடிந்து திரும்பிய போது, நிழலும்... காயும் கனியும்... எல்லையுமாக நின்ற அந்த மரம் இருந்த இடமே தெரியாது அயலகத்தவரால் வேரோடு பிடுங்கப்பட்டு.... எல்லையும் காணியும்... அபகரிக்கப்பட்டிருந்தது.

வீட்டின் முன்பக்கமாக நின்ற கத்தாப்புமரம் மட்டும் தனித்து விடப்பட்டது. சிதைந்தழிந்துவிட்ட வீடும், வளவும் அடையாளம் காணப்பட கத்தாப்பு ஒன்றே காரணமாயிற்று.

போர்க்காலத்திற்கு முன்னர் ஊரின் பெருவிருட்சங்கள் பல சிறு கோவில்களாக சூலங்களுடன் நின்ற நிலைமை மாறி ஆக்கிரமிப்பின் இன அடையாளங்களாக அரசமரங்களும், அதன் கீழ் புத்தர் சிலைகளும் உருவாகி விட்டமையை இவன் அடிக்கடி நினைத்துப் பார்ப்பதுண்டு.

விருட்சங்களே இன அடையாளங்களா...?

இவனது காரியாலய களஞ்சியத்தின் முன்பாக பெரும் அரசமரம் ஒன்றும், சிவப்புக் காவிக்கோடு போட்ட சிறு பிள்ளையார் கோவிலொன்றும் வெய்யிற் காலத்தின் மதியவேளைகளில் அவை இரண்டுமே ஊழியர்களுக்கு ஆறுதல் தருவதும் இவனுக்குத் தெரியும்.

ஏதோ ஒரு ஏதேச்சையான துரித நடவடிக்கை மூலம் காரியாலய ஊழியர்களே அப்பிள்ளையார் கோவிலை உருவாக்கியதாக இவன் பின்னர் அறிந்து கொண்டான்.

நந்தினி சேவியர்

சுற்றிலும் உள்ள பௌத்தர்கள் கூட பிள்ளையாரைக் கும்பிட்டுப் போவதை இவன் அவதானித்துள்ளான்.

அரசமரம் காப்பாற்றப்பட்ட ஆச்சரியம் எப்போதும் இவனுக்குள் இருந்துள்ளது.

அந்த விருட்சத்தின் கிளைகளில் வெசாக் கூடுகள் வருடத்தில் ஒரு முறை தொங்குவதும் பின்னர் அகல்வதும், பிள்ளையாரை எவ்விதத்திலும் பாதிக்கவில்லை.

அவரது இருப்புக்கு அச்சுறுத்தல் ஏற்படுவதுமில்லை.

திருகோணமலையின் வெம்மைக்கு ஆறுதலாக இவ்வகை விருட்சங்களே இருந்துள்ளன.

நண்பர்களோடு சந்தோசமாக உரையாடுவதற்கு இம்மரங்களும் காரணமாக இருக்கலாம்.

தோப்பாக விரிய வேண்டிய உணர்வுகள் சுருங்கி தனிமைப்பட்டுப் போய் நத்தையாக ஊரும் உணர்வுகள். ஆயினும், அவற்றையெல்லாம் மீறி எங்கெங்கோ தனிமைப்பட்டுப் போனாலும், நோக்கத்தில் ஒன்றுபட்டுப்போன எண்ணங்களுடைய இளைய தலைமுறை வேரும் விருட்சமுமாக.

காரியாலய முன்வாயில் அரசமர இலைகள் மென்காற்றில் சலசலத்து ஓய்கின்றன.

புகைபோக்கிகளுடன் கம்பீரமாக சூழலை மாசுபடுத்தி நிற்கும் தனியார் நிறுவனம், சூழலைப் பாதுகாப்பதற்கு மரங்களை நாட்டுங்கள், என விளித்து எழுதிய ஸ்ரிக்கர் இவனது காரியாலய மேசைக்கு எதிர்ப்புற கண்ணாடியில்...

இவனுக்குள் மெல்லிய புன்னகையும், எரிச்சலும்.....

சமீப நாட்களாக காரியாலயம் கைமாறப் போவதாகவும், இடமாற்றம் வரப் போவதாகவும் எழும் சர்ச்சைகள்...

காரியாலயத்தைப் பொறுப்பேற்பவர்கள் பிள்ளையாரையும், அரசமரத்தையும் இவர்கள் போல் பேணுவார்களா...?

விடைகாண ஏங்கும் பலவித கேள்விகள்...?

இடம்மாறிப்போகும் காரியாலயத்தைச் சுற்றி பெருவிருட்சங்கள் நிற்குமா...?

நந்தினி சேவியர் படைப்புகள்

இதேபோல் அரசமரம் ஒன்று நிற்பதற்கு பாத்தியதை இல்லை. வேப்பமரங்கள் நிற்கலாம்? நிற்காதும் போகலாம்!

ஆயினும் என்ன....? விருட்சங்கள் எங்குமே உள்ளன. அவற்றின் கீழ் இளைப்பாற யார் தடுப்பார்..?

இவனின் அம்மாவின் அப்புவின் சடலம் அடக்கம் பண்ணப்பட்ட சவக்காலை நாவல்மரங்கள் சூழப்பட்ட வேதக்கோவில் கிராமத்தைச் சேர்ந்தது.

இவனின் அம்மாவும், அப்புவும் அடக்கம் பண்ணப்பட்ட சவக்காலை பழங்கோவிலடி என்னும் வேப்பமரங்கள் சூழப்பட்ட ஒரு ஒதுக்குப்புற கிராமத்தைச் சேர்ந்தது.

இவனது அண்ணன் மின்சாரம் தாக்கி மரணப்பட்டபோது அடக்கம் பண்ணப்பட்டதும் பழங்கோவிலடியில் தான்.

ஒப்பிரேசன் லிபரேசன் காலத்தில் எத்தனையோ வீட்டின் பின்புறங்களும், வீதிகளும் மயானங்களாகின.

பூவரசமர விறகுகள் தேவைப்படாது. பழைய ரயர்களில் எரிந்தவர்கள் எத்தனையோ பேர்!

இப்போது இவனுள் ஒரு பெரு விருப்பு.....

அம்மாவின், அப்புவின், அண்ணாவின் பக்கத்தில் தானும் புதைக்கப்பட வேண்டும்.

பெரு விருட்சங்கள் சூழப்பெற்ற பழங்கோவிலடிச் சவக்காலையில் அடக்கம் பெறவேண்டும்.

இவனுள் எப்போதும் போல சலனமற்ற சிந்தனைகள்.

மகன் இயக்கத்துக்குப் போய்விட்டதாக எழுதும் தங்கையின் கடிதம்.

மகன் வெள்ளைக்காரியைக் கல்யாணம் முடித்து விட்டமைக்காக கவலைப்படும் நண்பனொருவனின் தொலைபேசி முனகல், ஊர் திரும்பும் ஆசையில் ஏக்கப்படும் வெளிநாட்டுவாசியாகிவிட்ட ஆசிரியர் ஒருவரின் புலம்பல்.

விரும்பாமலேயே வலிந்து விமானமேற்றி அனுப்பப்படும் அகதிப் புலம்பெயர் குடும்பங்கள்.....

நண்பர்களாய்.... தோழர்களாய் அன்போடு பழகியவர்களின் இழப்புகளும்.... பிரிவுகளும்....

தோழர் சிவராசா, தோழர் சிவஞானம்.

ஆயினும், வாழ்வு நம்பிக்கை வேரூன்றி கிளைத்து விருட்சமாகவே நிற்கிறது.

காலம் மாறிப் பெய்யப் போகும் மழை நேரத்து அறிகுறி.

துளிர்விட்டிருக்கும் அரசமரத்தின் இலை அசைவு...

சென்ற வருடத்திற்கு முந்தைய வருடம் வீசிய புயலில் வேரோடும் வேரடி மண்ணோடும் புரட்டப்பட்ட விருட்சங்கள் போல்.... இவ்வருடமும் புயல் வீசுமா.....? மரம் சரியுமா..?

நிகழலாம்...... நிகழாதும் விடலாம்.

இவன் மனம் இலேசாகியது....

யாழ்ப்பாணம் புலம்பெயர்ந்து வன்னிக்கு வந்தபோது..... மனிதர்களுக்கு ஆறுதல் தந்தவை. விருட்சங்கள் மட்டுமே.

மழை.... வெய்யில்.... பனி.... குளிர்

மனிதர்களுக்கு.... ஆறுதல்.... இளைப்பாற்றி எல்லாமே..... விருட்சங்கள். விருட்சங்கள் மட்டுமே...

நெஞ்சுக்குள்...... இனம் தெரியாத சுகம்.

பழங்கோவிலடியின் வேப்ப மரங்கள்...... முனியப்பர் கோவில் ஆலமரம்.... ஆனைவிழுந்தான் கிளைப்பனைகள்... வீட்டின் மேற்குப்புற இலுப்பைமரம்.... வேதக் கோவில் நாவல் மரங்கள்.... பணிக்கர் கோவிலடி வாகை மரங்கள்... பூதாத்தை வெட்டையின் புளியமரம்....

விருட்சம் என்னவோ இங்கு தான்...

வேர்கள் மட்டும்.....?

தூண்டி –2004

பகுதி இரண்டு

கட்டுரைகள்

ஆய்வரங்கக் கட்டுரை

தமிழ் இனி 2000
செப்டம்பர்
சென்னை

கடந்த நூற்றாண்டில் ஈழத்து மார்க்சிய இலக்கியம்

நந்தினி சேவியர்

கடந்த நூற்றாண்டின் மத்திய பகுதியிலேயே மார்க்சிய இலக்கிய பரிச்சயம் ஈழத்தவர்கள் மத்தியில் ஏற்பட்டது.

இலங்கையின் முதல் இடதுசாரிக் கட்சியான சமசமாஜக்கட்சி ஒரு மார்க்சியக் கட்சியாக 1935இல் உருவாக்கப்பட்டது. 1935ல் ஐக்கிய சோஷலிசக் கட்சியாகவும் பின்னர் 1943ல் இலங்கைக் கம்யூனிஸ்ட் கட்சியாகவும் மார்க்சிய இயக்கம் வளர்ந்தது.

பொன்னம்பலம் கந்தையா, அ. வைத்திலிங்கம், மு.கார்த்திகேசன், வி. பொன்னம்பலம், நா. சண்முகதாசன் போன்றவர்களே மார்க்சிய சிந்தனையை தமிழ்மக்கள் மத்தியில் அறிமுகம் செய்தவர்களாகும்.

1946ல் கே. கணேஸ், கே. ராமநாதன் போன்றவர்களால் வெளியிடப் பெற்ற ''பாரதி'' எனும் சஞ்சிகையே தமிழின் முதல் முற்போக்குச் சஞ்சிகை என கருதப்படுகின்றது. இதன் ஆசிரியர்கள் இலங்கைக் கம்யூனிஸ்ட் கட்சியைச் சேர்ந்தவர்களாகும். கே.ராமநாதன் இலங்கைக் கம்யூனிஸ்ட் கட்சியின் தமிழ் பத்திரிகையான தேசாபிமானியின் ஆசிரியராகவும் விளங்கினார். இலங்கை எழுத்தாளர் சங்கத்தை 1947ல் உருவாக்கியவர்களும் இவர்களே.

பாரதி சஞ்சிகையில் அ. ந. கந்தசாமி, அ. செ. முருகானந்தன், கே. கணேஸ், மகாகவி போன்றவர்கள் எழுதியுள்ளனர்.

அ.ந. கந்தசாமி இலங்கைக் கம்யூனிஸ்ட் கட்சியின் தேசாபிமானிப் பத்திரிகையில் பணியாற்றினார். பின்னர் சுதந்திரன், வீரகேசரி பத்திரிகையிலும் பணியாற்றினார். மறுமலர்ச்சிகால எழுத்தாளராக

கணிக்கப்படும் அ.ந.கந்தசாமி, பாரதியாரின் ஞானகுருவான யாழ்ப்பாணத்துச் சாமியார் அல்வையூர் அருளம்பலம் சுவாமிகள் தான் என்பதை தெளிவுறநிலை நாட்டியவராகும்.

யாழ்ப்பாணத்தில் சாதி ஒடுக்குமுறைக்கு எதிராக எம். சி. சுப்பிரமணியம் தலைமையில் உருவான சிறுபான்மை தமிழர் மகாசபையில் அங்கத்தவர்களாக இருந்த டானியல், ஜீவா, எஸ்.பொன்னுத்துரை, என். கே. ரகுநாதன் கவிஞர் பசுபதி போன்றவர்களே ஆரம்பகால முற்போக்கு எழுத்தாளர்களாக கருதப் பட்டனர் இவர்கள் மார்க்சிய சிந்தனையால் கவரப்பட்டவர்களே.

இவர்களோடு செ. கணேசலிங்கன், முருகையன், சில்லையூர் செல்வராசன், அகஸ்தியர், இளங்கீரன் எச். எம். பி. முகைதீன் போன்ற படைப்பாளிகளும் க. கைலாசபதி, கா. சிவத்தம்பி போன்றவர்களும் முற்போக்கு அணியைச் சேர்ந்தவர்களாக கருதப்பட்டனர்.

இவர்களால் உருவாக்கப்பட்ட இயக்கமே இலங்கை முற்போக்கு எழுத்தாளர் சங்கம் இது 1954, ஜுன் 27ம் திகதி உருவாக்கப்பட்டது. யாழ்ப்பாணத்தில் தலைமறைவு வாழ்க்கையை மேற்கொண்டிருந்த அமரர் பா. ஜீவானந்தம் அவர்களின் தொடர்பால், டொமினிக் ஜீவா, டானியல் போன்றவர்கள் மார்க்சியத்தின் பால் ஆழமான ஈடுபாடு கொண்டார்கள்.

இவர்களது படைப்புகள் பிற்கால ஈழகேசரியிலும் சுதந்திரன் போன்ற பத்திரிகைகளிலும் ஏராளமாக வெளிவந்தன.

*1960*ம் ஆண்டில் மு. போ. எ. சங்கம் தேசிய இலக்கியம் என்ற கொள்கையைப் பிரகடனம் செய்தது. அதே ஆண்டில் எழுத்தாளர் கூட்டுறவுப் பதிப்பகமும் ஆரம்பிக்கப்பட்டது.

*1961*ல் வெளியான இளங்கீரனின் மரகதம் பத்திரிகையில் தேசிய இலக்கியம் பற்றிய முதலாவது கட்டுரையை க. கைலாசபதி அவர்கள் எழுதினார் பின்னர் ஏ. ஜே. கனகரட்ணா, அ. ந. கந்தசாமி போன்றவர்கள் தேசிய இலக்கியம்பற்றி எழுதினார்கள்.

தேசிய இலக்கியம் முன்வைக்கப்பட்டு அதற்கு ஆதரவு பெருகி வந்ததனால் ஆத்திரம் கொண்ட இலக்கிய சனாதனிகள் படைப்பிலக்கியவாதிகள்மீது கடுமையான தாக்குதலை நடத்தினார்கள். போதிய கல்வியறிவு இல்லாதவர்கள், தமிழ் மரபு தெரியாதவர்கள், மரபை மீறி எழுதும் மட்டமான எழுத்தாளர்கள். இவர்கள் எழுதும் இலக்கியம் இழிசினர் இலக்கியம் என்றெல்லாம் இகழப்பட்டன.

1962ல் தினகரனில் ஆரம்பிக்கப்பட்ட விவாதத்தில் மரபுவாதிகள் தரப்பில் கலாநிதி அ.சதாசிவம், பண்டிதர் இளமுருகனார், பண்டிதர் வ. நடராஜா போன்றவர்கள் வாதிட மு.போ. எழுத்தாளர் தரப்பில் இளங்கீரன் அ. ந. க. சிவத்தம்பி போன்றோர் வாதிட்டு வென்றனர்.

க. கைலாசபதி அவர்கள் தினகரன் ஆசிரியராக இருந்தகாலத்தில் முற்போக்கு எழுத்தாளர்களுக்கு நிறைய ஊக்கம் வழங்கினார்.

இளங்கீரன், செ. கணேசலிங்கன், நீர்வை பொன்னையன் போன்ற எழுத்தாளர்கள் மிகவும் உற்சாகமாக தமது படைப்புகளை வெளியிட்ட காலகட்டமும் அதுவே.

கைலாசபதி அவர்கள் பல்கலைக்கழக விரிவுரையாளராகிய பின்னர் மார்க்சிசத்தை ஆதரித்த பல எழுத்தாளர்கள் பல்கலைக் கழகத்தில் இருந்து தோன்றினார்கள். செ. யோகநாதன், செ.கதிர்காமநாதன் போன்றவர்கள் அதில் குறிப்பிடப் படவேண்டியவர்கள். யோ.பென்டிக்ற் பாலன் இவர்களது சமகாலத்தவரே.

முற்போக்கு எழுத்தாளர் சங்கத்தில் மார்க்சியத்தை ஏற்றுக் கொள்ளாதவர்கள் பலரும் இருந்துள்ளனர் வ. அ. இராசரத்தினம் அ. ச. அப்துஸ்சமது, மருதூர் கொத்தன் போன்றவர்கள் இதில் முக்கியமானவர்கள்.

சமசமாஜக் கட்சியினைச் சேர்ந்த சு. இராசநாயகன் மார்க்சிய எழுத்தாளராக தம்மை இறுதிவரை காட்டிக்கொள்ளவில்லை. இன்னுமொரு முக்கிய விசேடம் க. கைலாசபதியினால் அறிமுகமான அ. முத்துலிங்கம் ஒரு மார்க்சிய எழுத்தாளராக உருவாகாமல் போனார். இளங்கீரனின் தென்றலும் புயலும், நீதியே நீ கேள், செ. கணேச லிங்கனின் நீண்ட பயணம், ஒரே இனம், நல்லவன், சடங்கு, டானியல் கதைகள், மேடும் பள்ளமும், (நீர்வை பொன்னையன்) குட்டி, (யோ. பெனடிக்ற்பாலன்) ஜீவாவின் தண்ணீரும் கண்ணீரும், பாதுகை சாலையின் திருப்பம் என். கே. ரகுநாதனின் நிலவிலே பேசுவோம், யோகநாதன் கதைகள், கவிஞர் பசுபதியின் புது உலகம் முதலியன 60பதுகளில் வெளிவந்தவையாகும். சோசலிச யதார்த்தவாத படைப்புக்கள் பற்றிய கருத்துக்களும் மார்க்சிய விமர்சகர்களால் இக்காலகட்டத்திலேயே வலியுறுத்தப்பட்டன.

கவிதைத் துறையில் முருகையன், சில்லையூர், கவிஞர் பசுபதி போன்றவர்கள் முற்போக்காளர்களாக அறியப்பட்டதுபோல் மகாகவி அறியப்படவில்லை. அவர் மார்க்சியத்தின்பால் ஈடுபாடு கொண்ட வராகவும் இருக்கவில்லை.

இத்தலைமுறையினைத் தொடர்ந்து சண்முகம் சிவலிங்கம் நுஃமான் போன்றவர்கள் அறிமுகமாகினார்கள். கவிதை புதுவீச்சுக் கொண்டது மு. தளையசிங்கம், மு. பொன்னம்பலம் போன்றவர்கள் முற்போக்காளர்களோடு முரண்பட்ட காலகட்டமும் இதுவே. விமர்சன விக்கிரகங்கள், ஏழாண்டு இலக்கிய வளர்ச்சி, முற்போக்கு இலக்கியம் ஆகிய கட்டுரைகள் இக்காலகட்டத்தில் மு.தளையசிங்கத்தால் எழுதப்பட்டன.

எஸ்.பொ. முற்போக்கு அணியினரால் வெளியேற்றப்பட்டு நற்போக்கு இயக்கத்தை ஆரம்பித்து முற்போக்காளரை எதிர்த்ததும் இக்காலகட்டத்தில்தான்.

தமிழ் நூல்களுக்கு சாகித்தியமண்டல பரிசில்கள் வழங்கப்பட ஆரம்பித்ததும், டொமினிக் ஜீவாவின் தண்ணீரும் கண்ணீரும் பரிசு பெற்றதும் இக்காலகட்டத்தில்தான் இதனை அடுத்து புகழ்பெற்ற முட்டை எறிவு நிகழ்வு யாழ்ப்பாணத்தில் நடைபெற்றமையும் குறிப்பிடத்தக்கது.

இழிசினர் வழக்கு மண்வாசனை என்றெல்லாம் பேசப்பட்ட இலக்கிய வகைக்கமைய மரபு வாதிகள் எழுதத்தொடங்கினார்கள். பின்னர் மண்வாசனையின் பிதாமகர்கள் தாமே என மார்தட்டும் நிலைக்கு அவர்கள் வந்தனர் இந்த ஆரோக்கிய நிலைக்கு மார்க்சியத்தை ஏற்றுக்கொண்ட இயக்கத்தினரின் போராட்டமே காரணியெனலாம்.

இலங்கை கம்யூனிஸ்ட் கட்சி சீன சார்பு ரஸ்ய சார்பாக பிளவுபட்ட காலத்தில் க. கைலாசபதியுடன் இளங்கீரன் டானியல் என். கே. ரகுநாதன் செ. கணேசலிங்கன் போன்ற எழுத்தாளர்களும் யாழ்ப்பாணக் கவிராயர் சுபத்திரன் போன்ற கவிஞர்களும் சீனச்சார்பு எடுத்தார்கள். கா.சிவத்தம்பி, ஜீவா, அகஸ்தியர் போன்றோர் ரஸ்ய சார்பு எடுத்தனர்.

''வசந்தம்'' பத்திரிகை யாழ்ப்பாணத்தில் இ.செ. கந்தசாமியால் வெளியிடப்பட்டது.

இதன்பிறகு டொமினிக் ஜீவாவினால் ''மல்லிகை'' ஆரம்பிக்கப் பட்டது.

ரஸ்ய சார்பு எழுத்தாளர்களின் படைப்புகளின் உத்வேகம் மந்தநிலையை அடைந்திருந்தமையால் மு.போ. எழுத்தாளர் சங்கத்தின் செயல்பாடுகள் 1963க்கும் 1975க்கும் இடையில் பெரும் தேக்கம் அடைந்திருந்தமை அவதானிக்கத்தக்கதாகவும் பிரேம்ஜி ஆயுள்காலச் செயலாளர் என கிண்டலாகப் பேசப்பட்ட நிலையும் தோன்றியது.

யாழ்ப்பாணத்தில் பாராளுமன்றப் பாதைக்கு எதிரான சக்திகள் வலுப்பெற்று வந்தன. செ. கணேசலிங்கனின் செவ்வானம், தரையும் தாரகையும், யோ. பெனடிக்ற் பாலனின் சொந்தக்காரன் நாவல்களும் நீர்வை பொன்னையனின் உதயம், செ.கதிர்காமநாதனின் கொட்டும் பனி, செ. யோகநாதனின் ஒளி நமக்கு வேண்டும் தொகுதிகளும் வெளிவரத் தொடங்கின. தமிழக விமர்சகர்களான க.ந. சுப்பிரமணியம், வெங்கட் சாமிநாதன் போன்றவர்களுக்கு பதிலிறுக்கும் க. கைலாசபதியின் மார்க்சிய விமர்சனக் கட்டுரைகளும் நாவலிலக்கியம் பற்றிய கட்டுரைகளும் வெளிவந்தன.

தீண்டாமை ஒழிப்பு வெகுஜன இயக்கம் போராட்ட இயக்கமாக உருவெடுத்தது. சாதி அமைப்புத் தகரட்டும் சமத்துவ நீதி ஓங்கட்டும் என்ற அறை கூவலுடன் இயக்கம் வளர்ந்தது 'புகழ் பெற்ற மாவிட்டபுரப் போராட்டம்' மட்டுவில் பன்றித்தலைச்சி அம்மன் ஆலயப் பிரவேசப் போராட்டம். நிச்சாமம், மந்துவில், மட்டுவில், அச்சுவேலி கன்பொல்லை என்று சாதி அமைப்புக்கெதிரான அலை கொதித்தெழுந்தது.

போராட்ட இலக்கியங்கள் உருவாகின. சுபத்திரனின் இரத்தக் கடன், என்.கே. ரகுநாதனின் மூலக்கதையுடன் அம்பலத்தாடிகள் அவைக்காற்றிய கந்தன் கருணை மௌனகுருவின் சங்காரம் என்பன தோன்றின.

களனி, தாயகம், சமர் அணு, வாகை என முற்போக்குச் சஞ்சிகைகள் பல ஆரம்பிக்கப்பட்டன. டானியலின் பஞ்சமர், செ.கணேகலிங்கனின் போர்க்கோலம் போன்ற நாவல்கள் வெளிவந்தன.

சமூக அடக்குமுறைகளுக்கு எதிராக கிளர்ந்தெழும் மக்களின் எழுச்சியைக் கூறும் இலக்கியங்கள் மார்க்சிய இலக்கியங்களாக விமர்சகர்களால் அடையாளம் காணப்பட்டன. புதுக்கவிதை முற்போக்காளர்களால் ஏற்றுக்கொள்ளப்பட்டமையும் நிகழ்ந்தது.

மு. போ. எ. சங்க செயற்பாடுகளில் அதிருப்தியுற்றவர்களால் செம்மலர்கள் இலக்கியவட்டம் தேசியகலை இலக்கியப் பேரவை, திருகோணமலை முன்னோடிகள் சங்கப் பலகை போன்றவை தோற்றுவிக்கப்பட்டன. இவைபோன்ற இயக்கங்கள் கல்முனை, மன்னார் போன்ற பிரதேசங்களில் உருவாகின.

இவர்கள் திருகோணமலையில் மாபெரும் மாநாடு ஒன்றை நடத்தி புதிய ஜனநாயக கலாசாரத்தின் தேவையை வலியுறித்தினார்கள்.

முற்போக்கு எழுத்தாளர் சங்கத்திலிருந்து வெளியேற்றப்பட்ட டானியல், என். கே. ரகுநாதன், சில்லையூர் செல்வராசன், செ. கணேசலிங்கன் போன்றவர்களும் இம்மாநாட்டில் கலந்துகொண்டனர்.

மு. போ. எ. சங்கம் 1975ல் தேசிய ஒருமைப்பாட்டு மாநாட்டை கொழும்பில் நடத்தியது தேசிய இனப்பிரச்சினைதீர்விற்கான 12 அம்சத் திட்டம் முன்வைக்கப்பட்டது. அங்கு நடைபெற்ற கவியரங்கில் சண்முகம் சிவலிங்கம் மாநாட்டின் நோக்கத்தை அம்பலப்படுத்தும் கவிதை ஒன்றைப்பாடி பரபரப்பை ஏற்படுத்தினார்.

மார்க்சிசத்தை ஏற்றுக்கொண்ட டானியல் அன்ரனி, நந்தினி சேவியர், வ.ஐ.ச. ஜெயபாலன், சாருமதி, சசி, கிருஸ்ணமூர்த்தி, நல்லை அமிழ்தன், தில்லைமுகிலன், இராஜ தர்மராஜா, பாலமுனை பாறூக் அன்புடீன், முல்லைவீரக்குட்டி, முருகு கந்தராசா, க.தணிகாசலம், சி. சிவசேகரம் போன்வர்களும் மு.நித்தியானந்தன், சமுத்திரன், சித்திரலேகா போன்ற விமர்சகர்களும் உருவாகினார்கள்.

சுந்தரலிங்கம், மௌனகுரு, தாசிசியஸ், பாலேந்திரா, இளைய பத்மநாதன் போன்ற நாடக நெறியாளர்கள் உருவானதும் இக்கால கட்டத்திலேயே நிகழ்ந்தது.

செ. கணேசலிங்கனின் குமரன் கஞ்சிகையில் அ. யேசுராசா ஒரு கவிதையை எழுதியமையும் பின் அலை சஞ்சிகையை ஆரம்பித்ததும் இக்காலத்தில்தான். மல்லிகையில்கூட அ.யேசுராசாவின் முற்போக்கான ஒரு கவிதை வெளிவந்தமை குறிப்பிடத்தக்கது ''ஊரில் பெருமனிதர் எடுத்தவிழாவிடை பேருரைகள் ஆற்ற சில பெரிய மனிதர் மேடை அமர்ந்திருந்தார்.....'' என அக்கவிதை தொடங்குகிறது.

தொலைவும் இருப்பும் ஏனைய கதைகளும் தொகுப்பின் காரசார விமர்சனம் அவரை எதிரணிக்கு தள்ளியது என்ற கருத்தும் நிலவியது.

பிரச்சார இலக்கியங்கள் என அக்காலத்தில் வெளிவந்த இலக்கியங்கள் விமர்சிக்கப்பட்டபோது புதிய இளந்தலைமுறை கலைத்துவ பாங்கான இலக்கியங்களை உருவாக்கும் முனைப்புடன் செயல்பட்டது. பழையதலைமுறை எழுத்தாளர்கள் விமர்சகர்களின் தொடர்புகளைத் தவிர்த்து சுயமாக இயங்கும் பக்குவம் இத்தலைமுறைக்கு இருந்தது.

மா.ஓ. வின் யெனான் கருத்தரங்கு உரை அவர்களுக்கு ஆதர்சமாக இருந்தது.

செ. கணேசலிங்கன் டானியல் போன்றோரின் படைப்புகளை தோழமையுணர்வுடன் கடுமையான விமர்சனத்துக்கு இவர்கள் உள்ளாக்கினார்கள்.

பஞ்சமர் நாவல் வெளியீட்டு விழாவில் அன்றைய தினம் தினகரனில் க. கைலாசபதி தாம் எழுதிய விமர்சனத்திற்கு முற்றிலும் மாறான ஒரு விமர்சனத்தை முன்வைக்கும் ஒரு நிர்ப்பந்தத்திற்கு உள்ளாகும் அளவிற்கு விமர்சனம் மிகவும் காத்திரமான முறையில் வளர்ச்சி கண்டது.

சீனாவில் நடைபெற்ற கலாச்சாரப் புரட்சியின் தாக்கம் இலங்கை விமர்சனத்துறையிலும் படைப்பிலக்கியத்துறையிலும் பெரும் தாக்கத்தை ஏற்படுத்தியது ஏ.ஜே.கனகரட்ணா போன்றவர்களே கலாச்சாரப் புரட்சியை வரவேற்று கருத்துக்கூறும் நிலை இருந்தது. சீனாவில் இருந்து நாடு திரும்பிய மாதகல் வ. கந்தசாமி பாரதியார் கவிதைகளை விமர்சிக்கும் தீவிர போக்கு எடுத்தார். காலக்கிரமத்தில் அவர் தனது கொள்கையை மாற்றிக்கொள்ளவேண்டி ஏற்பட்டது.

திக்வல்லை, நீர்கொழும்பு, அநுரதபுரம், மன்னார், மட்டக்களப்பு, திருகோணமலை, புத்தளம், கல்முனை, அக்கரைப்பற்று என்று முற்போக்கு சிந்தனைகளை அங்கிகரித்தவர்கள் பரஸ்பரம் இணைந்து கொள்ளும் சூழ்நிலைகள் உருவாகின.

டானியல் பஞ்சமர் வரிசை நாவல்களை முனைப்புடன் எழுதத் தொடங்கினார். இன்று தலித்திலக்கிய முன்னோடியாக கணிக்கப்படும் டானியல் தன்னை ஒரு மார்க்சிய எழுத்தாளராகவே இறுதிவரை கூறிவந்துள்ளார் என்பதையும் நாம் மறந்துவிட முடியாது.

1983க்குப் பின்னர் ஈழத்தில் ஏற்பட்ட மாற்றம் மிகமுக்கியமானது தேசிய ஐக்கியத்தை வலியுறுத்திய முற்போக்கு எழுத்தாளர்கள் தவிர்க்க முடியாதபடி தமிழர் பிரச்சினைகளை எழுதத் தலைப்பட்டனர்.

1986 செப்டம்பர் 17ல் தேசிய இனப்பிரச்சினையில் இலங்கை முற்போக்கு எழுத்தாளர் சங்கத்தின் நிலைப்பாட்டை வலியுறுத்தும் மாநாடு ஒன்றும் யாழ் நாவலர் கலாசார மண்டபத்தில் நடைபெற்றதும் குறிப்பிடப்பட வேண்டியது.

வானம் சிவக்கிறது எழுதிய புதுவை இரத்தினதுரை, தமிழரின் ஆஸ்தான கவிஞராக மாறினார் இரவல் தாய்நாடு போன்ற செ.யோகநாதன், செ.கணேசலிங்கன் ஆகியோரின் நாவல்கள் வெளிவரத் தொடங்கின.

இது சிலரால் முற்போக்கு எழுத்தாளர்களின் பின்னடைவாக கருதப்பட்டது ஆனாலும் இதுவும் மார்க்சியத்தை ஏற்றுக்-கொண்டவர்களின் ஒரு முற்போக்கான நிலைப்பாடாகவே கருதப்பட வேண்டும். பேராசிரியர் சிவத்தம்பியின் மறுபரிசீலனை விமர்சனங்கள் வெளிப்பாடடைந்தது இந்தக்காலகட்டத்தில்தான்.

மார்க்சிய விமர்சனத்தை அங்கீகரிக்காது இருந்த நா.சுப்பிரமணியம் போன்றவர்கள் மார்க்சிய விமர்சகர்களாக மாறியதும் இக்காலத்தில்தான்.

ஈழத்தின் தமிழ் இலக்கிய வரலாற்றில் மிக முக்கிய விடயம் மார்க்சிய எழுத்தாளர்களையும் மார்க்சிய இலக்கியத்தையும் எதிர்த்தவர்கள் மார்க்சியத்தை எதிர்க்கவில்லை என்பதுதான்.

இதற்கு சமீபத்திய சில உதாரணங்களைக் குறிப்பிடலாம். எஸ்.பொ. சுபமங்களா பேட்டியில் தன்னை ஒரு மார்க்சியத்து உடன் பாட்டுக் காரராக குறிப்பிடுகிறார். அதேபோல் மு. பொன்னம்பலம் மூன்றாவது மனிதன் பேட்டியில் தன்னை மார்க்சிய விரோதியாக காட்டவே இல்லை. அத்தோடு தீவிரமாக கவனிக்கவேண்டிய விடயம் மு. பொ. 50க்குப்பின் ஈழத்து இலக்கியம் பற்றிய பார்வை என்ன என்ற மூன்றாவது மனிதன் கேள்விக்கு.

50க்குப்பின் ஈழத்து தமிழ் இலக்கியம் வளர்ச்சியுற்றுத்தான் வந்திருக்கிறது என ஆரம்பித்து.....

முற்போக்கு எழுத்தாளர்கள் டானியல், டெமினிக் ஜீவா, எஸ்.பொன்னுத்துரை..., காவலூர் ராசதுரை, அ.ந. கந்தசாமி, சில்லையூர் செல்வராசன் போன்றவர்களின் பணியை குறிப்பிட்டுச் சொல்லி கைலாசபதி தினகரன் ஆசிரியராக இருந்ததும் முக்கிய பங்களிப்பு என்றும் கூறிவிட்டுத்தான் கைலாசபதி போன்றவர்கள் தங்களுக்குப் பிடித்தவர்களையே தூக்கிப்பிடித்து நின்றார்கள் என்று கூறுகிறார்.

எம்.ஏ. நுஃமான் ஞானம் சஞ்சிகைப் பேட்டியில் பின்வருமாறு ஒரு கருத்தை வைத்துள்ளார்.

குழு விமர்சனம் நமது மார்க்சிய விமர்சகர்களைக் குற்றக் கூண்டில் நிறுத்துவதற்கு மற்றவர்களால் உருவாக்கப்பட்டது இவர்கள் யாவரும் வெவ்வேறு குழுக்களாக இயங்கினார்கள். ஆயினும் மார்க்சிய விமர்சகர்களின் சாதனையை இவர்கள் எட்டவில்லை மார்க்சிய விமர்சகர்களை மட்டும் குழுவிமர்சகர்கள் என்று குற்றம் சாட்டுவதற்கு இவர்களில் யாருக்கும் தார்மீக உரிமையில்லை. மார்க்சிய விமர்சகர்களைவிட மற்றவர்களே வசை விமர்சனத்திற்கு

அதிக பங்களிப்புச் செய்துள்ளார்கள் என்ற பொருள்பட சில விடயங்களை கூறியுள்ளார் இதே பேட்டியில் இன்னோரிடத்தில். நான் ஒரு போதும் எந்த ஒரு மார்க்சிய இயக்கத்துடனும் என்னை இணைத்துக்கொண்டு செயற்பட்டவனில்லை. தத்துவார்த்த ரீதியில்மார்க்சியத்துடன் எனக்கு உடன்பாடு இருந்தது இன்றும் பல அம்சங்களில் அந்த உடன்பாடு தொடர்கிறது என்று கூறியிருக்கிறார்.

செங்கையாழியான் ஈழகேசரிக் கதைகள் முன்னுரையில் பின்வருமாறு குறிப்பிடுகிறார். ''கலைக்காகவும் பொழுது போக்கிற்காகவும் சிறுகதை படைக்கின்ற காலச்சூழலை. நாம் கடந்து இந்த மண்ணில் ஏற்றத்தாழ்வற்ற சகல தந்திரங்களையும் அனுபவிக்கும் மானிட இருப்பினை நிலைநாட்டுவதற்கான தத்துவப் புரிதலோடு புனைகதைகளைப் படைக்கவேண்டிய காலத்தில் வாழ்ந்துகொண்டிருக்கின்றோம். பிரபஞ்ச முன்னேற்றத்திற்கும், உலக சமூகத்தின் ஒருங்கிணைந்த விடுதலைக்கும், உயர் மானிடன் எதிர்பார்க்கும் சமூக மாற்றங்களுக்கும் உகந்த தத்துவப்புரிதலை மார்க்சியம் ஒன்றுதான் இன்றும் கொண்டிருக்கின்றது....''

இக்கருத்துக்கள் சமீபத்தில் வெளிவந்தவையே எனவே மார்க்சிய இலக்கியத்தையோ விமர்சனத்தையோ எவரும் நிராகரிக்கவில்லை. மார்க்சிய விமர்சகர்களை மட்டுமே எதிர்த்தார்கள் என்பது தெளிவு.

இன்றைய நிலையில் தமிழர் பிரச்சினையை விட்டு விட்டு இலக்கியம் படைப்பது என்பது சாத்தியமற்ற தாகிவிட்டது.

இயக்கம் சார்ந்த படைப்புகளாக நிராகரிக்கப்பட்ட முற்போக்கு இலக்கியங்களை விஞ்சுமளவுக்கு தமிழ் போராளிகள் குழுக்களை ஆதரித்த, எதிர்த்த படைப்புகள் வெளிவரத் தொடங்கியுள்ளன. இவை புலம்பெயர்ந்தோர் சஞ்சிகைகளில்தான் வெளிவருகின்றன என்பதும் குறிப்பிடத்தக்க ஒரு நிகழ்வு.

இது சென்ற நூற்றாண்டின் மார்க்சிய இலக்கியத்தின் வெற்றி யென்றே கருதப்படவேண்டும்.

நமது ஈழத்து நிலைமை தமிழக நிலைமையைவிட வித்தியாசமானது. எமது சூழலை நிகர்த்த வேறு பல நாடுகளின் இலக்கியங்களோடு எமது இலக்கியங்களை ஒப்பிட்டு பார்க்கும் ஒரு இலக்கிய விமர்சன முறைமையை நாம் செய்வதுதான் தற்போதைய கடப்பபடாக நாம் கருதவேண்டும். அதுவே இந்த நூற்றாண்டின் மார்க்சிய இலக்கிய வாதிகளின் முக்கிய பணியாகவும் இருக்கவேண்டும்.

உசாத்துணை:

1) புதுமை இலக்கியம்.
2) சிறுபான்மை தமிழர் மகாசபை மலர்.
3) இளங்கீரனின் தேசிய இலக்கியமும் மரபுப் போராட்டமும்.
4) புதுமை இலக்கியம் பேரரங்கு - 96.
5) மூன்றாவது மனிதன் இதழ் - (04).
6) மூன்றாவது மனிதன் இதழ் - (05).
7) ஞானம் இதழ் - 02.
8) ஞானம் இதழ் - 03.
9) சுபமங்களா நேர்காணல்.
10) ஈழகேசரிக் கதைகள் முன்னுரை.

பின் இணைப்பாக சில குறிப்புகள்

மார்க்சியத்தை அங்கீகரிக்கும் கே. ஆர். டேவிட், ந. ரவீந்திரன் (வாகீசன்), எம். வை. ராஜ்கபூர் போன்றவர்களும் 70களில் முன் பின்னாக அறிமுகமாகியவர்களே. ந. ரவீந்திரனின் விமர்சனக் கட்டுரைகள் மார்க்சிய நோக்கிலானவை. லெனின் மதிவானம் ஒரு மார்க்சிய விமர்சகராக 90களில் அறிமுகமாகியுள்ளார்.

தனது 25வது ஆண்டு விழாவை கொண்டாடிய தேசிய கலை இலக்கியப் பேரவை கடந்த நூற்றாண்டில் வெளியீட்டுத்துறையில் மிகக் காத்திரமான பங்கினைச் செய்துள்ளமை குறிப்பிடத்தக்கது.

மார்க்சிய இலக்கியவாதிகள் அல்லாதவர்களினதும் படைப்பு களையும் தே. க. இ. பேரவை வெளியிட்டுள்ளது. கவிதை, சிறுகதை, நாவல், விமர்சனம், என பல்துறை சார்ந்த நூல்களை வெளியிட்டு வருவது ஈழத்து மார்க்சிய இலக்கியத்திற்கு பெருமை சேர்க்கும் ஒரு முக்கிய விடையமாகும். தாயகம் பத்திரிகையை மிகுந்த நெருக்கடிகள் மத்தியில் யாழ்ப்பாணத்திலேயே வெளியிட்டுவருவது பாராட்டப் படவேண்டிய நிகழ்வாகும்.

(2000 தமிழ் இனி மாநாட்டில் வாசிக்கப்பட்ட கட்டுரை)

நாடோடியின் பாடல்
(தொடர்பறுந்த தொடர்)

"மாலைமுரசு"
கட்டுரைகள் – 2012

1

டானியல் அன்ரனி எனும் என் அன்புத்தோழன்

நண்பன் டானியல் அன்ரனியை நான் அறிமுகம் கொண்டது எழுபதுகளின் ஆரம்பத்தில் அப்போது அன்ரனியுடன் சசி கிருஸ்ண மூர்த்தி, ராதேயன், பாலகிரி. வ.ஐ.ச. ஜெயபாலன் போன்றோர் இணைந்து 'செம்மலர்கள் இலக்கிய வட்டம்' என்ற அமைப்பை உருவாக்கியிருந்தனர். 'செம்மலர்கள் இலக்கிய வட்டம்' வெளியிட்ட சஞ்சிகைக்கு 'அணு' என்று பெயர் சூட்டியிருந்தனர்.

யாழ் நூலக (மேல்மாடி) கேட்போர் கூடத்தில் நூல் அறிமுகங ்களை அவர்கள் செய்து வந்தனர். மற்றைய உறுப்பினர்களை விட பேச்சாற்றல் பெற்றவராக இருந்த அன்ரனி செம்மலர்கள் இலக்கிய வட்டத்தின் குரல் தரவல்ல உறுப்பினராக இருந்தார்.

அவர் நாவந்துறையைச் சேர்ந்தவர். அப்போது அவர் எழுதும் கதைகளில் மெரீனா பீச்சை நாவந்துறைக் கடற்பிரதேசமாக காட்டும் கதைகளை எழுதியிருந்தார். எனது கடுமையான விமர்சனத்தின் பின்னரே அதிலிருந்து விடுபட்டார்.

எங்களது உறவு நெருக்கமாகியமைக்கு இடதுசாரி சிந்தனையும் ஒரு காரணம். டானியல் அன்ரனி விமர்சனத்தை ஏற்றுக்கொள்வதில் உடன்பாடானவராக இருந்தார். சந்தர்ப்பவாதியாக அவர் இருந்ததில்லை. கடுமையான விமர்சகனான என்னோடு பலர் முரண்பட்டிருந்தாலும் டானியல் அன்ரனிக்கு என்னோடு பல விடயங்களில் உடன்பாடு இருந்தது.

செம்மலர்கள் இலக்கிய வட்டம் இயங்காத நிலையில் 'சமர்' எனும் சஞ்சிகையை அவர் வெளியிட ஆயத்தமானார். அவர்

முயற்சியில் எனது பங்கு கூடுதலாக இருந்த போதும் 'சமர்' சஞ்சிகையில் ஒரு வரிகூட நான் எழுதவில்லை 'அலை'யும் 'சமர்'உம் பேனாவால் போர் புரிந்த காலம். நண்பன் வ.ஐ.ச. ஜெயபாலன் நகைச்சுவையாயக ஒருமுறை என்னிடம் கூறினார். L.T.T.E, I.P.K.F இடம் ஆயுதங்களை ஒப்படைத்து விட்டது. இரண்டு பேர் மட்டும் இன்னும் ஒப்படைக்க வில்லை ஒருவர் அ. யேசுராசா மற்றவர் டானியல் அன்ரனி என்று.

டானியல் அன்ரனியின் 'வலை' சிறுகதைத் தொகுப்பு இலங்கையில் வெளிவந்த தமிழ்ச் சிறுகதைத் தொகுப்புகளில் குறிப்பிடப்பட வேண்டியது. அத்தொகுப்பின் வெளியீட்டு விழாவில் நான் வெளியீட்டுரையை நிகழ்த்தினேன். பின்னர் நடந்த அறிமுக விழாக்களிலும் அறிமுகவுரையை நானே நிகழ்த்தினேன். நாவாந் துறையைச் சேர்ந்தவரான டானியல் அன்ரனியின் சிறுகதைத் தொகுப்பிற்கு அட்டைப் படத்தை வரைந்தவர் கோ.கைலாசநாதன். டானியல் அன்ரனியின் மறைவிற்குப் பின் சமீபத்தில் அவரது தொகுப்பு மறுபிரசுரம் செய்யப்பட்டுள்ளது. கரைவலையே பயன் படுத்தப்படாத நாவந்துறைக் கடற்பிரதேசத்துக் கதைகள் அடங்கியுள்ள அத்தொகுப்பிற்கு கரைவலை இழுக்கும் ஒரு புகைப்படம் அட்டையாக போடப்பட்டுள்ளது. புதைக்கப்பட்ட டானியல் அன்ரனி உயிரோடு மீள எழுந்தால் அவரது முதற் ''சமர்'' இப்புத்தக வெளியீட்டினருடனேயே நடக்குமென நம்புகின்றேன்.

யுத்தம் பலரைப் பாதித்தது போல் என்னையும், அன்ரனியையும் பாதித்தது. ஒருமுறை அவரைக் கொழும்பில் சந்தித்தேன். ஐலண்ட் லொட்ஜில் ஒரே அறையில் தங்கினோம். சுகத்தைவிட துக்கங்களைப் பரிமாறினோம். எனது 'அயல் கிராமத்தைச் சேர்ந்தவர்கள்' தொகுப்பு அச்சிலிருந்த நேரம். பழைய பாடல்களைப் பாடி மனம் தேறியிருந்தோம். வேலை இழந்து மனவிரக்தியிலான உணர்வுகளைப் பரிமாறினோம்.

1994ம் ஆண்டு தை மாதம் அன்ரனியின் கடிதம் ஒன்று எனக்கு கிடைத்தது. 'அப்பாடா இப்போதாவது உனது தொகுப்பு வெளி வந்திருக்கிறது, அது மகிழ்ச்சியான விடயம், வெற்றுடப்பாக்களின் ஓசை மிகையாக கேட்கிறது. நாம் ஒதுங்கியிருப்பதனால்தான். நாம் தொடர்ந்து எழுத வேண்டும். உனது புத்தகத்தை வெளியிட (யாழில்) ஏற்பாடு செய்கிறேன் என்றவாறாக எழுதியிருந்தார். அதற்கு சந்தர்ப்பம் ஏற்படாதது போல் எனக்கு அத்தொகுப்பை வெளியிடுவதற்கு வெளியீட்டு நிகழ்வை நடத்துவதற்கு எங்குமே சந்தர்ப்பம் கிடைக்காமல் போய்விட்டது. அவனது இறப்பு என்னை மிகவும் பாதித்தது.

நண்பர் லெ. முருகபுபதிக்கு 04.04.1994ல் ஒரு கடிதம் எழுதினேன், (அவரது கடிதங்கள் எனும் தொகுப்பில் 80ம் பக்கத்தில் மேற்படி கடிதம் உள்ளது) அதில் பின்வருமாறு எழுதினேன்.

'ஒரு காலத்தில் மிக மிக உக்கிரமாக மக்கள் இலக்கியத்திற்கான சண்டையில் ஈடுபட்டவர்களில் நானும் ஒருவன்'.

நண்பன் டானியல் அன்ரனி - நந்தினி சேவியர் என்ற பெயர்கள் யாழ்ப்பாணத்தில் டானியல் - ஜீவா போல் பேசப்பட்டதுண்டு. இன்று அன்ரனி இறந்து விட்டான். இந்தச் செய்தியை 2ம் திகதி வீரகேசரியில் அறிந்து கொண்டேன். அன்ரனியின் இறப்புச் செய்தி பெரிய இடியாக என்னைத் தாக்கியுள்ளது. அவனைப் பற்றி எழுதக்கூடிய உரிமையும், கடமையும், தேவையும் எனக்கு இருக்கிறது. நாங்களிருவரும் இருட்டடிப்புக்கு ஆளாகியவர்கள்.

இன்று பெரிதாக சவடாலடிக்கும் ஈழத்துப் பெரிய தலைமுறை எம்மைப் புதுச்சிவப்புக் கூட்டமாகப் பார்த்தது. இந்த நிலையில்தான் அவனின் 'வலை' சிறுகதை தொகுப்பு 1985ல் வெளிவந்தது. அது உண்மையில் நல்லதொரு தொகுப்பு. அதைப்பற்றி எந்த விமர்சகர்கள் எழுதினார்கள்? இன்று அவன் இறந்த பிறகு இரங்கலுரைக்குப் போயிருக்கும் இலக்கிய சனாதனிகள் அவனை அப்போது ஒரு நல்ல எழுத்தாளனாக அங்கீகரிக்கவில்லை, அதற்காக முதுகு சொறியவும் அவன் தயாராக இருக்கவில்லை.

நண்ப, உணர்ச்சி வசப்பட்ட நிலையில் நான் எழுதுகிறேன். உலகச்சிறுகதைத் தொகுப்பு பற்றி உமது முகவரியுடன் கூடிய செய்தியை தினகரனில் பார்த்தேன் அன்ரனி பற்றிய செய்தியை நீரும் அறிந்திருக்கலாம். மக்களை நேசித்த அந்த நல்ல மனிதனின் படைப்பு ஏதாவது இந்த (உலக) சிறுகதைத் தொகுப்பில் இடம் பெற வேண்டும்.

'வலை' தொகுதி உம்மிடம் இருக்கலாம். எனவே அவனது ஒரு கதையை பிரசுரிக்குமாறு கண்ணீர் மல்கும் கண்களுடன் இக்கடிதம் எழுதுகிறேன்..' என எழுதியிருந்தேன், நண்பன் முல்லை அமுதனின் கோரிக்கைக்கமைய டானியல் அன்ரனியை நினைவு கூரும் இக்குறிப்பை எழுதும் போது கூட முடியவில்லை. கண்கள் நீர் சொரிகின்றன. நண்பா, உன் இழப்போடு, மீளவும் இழந்தபடியே தான் என் வாழ்வு தொடர்கிறது என் செய்வேன் என் நண்பா.

வலை எறியவும், சமர் புரியவும்... சளைக்காத துணிவை உனது நட்பு எனக்குத் தந்துள்ளது. நண்பா அதனை நீ அறிவாய்..

05.08.2012

2

வ.அ. இராசரத்தினத்தின் இலக்கிய நினைவுகள்

1995ம் ஆண்டு பிரதேச சாகித்திய விழா மத்திய அரசாங்கத்தின் அனுசரணையுடன் திருகோணமலை புனித சூசையப்பர் கல்லூரி மண்டபத்தில் நடைபெற்றது. அப்போது மாகாணக்கல்வி அமைச்சின் செயலாளராக திரு. சுந்தரம் டிவகலாலா கடமையாற்றிக் கொண்டிருந்தார்.

தமிழகத்திலிருந்து விமர்சகர் வல்லிக் கண்ணன், நாவலாசிரியர் பொன்னீலன், தாமரை ஆசிரியர் சி. மகேந்திரன் ஆகியோர் விழாவுக்கு வந்திருந்தனர்.

அன்றைய தினம் திரு. வ.அ. இராசரத்தினம் அவர்கள் விழாவில் கௌரவிக்கப்படவிருந்தார். திருகோணமலையின் நாவல், சிறுகதை, கவிதை எனும் தலைப்பில் ஆய்வுக்கட்டுரைகள் படிக்கப் படவிருந்தன. சிறுகதைகள் பற்றிய உரையை நிகழ்த்த நான் பணிக்கப்பட்டிருந்தேன். பேராசிரியர் திரு. சி. தில்லைநாதன் ஆய்வுகளைத் தலைமை தாங்கி நடாத்திக் கொண்டிருந்தார்.

மேடையில் வ.அ. இராசரத்தினத்துடன் தமிழக அதிதிகள் அமர்ந்திருந்தனர். பார்வையாளர் பகுதியில் திருமலையின் முக்கிய எழுத்தாளர்களும் கவிஞர்களும் அமர்ந்திருந்தனர்.

நான் கட்டுரையை வாசிக்கத் தொடங்கினேன். விலாவாரியான தகவல்களுடன் கொஞ்சம் கொஞ்சமாக காரம் ஏறத் தொடங்கியது. ஒவ்வொருவராக தனித்தனியே படைப்புகளையும் படைப்பாளிகளையும் விமர்சிக்கத் தொடங்கினேன். நூற்றுக்கு மேற்பட்ட சிறுகதைகளை எழுதிய ந.பாலேஸ்வரியின் ஒரு கதை கூட என் மனதைத் தொடவில்லை என்பதைக் குறிப்பிட்டேன். வ.அ.இராசரத்தினம் அவர்களின் 'தோணி' எனும் கதை ஒன்றைத் தவிர அவரது சிறுகதைகள் எதுவும்

என் மனதைத் தொடவில்லை, அவர் இன்னும் 1950 களிலேயே நிற்கிறார், சிறுகதை பல எல்லைகளைத் தாண்டி இப்போது எங்கோ வந்துவிட்டது. 'நிவேதனம்' எனும் கோணைத் தென்றல் வெளியிட்ட தொகுப்பில் உள்ள ரிசிப்பிரப்ஞன், (ரமணீகரன் - சித்தார்த்த சேகுவேரா)தேஸ்விலோமன் (தில்லைக் குமரன்) ஆகியோருடைய கதைகளைப் பாருங்கள். அவர்களது எழுத்துக்களால் நான் கவரப்பட்டுள்ளேன் என்றேன்.

இவ்வளவுக்கும் வ.அ. மேடையிலும், பார்வையாளர் வரிசையில் ந. பாலேஸ்வரியும் அமர்ந்திருந்தனர்.

இக்கட்டுரையின் ஒரு இடத்தில் திருகோணமலையைச் சாராத எழுத்தாளர்களான டானியல், செங்கை ஆழியான் ஆகியோரின் கதைகளைக் குறிப்பிட்டு கிண்ணியா உதவி அரசாங்க அதிபராக செங்கை ஆழியான் இருந்தபோது 'ஜொகாரா' சிறுகதையை எழுதி அவதிப்பட்டமை பற்றியும் குறிப்பிட்டேன்.

என்னைப் பொறுத்தவரை யார் மீதும் காழ்ப்புணர்ச்சி கொண்டு எனது விமர்சனத்தை நான் செய்வதில்லை. இளம் எழுத்தாளர்கள் நன்றாக வரவேண்டும், வளரவேண்டும் எனும் ஆதங்கம் எனக்கு உண்டு.

திரு. வ.அ. இராசரத்தினத்திடம் ஒரு காரம் இருப்பதை நான் ஆரம்பகாலத்திலிருந்தே அவதானித்து வந்திருக்கிறேன். அவருடைய 'இலக்கிய நினைவுகள்' நூல் வந்த புதிதில் ''ஏன் சேர் திருகோணமலை எழுத்தாளர்கள் ஒருவரையும் இந்த நூலில் குறிப்பிடவில்லை'' என ஒருவர் வினவ ''திருகோணமலையில் எந்த ஓர் எழுத்தாளன் இருக்கிறான்'' என காட்டமாகக் கேட்டதை நான் அறிந்துள்ளேன்.

நண்பர் கனகசபை தேவகடாட்சம் தினமுரசில் அசுர வேகத்தில் கதை எழுதிக்கொண்டிருந்த காலம் (அது கதைகளா என்பது வேறுவிடயம்) வ.அ. விடம் ''சேர் என்னுடைய கதைகளைப் படித்திருக்கிறீர்களா?'' எனக் கேட்டிருக்கிறார். ''நீங்களும் இப்ப பேனை பிடிக்கத் தொடங்கி விட்டீங்கள்'' என்று அவரை வ.அ. கீ மட்டந்தட்டியிருக்கிறார். வ.அ. அவர்களுடைய இலக்கிய நினைவுகள் பதிப்பை (அன்பர் நிதியம் வெளியீடு) செவ்வை பார்த்தவன் நான். அவரது ''பொச்சங்கன்'' நூலை வடிவமைத்து, அட்டைப்படம் தயாரித்து பதிப்பகத் திணைக் களத்தினூடாக வெளிவரச் செய்ததில் நானும் பெருமளவு பங்காற்றி யுள்ளதை இவ்விடத்தில் பதிவு செய்ய விளைகிறேன்.

எனக்கும் வ.அ வுக்குமான உறவு பிறிதொரு வகையானது.

1995 நத்தார் தினம். அதிகாலை வ.அ. இராசரத்தினம் எனது வீட்டுக்குக் கையில் ஒரு போத்தலுடன் வந்திருந்தார். ''இம்முறை நத்தார் தினத்தை ஒரு எழுத்தாளனுடன் கொண்டாட இருக்கிறேன். அதுதான் உம்மிடம் வந்திருக்கிறேன்'' என்றார். உண்மையில் மகிழ்ச்சியாக இருந்தது. வ.அ. என்னை எழுத்தாளனாக ஏற்றுக் கொண்டிருப்பது பெருமையாகவும் இருந்தது.

இது மாத்திரமல்ல வ.அ வோடு பல மேடைகளில் நான் முரண்பட்டுள்ளேன். அது தனிக்கதை ஒருமுறை வ. அ வுடன் பேசிக் கொண்டிருந்த போது ''மௌனி'' பற்றிக் கதைக்கக் கிடைத்தது. என்னால் மௌனியை நிதானமாகப் படிக்க முடியவில்லை. அவரை, அவரது கதைகளை என்னால் புரிந்துகொள்ள முடியவில்லை. 1967ல் பிரேமிளின் முன்னுரையுடன் வெளிவந்த மௌனியின் 'அழியாச்சுடர்' சிறுகதைத் தொகுதியின் விமர்சனக் கூட்டத்தில் மேடையில் நான் ''மௌனி''யாக நின்றதையும் தலைவர் என்னைப் பேசவற்புறுத்திய போது இக்கதைகளைப் பற்றி பேச என்னால் முடியவில்லை இவ்விடத்தில் நான் ''மௌனியே'' என சபையை நான் சலசலப்படைய வைத்தேன். என்றபோது வ.அ அப்போது தனக்கும் மௌனியைப் புரியவில்லை என்று கூறினார்.

இந்தச் சம்பவங்களுக்குப் பிறகே திருகோணமலைச் சாகித்திய விழாவில் வ.அ பற்றி அவரை மேடையில் வைத்துக் கொண்டே நாகரிகமாக கேள்வி எழுப்பினேன்.

பின்னர் பதிலுரையாற்ற வந்த வ.அ. ''நண்பர் நந்தினி சேவியரின் குற்றச்சாட்டை நான் ஏற்றுக்கொள்ளுகிறேன். கோணங்கி, தமிழவன், ராமகிருஸ்ணனை நான் படித்துக் கொண்டிருக்கிறேன். தமிழக, கேரளப் படைப்புகளை வாசிக்கிறேன். வருகிற மாதம் தமிழகம் செல்கிறேன். ஒரு மாத சுற்றுலா. பல எழுத்தாளர்களைச் சந்தித்து வருவேன் நந்தினி சேவியர் விரும்புவது போல் சிறுகதைகளைப் படைப்பேன்'' என ஒப்புதல் வாக்குமூலம் கொடுத்தார். தமிழகத்தில் மித்ர வெளியீடாக ஒரு 'காவியம் நிறைவு பெறுகிறது' எனும் அவரது சிறுகதைகள் பல அடங்கிய தொகுப்பு வெளியீட்டுக்காக அவர் அடுத்த மாதம் தமிழகம் சென்றுவந்தார்.

என்ன ஆச்சரியம்! திரும்பி வந்த பின்பும் அவரது எழுத்தில் எந்தவித மாற்றமுமிருக்கவில்லை அடுத்த வருடம் அவர் வெளியிட்ட 'கொட்டியாரக் கதைகள்' நூல் வெளியீட்டுக்கு ஒரு பேச்சாளனாக நான்

அழைக்கப்பட்டு இருந்தேன். திகதி குறிக்கப்பட்டு இரத்து செய்யப்பட்ட நிகழ்வு குறித்து அவர் தந்தி மூலம் எனக்கு அறிவித்திருந்தார். பின்னர்மூதூர்அந்தோனியார்வித்தியாலயத்தில் நடைபெற்ற விழாவில் லோஞ்சு ஓடாத படியால் கிண்ணியா சென்று சிறிய வள்ளத்தில் மூதூர்சென்ற நான் அவரது எழுத்தில் எந்தவித மாற்றமுமிருக்கவில்லை என்ற விடயத்தைச் சுட்டிக்காட்ட மறக்கவில்லை.

அந்த நினைவுகளுடனும் வ.அ.வின் இறுதிச் சடங்கில் கலந்துகொள்ள நான், சு.வி, ஜெயமுருகன், பௌசர் ஆகியோர் லோஞ்சில் சென்ற நினைவுகளும் என்னுள் பசுமையாக நிறைந்து கிடக்கிறது.

12.08.2012

3

சசி. கிருஸ்ணமூர்த்தியும் எனது நண்பனே தான்

இருபாலை கட்டைப் பிராயைச் சேர்ந்தவர் நண்பர் சசி கிருஸ்ணமூர்த்தி. தனது அண்ணனின் கஸ்தூரியார்வீதி 'றேடியோஸ்பதி' எனும் திருத்தகத்தில் அவர்வேலையாக இருந்தார். உயர்தரத்தில் (A/L) சித்தியடைந்து பேராதனைப் பல்கலைக் கழகத்திற்கு கலைத்துறை நெறியைப் பயில அனுமதியை எதிர்பார்த்திருந்த காலத்தில் அவரை நான் சந்தித்தேன். மிக நேர்த்தியாக உடையணிவதில் பிரியம் கொண்டவர். டானியல் அன்ரனி, ராதேயன், பாலகிரி ஆகியோருடன் அவரைப் பலமுறை சந்தித்துள்ளேன். சிரித்திரன் சஞ்சிகையுடனும், ராதேயனுடனும் இவருக்கு கூடுதலான தொடர்பு இருந்தது. இடதுசாரி சிந்தனையாளனாக இருந்தபோதும் 'சண்' அணியிலிருந்து பிரிந்த வி.ஏ அணியுடன் நெருக்கமாக இருந்தார். ஆயினும் நாம் அரசியல் ரீதியாக எப்போதும் கருத்துக்களைப் பரிமாறுவதில் கவனமாக இருந்தோம்.

இலக்கிய அரசியல் வெறியனான எனக்கு யாழ்ப்பாணத்திலிருந்து ஊர்திரும்ப சில நேரங்களில் நள்ளிரவாகிவிடும் கடைசி பஸ் இரவு 10 மணிக்கு. சில நேரங்களில் பஸ்ஸைத் தவற விட்டு விடுவேன். இருபது மைல் தூரத்திற்கு 65சதம் பஸ் கட்டணம். சில வேளைகளில் அதற்கும் தட்டுப்பாடு... டானியல் அன்ரனி வீட்டிலும், கட்சிக் காரியாலயத்திலும் தங்கியுள்ளேன். நாடோடியான எனக்கு ஒரே ஒரு தடவை சசி கிருஸ்ணமூர்த்தியின் வீட்டில் இரவைக் கழிக்க வேண்டிய தேவை ஏற்பட்டது. அன்றிரவு நான் மிகுந்த கஷ்டத்தை அனுபவித்தேன். சசி தனது போர்வையையும் தலையணையையும் எனக்குத் தந்திருந்தார். அதனை பாவிக்க நான் பல விதத்தில் சிரமப்பட்டேன். பிறரது பொருட்களைப் பாவிப்பதில் எனக்கு இப்போதும் ஒரு அசுசை

இருக்கிறது. என்மீது சசிக்கு பிரியம் உண்டு என்பதையும், நேர்மைக்கு பயந்தவர் என்பதையும் நான் அறிந்து வைத்திருந்தேன். சிரித்திரன் சிறுகதைப் போட்டியில் நடந்த ஒரு தில்லுமுல்லை அவர் எனக்கும், டானியல் அன்ரனிக்கும் மிகுந்த தயக்கத்துடன் வெளிப்படுத்தினார். அப்போது எங்களுடன் கோ.கேதாரநாதனும் இருந்ததாக ஞாபகம். சுப்பிரமணியம் பூங்காவின் வானொலி விக்கி விக்கி 6 மணி செய்தியை ஒலிபரப்பிக் கொண்டிருந்த நேரம் சிரித்திரன் சிறுகதைப் போட்டியில் கலந்து கொண்ட டானியல் அன்ரனிக்கும், எனக்கும் இச்செய்தி அறிவிக்கப்பட்டது. டானியல் அன்ரனி மிகவும் மனமுடைந்து போய் விட்டான். நண்பனொருவனின் துரோகத்தை அவனால் தாங்க முடியவில்லை.

அப்போட்டிக்கு ''இரண்டு பகல்கள் கழிந்து விட்டன'' என்னும் சிறுகதையை நான் அனுப்பியிருந்தேன். அக்கதையையும் டானியல் அன்ரனி எழுதிய கதையையும் (பெயர்ஞாபகம் இல்லை) சிரித்திரனிடமிருந்து நாம் திரும்பப் பெற்றுக்கொண்டோம். சிரித்திரன் சுந்தர்பற்றி நல்ல அபிப்பிராயங்கள் கூறுபவர்கள் இப்போதும் இருக்கிறார்கள். ஆனால் அவரும் சதிக்கு துணை போய் இருக்கிறார். (எனது கதை எங்கேயும் பிரசுரமாகாத கதையாக தொலைந்து போய்விட்டது)

1969 காலகட்டத்தில் சிரித்திரன் யாழ்ப்பாணத்திலிருந்து வெளிவரத் தொடங்கியிருந்தது. கொழும்பிலிருந்தபோது கடிதம் மூலம் தொடர்பு இருந்தது. யாழ் பல்தொழில்நுட்பக் கல்லூரியில் பயின்று கொண்டிருந்த நான் பிரவுண் வீதியிலுள்ள அவரது வீட்டுக்கு இடைக்கிடை செல்வதுண்டு. சிரித்திரனில் அப்போது செங்கை ஆழியானின் ''மயான பூமி'' தொடர் வெளிவந்து கொண்டிருந்தது. அதே சமயம் எழுதியவர் பெயர் குறிப்பிடாமல் ''கொத்தியின் காதல்'' எனும் தொடர்கதையும் பிரசுரமாகி வந்தது. எழுத்து நடையிலிருந்து அதனையும் செங்கை ஆழியான் தான் எழுதுகிறார். என்று நான் கண்டுபிடித்து விட்டேன். உடனே சிரித்திரன் சுந்தரிடம் சென்று ''சிரித்திரன் உங்களது சஞ்சிகையாக இருக்கலாம் நீங்கள் செங்கை ஆழியானைப் பழுதாக்கியதோடு.. நீங்களும் பழுதாகிவிட்டீர்கள்.'' என்று கடும் தொனியில் கூறினேன். பின்னர் தம்மைச் சந்தித்த நண்பர்கள் பலரிடமும் எனது விமர்சனத்தைப் பெரும் தன்மையோடு அவர் சிலாகித்ததாக நான் அறிந்து கொண்டேன். பின்னர் ஒரு சமயம்

சசிகிருஸ்ணமூர்த்தியும் இந்தச் செய்தியை எனக்கு உறுதிப்படுத்தினார். சிரித்திரன் சுந்தரும், புலிப்பிரமுகர் அன்ரன் பாலசிங்கமும் நெல்லியடி திரு இருதயக் கல்லூரியின் ஒரு வகுப்பு மாணவர்கள். அவர் புலிப்பிரமுகராக அறியப்படாத காலத்தில் சிரித்திரன் சுந்தரின் மகனை இலண்டனுக்கு எடுத்திருந்தார். இதனைச் சுந்தரே என்னிடம் கூறியிருக்கிறார்.

சசிகிருஸ்ணமூர்த்தி பேராதனைப் பல்கழைக்கழகம் சென்ற பின்னர் செம்மலர்கள் இலக்கிய வட்டத்தின் செயற்பாடுகள் முடிவுக்கு வந்து விட்டன. எனது வாழ்வு இலங்கையின் சகல பாகங்களுக்குமான நாடோடி வாழ்க்கையாக அமைந்து விட்ட பிற்காலத்தில் ஓரிரு தடவைகள் அவரைச் சந்தித்துள்ளேன்.

நல்ல சினிமாக்களை அறிமுகம் செய்யும் யாழ் திரைப்பட வட்டத்துடன் அவருக்கு மிகுந்த தொடர்பிருந்தது. ஏ.ஜே, யேசுராசா, சட்டநாதன் போன்றோருடன் அவர் இயங்கினார். நல்ல திரைப் படங்களைப் பற்றிப் பத்திரிகைகளில் குறிப்புக்கள் எழுதினார். பட்டதாரியான அவருக்கு பனை அபிவிருத்திச் சபையில் வேலை கிடைத்திருந்தது. ஒத்தோட முடியாத குணமுடைய சசி கிருஸ்ணமூர்த்தி பல சிரமங்களுக்கு மத்தியில் கடமையாற்றினார். வெளிநாடு செல்வதற்கு முயன்று பண இழப்புகளுடன் நாடு திரும்பினார்.

நாட்டு நிலைமை மோசமாக இருந்த காலத்தில் அவருக்கு கொழும்புக்கு இடமாற்றம் கிடைத்தது. டானியல் அன்ரனியின் இறப்பிற்குப் பின் மல்லிகையில் வெளிவந்த டானியல் அன்ரனியின் அட்டைப்படக் கட்டுரையை மிக உணர்வு பூர்வமாக சசி எழுதியிருந்தார்.

என்ன ஆச்சரியம் அடுத்து வந்த நாட்களில் பயணப்பட கிளாலிப் பாதைகள் தடைப்பட்ட போது விமானப் பயணம் செய்து கொண்டிருக்கையில் அவர் பயணித்த விமானம் சுட்டு வீழ்த்தப்பட்டது. அவரும் அவரோடு பயணித்தவர்களும் நாச்சிக்குடா கடலில் சங்கமமாகி விட்டனர்.

சசியின் நினைவுகளைப் பற்றி யாராவது எழுதினார்களோ நானறியேன்.

இந்தச் சந்தர்ப்பத்திலாவது சசி கிருஸ்ணமூர்த்தியைப் பற்றி எழுதக் கிடைத்தமைக்கு இவ்வாரப்பத்திரிகை ஆசிரியருக்கு எனது நன்றிகள்.

விரும்பியோ விரும்பாமலோ சசி கிருஸ்ணமூர்த்தி கடமையாற்றிய 'றோடியோஸ் பதி' யில் அவரது கடமையை நான் ஓரிரு மாதங்கள் மேற்கொண்டேன். அதிருப்தி தரும் அவ் அனுபவங்கள்... மிகவும் சங்கடம் நிறைந்தவை. இப்படி நிகழும் என சசி என்னை எச்சரித்திருந்தார். நான் அதற்கு செவி சாய்க்காதது எனது தவறுதான். இது பற்றியும் இதற்கு அப்பாற்பட்டும் இந்த நாடோடியின் பாடல் மேலும் மேலும் பலவாறாக விகசிக்கும் நிச்சயம்.

19.08.2012

4

மனிதர்களைப் பிடிப்பவன்

மேற்படி தலைப்பில் அமரர் சி. பற்குணமவர்களின் 31ம் நினைவு மலரில் ஒரு கவிதை எழுதியிருந்தேன். திரு.சி.பற்குணம் அவர்களுக்கும் எனக்குமான உறவு மிகவும் குறுகிய காலத்தைக் கொண்டது. தீண்டாமைக்கெதிரான போராட்ட காலத்தில் அவரது ஊரும், அவரும் ஆற்றிய பணிகள் மகத்தானவை. ஒடுக்கப்பட்ட சமூகத்திலிருந்து தனது கல்விப் புலமையால் உயர்பதவிக்கு வந்தவர். உயர்பதவிக்கு வந்தபோதும் சக உயர் சமூக அதிகாரிகளால் புறக்கணிப்புக்கு ஆளானவர். பதவியில் பல தடைகளைச் சந்தித்தவர். இறுதி நாட்களில் வடக்கு கிழக்கு மாகாண பிரதம செயலாளராக வருவதற்கான சகல தகுதிகளைப் பெற்றிருந்தும் சாதியின் காரணமாக அப்பதவி மறுக்கப்பட்டவர்.

''மகுடிக் குறவன் முன் ஆடேன் அசையேன்'' என காட்டமான கவிதை படைத்தவர்.

இளமைக்காலத்தில் அவரை எட்ட இருந்து பார்த்து அறிந்திருந்தேன். ஒரே கட்சியை நேசித்தவர்கள் என்ற போதும் நெருங்கிப் பழகிய தில்லை. 91ம் ஆண்டு கலவர நேரம் திருகோணமலையிலிருந்து அகதியாக குடும்பத்துடன் யாழ்ப்பாணத்திற்கு புலம் பெயர்ந்திருந்தேன். பருத்தித்துறை பிரதேச செயலகத்தில் தற்காலிகமாக கையொப்பமிட்டுக் கொண்டிருந்தேன். மாகாண மத்திய அரச செயலக ஊழியர்களின் அன்றைய செயற்பாடு அப்படியாக இருந்தது.

புலம் பெயர்ந்த ஊழியர்களுக்கு ஒரு குறிக்கப்பட்டஅளவு சம்பளம் யாழ் கச்சேரியில் வைத்து ஒரு அதிகாரியினால் வழங்கப் படுவதாக ஒரு செய்தி எங்கள் காதில் விழுந்தது. பல உயர் அதிகாரிகள் புலம் பெயர்ந்திருந்த போதிலும் யாழ் அரச அதிபரிடம் தனது

தற்துணிபையும் நம்பிக்கையையும் பயன்படுத்தி அரச ஊழியர்களுக்கு சம்பளம் வழங்கும் பணியை திரு.சி. பற்குணம் யாழ் கச்சேரியில் வைத்து வழங்கிக்கொண்டிருந்தார்.

பருத்தித்துறையிலிருந்து இருபது மைல்தூரம் சைக்கிள் ஓடி கச்சேரியை அடைந்தேன்.

பற்குணமவர்களின் தற்காலிகமான அலுவலக வாயிலில் ஏராளம் அரச ஊழியர்கள். நானும் கியுவில் நின்று.... பற்குணமவர்களின் உதவியைப் பெற முயன்று கொண்டிருந்தேன். ஏலவே பற்குணமவர்களைக் கண்டிருந்த போதிலும் அவருக்கு என்னைத் தெரியாது. அவர் என்னை ஏற இறங்கப் பார்த்த பின்.... ''உம்மை எனக்குத் தெரியாது... எப்படி நான் பணம் வழங்குவது'' என என் கோரிக்கையை மறுதலித்தார்.

இருபது மைல் சைக்கிள் ஓடி விறுவிறுத்து வந்த நான் மனம் சோர்ந்து வெளியில் வந்தேன். வெளியே இலங்கை ஒலிபரப்புக் கூட்டுத் தாபனத்தில் வேலை செய்யும் எனது மைத்துனரொருவர் நின்று கொண்டிருந்தார். பாதைகள் தடைப்பட்டிருந்தமையால் அவரது பயணமும் தடைப்பட்டிருந்தது. அவருக்கு சி.பற்குணமவர்களுடன் நெருங்கிய பழக்கமிருந்தது. அவரிடம் எனது நிலைமையை விளக்கினேன். அவர் திரும்ப பற்குணமவர்களிடம் அழைத்துச்சென்று என்னை அறிமுகப்படுத்தினார். அதன் பிறகே எனக்கு அம்மாதச்-சம்பளத்தில் ஒரு பகுதி கிடைத்தது. அன்று சி. பற்குணமவர்கள் சந்தேகப்பட்டது போல கச்சேரியில் வைத்து சம்பள முற்பணம் பெற்ற பலர் அத்தொகையைத் திரும்பச் செலுத்தாத காரணத்தால் திரு.சி.பற்குணமவர்கள் சிக்கல் நிறைந்த அரச நடைமுறையை எதிர் கொண்ட சம்பவம் பிறகு நிகழ்ந்தது ஒரு முக்கியமான உண்மை.

திருகோணமலை திரும்பிய ஊழியர்களோடு நானும் சிரமத்தின் மத்தியில் மீள வேலையில் இணைந்து கொண்டேன். காலம் மெல்லக்கரைந்து கொண்டிருந்தது. கூட்டுறவு ஆணையாளராக இருந்த பற்குணமவர்கள் மனிதவள மேம்பாட்டு நிலையம் என்ற நூல் நிலையம் ஒன்றை டொக்யாட் வீதியில் உருவாக்கினார். சமகால இலக்கிய நூல்கள் ஏராளம் அங்கு குவிந்துகிடந்தன. வ.அ.வின் பெரும் பொழுதுகள் அந்நூல் நிலையத்திலேயே கழிந்தன. நானும் ஒரு வாசகன் ஆயினும் திரு.பற்குணத்தின் தொடர்பு எனக்கு இப்போதும் எட்டத்திலேயே இருந்தது. உண்மையைச் சொல்கிறேன் நான் யாழில் பெற்ற பணம் எனது சம்பளத்திலிருந்து கழிக்கப் பெற்றுவிட்டது.

எனக்கு இப்போது பதிப்பகத் திணைக்களத்தில் வேலை மாற்றமாகியிருந்தது. ஒரு தகுதியற்ற மனிதாபிமானமற்ற ஒரு கெட்ட மனிதனின் கீழ் நான் வேலை செய்ய வேண்டிய நிர்பந்தம். தனது தகுதியை மறந்து அந்த அயோக்கியன் என்னை சக ஊழியர்கள் மத்தியில் தரக்குறைவாக கிண்டலடிப்பதும் அவமானப் படுத்துவதுமாக இருந்தான். அந்த விபரங்களை பிறிதொரு பாடலில் எழுத இருப்பதால் இப்போது தவிர்த்துக் கொள்கிறேன்.

மனிதவள மேம்பாட்டு நிலைய மேல்மாடியில் பயனுள்ள கருத்தாடல்கள் அடிக்கடி நிகழ்வதுண்டு அதற்கான ஏற்பாடுகளை பற்குணமவர்கள் செய்திருந்தார். திருகோணமலைக்கு வரும் இலக்கிய, அரசியல், பிரமுகர்கள் பற்குணத்தாரின் இக்கருத்தாடல் நிகழ்வுகளில் பங்குபற்றுவார்கள். பேராசிரியர் கா.சிவத்தம்பி, கோமல் சுவாமிநாதன், சண்முகம் சிவலிங்கம், மு.பொன்னம்பலம், சு.வில்வரத்தினம், வ.அ.இராசரத்தினம் ஆகியோர் இக் கருத்தாடல்களில் பங்கு பற்றிய முக்கிய நபர்களாகும்.

நவராத்திரி 9 நாளும் சிறப்புரைகளும், கவியரங்குகளும் நடைபெறும். 50 பேருக்கு மேற்பட்ட பார்வையாளர்கள் கலந்து கொள்வார்கள். ஆரோக்கியமான நிகழ்வாக அந்த நிகழ்வு விளங்கியது. அது உண்மையில் திருகோணமலையில் பதிந்த உன்னதமான சம்பவங்களில் ஒன்று. ஒரு பகல் - நவராத்திரி காலம் திரு. எம்.ஐ.ஏ.ஜபார் என்னைத் தேடிப் பதிப்பகத் திணைக்களம் வந்தார். சில நல்ல திரைப்படங்கள் - எனும் தலைப்பில் என்னை மறுதினம் ஒரு பேச்சை மனிதவள மேம்பாட்டு நிலையத்தில் நிகழ்த்துமாறு கேட்டுக் கொண்டார். சி.பற்குணத்தின் அனுமதியுடன் தான் அந்த ஏற்பாடு. நான் எனது மனிதநேயமற்ற உதவிப் பணிப்பாளரிடம் அனுமதி பெற்று என்னைக் கூட்டிச் செல்லுமாறு கூறினேன். உரிய கடிதத்துடன் அடுத்த நாள் 3 மணிக்கு வந்த ஜபார் என்னை வேண்டா வெறுப்புடன் அனுப்பச் சம்மதித்த உதவிப் பணிப்பாளருடன் கடிதத்தைக் கொடுத்து என்னை மனித வள மேம்பாட்டு நிலையத்திற்கு அழைத்துச் சென்றார். நிகழ்ச்சி தொடங்குவதற்கு முன்னர் சிறிது நேரம் திரு.சி.பற்குணம் அவர்களுடன் உரையாடக்கிடைத்தது. என்னைப் பற்றிய முழு விபரங்களையும் கூறி யாழ் கச்சேரியில் நடந்த சம்பவத்தை நினைவூட்டி எனது நன்றியைத் தெரிவித்துக் கொண்டேன். தனது கட்சியைச் சேர்ந்தவனென அடையாளம் கண்ட பற்குணம் என்னோடு மிகவும் ஐக்கியமாகினார்.

அன்றைய தினம் ஒரு 2 மணித்தியாலங்கள் தமிழ் சினிமா பற்றி ஒரு விரிவுரையை நான் நிகழ்த்தினேன். தலைமை தாங்கிய பற்குணம் எனது உரையை மிகவும் சிலாகித்தார். பார்வையாளர்கள் மத்தியிலும் பரந்த கைதட்டல் கிடைத்தது. அடுத்து வந்த சில நாட்களில் மீண்டும் பிறிதொரு தலைப்பில் சினிமா பற்றிய பேச்சொன்றை அதே தலைமையின் கீழ் நான் நிகழ்த்த சந்தர்ப்பம் கிட்டியது.

கலவரத்தின் காரணமாக புலம் பெயர்ந்து யாழ் சென்ற விடயம் குறித்து 'எதிர்வு' எனும் கதையில் விபரம் குறித்துள்ளதாலும் அதனால் எனக்கேற்பட்ட மன உணர்வுகள் சிலவற்றை 'விருட்சம்' எனும் கதையில் குறிப்பிட்டுள்ளமையாலும் அதனை இங்கு தவிர்த்துக் கொண்டு சி.பற்குணமவர்களின் உதவி பற்றி எடுத்துரைக்க முயல்கிறேன்.

இந்தியாவில் சவுத் ஏசியன் புத்தக நிறுவனத்தாருடன் இணைந்து தேசிய கலை இலக்கியப் பேரவை வெளியிட்ட எனது 'அயல் கிராமத்தைச் சேர்ந்தவர்கள்' சிறுகதைத் தொகுதியின் இரண்டு பிரதிகளை என்னிடம் சேர்ப்பித்தவர் திரு. பற்குணமவர்களே.

சதிகாரர்களினால் எதுவித நியாயமுமற்ற விதத்தில் வேலை பறிக்கப்பட்டு விலகல் கடிதம் வழங்கப்பட்ட நான் ஒன்றரை வருடங்கள் உணவுக்கும் வசதியற்று கொடும் துயரை அனுபவித்தேன். மகன் பிறந்து ஒரு வயது கூட ஆகவில்லை. சரஸ்வதி பூசை நடக்கு மிடங்களுக்குச் சென்று அங்கு வழங்கப்படும் பிரசாதங்களைச் சில வேளைகளில் பெற்று மனைவிக்கு வழங்கியிருக்கிறேன்.

ஒரு நாள் திரு. பற்குணமவர்களிடம் ஒரு 100 ரூபா கடன் கேட்கச் சென்றேன். ஆறுதலாக என்னை அமரச் சொல்லிவிட்டு ஒரு பேப்பரில் ஏதோ எழுதத் தொடங்கினார். எனக்கோ அவசரம் அரை மணித்தியாலம் கழிந்த பின் என்னை ஏறிட்ட அவர் ஒரு 100 ரூபா தாளை என் கையில் கொடுத்து நேரே வீட்டுக்குப்போம். வேறு ஒரு இடமும் போக வேண்டாம் எனக் கூறினார். நான் கிளம்பும் போது தமது சாரதி திருநாவுக்கரசுவை தான் வரச்சொன்னதாகக் கூறும்படி என்னிடம் பணித்தார். நான் வீடு வந்து சேர்ந்து விட்டேன். அன்றைய பொழுது கழிய அந்த 100 எனக்குப் போதுமாக இருந்தது. ஆயினும் நான் வீட்டிலேயே பற்குணத்தாரின் சொற்படி நின்றிருந்தேன். எனது வீட்டு வாசலில் பற்குணத்தாரின் பிக்கப் வந்து நின்றது. திருநாவுக்கரசு சாரதி யாசனத்தை விட்டு இறங்கி பிக்கப்பின் டிக்கியைத் திறந்து பல சாமான் பார்சல்களை எடுத்து வந்து எனது வீட்டின் முன்பக்கத்தில் அடுக்கத் தொடங்கினார்.

அதிர்ந்து நின்றேன் அத்தியாவசிய உணவுப் பொருட்கள், உலருணவுப் பொருட்கள், சவர்க்காரம் என ஒரு மாதத்திற்குப் போதுமான பொருட்கள்.

பற்குணம் பட்டியலிட்டு சாரதியை அனுப்பி எனக்கு உதவிய அந்தப் பண்பு. நண்பர்களே... நான் அறவிடமுடியாத ஒரு கடனாளியாக இப்போதுமுள்ளேன். என் மனைவியும் நானும் அழுது விட்டோம். திருநாவுக்கரசுவும் கண்கலங்கினார். அவர் எனது இந்த எழுத்திற்கு நேரடிச்சாட்சியம். திருநாவுக்கரசு இப்போதும் ஒரு திணைக்களத்தில் சாரதியாக கடமை புரிகிறார். பற்குணமவர்களின் முயற்சியால் அவரது திணைக்கத்திலேயே ஒரு அமைய ஊழியனாக நான் சேர்ந்தமை பின்னாளில் நிகழ்ந்தது.

திரு. பற்குணமவர்களின் கீழ் நான் கடமையாற்றிக் கொண்டிருந்த காலத்தில் அவர் நோய்க்கான சிகிச்சைக்காக தமிழகம் சென்றிருந்தார். சுகமாகிக் கொண்டிருக்கிறார் எனும் தகவல்கள் கிடைத்துக் கொண்டிருந்த நேரம் அவர் இறந்து விட்டார் எனும் செய்தி எமக்கு வந்து சேர்ந்தது.

திரு. பற்குணமவலர்கள் பற்றிய ஒரு முக்கிய செய்தி அவர் எழுதிய கவிதைகள் "நெஞ்சின் நெருடல்கள்" என்ற தலைப்பில் பிரசுரமாகியது மட்டுமல்ல "பட்டுக் கோட்டையின் பாட்டுத்திறம்" எனும் ஒரு ரசனைக் குறிப்பும் நூலாகியுள்ளமையாகும்.

எனது பாடல்கள் தொடரும் சமயங்களில் இடையிடை பற்குணமவர்களைப்பற்றி நான் எழுதுவேன். நிச்சயமாக அந்த மனிதன் மனிதர்களைப் பிடிப்பவனே தான்.

இதற்கான சாட்சியங்களாக இறந்த கவிஞர் சு.வியும், உயிரோடு இருக்கும் என் போன்ற பலரும் மௌனம் கலைக்கத் தயாராக உள்ளோம். அவர் பற்றி ஒரு சிறுகதை கல்வித் திணைக்களம் வெளியிட்டுள்ள 8ம் ஆண்டு பாடப்புத்தகத்தில் இடம் பெற்றுள்ளது.

பற்குணத்தின் இறப்புக்கும் பின்னர் மனித வள மேம்பாட்டு நிலைய நூல் நிலையத்திலிருந்த இலக்கிய நூல்கள் வேறு நூல் நிலையத்திற்கு கையளிக்கப்பட்டதுடன். கருத்தாடல் நிகழ்வுகளும் அற்றுப் போய் திருகோணமலைக்கு ஒரு வெறுமை சூழ்ந்துள்ளமை உண்மையில் ஒரு நெஞ்சின் நெருடல்தான். திரு.சி. பற்குணத்தின் செயற்பாட்டுத் திறன் அவரின் பின்னர் பதவிக்கு வந்த அதிகாரிகளிடம் இல்லாமல் போனமையும் இந்நிகழ்வுக்கு ஒரு காரணம் என்பேன்.

பிறிதொரு வகையில் பார்த்தால் அந்த மனிதனின் பெயரை நிலை பெறச் செய்யாமல் விடுவதற்கான உள்நோக்கமும் இதில் கலந்திருக்கக் கூடும் என்பதும் சிந்தனைக்குரிய ஒன்றுதான். ஆனாலும் அந்த வெற்றிடம், நல்ல நெஞ்சங்களுக்கு அமரர் பற்குணத்தைப் பற்றி அடிக்கடி நினைவுறுத்திக் கொண்டே இருக்கும். ஏனெனில் அந்த மனிதனால் பிடிக்கப்பட்ட பலர் இன்னும் இறந்து விடவில்லை அவரின் நினைவுகளுடன் உயிர் வாழ்கிறோம்.

26.08.2012

5

பெற்றதும் கற்றதும்

சில விடயங்களை பகிரங்கமாகவும், மனந்திறந்து பேசுவதாலும் சிலருக்கு என்னைப் பிடிப்பதில்லை. அதையிட்டு நான் கவலைப் படுவதும் கிடையாது. என்னைப் பொறுத்த வரையில். மனிதத்துவத்தை நான் மதிப்பவன், அங்கீகாரத்துக்கு அலைய வேண்டிய அவசிய மில்லை, என்னை ஏற்றுக் கொள்ள வேண்டுமென்பதற்காக பேய்களுடன் சமரசம் செய்து கொள்ள நான் முயலுவதில்லை. இதனை எனது தலைக் கனம் என நீங்கள் அர்த்தம் கொண்டால் நான் ஒன்றுமே செய்ய முடியாது.

இளைய தலைமுறை என்னை வாழ்த்த வேண்டும், முதிய தலைமுறை என்னை புகழவேண்டுமென்கிற விருப்பம் எனக்கு இல்லை. முப்பதிற்கு உட்பட்ட சிறுகதைகளும், இரண்டு நாவல்களும், இரண்டு குறுநாவல்களும் இருபதிற்கு மேற்பட்ட கவிதைகளும் சில கட்டுரைகளும் தான்.... எனது எழுத்துக்கள் "இம்" என்னும் முன் இருநூறும் முன்னூறும் படைக்கக்கூடிய ஆற்றல் என்னிட மில்லை. நான் ஒரு படைப்பாளி என்பதை விட ஒரு வாசகனாக இருப்பதிலே பெருமை கொள்பவன். எழுத்துலகில் யாருடைய துணையுமின்றி புத்தகங்களின் துணையோடு காலடி வைத்தவன். என்னவோ மக்களை கற்றதினால் எனது படைப்புகள் எளிமையாக இருக்கின்றன. அவர்கள் புரிந்து கொள்வதற்காக எனது படைப்புகளை நிதானமாகச் செய்கிறேன். அதற்கான பலாபலனை நான் பெற்றுக் கொண்டுள்ளேன் என்பதை தாழ்மையுடன் தெரிவித்துக் கொள்கிறேன்.

எனக்குச் சில நண்பர்கள் இருக்கிறார்கள். அவர்கள் என்மீது அக்கறையுள்ளவர்கள் போல் நடிக்கிறார்களென்பதை நான் அறிந்து வைத்துள்ளேன். என் மீதான மிகுந்த பொறாமையுடன், எரிச்சலும் அவர்களுக்கு இருக்கிறது. எனக்குக் கிடைக்கும் மரியாதையில்

நந்தினி சேவியர்

அவர்கள் பங்கு பெற முயலுகிறார்கள், தங்களை சார்ந்தவன் நானென என்னைத் துணைக்கழைக்கிறார்கள். எப்படித்தான் இவர்களை விட்டுத்தூர விலகினாலும் வந்து ஒட்டிக் கொள்கிறார்கள்.

வ.அ.ஏன் இவர்களோடு ஒட்டுறவு இல்லாதிருந்தார் என்பதை நான் இப்போது உணர்கிறேன். எனது வாயிலிருந்து தங்களது பெயர்கள் உச்சரிக்கப்பட வேண்டுமென எதிர்பார்க்கிறார்கள். எப்படி யாவது தங்களுடைய புகைப்படங்களோ, செய்திகளோ நாளாந்தப் பத்திரிக்கையில் வரவேண்மெனத் தவண்டை அடிக்கிறார்கள். அதற்காக விபச்சாரிகள் போல் எல்லோருடனும் உறவாடுகிறார்கள். அதற்கு நான் என்ன செய்வது கள்ளர்களுடனும், காடையர்களும், சந்தர்ப்பவாதிகளும், அறிவிலிகளும் என்னால் கூட்டுச் சேர முடியவில்லை.

எனது 50 வருட இலக்கிய அனுபவத்தில் இரண்டே இரண்டு சிறுகதைத் தொகுதிகளே என்னால் வெளியிட முடிந்துள்ளது. அதற்குக்கூட பிறருடைய உதவி எனக்குத் தேவைப்பட்டது.

இழப்பின் வேதனைகள், நோயின் தாக்கம் என்னை மோத, வீழ்த்த முனைகின்றது. பெரும் கடனாளியாக வாழ்கிறேன். ஆயினும் சோரவில்லை.

அகதிமுகாம் வாழ்க்கையை நிகர்த்ததே எனது வாழ்க்கை.

சென்ற நத்தார் தினம் எனது தகரக் கொட்டைகைக்கு வந்த சில சிறுவர்கள், "தாத்தா நீங்கள் ஏன் பாலன் குடில் வைக்கவில்லை" என்று என்னைக் கேட்டார்கள். நான் கூறினேன். "தாத்தா இருப்பதே ஒரு மாட்டுக் கொட்டில் தான் இதை விட என்ன வேணும்" என்றேன்.

எனவே தந்தக் கோபுரக் கற்பனைகள் எனக்கில்லை. என் படைப்புக்களின் எளிமைக்கு என் வாழ்வே சாட்சியங்கள் தோழர் மா.ஓ. கூறியது போல் குளிர்காலத்தில் பட்டுடைகளில் அதிக பூ வேலைப்பாடுகள் பற்றி அக்கறை கொள்வதை விட குளிர் காய்வதற்கான நல்ல விறகுகளைத் தேடுவதே எனது விருப்பமாகவும் இருக்கிறது.

நன்றி என்ற வார்த்தை பற்றிப் பிரஸ்தாபித்தேன் அல்லவா சமீபத்தில் எனக்கேற்பட்ட ஒரு சம்பவத்தை இவ்விடத்தில் நினைவு கூரலாம் என எண்ணுகிறேன்.

மனிதாபிமானம் சகோதர உணர்வு - இது பற்றியெல்லாம் கவிதைகள் பாடும் பெரும் கவிஞர் அவர்.... மேடையில் கவிதையால் பார்வையாளர்களைக் கட்டிப்போடும் வல்லமை பெற்றவர் ''சோ'' என மழை கொட்டுவது போல் சரமாரியாக வார்த்தைகளை அடுக்கு மொழியில் அள்ளித் தெளிப்பார். கலாபூசணவிருது ஆளுநர் விருது எல்லாம் பெற்றுக் கொண்ட அரசு ஓய்வூதிய ஆசிரியர் அவர். தாம் கற்றதையும் பெற்றதையும் ஒரு நூலாக்கி வெளியிட இருந்தார்.

அவரது நூலில் பத்தோடு பதினொன்றாக எனது பெயரும் போகடி போக்காகக் குறிப்பிடப்பட்டிருந்தது. இவ்வளவுக்கும் அவரது முதல் நூலுக்கான அவர் பற்றிய பின்னட்டை அறிமுகக் குறிப்பை நானே எழுதியிருந்தேன்.

வரவேற்புரையை ஒரு குழந்தைக் கவிஞர் நிகழ்த்துவதாகவும், வெளியீட்டுரையை முன்னை நாள் மேலதிக கல்விச் செயலாளர் ஆற்றுவதாகவும், நயவுரையை ஓய்வு பெற்ற அதிபர் ஒருவர் நிகழ்த்துவதாகவும், நன்றியுரையை ஆலங்கேணிக் கவிஞர் ஒருவர் செய்ய இருப்பதாகவும் அறிந்தேன்.

பகல் 1 மணி மீண்டும் அதே நபர் தொலைபேசியில் அழைத்தார். நான் நூலாசிரியர் வீட்டிலிருந்து பேசுகிறேன்... இரண்டு உரைஞர்கள் வராத காரணத்தினால் அதில் ஏதாவது ஒரு உரையை நீங்கள் நிகழ்த்த வேண்டும். இது நூலாசிரியரின் விருப்பம் என்றார்.

நான் எதுவித பதட்டமும் இன்றி நிதானமாக கூறினேன்.

அழைப்பிதழே.... இப்போதுதான் கிடைத்தது. புத்தகத்தை கண்ணால் கூடக் காணவில்லை.... ஒரு புத்தகம் தந்தால்..... வெளியீட்டுரையை..... நான் நிகழ்த்துகின்றேன். ஒரு சக எழுத்தாளன் வெளியீட்டு விழாவில் அவமானப்படுவதை நான் விரும்பமாட்டேன். இடைவெளியை நிரப்ப நான் சித்தமாயுள்ளேன் எனக் கூறினேன்.

புத்தகம் உடனடியாக என் கையில் கிடைத்தது. 3 மணிக்கு முன்னரே நான் மண்டபத்திற்கு வந்து விட்டேன். கூட்டம் ஆரம்பமாகி விட்டது. அதிதிகளுடன் நானும் நயவுரையற்ற தற்செயலாக நியமிக்கப்பட்ட சஞ்சிகை ஆசிரியரும் மேடையில் அமர்ந்திருந்தோம்.

வரவேற்புரையை மிகவும் தெளிவாக நிகழ்த்தத் தொடங்கிய குழந்தைக் கவிஞர் மேடையிலிருந்த எங்கள் இருவரையும் தவிர அழைப்பிதழில் குறிப்பிட்ட விழாவுக்கு வராத பிரமுகர்கள் உட்பட அனைவரையும் பெயர் சொல்லி வரவேற்று அமர்ந்தார்.

மேடையிலிருக்க எனக்கு மிகவும் சங்கடமாயிருந்தது. எமது பெயர் குறிப்பிடாமமையினால் அழையா விருந்தாளியாக பார்வையாளர்கள் எம்மைக் கருதக்கூடிய ஆதங்கம் என்னுள் ஏற்பட்டது. என்னோடு தொடர்பு கொண்ட அன்பர், நிகழ்வின் தொகுப்பாளராக இருந்தார். நடந்த விடயங்கள் அனைத்தும் அவர் அறிந்திருந்தமையால் தலைமையுரையைத் தொடர்ந்து வெளியீட்டுரைக்கு அழைக்கும் போது நாகரிமாக நடந்தவற்றைச் ச சுருக்கமாகக் கூறி என்னை அழைத்தார்.

வழமை போல் நகைச்சுவையாக என் உரையைத் தொடங்கிய நான் முத்தாய்ப்பாக நூலாசிரியர் இன்னும் கற்றுக் கொள்ள நிறைய விஷயங்களிருக்கின்றன. அவர் பெற்றுக்கு கொண்டதிலிருந்து பலவற்றைக் கற்றுக் கொள்ள வேண்டுமென்று முடித்தேன்.

நிகழ்வு பொன்னாடை, புகழாடை என எரிச்சலூட்டும் வண்ணம் தொடர்ந்தது. நான் மேடையிலிருந்து பார்வையாளர் பகுதிக்கு இறங்கி வந்து விட்டேன். ஏற்புரை ஆரம்பமாகியது நூலாசிரியர் சவுடால் தனமாக கவிதை மூலம் ஏதோ கூறினார். யார் யாரையோ எல்லாம் விளித்தார். நானோ, சஞ்சிகை ஆசிரியரோ சம்பிராதாயத்திற்குத் தன்னும்.... பெயர் குறிப்பிடப்படவில்லை.

பின்னர் நன்றியுரையாற்ற வந்த பெரும் கவிஞர்தான் ஏலவே எழுதி வந்த கவிதைகளை சவுடால் தனமாக அரங்கேற்றினார். அதிலும் நாமிருவரும் விடுபட்டோம்.

''உடுக்கை இழந்தவன் கைபோல் இடுக்கன் களைந்த'' எனக்கு கடும் கோபம் வந்தது.

எந்நன்றி கொன்றார்க்கும் உய்வுண்டாம் உய்வில்லை....என அறம்பாட மனம் அவாவியது அடக்கிக் கொண்டேன்.

எனது உள்ளக்குமுறலை அடுத்து நிகழ்ந்த ஒரு நிகழ்வில் பகிரங்கமாகக் கூறினேன்.

''நீங்கள் எத்தனை பெரிய கவிஞர், கதைஞர், எழுத்தாளராகவும் இருக்கலாம்.... முதலில் மனிதர்களாக இருங்கள்.... மனிதனாக இருப்பவனே கவிஞனாக இருப்பான்'' மேற்படி எனது கூற்று பின்னர் செய்திப்பத்திரிக்கை ஒன்றில் தலைப்பு பெரிதாக்கி வெளியிடப் பட்டிருந்தது.

சில நாட்கள் கழித்து ஒரு கவிதைத் தொகுதி வெளியீட்டு விழாவில் அக்கவிஞரை நான் சந்தித்தேன். என்னைப் பார்த்து கையசைத்த அவரிடம் ''உமக்கும் எனக்கும் எதுவித கதையும் தேவையில்லை முதலில் மனிதனாக இருங்கள்'' என காட்டமாக கூறி அவருடன் பேசாது முகத்தைத் திருப்பிக் கொண்டு விட்டேன்.

என் குணத்தைப் புரிந்து கொண்ட இளம் தலைமுறை என்னை நேசிக்கின்றது. என் மீதான அவர்களது அன்பை நான் மதிக்கிறேன். இந்த வயோதிப காலத்தில் அவர்களது தோளில் கைபோட்டு தெம்புடன் அவர்களோடு நடக்க விரும்புகிறேன் - உரையாடிய படி....

எனக்கு யாருக்கும் தலை வணங்க வேண்டிய அவசியமில்லை... அன்புக்கு நான் அடிமை. இந்த செருக்கு 'பாரதி'யிடமிருந்து மானசீகமாக நான் பெற்றுக் கொண்டது.

இது....மாறவே மாறாது என் இனிய இளம் நெஞ்சங்களே... மேலும் மேலும் பல விடயங்களை இந்த நாடோடியின் பாடல் வாயிலாக.... நீங்கள் அறிந்து கொள்ளலாம்..... உரையாடுவோம் வருகிறீர்களா?

02.09.2012

6

அனுபவங்களின் வெண்கூடு அல்லது ஆசிரியர்களுக்கு நன்றி

நெல்லிமரப் பள்ளிக்கூடத்தில் 3ம் ஆண்டு வரை படித்த நான் வேதக்கோவில் கிராமத்துப் பள்ளிக்கூடத்திற்கு 4ம் ஆண்டுக்குச் சேர்த்துக் கொள்ளப்பட்டேன். தற்காலிகமான அந்தப்பள்ளிக்கூடம் வசதிகள் மிகக்குறைந்ததாக இருந்தது. இலவச உணவு, (பணிஸ் - பால்) என்பன வழங்கப்பட்ட காலம். அதன் பெறுமதியை மாணவர்களாகிய நாங்கள் அப்போது உணரவில்லை. சதுரமான அந்த பணிஸ் ருசி யற்றுமிருந்தது. அந்த பணிஸை நசித்து உருண்டையாக்கி பந்தடிப்பது போல் அடித்து விளையாடியிருக்கிறோம்.

நோஞ்சானான என்னை படிப்பிப்பதற்கு எனது தகப்பனார் விரும்பினார். நான் எனது தகப்பனாரின் தங்கை வாழ்க்கைப்பட்ட ஊரிலுள்ள சுளிபுரம் விக்ரோறியக் கல்லூரிக்கு இடமாற்றப்பட்டேன். எனது விடுகை அறிக்கை கூட வெறும் பேப்பரில் எழுதப்பட்டே விக்ரோறியாக்கல்லூரிக்கு அனுப்பப்பட்டது. பிறப்புச்சான்றிதழ் கிடைக்கவில்லை. ஆண்களும் பெண்களும் என நிறையப்பேர்கல்வி கற்ற ஒரு பிரமாண்டமான கல்லூரியாக அக்கல்லூரி விளங்கியது.

தமிழரசுக்கட்சி திரு.அ.அமிர்தலிங்கம், முன்னாள் தபால் தொடர்புகள் அமைச்சர் செல்லையா குமாரசூரியர் ஆகியோர் இக்கல்லூரிப் பழைய மாணவர்கள் என்பதை பிற்காலத்தில் நான் அறிந்து கொண்டேன்.

ஒரு வருடம் எனக்கு அங்கு கல்வி கற்கக் கிடைத்தது. 5ம் ஆண்டு 3 தவணைப் பரீட்சையிலும் நான் முதலாம் பிள்ளையாக வந்தேன். இதற்கு எனது திறமையை விட அன்றைய நிலமையும் ஒரு காரணம். மேற்படி கல்லூரியில் கத்தோலிக்க பாடம் படிப்பிக்கப்

படுவதில்லை. எனது மைத்துனர் உட்பட குறைந்தது 5 மாணவர்களே முழுக்கல்லூரி மாணவர்களில் கத்தோலிக்கராயிருந்தோம். எட்டுப் பாடப் புள்ளிகளை (இந்து சமயம் உட்பட) எட்டால் வகுத்து வந்த சராசரிப் புள்ளிகளை விட மொத்தப்புள்ளிகளை 7 ஆல் (கத்தோலிக்க பாடம் இல்லாததால்) வகுத்தமையால் நான் சராசரிப் புள்ளிகளை அதிகம் பெற்றேன். அதனால் வகுப்பில் முதலாம் பிள்ளையாக வரமுடிந்தது. அசெம்பிளியில் வைத்து அதிபரின் கையால் தேர்ச்சி அறிக்கையை வாங்கும் சந்தர்ப்பம் 3 தடவைகள் எனக்குக் கிட்டிற்று.

இதனால் இரண்டாவதாக வந்த மாணவி ஒருவரால் நான் மனக்கஸ்டங்களை அனுபவித்தேன். மேற்படி பாடசாலையை விட்டு விலகும் எண்ணம் மேலோங்கியது. மிகவும் பிடிவாதத்துடன் எனது தந்தையாரின் ஊர்வந்தேன். சில தவிர்க்க முடியாத காரணங்களினால் தென்மராட்சிலிருந்து எமது குடும்பம் வடமராட்சிக்குப் புலம் பெயர்ந்திருந்தது.

எனது தகப்பனாரின் தகப்பனார் திருகோணமலையைச் சேர்ந்தவர். கொட்டியாரம், தம்பலகாமம் என எமக்கு உறவுகள் பல இருந்தன. எனது மனைவியின் தகப்பனாரின் தாயார், எனது பாட்டனாரின் கூடப்பிறந்த சகோதரி அவர்கள் திருகோணமலையைச் சேர்ந்தவர் களாயிருந்தனர். நான் எனது சொந்த மச்சாளையே திருமணம் செய்யக் காலம் உதவியுள்ளது.

வடமராட்சியில் திரு இருதயக் கல்லூரியில் நான் 6ம் ஆண்டில் சேர்த்துக்கொள்ளப்பட்டேன். எமது ஊரிலிருந்து 3 மைல் தொலைவிலுள்ள அந்தக் கல்லூரிக்கு கால் நடையாகச் சென்று படிக்கத் தொடங்கினேன். எமது ஊரிலிருந்து பத்துக்கு மேற்பட்டவர்கள் கல்விக்காக அக்கல்லூரிக்கு சென்று வந்தார்கள். இரு நேரப்பாடசாலை, 3.15 வரை பாடங்கள். இரண்டு இடைவேளைகள். சீருடை அறிமுகமில்லாக் காலம் ஒரே காற் சட்டையை ஒரு வாரம் அணிவேன். சகமாணவர்களது நிலையும் அதே -

6ம் ஆண்டு முதல் தவணையில் மற்ஸ் (கேத்திர அட்சரகணிதம்) பாடத்தில் 94 புள்ளிகள் எடுத்திருந்தேன். எண்கணிதமும் அப்போது பாடமாக இருந்தது. சவிரிமுத்து மாஸ்ரர்எமக்கு கணித ஆசிரியர். 93 புள்ளிகளை மனுவற்பிள்ளை மாஸ்ரரின் மகன் பெனடிக்ற் பெற்றுக் கொண்டான். இருதயதாஸ் எனும் மாணவனுக்கும் 93 புள்ளிகள். இருதயதாஸ் அப்போது 'புன்னகை' என்னும் கையெழுத்துச் சஞ்சிகை ஒன்றை நடத்திக்கொண்டிருந்தான். துப்பறியும் கதைகளால் தனியொருவனாக அச்சஞ்சிகையை நிரப்பிக் கொண்டிருந்தான்.

விக்ரோறியாக் கல்லூரியில் படிக்கும் காலத்தில் கல்கியில் வெளிவந்த அகிலனின் புதுவெள்ளம் தொடர்நாவலையும் ''நரி வேட்டை'' போன்ற சித்திரக் கதைகளையும் வாசிக்கத் தொடங்கி யிருந்தேன். குமுதத்தில் வெளிவந்த ரா.கி.ரங்கராஜனின் ''படகு வீடு'' சாண்டியல்யனின் ''யவனராணி'' என்பவற்றையும் வாசிக்கக் கிடைத்தது. பி.எஸ்.ராமையாவின் சில கதைகளை குமுதத்தில் வாசித்தேன். அப்போது அவரை மணிக்கொடிக்காரராக தெரியாது. அது பற்றிய பிரக்ஞையும் எனக்கில்லை. துப்பறியும் கதைமோகம் என்னைப்பற்றி இருந்தது. மேதாவி, சிரஞ்சீவி, பி.எஸ். ராமச்சந்திரன், நாஞ்சில் பி.டி சாமியின் பரமரசிகன் நான். மண்ணெண்ணை விளக்கை தலை மாட்டில் வைத்து படுத்திருந்து நள்ளிரவு வரை வாசித்த புத்தகங்கள் இவைதான்.

விடுமுறை நாட்களில் சுழிபுரம் அல்லது நல்லூர்செல்வோம். என் தகப்பனாரின் மூத்த சகோதரியின் மூத்த மகள், சின்னத்தம்பி என்ற ஒருவரை திருமணம் செய்திருந்தார். அவர்களின் மூத்த மகனின் பெயர்புரட்சிதாசன். கோவில் வீதியில் அவர்களது வீடு. புரட்சி தாசனுக்குப் பின்னர்ஜனதா, சுரதா என இரண்டு பிள்ளைகள்.

சின்னத்தம்பி அண்ணர் வீட்டிற்கு நாங்கள் போனால் எங்களுக்கு தேனீருக்குப் பதிலாக சோடா கிடைக்கும். எனது மச்சாளை நான் நவமணி அக்கா என்று தான் கூப்பிடுவேன். ''அடிமை விலங்கறுப்போம்'' என ஒரு துண்டுப்பிரசுரம் நவமணி அக்கா வீட்டில் கட்டுக்கட்டாக கிடந்ததை நான் அவதானித்துள்ளேன். அவர்களது வீட்டின் விறாந்தைக் கதவின் மேல் கிறில்கல் ஒன்று வைத்துக் கட்டப்பட்டிருந்தது. அரிவாளும் சுட்டியலும் தான் அந்தக் கிறில்கல்.

சின்னத்தம்பி அண்ணர்வீட்டு மேசையில் தாமரை, சரஸ்வதி சஞ்சிகைகளையும் அவதானித்துள்ளேன். புரட்சிதாசனால் போத்தில் வாயரென கிசுகிசுக்கப்பட்ட ஒரு மனிதனை அடிக்கடி அவர்கள் வீட்டில் நான் கண்டிருக்கிறேன். ஆயினும் 10வயது நிரம்பிய எனக்கு விளையாட்டுப்பருவம். பெரிய சில்லுகள் பூட்டப்பட்ட முன்னும் பின்னும் இரும்புக்கரியரில் சோடா போத்தல்களை கடைகளுக்கு விநியோகித்து களைத்து விழுந்து வரும் சின்னத்தம்பி அண்ணர்ஒரு சீலை போட்ட ஈசிச்செயரில் சாய்ந்திருப்பார். விளையாட்டை நிறுத்தி நாம் ஒதுங்கிக்கொள்வோம். ஆவணி நல்லூர்த் திருவிழாவில் அவரது பெட்டிக்கடை ஒன்று நல்லூர்வீதியில் அமைக்கப்படும். புரட்சிதாசனோடு நானும் அக்கடையில் நின்றிருக்கிறேன். ஆவணி பாடசாலை 2ம் தவணை லீவில்தான் நல்லூர்திருவிழா வரும்.

நந்தினி சேவியர் படைப்புகள்

சின்னத்தம்பி அண்ணர்கதைகள் எழுதுவதாக நான் அறிந்த காலத்தில் தான் 'அடிமை விலங்கறுப்போம்' துண்டுப்பிரசுரம் (சிறிய புத்தகம்) அவரால் எழுதப்பட்டதென அறிந்தேன். எனது தகப்பனார்சின்னத்தம்பி அண்ணரைப் பற்றிக் கதைக்கும் போது தானியல், தானியல் என்று தான் கதைப்பார். அந்த சின்னத்தம்பி அண்ணர்தான் கே.டானியல். அங்கு அவரைத்தேடி வந்தார் வி.பொன்னம்பலம். நிச்சயமாக நான் கே.டானியலை அப்போது வாசித்திருக்கவில்லை.

6ம் ஆண்டு படித்துக் கொண்டிருந்த ஒரு நாள்... எனது தகப்பனார் வந்திருப்பதாக பியோனாக கடமையாற்றும் யேசுதாசன் வந்து சவிரிமுத்து மாஸ்ரரிடம் கூறி என்னை அழைத்துச் சென்றார். காதுகேளாத எனது தகப்பனார் அதிபரின் அறைவாசலில் நின்று கொண்டிருந்தார். தபாலில் வந்திருந்த எனது பிறப்புச்சான்றிதழை ஒப்படைக்கவே அவர் வந்திருந்தார்.

தொழில் சாதனங்களுடன் சேட் அணியாமல் வெறும்மேல் சகிதம் வந்திருந்த அவரை கண்ட எல்லோருக்கும் பிறப்புச்சான்றிதழ் இல்லாமலேயே நான் யார் என்பது தெரிந்துவிட்டது. அந்தக்காலத்தில் பிறப்பு அத்தாட்சிப் பத்திரத்தில் தகப்பனாரின் தொழில் என்னும் இடத்தில் பெரிய எழுத்தில் சாதித்தொழில் குறிப்பிடப்பட்டிருக்கும்.

சவிரிமுத்து மாஸ்ரருக்கு மாத்திரமல்ல ஆசிரியர்கள் அனைவருக்கும் நான் யார் என்பது பகிரங்கமானவுடன் புறக்கணிப்பு ஆரம்பமாகியது. எனது மேசைகுடையப்பட்டது எனது புத்தகங்களுடன் 'அம்புலிமாமா' புத்தகம் ஒன்று சவிரிமுத்து மாஸ்டரிடம் சிக்கிவிட பிரம்பு விளாசல் கிடைத்தது. அதுமட்டுமல்ல மற்ஸ் பாட நேரம் நான் வகுப்பில் இருக்க அனுமதிக்கப்படவில்லை... 6ம், 7ம், 8ம் ஆண்டு வரை கணிதபாட நேரம் நான் வெளியில் நிறுத்தப்பட்டேன்.

நெல்லி மரப்பள்ளிக் கூடத்தில் பஞ்சாட்சரவாத்தியார், திரு இருதயக் கல்லூரியில் சவிரிமுத்து மாஸ்ரர். நான் மற்ஸ்சில் பின் தங்கி விட்டேன்... பின் தள்ளப்பட்டேன். 94 மாக்ஸ் எடுத்த எனக்கு அந்தப் பாடம் ஏனோ எட்டாமலே போய்விட்டது. அவர்களது திட்டம் நிறைவேற்றப்பட்டது.

ரியூசன் இல்லாத காலம், க.பொ.த சாதாரண தரத்தில் நான் சயன்ஸ் பாடத்துடன் எண் கணிதம் எழுதினேன் சுயமுயற்சியும் பழைய வினாத்தாள்களின் உதவியுடனும் நான் எண்கணிதம், தமிழ் உட்பட எட்டுப்பாடங்களை எடுத்தேன். 5சி யும் 3எஸ் ம் கிடைத்தது.

அதனால் கிளறிக்கல் சோதனை எழுதும் தகுதியும் கிட்டியது. என்னை நான் உணர்ந்து கொண்டேன். அவர்களது அந்த திட்டமிட்ட நடவடிக்கைகளின் தாத்பரியம், நான் கம்யூனிச இயக்கத்தின் பால் ஈர்ப்புற உதவிற்று.

நண்பர்களே யாருக்கும் கிட்டாத மிகப்பெரிய கொடுமைகளைச் சிறுவயதில் அனுபவித்துள்ளேன். இந்த அனுபவங்களே என்னைப் புடமிட்டன.. இன்னும் புடமிடுகின்றன. அந்த ஆசிரியர்களே! உங்களுக்கு எனது மனம் நிறைந்த நன்றிகளைக் கூறிக் கொள்கின்றேன். அந்த நேரத்தில் கூட அதாவது சாதாரண தரக் காலத்தில் கூட நான் டானியலைப் படிக்கவில்லை.

எனது அண்ணர்வாங்கி வந்த இரு புத்தகங்கள் என் கண்ணில் சிக்கியது. இரண்டும் இந்தியாவில் பதிப்பிக்கப்பட்ட (பாரி நிலையம் - சரஸ்வதி பதிப்பகம்) ''ஓரே இனம்'' எனும் செ.கணேசலிங்கனின் சிறுகதைத் தொகுப்பு. ''தீ'' என்னும் எஸ்.பொவின் நாவலும். இவை இரண்டுமே நான் முதன்முதல் வாசித்த இலங்கை எழுத்தாளர்களின் நூல்களாகும்.

*1964*ம் ஆண்டுக் காலகட்டம் என நினைக்கின்றேன். சனி ஞாயிறு விடுமுறைகள் மாற்றப்பட்டு போயா தினம், போயாவுக்கு முன்தினம் என விடுமுறை விடப்பட்ட காலம் கொஞ்சங் கொஞ்சமாக இலங்கை எழுத்துக்களின் பரிச்சயம் எனக்கு ஏற்படத் தொங்குகிறது. உண்மையைச் சொல்கிறேன். இன்னமும் நான் டானியலை வாசிக்கத் தொடங்கவில்லை. அவரது டானியல் கதைகள் சிறுகதைத் தொகுப்பு வெளிவந்திருந்தது.

எனது அண்ணரின் மனைவியின் வீட்டில் அதனை நான் பார்த்தேன். முறிந்த ரோசாவின் படம் போட்ட சிவப்பு நிறப் புத்தகம். எழுத்தாளர் கூட்டுறவுப் பதிப்பகத்தின் முதல் வெளியீடு. கலாநிதி சு.வித்தியானந்தன் முன்னுரை. விலை ரூபா **2.50** சதம். அந்தத் தொகுப்பைப் பார்த்தேன். ஆனால் வாசிக்க முனையவில்லை. என்னிடம் அண்ணரினால் வாங்கப் படும் குமுதங்கள், பேசும்படம், கரீமை ஆசிரியராகக் கொண்டு வெளிவரும் ''தமிழ்ச்சினிமா'' என்பன வாசிப்பதற்காக கை வசமிருக்க அத்தொகுப்பை வாசிக்க முடியாதிருந்தேன்.

நெல்லியடி லக்சுமி ஸ்ரோசின் முன்னரங்க விற்பனைப் புத்தகங்கள் என்னை இறுகக் கட்டிப்போட்டிருந்தன. 'சந்திரோதயம்' எனும் கையெழுத்துச் சஞ்சிகையை நண்பனும் மைத்துனனுமான

எட்வேட்டின் துணையுடன் ஆரம்பித்தேன். ஜூலியன் புஸ்பராசா அப்போது எமது கல்லூரியின் மாணவன். எனது முதல் மண்வாசனைக் கதை ''சுடலை ஞானம்'' அதில் அரங்கேறியது. எட்வேட் ஒரு அழகிய படம் கீறியிருந்தான். அந்தக் கதை புஸ்பராசனினால் சமீபத்தில் கூட பிரஸ்தாபிக்கப்பட்டது. அதனை நான் அச்சேற்ற சந்தர்ப்பம் வாய்க்கவில்லை. இன்று வரை வாய்க்கவே இல்லை.

09.09.2012

16.09.2012

7

சொல்லும் செயலும் சுயநலமும்

தேர்தல் பரபரப்பு இப்போது ஒருவாறு அடங்கிவிட்டது. நான் முதன்முதல் தேர்தலை எப்படி அறிந்து கொண்டேன் என்பதை இப்போது நினைத்துப் பார்க்கிறேன்.

நான் தென்மராட்சியைப் பிறப்பிடமாகக் கொண்டவன். எனது தாயாரின் ஊர்மட்டுவில் வடக்குச் சாவகச்சேரியைச் சேர்ந்தது. இதுவே எங்களது முகவரி தகப்பனாரின் ஊர்வடமராட்சி அல்வாய். அல்வாய் மேற்கு பேச்சியம்மன் கோவில் மேல் பார்த்து தேவசகாயத்தின் கைவசம் கொடுக்கவும் என்று கடிதங்களுக்கு முகவரியிடப்பட்ட காலம் அது.

எங்கள் பிரதேசத்துக்கு தந்திப் பியோன் வந்தால் அது மரணச் செய்தியைத் தாங்கியதாகவே இருக்கும். பரபரப்பாக இருக்கும்.

இன்று அந்தத் தந்தியின் கடமை எவ்வளவோ நன்மைக் காரியங்களை, வேலைவாய்ப்புகளை, விடுமுறைகளை, வாழ்த்துக்களை தாங்கியதாக மாறி செல்போன் வந்து sms என குறுஞ்செய்தியாகச் சுருங்கி தந்திச்சேவையே இல்லாது போய்விட்டது.

எனது உறவினர்(குஞ்சியப்பு) ஒரு பிரபலமான ஆயுள்வேத வைத்தியர்அவரிடம் ஒரு எக்ஸ் மொடல் கார்இருந்தது. அவரது காரில் பச்சை, மஞ்சள், சிவப்பு கலந்து கொடி தேர்தல் காலத்தில் பறக்கும். காரின் மேற்கூரையில் சிறிய வீடு ஒன்று அழகாகப் பொருத்தப் பட்டிருக்கும் வீட்டுக்கு நேரே புள்ளடி போடுங்கள் என்ற வாசகம் பெரிதாக எழுதப்பட்டிருக்கும். தமிழரசுக்கட்சி, தமிழ் காங்கிரஸ் கட்சி என்பன சாவகச்சேரியின் பிரதான போட்டியாளர்கள். சைக்கிள் சின்னம் குமாரசாமிக்கும், வீட்டுச் சின்னம் தாடி நவரத்தினத்திற்கும் ஒதுக்கப்பட்டிருந்தது.

தேர்தல் கூட்டங்கள் கிராமம் கிராமமாக நடக்கும். வீ.என்.நவ ரத்தினத்தை ஊர்வலமாக அழைத்து வருவார்கள். எங்கள் ரத்தினம், நவரத்தினம் என்ற கோசத்துடன் ஆட்டம் பாட்டம் கோலாகலமாக நடக்கும். மட்டுவில் தமிழரசுக்கட்சியின் பலமான ஆதரவு பெற்ற ஒரு கிராமமாக விளங்கியது. தாடி நவரத்தினம் தொடர்ச்சியாக சாவகச்சேரியைப் பிரதிநிதித்துவப் படுத்திய வரலாறு பின்னர்சித்தித்தது.

இதே நேரத்தில் கிராமசபைக்கான தேர்தல்களும் இடைக்கிடை வரும் அம்மாவுக்கு சாவகச்சேரி தொகுதியிலும் பருத்தித்துறையிலும் வாக்காளர்டாப்பில் பெயர் இருந்தது. அல்வாயிலிருந்து சுமார்13 மைல் தொலைவிலுள்ள மட்டுவிலுக்கு தனியார்பஸ் ஓடிக்கொண்டிருந்தது. மட்டுவிலுக்கு அந்த பஸ் போகாது. கனகம்புளியடிச் சந்தியால் திரும்பி பெருங்குளம் போய் சாவகச்சேரிக்கு அந்த பஸ் போகும். நாம் மட்டுவிலுக்குப் போவதாயின் கனகம்புளியடிச் சந்தியில் இறங்கி நடந்து போக வேண்டும். பருத்தித்துறை போவதாக இருந்தால் கனகம்புளியடி வந்து பஸ் எடுக்க வேண்டும்.

காலை கொழும்பிலிருந்து புறப்படும் யாழ் தேவி சாவகச்சேரியில் தரிக்கும் நேரம் சரியாக பகல் 1 மணி 05 நிமிடங்கள். எங்களது கடிகாரமாக நாங்கள் யாழ் தேவியின் சத்தத்தையும், அதனுடைய கோர்ண் ஒலியையும் வைத்திருந்தோம். கட்டைவேலி கிராமசபை தேர்தல் வேட்பாளர்கள் அம்மாவின் ஒரு வாக்குக்காக மட்டுவிலுக்கு வாகனம் அனுப்பி அம்மாவை ஏற்றியதை நான் இரண்டு மூன்று தடவைகள் அனுபவித்திருக்கிறேன். தட்டு முட்டுச்சாமான்களுடன் தகப்பனாரின் ஊருக்கு வேட்பாளரின் காரில் வந்த சம்பவத்தை நினைக்க வெற்றியைத் தீர்மானிக்க ஒரு வாக்கு தேவைப்பட்டதை அறியும் சந்தர்ப்பம் பின் வந்த நாட்களில் தான் ஏற்பட்டது.

பொன்னம்பலம் கந்தையா என்னும் கம்யூனிஸ்ட் வடமராட்சியின் பருத்தித்துறை தொகுதியில் வெற்றி பெற்றமை ஒரு முக்கியமான சம்பவம் அதன் பிறகு ஒரு கம்யூனிஸ்ட் கூட வடபகுதியில் வெல்ல முடியவில்லை. கம்யூனிஸ்ட் கட்சியின் சின்னம் நட்சத்திரம், வடமராட்சியில் தாழ்த்தப்பட்ட மக்களின் தொகை கணிசமாக இருந்தது. கம்யூனிஸ்ட் கட்சி அவர்களது கட்சியாகவே பேசப்பட்டது. கோப்பாய் தொகுதியும் அத்தகையதே. பிற்காலத்தில் பருத்தித்துறை தொகுதி இரண்டாகப் பிரிக்கப்பட்டது. பருத்தித்துறையிலிருந்து தொகுதி பிரிந்த உடுப்பிட்டித் தொகுதியின் வேட்பாளராக திரு. இராசலிங்கம், தமிழர்விடுதலைக் கூட்டணியால் வேட்பாளராக நியமிக்கப்பட்டு வெற்றி பெற்றமையும் இதனாலேதான் என்பதும் ஒரு நிதர்சனம்.

கொஞ்சம் கொஞ்சமாக நான் ரஸ்யா விருப்புக் காரனாக மாறத் தொடங்கினேன். ரொக்கற்றுக்களை விண்வெளிக்கனுப்பியமை "லைக்கா" எனும் நாயை விண்ணுக்கு அனுப்பிய புகைப்படங்களை கம்யூனிஸ்ட் கட்சி கண்காட்சிகள் வைத்து காட்சிப்படுத்திக் கொண்டிருந்தமை. வீ. பொன்னம்பலம் போன்றவர்கள் அக்கண்காட்சி களில் அழகான சொற்பெருக்கினை ஆற்றிக் கொண்டிருந்தமை என்னை ஆகர்ச்சித்தன. பிற்காலங்களில் யூரி ககாரின் என்ற பெயர்பரவலாக எம்மத்தியில் அடிபடத் தொடங்கியது. ரஸ்யா விண்வெளிக்கனுப்பிய முதல் மனிதன் அவர். அந்த மனிதன் இலங்கைக்கு வந்து யாழ்ப் பாணமும் வந்திருந்தார். அவரது ரஸ்ய மொழியிலான பேச்சை வீ. பொன்னம்பலம் மொழி பெயர்த்தார். வீ.பொன்னம்பலத்திற்கு ரஸ்யப் பாசையும் தெரியும் என்று ஒரு புகழ் பேச்சு அப்போது யாழ்ப்பாண மக்கள் மத்தியில் உலாவியது பிற்காலத்தில் ஏற்கனவே சமகால மொழி பெயர்ப்பு பாராளுமன்றத்தில் நிகழ்த்தப்பட்டமை போல ஆங்கிலம் வழி தமிழில் அந்த மொழி பெயர்ப்பு செய்யப் பட்டதாக நான் அறிந்து கொண்டேன்.

பொன்னம்பலம் கந்தையா இறந்த பின்னர்அடுத்து வந்த தேர்தலிலோ அல்லது அதன் பிறகு வந்த தேர்தலிலோ உடுப்பிட்டித் தொகுதியில் காங்கிரஸ் வேட்பாளரான மு. சிவ சிதம்பரத்தை எதிர்த்து பொன். குமாரசாமி போட்டியிட்டார். பருத்தித்துறைத் தொகுதியின் கம்யூனிஸ்ட் கட்சியின் வேட்பாளராக திரு. கா. சிவதம்பியின் பெயர் அடிபட்டுக் கொண்டிருந்தது. ஆனால் இறுதியில் கே. மோதிலால் நேரு என்னும் இளைஞர்பருத்தித்துறை வேட்பாளராக நட்சத்திரச் சின்னத்தில் போட்டியிட்டார். இவர்ஒரு சட்டபீட மாணவர்.

கிராமம் கிராமமாக கூட்டங்கள். நட்சத்திர சின்னமுள்ள பெட்டியில் நிறைய கடதாசி மாலைகள். கூட்டம் ஆரம்பமாக ஒவ்வொரு பார்வையாளரிடமும் அம்மாலைகள் கொடுக்கப்படும். மோதிலால் நேரு பேசும் போது மாலைகள் அணிவிக்கப்படும் மாலைகளைக் கழற்றி பெட்டியில் போட்டபின் மோதிலால் நேரு பேசத் தொடங்குவார்.

பிரதான போட்டியாளர்தமிழரசுக் கட்சி க. துரைரத்தினம், கொங்கிரஸ் சார்பில் சேர்மன் நடராசா. ஆனால் மோதிலால் நேருவின் பேச்சு அல்லது ஏச்சு கொங்கிரஸ் தலைவர்.ஜீ.ஜீ. பொன்னம்பலத்திற்கு எதிராகவே இருக்கும்.

சாமி சாமி என்றாராம்
நாயக்கா காலில் விழுந்தாராம்

நந்தினி சேவியர் படைப்புகள்

சரிதான் போய் மீன்பிடி

என்றாராம்

என சட்டபீட மாணவர்கள் பாடும் ஒரு பாட்டைப் பாடி ஜீ.ஜீ. மீன்பிடி மந்திரியானமையை மிகக் கடுமையாக விமர்சிப்பார்.

இந்நேரம் சர்வதேச நிலைமை காரணமாக கம்யூனிஸ்ட் கட்சி இரண்டாகப் பிளவுபட்டு ரஸ்யா, சீனா என அணி சேர்ந்திருந்தன. பீற்றர்கெனமன், விக்கிரமசிங்கா, அ. வைத்தியலிங்கம், ஐ.ஆர். அரியரத்தினம், வீ. பொன்னம்பலம் என ஒரு பகுதி ரஸ்யா சார்பாகவும் நா.சண்முகதாசன், பிரேமலால் குமாரசிறி, வாட்சன் பெனான்டோ, மு.கார்த்திகேசன், கே.ஏ. சுப்பிரமணியம், வி.ஏ. கந்தசாமி என்போர் சீன அணியாகவும் பிரித்திருந்தனர்.

இதே தேர்தலில் தான் சண்முகதாசன் கொழும்பில் போட்டியிட்டு தோல்வியடைந்தார். டாக்டர். சீனிவாசகம் காங்கேசன்துறை தொகுதியில் போட்டியிட்டு அவரும் தோல்வியுற்றார்.

பீற்றர்கெனமன், டாக்டர்விக்கிரமசிங்கா என்போர் தோழர்சண் என அழைத்தவரை நாகலிங்கம் சண்முகதாசன் என இனத்துவேசத்துடன் பேசத் தொடங்கியிருந்த காலம் அது.

திரு. கா. சிவத்தம்பி, டொமினிக் ஜீவா எஸ். அகஸ்தியர் என்போர் ரஸ்ய அணியுடனும் திரு. க. கைலாசபதி, டானியல், சில்லையூர் செல்வராசன், எச்.எம்.பீ. முகைதீன், நீர்வை பொன்னையன், செ.கணேச லிங்கன், செ.யோகநாதன், யோ.பெனடிக்ற்பாலன் போன்றோர் சீனா சார்பாகப் பெருந்தொகையில் அணி சேர்ந்திருந்தனர். இந்த விடயத்தை நான் பிற்காலத்தில் தான் அறிந்து கொண்டேன். ஆனாலும் அந்த நேரம் அரசியலின் பக்கம் முழுமையாக நான் ஈர்க்கப்படவில்லை.

தேர்தல் முடிவுகள் வெளிவந்து ஒரு கிழமை கூட முடியவில்லை மோதிலால் நேரு ஜீ.ஜீ. பொன்னம்பலத்தின் யூனியராக சேர்ந்ததுடன் கொங்கிரஸ் கட்சியிலும் இணைந்து கொண்டார் என்ற செய்தி பத்திரிகைகளில் பிரசுரமாகியது. எனக்கோ மிகவும் வெறுப்பாக இருந்தது. அந்தச் செயலை என்னால் நியாயப்படுத்த முடியவில்லை. அரசியல் நேர்மையீனத்தை சகிக்க முடியாதிருந்தேன் அதே நேரம் நான் ரஸ்ய சார்பு நிலையிலிருந்து மனதளவில் கொஞ்சம் கொஞ்சமாக விலகிக் கொள்ள ஆரம்பித்தேன்... அப்போதும் கூட நான் சீன நிலைப்பாட்டை எடுக்கவில்லை... நம்புங்கள் நண்பர்களே...

23.09.2012/ 30.09.2012

8

முகநூலில் ஒரு வாக்குமூலம்

எனது கட்டுரைத் தொடர்எனது சுயசரிதையோ என எண்ணத் தூண்டும் வகையில் அமையக்கூடாது என நான் நினைக்கிறேன். எனது தொடருக்கு நிறைய விடயங்களைச் சேர்த்து இளைய தலைமுறையுடன் அனுபவங்களை பகிர ஆசைப்படுகிறேன். ஒரு நேர்கோட்டில் அல்லது தட்டையான விதத்தில் எனது எழுத்துக்கள் அமைந்து விடக்கூடாது என்பதில் நான் மிக அவதானமாக இருக்கிறேன்.

எல்லா (நல்ல) எழுத்தாளர்களைப் போலவே எனது இளமைக் கால அனுபவங்கள் மிக மிக துன்பம் தோய்ந்த வகையாகவே அமைந்துவிட்டன.

பிடிவாதம், புறக்கணிப்பு, ஓர்மம் என என் வாழ்வு கழிந்து போனது... கழிந்து போகிறது. இவற்றை நான் எப்படி எதிர்கொண்டேன் என்பதை உங்களுக்குச் சுவாரஸ்யமாக சொல்ல ஆசைப்படுகிறேன்.

எனது வாயால் எனது எழுத்தால் உங்களுடன் பேசுவதோடு இடையிடை பிறர்மூலமும் என்னைப் பற்றி பேசவைக்கலாம் எனவும் எண்ணுகிறேன்.

எனது நெருங்கிய உறவினர்கள் பலர்புலம் பெயர்ந்து விட்டனர். நானும் எண்பதுகளில் கடவுச்சீட்டு ஒன்றைப் பெற்றிருந்தேன். அது பாவிக்கப்படாமலே காலாவதியாகிவிட்டது. ஒரு நண்பர்கூறியது போல் பாஸ்போட் எடுத்த காலத்தில் நடந்து போயிருந்தாலும் உலகத்தைச் சுற்றி வந்திருப்பேன்.

இளவயதில் அரசியல் அருட்டுணர்வு ஏற்பட்ட காலத்தில் இலக்கியத்தின் மூலம் அரசியலிலும், அரசியல் மூலம் இலக்கியத்திலும் வெறித்தனமான விருப்புக் கொண்டிருந்தேன். இளம் தலைமுறையின் மீது அவர்கள் நல்ல விடயங்களைப் பெற்றுக்கொள்ள என்னாலான

சிறு பங்களிப்புக்களைச் செய்து வந்தேன். எனக்கு முந்தைய தலைமுறை எழுத்தாளர்கள் இளம் தலைமுறையின் மீது காட்டிய அலட்சிய மனோபாவங்கள் என்னையும் பாதித்தமையால் நான் சுயவிமர்சன ரீதியில் என்னை மாற்றிக்கொண்டேன். அதனால் நான் உறவினர்கள், பெருந்தகையாளர்களால் எள்ளலாகப் பார்க்கப்பட்டேன். இதற்கு என்னால் கூறப்படும் காரணங்களை விட சமீபத்தில் எனது முகநூலுக்கு வந்துள்ள ஒரு மருமகனின் வாக்குமூலத்தையும் எனது பதிவையும் இவ்வாரம் உங்கள் பார்வையில் பதிப்பிக்கிறேன்.

இதனை ஒரு சுய தம்பட்டமென நீங்கள் கருதமாட்டீர்கள் எனவும் நினைக்கிறேன். வாக்கு மூலத்தை வாசியுங்கள்.

நந்தினி சேவியர் என்கிற எங்கள் தங்க[ர்] மாமா!

முகப்புத்தகத்தின் மூலம் பல தொலைந்த நண்பர்களை மட்டுமல்ல தொலைந்த சொந்தங்களையும் தேடிப்பிடிக்கலாம் என்ற அனுபவம் எனக்கு ஏற்பட்டது. அதற்கு அண்ணன் ரஞ்சகுமாருக்குத் தான் முதலில் நன்றி சொல்ல வேண்டும்.

சமீபத்தில் ரஞ்சகுமார்அண்ணனின் பதிவொன்றை மேய்ந்து கொண்டிருந்த போது மனதில் ஒரு பளிச். அவரின் நண்பர்களின் புகைப்படங்களில் ஒன்று எனக்கு பரிச்சயமானதாகவும் ஆனால் கொஞ்சம் முதிர்ச்சியுடனும் தெரிந்தது. உடனே அவரின் நேர வரிக்குள் நுழைந்து பார்த்தபோது ஆஹா.. இன்ப அதிர்ச்சி அது நந்தினி சேவியர் என்னும் எங்களின் தங்கர்மாமாவேதான். இவர்எனது சிறு வயது ஹீரோக்களில் ஒருவர். உடனே மனம் பின்னோக்கிப் பாய்கிறது.

எனது சிறு பராயக்காலம் இலங்கையில் யுத்தத்துக்கு முந்தியது. இளைஞர்கள் மகிழ்ச்சியுடன் இருந்த காலமது. பெல்பொட்டம், அகலமான பெல்ற், ஹிப்பி தலைமயிர், நெஞ்சின் மேலுள்ள ஒரு பொத்தானை திறந்து 'தம்' காட்டுவது, இரண்டு பக்கமும் கீழிறங்கிய மீசை, வாயில் பிறிஸ்ரல் அல்லது 3 ரோசஸ் சிகறற், இடையிடை பொப்பிசையை விசிலடிப்பது, பின்னிரவில் செகண்ட் ஷோ படம் பார்த்து விட்டு நாய்கள் துரத்த சைக்கிளில் ஜாலியாக யாழ் வீதியெல்லாம் வலம் வந்த எனது மற்றைய மாமாக்கள், சித்தப்பாக்கள், மச்சான்மார் மத்தியில் தங்கர்மாமா மட்டும் விதிவிலக்கு. பார்ப்பதற்கு பாவி போல் இருப்பார். அந்தக் காலத்தின் இளவட்டங்களைப் பாதித்த எந்த அம்சமும் பாதிக்காத ஒருவராக இருந்தார். இப்போதும் அவரை நினைக்கும்போது கூட அவரின் அந்தப் பழுப்பு நிற சேர்ட்டும், சாம்பல் நிற லோங்ஸ்சும், கறுப்பு பாட்டா செருப்பும் தான் கண்முன் முதலில் வருகிறது.

விடுமுறைக்கும், விஷேசங்களின் போதும் எனது தந்தையின் வீட்டுக்கு செல்வதென்றால் எனக்கு ஒரே புளுகம். நல்லூரில் இருந்த அந்த வீட்டில் என்னையொத்த வயதினர்களான எனது பெரியப்பா பிள்ளைகள் ஜெனா, வின்சன், மச்சான் வசந்தன், பக்கத்து வீட்டு உறவினர்களான ஹென்றி, தவம் மற்றும் ஜெனாவின் நண்பர்கள் எல்லோரும் ஒன்று கூடுவோம். முற்றத்தில் நாங்கள் சிரிப்பும் கும்மாளமுமாக இருக்கும் போது அடுப்படியில் இருந்து (இப்போது குசினி என்கிறார்கள்) எங்கள் ஆச்சியின் பேர்போன வறுத்த அரிசி மாப்புட்டும், மாசிச்சம்பலும், முரல் அல்லது கருவாட்டுச் சொதியின் வாசனையும் கிளம்பி வீட்டை நிறைக்கும். முற்றத்தில் சிறுவர்களோடு சிறுவனாக தங்கர்மாமா வீற்றிருந்து எம்மிடம் வித்தியாசமான ஆனால் ரசிக்கத்தக்க வகையில் எம்முடன் கதைத்தும் கேள்வி கேட்டுக் கொண்டும் இருப்பார். சிறுவர்களான எமக்கேற்ற வகையில் ஞாயிற்றுக் கிழமைகளில் நடக்கும் கிறீஸ்தவர்களின் பூசைகளையும், சுவாமிமார் களையும் பற்றியதாயும், கோயிலில் சுவாமிக்கு என் குறிப்பிட்டவர்கள் மட்டும் உதவுகிறார்கள் போன்றவையும், என்ன மாதிரியான புத்தகங்களை வாசிக்க வேண்டும். என்பதும், அதற்கான விளக்கங்களும் இருக்கும். இவற்றை சிறுவர்களான நாம் ரசிக்கும்படியாக எம்முடன் கதைப்பதுதான் அவரின் தனித்தன்மை.

எனக்கு இன்றும் நல்ல நினைவிருக்கிறது. ஒவ்வொரு முறை தங்கர்மாமாவுடனான எமது சம்பாஷணையை எங்கள் அம்மாக்களில் ஒருவர் வந்து 'டேய் தங்கர்நீ கெட்டுக் குட்டிச்சுவரானது போதாதெண்டு ஏன்ரா இவங்களையும் கெடுக்கிறாய்' என்று விட்டு எங்களைப் பார்த்து அவனுக்குத்தான் வேலை வெட்டியில்லை சும்மா கூட்டம், பேச்சு எண்டு சுத்துகிறான் நீங்களும் அவனைப் போல வராமல் போங்கோ போய் அங்கால விளையாடுங்கோ என்று அதட்டுவதில் முடியும் ''ஓம்'' ''ஓம்'' என்று சிரிக்கும் அவர் சந்தர்ப்பம் கிடைக்கும் போதெல்லாம் நல்ல பெருந்தன்மையான சிந்தனைகளையும் எம்முள் தூண்ட வேண்டும் என்பதிலும் மிக முனைப்பாக இருப்பார். மிகவும் எளிமையாகவும், ஒரு விதமான பிடிவாதத்துடனும் இருந்த தங்கர்மாமாவுக்கு திருமண வயதாகியும் திருமணம் நடக்கவில்லை. நான் புலம் பெயரும் வரை அதே உடுப்பு, அதே செருப்பு, அதே பிரமச்சாரி அதே தங்கர்தான்.

புலம் பெயர்வுக்குப் பிறகு சொந்தங்கள் பந்தங்கள் எல்லாம் திக்குத்திக்காய் திசையெங்கும் சென்றபின் தொடர்புகள் எல்லாம் முற்றாக இல்லாமல் போன கால கட்டத்தில் எனது தந்தையுடன்

தொலைபேசும் வேளைகளில் தங்கரைப் பற்றிக் கேட்பதுண்டு. அப்பா சொல்லுவார் அவன் திருகோணமலையில் இருக்கிறான் எனத் தெரியும், ஆனால் தொடர்பில்லை. எப்படியாவது அவரின் தொடர்பை எடுத்துத்தாருங்கோ என்றுவிட்டு இந்த வேகமான வாழ்க்கையில் நானும் மறந்து விடுவேன். முதுமையோ என்னமோ எனது தந்தையும் அவரை மறந்து விடுவார். இப்படி ஒரு நிலமையில் தான் முகப்புத்தகம் மூலம் நந்தினி சேவியராகக் காணப்பெற்று பெருமகிழ்ச்சியடைந்தேன்.

அன்று சொந்தங்களாலும் பந்தங்களாலும் புரிந்து கொள்ளப்படாத எங்களின் தங்கர்மாமா இப்போ நந்தினி சேவியராக இலக்கிய உலகில் எல்லோராலும் அறியப்பட்டவராக பெரு வளர்ச்சியடைந்துள்ளதைக் காணும் போது பெருமையாக இருக்கிறது. அன்று சிறுவர்களான எமக்கு மாக்சியத்தின் பாலும் லெனினிசத்தின் மேலும் ஈர்ப்பு ஏற்பட்டு ஒரு காலத்தில் அவற்றை படிக்க தலைப்பட வேண்டும் என்பதற்கான உந்துதலை ஏற்படுத்தும் உரையாடல்களாகவே எம்மீதான அவரது கேள்விகள் அமைந்திருந்தமை இப்பொழுது உணர்கிறேன். அவரது படைப்புக்களின் தொகுப்பான 'நெல்லிமரப் பள்ளிக்கூடம்' என்ற சிறுகதைத் தொகுப்புக்கு இலங்கையின் பேர்பெற்ற பதிப்பகமான கொடகே பதிப்பகம் எனது இன்னொரு மாமனான கே.டானியலின் பெயரால் விருது வழங்கிக் கௌரவித்ததில் இரட்டிப்பு மகிழ்ச்சி எனக்கு.

அவருக்கு கிடைத்த மிகப்பெரிய அங்கீகாரமாக அவரின் சிறுகதைகள் பற்றிய கட்டுரை, இலங்கைப் பாடப்புத்தகம் ஒன்றில் பாடமாக உள்ளதாகக் கேள்வியுற்றபோது சிறுவர்களாக இருந்த எமக்கு அவர்சொல்ல வந்த நல்லவைகளை இனிமேல் எந்தத் தடையுமின்றி இலட்சக்கணக்கான மாணவர்களுக்கு அவர் சொல்லப் போவதை நினைத்து பெருமைப்படுகிறேன்.

தங்கர்மாமா வாழ்க்கையில் எவ்வளவோ வேதனைகளையும் சோதனைகளையும் சந்தித்துள்ளார். பெரிய இழப்புக்கள் அவருக்கு ஏற்பட்டுள்ளதை அறிந்து வேதனைப்படுகிறேன். ஆனால் ஒன்று மட்டும் எனக்கு உறுதியாகத் தெரியும். இவை எவையும் அவரை தளரச் செய்ய முடியாது. ஏனென்றால் எழுத்துக்கு மட்டுமல்ல, அவர் உண்மையாகவே மார்க்சியவாதியாகவும் வாழ்பவர். இதை அந்நாட்களில் கண்கூடாகக் கண்டவன் நான். ஒரு சிறந்த படைப்பாளி எவ்வளவு சோதனைகள் ஏற்பட்டாலும், எவ்வளவு தடைகள் ஏற்பட்டாலும்

அவையெல்லாவற்றையும் தாண்டி வெளிவருவான் என்பதற்கு, இரத்த சொந்தங்களாலேயே ஒரு காலத்தில் அங்கீகரிக்கப்படாத தங்கர் என்கிற நந்தினி சேவியரின் வாழ்க்கையும், நல்லதோர் எடுத்துக்காட்டு வாழ்க தங்கர்மாமா.

கலைச்செல்வன் றெக்சி அமிர்.

இதுதான் என் இளைய நண்பர்களே எனது அன்றைய வாழ்க்கை. இன்றைய வாழ்க்கையும் கூட, எனவே அலட்சியங்களை பெரிது படுத்தாது, அகம்பாவத்தைத் தவிர்த்து முன்னேற முயலுங்கள். இப்போது இல்லாவிட்டாலும் 64 வயதிலாவது (என்னைப் போல்) கவன ஈர்ப்புக்கு உள்ளாவீர்கள் நிச்சயம்.

07.10.2012

14.10.2012

9

பிரசுரம், பிரசவம், பிரவேசம்

ஒரு காலம் எனது இயங்குதளமாக கவிதையே இருந்தது. எனது முதல் ஆக்கமே கவிதைதான். அக்கவிதை பின்வருமாறு தொடங்கும்.

நோய்ப் பிடியில் நுடங்கி நொந்து
பாய்படுக்கையில் முடங்கிக் கிடந்தேன்
என்ன வாழ்க்கை ஏனிதெல்லாம்
செத்துப் பொய் சமாதியானால் சத்தமில்லை...

சென்ற வாரம் ஒரு இலக்கிய நண்பரைச் சந்தித்தேன். அவர் என்னை ஒரு கவிஞன் என விளித்தார். அப்போதுதான் எனது கவிதைப் பிரவேசம் பற்றி எழுத வேண்டுமென்ற பொறி தட்டுப்பட்டது.

யாழ்ப்பாணத்தில் அக்காலத்தில் இலக்கிய நிகழ்வுகளில் கவியரங்கு முக்கிய பங்கைப் பெறும் யாழ் - இலக்கிய வட்டக் கவிஞர்கள் மரபுக் கவிதைகளை மேடையில் அழகாக அரங்கேற்றுவர்கள். இரசிகமணி கனக. செந்திநாதன், கவிஞர் வி.கந்தவனம், கவிஞர் மு. செல்லையா, அரியாலையூர் வே.ஐயாத்துரை, காரை செ.சுந்தரம் பிள்ளை, குறமகள் (வள்ளிநாயகி இராமலிங்கம்) யாழ்ப்பாணன் (வே.சிவக்கொழுந்து) என இப் பட்டியல் நீளும். பட்டிமன்றம் என்ற ஒன்றுக்கு கம்பன் கழகம் வித்திட முந்தி கவியரங்கமே விழாக்களைக் கலகலப்பாக்கிக் கொண்டிருந்தது. இந்தக்கூட்டம் கலைவாதிகளின் கூட்டமாக இருக்க பிறிதொரு வகையான அணி கவியரங்கங்களை போராட்ட முறையில் நடாத்திக் கொண்டிருந்தது. சில்லையூர் செல்வராசன் (தான் தோற்றிக் கவிராயர்) முருகையன், க. பசுபதி (யாழ்ப்பாணக் கவிராயர்) சுபத்திரன் - இ.சிவானந்தன் - இது முற்போக்கு அணி - மக்கள் இலக்கியம் பற்றிக் கூறும் அணி.

எங்களூரில் கலைவாதிகள் அணி அடிக்கடி கவியரங்குகளை ஆற்றிக் கொண்டிருந்தது. பின் நாட்களில் காசி, ஆனந்தன், கா.நவசோதி என கலைக்கான அணியில் பலர்இணைந்து கொண்டார்கள்.

எங்களூரின் கவிக் கோமான் கவிஞர். மு. செல்லையா. அவர் ஒரு தமிழ் ஆசிரியர். இலக்கிய வட்டப்பிரமுகர். அவரிடம் நான் கல்வி கற்கவில்லை. ஆயினும் கவிதை மீது பாசமுள்ள காரணத்தினால் அவர் மீது அபிமானம் எனக்கிருக்கிறது. அவர் வண்டுவிடுதூது, வளர்பிறை என்னும் இரு கவிதைத் தொகுதிகளின் ஆசிரியர், அவரது கவிதைகளில் ஒன்று கவிஞர்கண்ணதாசனினால் பாராட்டப்பட்ட சம்பவம் எனக்குத் தெரியும். ஒரு வறிய மாதுவின் நிலையை செல்லையா வாத்தியார்ஒரு கவிதையில் பின்வருமாறு எழுதியிருந்தார்.

'நெய்திடு நூலிலும், தைத்திடு நூல் மிக நீளம்' அக்கவிஞர் திடீரென ஒருநாள் காலமாகிவிட்டார். ஊரே அழுதது. இலங்கையின் பல பாகங்களிலிருந்தும் அவரது மரண வீட்டிற்கு கவிஞர்கள், எழுத்தாளர்கள் வந்திருந்தனர். அஞ்சலி உரைகள் பலரால் நிகழ்த்தப்பட்டன.

நான் ஒரு சிறுவன், வயது 16. கூட்டத்தோடு கூட்டமாக அந்த மரண நிகழ்வில் ஓரமாக நின்று கொண்டிருந்தேன். செல்லையா வாத்தியாருக்கு நானும் ஏதாவது செய்தாக வேண்டும்...? என்னுள் ஆதங்கம் சுடரிட்டது. என்னோடு இரு மரபுக்கவிதைக் குஞ்சுகள் சேர்ந்தார்கள். இன்று கனடாவில் இருக்கும் சமரக்கொடி என்னும் தர்மகுலசிங்கம், கதிர்காமு என்னும் திருநாவுக்கரசு. மூவரும் இணைந்து கொண்டோம். செல்லையா வாத்தியாரின் அந்தியேட்டி அன்று ஒரு நினைவுமலர்வெளியிடுவதான முடிவுக்கு வந்தோம். அந்த நேரம் ஒரு மலரை வெளியிடுவதென்றால் இப்போதைய செலவோடு ஒப்பிடும்போது குறைந்த தொகைதான். ஆயினும் அப்போது அது சற்றுக் கடுமையான விடயம். நாங்கள் க.பொ.த.சாதாரண வகுப்புக்கு இன்னும் வராத மாணவர்கள். என்னைவிட மற்றவர்கள் செல்லையா வாத்தியாரின் மாணவர்கள். எனவே மிகவும் உற்சாகமாக விருந்தார்கள். நாம் உண்டியல் ஒன்றைச் செய்து கொண்டு பணம் சேகரிக்க புறப்பட்டோம். அவமானம், அலட்சியம், புறக்கணிப்பு... ஆயினும் உறுதியாக இருந்து இருபத்திஐந்து நாட்கள் முயன்று பணத்தையும் மலருக்குரிய ஆக்கங்களையும் சேகரித்தோம். 31ம் நாள் பருத்தித்துறை ஊழியன் அச்சகத்திலிருந்து அந்த மிகச் சிறிய நினைவுமலர்வெளிவந்தது. 200 புத்தகங்கள் அச்சிட்டோம். சிறியதொரு செல்லையா வாத்தியாரின் படம் கீழே. தொகுப்பாளர்பட்டியலில் தர்மகுலசிங்கம், திருநாவுக்கரசு, அல்வை தே.ஷேவியர், என

அட்டையுடன் அம்மலர் அமைந்திருந்தது. இன்று கவிஞர்அல்வாய் மு.செல்லையாவை தங்கள் சொத்தாகக் கொண்டாடும் பலர் எங்களது அந்தப் பணியைப்பற்றி வாய் கூடத்திறக்கவில்லை. இப்போதும் திறப்பதில்லை. நாங்கள் அந்தப் புத்தகத்தை அந்தியேட்டியில் விநியோகித்தோம். வீட்டார்ஒரு மலர்வெளியிட்டு இருந்தனர். இரசிகமணி கனக. செந்திநாதன் ஒரு பேருரையாற்றினார். எங்களுக்கு ஒருவிதமான ஆதரவு வார்த்தைகளும் கிடைக்கவில்லை. அதனை நாம் எதிர்பார்க்காவிட்டாலும் ஒருவித ஏக்கம் மீந்திருந்தது. காலம் செல்லச் செல்ல என் வாசிப்பு அதிகரிக்கத் தொடங்கியது. நான் சமரக்கொடி, கதிர்காமு ஆகியோர்மெல்ல மெல்லப்பிரியத் தொடங்கி விட்டோம். கவிதையோடு கதைகளை, நாவல்களைப் படிக்கத் தொடங்கினேன். சிறுவர்கவிதைகளை எழுதிப் பத்திரிகைகளுக்கு அனுப்புவேன். ஒன்றும் பிரசுரமாகவில்லை. நான் சோர்ந்துவிடவில்லை எழுத்து, எழுத்து, எழுத்து அசுர எழுத்து : வாசிப்பு வாசிப்பு வாசிப்பு அசுர வாசிப்பு.

இந்நேரத்தில் தினபதி, தினமொரு சிறுகதைத் திட்டத்தை அறிமுகப்படுத்தியது. அதற்கென ஒரு விண்ணப்பப் படிவம் வெளியிடுவார்கள். அதில் எமது கதையைப் பிரபல எழுத்தாளர் ஒருவர் சிபார்சு செய்து கையொப்பமிட்டு அனுப்ப வேண்டும். அப்படி வரும் கதைகளே தினபதி தினமொரு கதைப் பகுதியில் இடம்பெறும். மலரன்பன், புரட்சிபாலன், எஸ்.எல்.எம்.ஹனிபா, நயீமா ஏ.பஷீர், இராஜம் புஸ்பவனம் என பல இளம் எழுத்தாளர்கள் சிபார்சின் மூலம் அறிமுகமாகினார்கள். தெளிவத்தை ஜோசப், ந. பாலேஸ்வரி, எஸ். பொ.அ.ஸ.அப்துஸ்ஸமது, வ.அ.இராசரத்தினம் போன்ற எழுத்தாளர்கள் பலரது கதைகளைச் சிபார்சு செய்து பிரசுரமாக உதவினார்கள்.

எனக்குமொரு ஆசை, எனது கதை ஒன்றை பிரசுரமாக்க வேண்டும். முதிய எழுத்தாளர்கள் யாருடனும் பழக்கமில்லை யாரிடம் போவது....? ஏமாற்றம் ஏற்பட்டது. ஆயினும் நூல் நிலையம் சென்று தினபதி பத்திரிகையை எடுத்து தினமொரு சிறுகதையைப் படிப்பேன். மேற்குறித்த எழுத்தாளர்கள் சிபார்சு செய்த நான் குறிப்பிட்ட இளம் எழுத்தாளர்களின் கதைகளைப் படிப்பேன். எனது கதையும் பிரசுரமாகாதா என்கின்ற ஆவல் எனக்குள் மேலும் அதிகரிக்கும், மார்க்சிய சிந்தனை வசப்படாத எனக்கு டானியல், ஜீவா, ரகுநாதன், யோகநாதன், நீர்வை பொன்னையன் போன்றோரின் பழக்கமும் இல்லை. நண்பன் சமரக்கொடி (தர்மகுலசிங்கம்) தனக்கு ‘யாழ்

வாணன்' சண்முகநாதனைத் தெரியும் என்றும், எனது கதை ஒன்றையும் படிவத்தையும் தருமாறு கூறினார். ஒரு கதையும் படிவமும் அவரிடம் கொடுத்தேன். யாழ் நகர மண்டபத்தில் வேலை செய்யும் அவர் நெல்லியடி அரசடியில் இருந்தார். அவரை நான் ஒருபோதும் சந்தித்ததில்லை. அவர்எனது கதையை சிபார்சு செய்து தந்தார். நான் தினபதிக்கு அக்கதையை அனுப்பினேன். அந்தக் கதை பிரசுரமான விபரம் எனக்குத் தெரியாது. பிரசுரமாகியிருக்கலாம். இப்போது நான் எழுத்தாளனாகிவிட்டேன். எனது கதையை யாழ்வாணன் எந்தவித அடித்தல் திருத்தல் இல்லாமல் என்னிடம் தந்தமையால் எனக்குள் ஒரு துணிவு ஏற்பட்டுவிட்டது. தொடர்ச்சியாக எழுதும் உற்சாகம் ஏற்பட்டது.

எனது மூத்த சகோதரன் தே.பெனடிக்ற் பரந்தன் இரசாயனத் தொழிற்சாலையின் ஊழியர். சீனசார்பு கம்யூனிஸ்ட் கட்சி தொழிற் சங்க அங்கத்தவர். அவர்மூலமே குமுதம், தமிழ்ச்சினிமா, பொம்மை போன்ற தமிழக சஞ்சிகைகளை அறிந்திருந்தேன். செ.கணேசலிங்கனின் 'ஒரே இனம்' எஸ்.பொ.வின் "தீ" என இலங்கை எழுத்தாளர்களின் படைப்புக்களை முதன்முதலாக அவர்மூலம் தான் வாசிக்கக் கிடைத்தது. இது பற்றி முன்னரும் குறிப்பிட்டிருக்கின்றேன். எமிலி ஜோலாவின் மனித மிருகத்தையும் அ.ந.கந்தசாமி மொழி பெயர்த்த "நாநா"வையும் அறிந்திருந்தேன். தொழிலாளி பத்திரிகையை அறிமுகம் செய்தவரும் அவரேதான். ஆனால் அவரிடம் நான் அரசியல் அனுபவத்தைப் பெறவில்லை. எனது சகோதரன் 1966ம் ஆண்டு மின்சாரம் தாக்கி பரந்தன் இரசாயனத் தொழிற்சாலையில் மரணித்தமையின் தாக்கம் என்னை மிகவும் பாதித்தது. நான் அந்த சோகத்திலிருந்து மீண்டெழுவதற்கு நண்பர் அருளும் ஒரு காரணம். நண்பர் என்பதை விட தோழர் என்பது பொருத்தமாக இருக்கும். அவர்ஏலவே அல்வாய் வாலிப சங்கக் கிளையில் உறுப்பினர். அவர் எனக்கு மா.ஓவின் படைப்புகளை வாசிக்கத் தந்தார். முதலில் அதிருப்தியைத் தந்த அந்தப் புத்தகங்கள் என்னை ஈர்க்கத் தொடங்க நான் மார்க்சிய தத்துவத்தை ஏற்பவனாக மாறினேன். சீன சார்புக்காரனாகினேன். அல்வாய் வாலிப சங்க சம்மேளன அங்கத்தவனாக இணைந்து கொள்ள விரும்பினேன். ஆனாலும் எனது எழுத்துக்கள் அப்போதும் பழைய பாணியிலேயே இருந்தன. வாலிப சங்கத்தில் சேரும்போது செ. யோகநாதனின் 'யோகநாதன் கதைகள்' சிறுகதைத் தொகுதியை வாசிக்கக்கிடைத்தது. ஏற்கனவே ஜெயகாந்தனின் முத்திரைக் கதைகளை ஆனந்த விகடனில் படித்து அவர்பால் ஈர்ப்புற்றிருந்தேன்.

நந்தினி சேவியர் படைப்புகள்

எனது கதை ஒன்றை நண்பர்ஒருவர்மூலம் தினபதிக்கு சிபார்சு பண்ணும்படி செ.யோகநாதனுக்கு அனுப்பினேன். அவரிடமிருந்து மணிமணியான எழுத்தில் ஒரு கடிதம் கிடைத்தது. முள்ளியவளை வித்தியானந்தக் கல்லூரியில் அவர்ஒரு ஆசிரியராக கடமையாற்றிக் கொண்டிருந்தார். டானியல் கதைகள், மேடும் பள்ளமும் (நீர்வை பொன்னையன்) நிலவிலே பேசுவோம் (என்.கே.ரகுநாதன்) மார்க்சிம் கோர்க்கியின் 'தாய்' என்பனவற்றைப் படிக்குமாறு எனக்கு ஆலோசனை வழங்கியிருந்தார். மூன்று கதைகளைத் தினபதி தினமொரு சிறுகதைப் பகுதிக்கு சிபார்சு செய்து அனுப்புமாறு செ.யோகநாதனுக்கு அனுப்பினேன் என்பது ஞாபகம். ஆனால் ஒன்று கூட பிரசுரமாகவில்லை...

ஒரு முடிவுக்கு வந்தேன் எனது (ஆண்) பெயரில் எழுதினால் பிரசுரமாவது அசாத்தியம் என முடிவு செய்தேன். அப்போது வீரகேசரிப் பத்திரிகையில் கே.வி.எஸ்.வாஸ் அவர்கள் (வீரகேசரி ஆசிரியர்) நந்தினி எனும் தலைப்பில் தொடர்கதை ஒன்றை எழுதிக் கொண்டிருந்தார். அவரது புனைப்பெயர்ரஜனி. நான் நந்தினியாக மாறத் தீர்மானித்தேன். ''பாரம்'' எனும் சிறுகதையை சுதந்திரன் வாரப் பத்திரிகைக்கு அனுப்பினேன். எனது முதல் கதை... நான் ஒரு பெண் எழுத்தாளர் ஈழத்தில் பெண் எழுத்தாளர்கள் குறைவாக இருப்பது வருத்தம் தருவதாக ஒரு கடிதத்தையும் அத்துடன் இணைந்திருந்தேன். மூன்று வாரங்கள் கழிந்து விட்டது. நம்பிக்கை ஏற்படவில்லை ஏதோ ஒரு முக்கிய விடயமாக வல்வெட்டித் துறைக்குச் சென்றிருந்தேன். தற்செயலாக வல்வெட்டித்துறை நூல் நிலையத்தினுள் நுழைந்தேன் சுதந்திரன் பேப்பர்விரித்தபடி மேசையில் இருந்தது. 'பாரம்' எனும் எழுத்து என்னை துணுக்குற வைத்தது. பரபரப்போடு சுதந்திரனை எடுத்தேன் 'நந்தினி' எழுதிய பாரம் கதைதான் அது. நம்பவே முடியவில்லை பெட்டிகட்டி என்னைப் பெண் எழுத்தாளராக அறிமுகம் செய்திருந்தார்கள்.

நண்பர்களே, தோழர்களே தனது முதல் படைப்பை அச்சுருவில் பார்க்கும் படைப்பாளியின் அந்தச் சந்தோசத்திற்கு நிகரான சந்தோசம் வேறெப்போதும் கிட்டாது. ஒரு தாய்க்கு தன் முதல் பிரசவ பிள்ளையை ஈன்றபோது ஏற்படும் அத்தகைய மகிழ்ச்சியை நான் அனுபவித்தேன். உங்களில் பலருக்கும் அந்த அனுபவம் ஏற்பட்டிருக்கும் என நம்புகிறேன் - இல்லையா?

21.10.2012

28.10.2012

10

ஆண்ட பரம்பரை

விருப்புடன்தான் நான் கம்யூனிஸ்ட் வாலிப சங்க உறுப்பினன் ஆகினேன். தோழர்கள், எஸ்.எப். போஜியா, சிவகுருநாதன், கணேசன் மாஸ்ரர், சி. கணேசன், காத்தலிங்கம், அருட்செல்வம், சைவம், சிவபாதம், நவரெத்தினம், செல்லையா என ஒரு இளைஞர்குழாம் எமது வாலிப சங்க உறுப்பினர்கள். நவரத்தினம் அடிக்கடி யாழ் போய் வருவார். அவர் யாழ் மாநகரசபை நூலகத்தில் ஒரு அங்கத்தவர். அவர் இரவல் வாங்கும் புத்தகத்தை இரவல் வாங்கிப் படிக்கும் ஒரு வாசகனானேன். செ. கணேசலிங்கனின் 'செவ்வானம்' நாவலை அவர்மூலம் வாங்கி வாசித்தேன். இளங்கீரனின் 'நீதியே நீ கேள்' நாவலையும் நான் வாசித்தது நவத்தின் மூலம் தான். க.பொ.த. வகுப்பு இறுதி நாட்கள். அல்வாய் வாலிப சங்க மாநாட்டுக்கென ஒழுங்குகள் 'தொழிலாளி' பத்திரிகையில் அது விளம்பரப்படுத்தப் பட்டிருந்தது. தொழிலாளி வார பத்திரிகை ஆசிரியர் இளங்கீரன் மாநாட்டில் சிறப்புரையாற்ற அழைக்கப்பட்டிருந்தார். திகதி நிர்ணயிக்கப் படவில்லை. நான் சுதந்திரனின் முன்னுரிமை எழுத்தாளன். நந்தினி எனும் பெயரில் 'சூழ் லாம்பு' எனும் கதையை எழுதினேன். அடுத்த வாரம் பிரசுரமாகியது. சக நண்பர்கள் என்னை அவதானிக்கத் தொடங்கினர். நாவல் எழுதும் எண்ணம் என்னில் துளிர்விடத் தொடங்கியது. 'மேகங்கள்' எனும் பெயரில் நாவல் ஒன்றை எழுத ஆரம்பித்தேன். எழுதுவதற்கு தாள் கிடைப்பதில்லை. அதற்கான பொருளாதார வளமும் இல்லை. எங்களின் ஊர்கிராமசபை அங்கத்தவர் க.சி.மாணிக்கம் இவர் ஒரு ரஸ்ய சார்பு கொம்யூனிஸ்ட், இவரது வீடு திடீரென தீப்பிடித்து விட்டது. அணைக்க முடியாமல் கருகிப் போன அந்த வீட்டில் அரைகுறையாக எரிந்த நிலையில் பல புத்தகங்களும், துண்டுப் பிரசுரங்களும், கடிதத்தலைப்புகளும் குப்பைபோல் குவிந்து கிடந்தன. அவற்றில் நான் எடுக்கக் கூடியவற்றை எடுத்துக்

கொண்டேன். சில 'தாமரை' இதழ்கள் கிடைத்தன. கே. டானியலின் தண்ணீர், கொடும்பாவி கதைகளை நான் அவற்றில் பார்த்தேன். டானியல் கதைகள் தொகுப்பில் ஏலவே அந்தக் கதைகளைப் பார்த்த எனக்கு இந்திய சஞ்சிகையில் அக்கதைகளைப் பார்த்து ஒருவித சந்தோசம் எற்பட்டது. நம்மவருக்கு இந்திய சஞ்சிகையிலும் இடமிருப்பது குறித்து நான் சந்தோசப்பட்டேன். டானியல் மீதான பிரியம் அதிகரித்தது. சின்னத்தம்பி அண்ணர்இப்போது எனதும் கட்சித் தோழர். நான் நாவலைத் தொடர்ந்து எழுதத் தொடங்கினேன். எரிந்துபோன துண்டுப்பிரசுரங்கள், கடிதத்தலைப்புகளின் பின்பக்கம் என் எழுத்துக்களால் நிறைந்தது. 56 அத்தியாயங்கள் மண்வாசனையுடன் கூடிய எழுத்து முறை, முற்போக்கு, நற்போக்கு, பிற்போக்கு எதுவும் தெரியாத 19 வயது இளைஞன். க.பொ.த பரீட்சையில் 5 C, 3S உடன் சித்தியடைந்த ஒரு சாதாரணன். கிளரிக்கல் சோதனை எழுதும் தகுதியுடையவன். பல்கலைக் கழக புகுமுக வகுப்பில் எந்தத் துறைக்குப் போவதெனத் தெரியாத சங்கட நிலை. மற்ஸ் இல்லை. சவிரிமுத்து மாஸ்ரரினால், எண்கணிதம் எடுத்தவன். எனவே திரிசங்கு சொர்க்க நிலை, உயர்கல்விக்கான வாய்ப்புக் கிட்டவில்லை. அரசாங்க எழுதுவினைஞர்சேவைக்கு (கிளரிக்கல்) விண்ணப்பித்தேன். சோதனையும் எழுதிமுடித்தேன்.

நாவலடியிலிருந்து அல்வாயை ஊடறுத்துச் செல்லும் செம்மண் பாதை குருக்கட்டுப் பிள்ளையார்கோவிலுக்கு அண்மித்ததாக ஒரு சலூன்... இந்தச் சலூனில் நான் மார்க்சிசத்தின் அரிச்சுவடியை கற்கத் துவங்கினேன். கேலியும் கிண்டலும் சிரப்பும்... விமர்சனமும் நிறைந்த இனிய நாட்கள். தோழர்கள் என்னை நட்போடு கிண்டலடிப்பார்கள். 'பாரம்' சிறுகதைத் தொகுதி இன்னும் சில நாட்களில் வெளிவர இருப்பதாக அந்தக் கிண்டல் அமையும்.

அல்வாய் வாலிப சங்க (கம்யூனிஸ்ட்) மாநாடு குச்சம் பௌத்த பாடசாலையில் (கிடுகு கொட்டில்) நடைபெற இருந்தது. காலையில் பேராளர்மாநாடு முடிந்து மாலை அமர்வுக்கு நான் தலைமை தாங்கினேன். தோழர்கள் இளங்கீரன், வி.ஏ.கந்தசாமி, எம்.ஏ.சி. இக்பால், எஸ். சிவதாசன், கரவை கந்தசாமி, கே. செந்திவேல், எஸ். அருளானந்தம் ஆகியோர்முக்கிய பேச்சாளர்கள், மாநாடு இனிதே முடிவடைந்தது.

சங்கானையில் சாதிக்கலவரம் மூண்டது. வடபகுதி எங்கும் ஆங்காங்கே போராட்டங்கள். சாதிக்கான சங்கங்கள் கூடாது என தீர்மானித்து 'தீண்டாமை ஒழிப்பு வெகுஜன இயக்கம்' உருவாகிய

காலம். 'சாதி அமைப்புத் தகரட்டும், சமத்துவ நீதி ஓங்கட்டும்' எனும் கோசத்துடன் சுன்னாகத்திலிருந்து ஒரு பெரும் ஊர்வலம் யாழ் நகர்நோக்கிப் புறப்பட்டது. இது நடந்தது 1966 அக்டோபர்21ம் திகதி அதனைத் தடுக்க பலவித முயற்சிகள் நடந்தது. ஆயினும் ஊர்வலம் திட்டமிட்டபடி நடந்தது.

பொலிசாரின் கெடுபிடியையும் மீறி எஸ்.ரி.என். நாகரத்தினம் தலைமையில் தீ.ஒ. வெகுஜன இயக்கத்தை எங்களது கட்சி உருவாக்கியது. அடிக்கு அடி, இரத்தத்திற்கு இரத்தம் என்ற நிலைப்பாட்டை சண்முகதாசன் மேடை தோறும் பிரகடனப்படுத்தினார். மாவிட்டபுரம் ஆலயப்பிரவேசப் போராட்டம். பன்றித் தலைச்சி அம்மன் கோவில் போராட்டம், சங்கானை (நிச்சாமம்) மட்டுவில், மந்துவில், கன்பொல்லை என போராட்டத் தீ ஜுவாலை விட்டெரியத் தொடங்கியது. ஒடுக்கப்பட்ட மக்களில் பலர்வீரத்தியாகிகள் ஆகினர்.

மேதின ஊர்வலங்கள் வடபகுதியில் பிரமாண்டமான முறையில் எமது கட்சியினால் நடாத்தப்பட்டன. ஒரு உண்மையை இங்கே கூறி வைக்கிறேன். தோழர்சண்முகதாசன் இலங்கை இடதுசாரி இயக்கத் தலைவர்களில் குறிப்பிடப்பட வேண்டியவர்.

சிங்கள, தமிழ், முஸ்லிம் மக்கள் அங்கம் வகிக்கும் ஒரு கம்யூனிஸ்ட் கட்சியின் பொதுச் செயலாளராக தோழர்சண் இருந்தார். இன்றுவரை அத்தகைய நிலை ஒரு தமிழருக்கு சாத்தியமாகவில்லை. இதனால் திரிபுவாதிகள் (ரஸ்ய சார்பு கம்யூனிஸ்ட் கட்சியைச் சேர்ந்தவர்கள்) தோழர்சண்ணை இனத்துவேசத்துடன் நாகலிங்கம் சண்முகதாசன் என பேசுமளவுக்கு குரோதம் வளர்ந்தது.

யாழ் நகர மண்டபத்தில் அடிக்கடி சண்ணின் பகிரங்கச் சொற்பொழிவுகள் இடம்பெறும். இதற்கென விளம்பர போஸ்டர்களை வடபகுதியில் எமது கட்சியும், வாலிப சங்க உறுப்பினர்களும் ஒட்டுவோம்.

சண்ணின் பேச்சைக் கேட்பதற்கு நுழைவுக் கட்டணம் (ரிக்கற் மூலம்) வசூலிக்கப்பட்டது. மண்டபம் நிறைந்த கூட்டத்துடன் சொற்பெருக்கு நிகழும், பெரும் பெரும் பிரமுகர்கள் மண்டபத்தில் சமூகமளித்திருப்பர். அற்புதமான பேச்சுக்களை சண் நிகழ்த்துவார். கட்சி நிதிக்கு அந்தப் பணம் உதவியது. கொழும்பிலும் சண்ணின் பேச்சுக்கு கட்டணம் வசூலிக்கப்பட்டது. ஆம் தோழர்களே இன்று

வரை இப்படி ஒரு மனிதனின் பேச்சை நான் கேட்டதுமில்லை. கட்டணம் வசூலிப்பதை அறிந்ததுமில்லை, மூன்று மொழிகளிலும் மார்க்சிய தத்துவ முறையில் சரளமாக பேசும் ஆற்றல் பெற்றவர் தோழர்சண்.

மாவிட்டபுரம் ஆலயத்தின் தேர் சாதி வெறியர்களினால் எரிக்கப்பட்டு பழி எஸ்.ரி.என். மீது சுமத்தப்பட்டு அவர்கைது செய்யப் பட்டார். அடங்காத்தமிழன் சி. சுந்தரலிங்கமே சாதி வெறியர்களின் தலைவன் - என்னே வேடிக்கை - தமிழனே தமிழ் பேசும் மக்களின் எதிரி.

இந்த நேரத்தில்தான் சுபத்திரனின் ‘எச்சாமம் வந்து எதிரி நுழைந்தாலும் நிச்சாமக் கண்கள் நெருப்பெறிந்து நீறாக்கும்’ கவிதை வெளிவந்தது.

திருகோணமலைக் கவிராயரின் (தா.சி. வில்வராசனின்) ‘மாவிட்டபுரத்திலோர்மந்தி நின்று மடைச்சேட்டை புரியுது வாசலில் குந்தி’ என்னும் பாடலும் வெளிவந்தது.

வெட்கக் கேடான விடயம் என்னவென்றால் தந்தை செல்வநாயகம் என தமிழர்களால் அழைக்கப்படுபவர் பிரதிநிதித்துவப் படுத்திய காங்கேசன் துறைத் தொகுதியிலேயே மாவிட்டபுரம் கந்தசாமி கோவில் அமைந்திருந்ததும், தளபதி அமிர்தலிங்கம் பிரதிநிதியாக இருந்த வட்டுக்கோட்டைத் தொகுதியிலேயே நிச்சாமம் (சங்கானை) இருந்ததுவும் மிக முக்கியமான விடயமாகும். சாதிப் பிரச்சினை தலை விரித்தாடிய அக்காலத்தில் எஸ்.டி பண்டாரநாயக்கா எனும் சிங்களத்தோழர் ஒடுக்கப்பட்ட மக்களுக்காக குரல் கொடுத்த போது தளபதி அமிர்தலிங்கம் சங்கானை சாங்காயாக மாறிவிட்டதாக எதிர்குரல் எழுப்பினார். எப்படி இருக்கிறது நண்பர்களே? இவர்களது ‘ஆண்ட பரம்பரை’ மீண்டும் ஒரு முறை ஆள நினைப்பதில் இருந்த குறைபாட்டை!. இதனை நான் உணர்ந்து கொண்டமையால், இன்றுவரை இவர்களையும், இவர்கள் வழிவந்தவர்களையும் எதிர்க்கத் தலைப்பட்டேன். நிச்சயமாக...

04.11.2012

11.11.2012

11

பரன் வொன் ஹெக்சி

படிக்கின்ற காலத்தில் நான் ஒரு எம்.ஜீ.ஆர் இரசிகன். அதன் காரணமாக தி.மு.க. அனுதாபி, எம்.ஜீ.ஆர். படங்களைப் பார்ப்பதற்காக நானும் எனது நண்பரும் ஊரிலிருந்து 20 மைல்கள் சைக்கிளோடி யாழ்ப்பாணம் சென்று 2வது காட்சி என்னும் செக்கன் 'ஷோ' (கலரியிலிருந்து) பார்த்து திரும்ப ஊர் வந்து அடுத்த நாள் பாடசாலைக்கு 'கட்' அடிக்காமல் சென்றிருக்கிறோம். இவ்வளவுக்கும் ராசமூர்த்தி என்னும் அந்த நண்பரே சைக்கிள் ஓடுவார்.

எனது தகப்பனாரின் இரும்புக்கரியல் சைக்கிளையே நாம் பாவித்தோம். நாம் பார்த்த முக்கிய படங்கள் ''பணம் படைத்தவன்'', ''தாலிபாக்கியம்'', ''ஆயிரத்தில் ஒருவன்'', ''அரசகட்டளை', ''அன்பேவா'' போன்றவை.

இந்த ராசமூர்த்தியே படிக்கின்ற காலத்தில் என்னை இன்ன சாதியான் என சகல மாணவர்களுக்கும் அறிவித்தவர். பின்வரும் காலங்களில் எனது பாடசாலை நண்பராகவும்... பருவம் கடந்த நாட்களில் சீன சார்பு கம்யூனிஸ்ட் கட்சி அனுதாபியாகவும் இருந்தவர். படம் பார்க்கும் காலங்களில் எம்.ஜீ.ஆருக்காக சிவாஜி ரசிகர்களுடன் கைகலப்பில் ஈடுபட்ட அனுபவமும் எங்களுக்கு இருந்தது. இன்று இளம் தலைமுறை 'ரெஸ்லிங்' எனும் மல்யுத்தத்தை தொலைக் காட்சியிலும், வீடியோக்களிலும் மிக விருப்புடன் பார்க்கிறார்கள். ஜோன் சீனா, காளி என பல மல்யுத்த வீரர்களின் ரசிகர்களாக இருக்கிறார்கள். எங்கள் காலத்தில் மல்யுத்த ரசிகர்களின் விருப்புக்குரியவர்களாக இந்திய வீரர்களே இருந்தார்கள். கிங்கொங் தாராசிங், அஜித்சிங், கோராசிங் ரந்தாவா என ஒரு தொகை இந்திய மல்யுத்த வீரர்களின் நாமங்கள் எமக்கு பாடம். தாராசிங் எங்களது மிகப்பெரிய ஹீரோ. அவர் 'எங்கள் செல்வி' எனும் தமிழ் படத்தில் மல்யுத்த வீரராக

நடித்தார். அப்படத்தில் டீ.எஸ். பாலையாவுடன் ஒரு சவால் போட்டியில் தாராசிங் விளையாடுவார். பிற்காலங்களில் அவர் ஒரு சினிமா நடிகரானார். பல ஹிந்திப் படங்களில் நடித்தார். காட்டுவீரன் (டப்பிங்), மகாபாரதம் (வீமன்), ரஜனி நடித்த மாவீரன் போன்ற படங்களில் நடித்தார். இவரது சகோதரன் ரந்தாவா, சிவாஜி கணேசன் நடித்த 'ராஜா' படத்தில் நடித்தார்.

நான் 3ம் ஆண்டு படித்த காலத்தில் யாழ்ப்பாணத்திற்கு உலகப் புகழ்பெற்ற கமலா சேர்க்கஸ் இந்தியாவிலிருந்து வந்திருந்தது. யாழ் முற்றவெளியில் மிகப் பிரமாண்டமான கூடாரங்களில் எத்தனையோ விதமான விந்தைக் காட்சிகள், மிருகங்களின் காட்சிகள், யானை, சிங்கம், புலி, சிறுத்தை, குதிரைகள். இதனால் மிகுந்த வரவேற்பும், கொட்டகை நிறைந்த காட்சிகளும் நடைபெற்றன. இவற்றில் ஒரு அங்கமாக மல்யுத்தம். இம்மல்யுத்தக் காட்சிகளை காண முண்டியடிக்கும் சனத்தொகை.

நான் முதலில் குறிப்பிட்ட இந்திய மல்யுத்த வீரர்கள் அனைவரும் அங்கு வந்திருந்தனர். சினிமா நடிகை ஜீ. வரலட்சுமி (இவர் சிவாஜியுடன்-நான் பெற்ற செல்வம், அரிச்சந்திரா, எம்.ஜீ.ஆர் இன் குலேபகாவலி போன்ற படங்களில் நடித்த பிரபல நடிகை) இந்திய மல்யுத்த வீரர் அஜித்சிங்கை திருமணம் செய்திருந்தார். அதனால் அவரும் கமலா சேர்க்கஸ் குழுவுடன் வந்திருந்தார். தினமும் முற்றவெளியில் காட்சிகள். இங்கு ஒரு விடயத்தைக் கூறலாம். மல்யுத்த விதிகள் பற்றிய அறிவு எனக்கு இல்லாவிட்டாலும் இப்போது சில விடயங்களை நான் அறிந்திருக்கிறேன்.

மல்யுத்தத்தில் இரண்டு வகையுண்டு. இந்தியன் ஸ்ரைல், அமெரிக்கன் ஸ்ரைல். போட்டிகள் இரு வகையாக அமையும். காட்சிப் போட்டி, சவால் போட்டி. அனேகமாக கிங்கொங், தாராசிங் விளையாடும் போட்டிகளுக்கே சனத்திரள் குவியும். சில நேரங்களில் அஜித்சிங் - கிங்கொங் விளையாட்டுக்கும் சனத்தொகை திரளும். முக்கியமாக அக்காட்சிகளுக்கு சமூகமளித்திருக்கும் சினிமா நடிகை ஜீ. வரலட்சுமியை பார்க்கவும் சனம் திரள்வதுண்டு.

ஒரு நாள் தாராசிங்கின் தம்பிக்கும், அமெரிக்க வீரர் பரன் வொன் ஹெக்சிக்குமிடையில் ஒரு மோதல். காட்சிப்போட்டி. அதன் 3வது சுற்றில் காட்சிப்போட்டி ஒரு சவால் போட்டிக்குரிய நிலையை எடுத்தது. பரன் வொன் ஹெக்சி ரந்தாவாவை தோற்கடித்து விட்டார். முறையற்ற விதத்தில். ரந்தாவா கோதாவிலிருந்து தூக்கிச்

செல்லப்பட்டார். மேடைக்கு வந்த தாராசிங் பரன் வொன் ஹெக்சியை தன்னுடன் மோத வருமாறு கோபத்துடன் சவால் விட்டார். சவால் பகிரங்கமாக அறிவிக்கப்பட்டது.

இன்றைய மல்யுத்தங்களை பார்ப்பவர்களுக்கு சில விடயங்கள் புரியும். கிறிக்கட் சூதாட்டம் போல மக்களை முட்டாள்களாக்கி அவர்களது பணங்களைக் கொள்ளையடிக்கும் ஒரு தந்திரமாக இந்த விளையாட்டுக்கள் பயன்பட்டு வந்திருக்கின்றன என்பதுதான் அது. இதற்கு மல்யுத்தமும் விதிவிலக்கல்ல.

ஏதோ ஒரு திகதி குறிக்கப்பட்டு சவால் போட்டி அறிவித்தல் பத்திரிகைகளில் துண்டுப் பிரசுரங்களில் வெளியிடப்பட்டு மிகப் பெரும் பண வசூலுடன் தாராசிங் - பரன் வொன் ஹெக்சி விளையாடினர். தாராசிங் வெற்றி பெற்றார் என்பது எழுதித் தெரிய வேண்டியதில்லை. தாராசிங்கே அந்தச் சவால் போட்டியில் வென்றார். எப்படி இருந்த போதிலும் தாராசிங் வெல்ல வேண்டும் என்கின்ற அலையே அன்று யாழ்ப்பாண மல்யுத்த ரசிகர்களின் உள்ளத்தில் இருந்தது. இது 1956ல் நடந்தது.

1963, 1964ல் யாழ்ப்பாணத்தில் உள்ளூர் மல்யுத்தக் குழுக்கள் உருவாகின. கிராமம் கிராமமாக மல்யுத்தப் போட்டிகள் மின் ஒளியில் நுழைவுக்கட்டணம் வசூலிக்கப்பட்டு இந்தக் காட்சிகள் நடைபெற்றன. நாற்புறமும் கயிறுகள் கட்டி உமி பரவி கோதாக்கள் அமைக்கப்பட்டன.

மரணக்குழிக்குள், 3 மணி நேரம் உறங்குதல், தொண்டை முடிச்சின் மீது வண்டில் ஏற்றுதல், நிறை குறிக்கப்பட்ட ஒரு கல்லை மார்பின் மீது வைத்து சம்மட்டியால் அடித்து உடைத்தல், உழவு இயந்திரத்தை பல்லால் கட்டி இழுத்தல், மார்பில் ஏற்றுதல் என சாகசச் செயல்கள், சாண்டோ எனப் பட்டங்கள் பெற்றவர்களின் சாகசங்கள், சிலம்படிகள், தீப்பந்த வீச்சுக்கள்.

பறந்தடிக்கும் பத்மநாதன், புலிக்குட்டி, பு.வையாபுரிநாதன், ரைகர் பரராஜசிங்கம், மட்டுவில் செல்வராஜன், சித்திரபுத்திரன், கே.பி.சிங் இப்படி பல உள்ளூர் மல்யுத்த வீரர்களும் அவர்களுக்கான அணியினரும். எனது முந்தைய கட்டுரையில் ஒரு சலூன் பற்றிக் குறிப்பிட்டிருந்தேன். அங்குதான் மார்க்சியம் பயின்றேன் என்று அந்தச் சலூன் உரிமையாளர் எஸ்.எப். போஜியா. இவர் ஒரு மல்யுத்த ஆசானும் கூட. தனது உயர்கல்வியை கே. டானியலின் வீட்டிலிருந்து யாழ் மத்திய கல்லூரியில் கற்றவர். உயர்கல்வியைத் தொடர முடியாமல் இடை நடுவில் கைவிட்டவர். டானியலின் பல கதைகளை

பிரதியெடுத்து பத்திரிகளுக்கு அனுப்பி உதவியவர். ஆங்கிலக் கல்வியை நம்மூரில் கற்றுக்கொடுத்து பலரை உயர் தொழிலுக்குச் செல்வதற்கு உதவியவர். எனது உறவினன். எனது மார்க்சிய ஆசான்.

இவரிடம் ஒரு மல்யுத்த அணி இருந்தது. இவர் ஒரு சிறந்த நேர்முக வர்ணனையாளனும் கூட, மல்யுத்தப் போட்டிகளில், இல்ல விளையாட்டுப் போட்டிகளில் எஸ்.எப். போஜியாவின் கணீரென்ற வர்ணனைகள் விழாக்களைச் சிறப்பூட்டும் இந்த வர்ணனைகளால் பார்வையாளர்கள் ஈர்க்கப்படுவதை நான் அவதானித்திருக்கிறேன்.

எஸ்.எப். போஜியாவும், கே.பி. சிங்கும் கோதாவில் இறங்கி விளையாடும் காட்சிப் போட்டிகள் மிக ரசிக்கத்தக்கவையாகவும், சிறப்பாகவும் இருக்கும். எஸ்.எப். போஜியா லெனின் தாடியுடன் மேடையில் நிற்கும் போது வேறு ஒரு மல்யுத்த வீரரின் நினைவு எல்லோருக்கும் எழும். அதுதான் தாராசிங்குடன் சவால் போட்டியில் மோதிய பரன் வொன் ஹெக்சி.

ஈழத்தின் பரன் வொன் ஹெக்சியென இக்காலத்தில் அழைக்கப் பட்டார் என் மார்க்சிய ஆசான் எஸ்.எப். போஜியா.

18.11.2012

12

ஈழநாடு

ஈழநாடு தனது 10ம் ஆண்டு நிறைவை ஒட்டி அகில இலங்கை ரீதியாக இலக்கியப் போட்டிக்கான விளம்பரத்தை வெளியிட்டிருந்தது. கவிதை, சிறுகதை, நாவல், நாடகம் எனப் பலவகைப் போட்டிகள். நான் சிறுகதைப் போட்டியில் பங்குபற்ற முடிவெடுத்து கதையும் அனுப்பிவிட்டேன். நாட்கள் கடந்து கொண்டிருந்தன. சிறுகதைப் போட்டிக்கு முதல் பரிசு 500 ரூபா... நாவல் போட்டிக்கு முதல் பரிசு 1000 ரூபா, இரண்டாம் பரிசு 500 ரூபா. ''மேகங்கள்'' நாவல் இறுதிக்கட்டத்தை நெருங்கியிருந்தது. ஈழநாடு விண்ணப்ப முடிவு திகதிக்கு முன்னர் அதனைப் பிரதி எடுத்து முடிக்க என்னால் முடியுமா? என்று யோசித்தேன்.

சைவம் தனது மாமாவின் மகளிடம் கொடுத்து அதனைப் பிரதி பண்ணித் தருவதாக கூறினார். நவரத்தினம், தானும் எனக்கு உதவுவதாகக் கூறினார். 1 றீம் தட்டச்சுத் தாள் கஸ்டப்பட்டு வாங்கினேன். விலை 5 ரூபா - 500 தாள்கள். எழுதப்பட்ட நாவல் அத்தியாயங்களை நவரத்தினத்திடமும், சைவத்தின் மைத்துனியிடமும் கையளித்தேன். இறுதிப் பகுதியை நான் எழுத முனைந்தேன். ஈழநாடு போட்டி முடிவுத் திகதி நீடிக்கப்பட்டது. 1968 டிசம்பர்31ம் திகதியென அவ்வறிவித்தல் தெரிவித்தது. நண்பர்களின் உதவியினால் டிசம்பர்30ம் திகதி 57 அத்தியாயங்களும் முடிவுறுத்தப்பட்டது. 1968 டிசம்பர்31ம் திகதி மாலை 5.30 மணி - யாழ் மலேயன் கபே மேல்மாடியில் செ. கணேசலிங்கனின் 'தரையும் தாரகையும்' யோ.பெனடிக்ற் பாலனின் 'சொந்தக்காரன்' நாவல்கள் வெளியீடு, தோழர்மு.கார்த்திகேசன் தலைமை, டானியல், சில்லையூர்செல்வராசன், கே.தங்கவடிவேல் விமர்சன உரை. நானும் சைவம், நவரத்தினம் ஆகியோரும் யாழ் போவதாக முடிவெடுத்தோம். ஈழநாட்டில் நாவலை ஒப்படைப்பதே

யாழ் பயணத்திற்கான முக்கிய காரணம். சுமார் 5.30 மணியளவில் நாவலை ஈழநாட்டுக் காரியாலயத்தில் ஒப்படைத்துவிட்டு மலேயா கபேக்கு வந்தோம்.

சில்லையூர்நாவல்கள் குறித்து அருமையான விமர்சனம் செய்தார். இன்றும் கூட சில்லையூர் முன்னர் எழுதிய நாவல் பற்றிய விமர்சனக் கட்டுரை விதந்து பேசப்படுகிறது. அவர் பேசும் போது டானியல் எழுதிய 'நெடுந்தூரம்' எனும் குறு நாவல் (இது என்ன பத்திரிகையில் வெளிவந்ததோ தெரியாது) டானியலுக்கும் நாவலுக்கும் நெடுந்தூரம் என்பதை நிரூபித்துள்ளதாக நகைச்சுவையோடு கூறினார். பின்னர் பேசவந்த டானியல் நான் இப்பொழுது 'பஞ்சமர்' எனும் நாவலை எழுதத் தொடங்கியிருப்பதாக கூறி அதனை சில்லையூர் எப்படிப் பார்க்கப் போகிறாரோ தெரியாது என்று சிரிப்போடு கூறினார்.

நாவல் ஒன்றை எழுதி ஈழநாட்டில் ஒப்படைத்துவிட்டு வந்த என்னை தோழர் சைவமும் நவரத்தினமும் சிரிப்போடு திரும்பித் திரும்பி பார்த்தபடி இருந்தனர். 19 வயதுக்கார எனது எழுத்து இந்த முதிர் எழுத்தாளர்களோடு ஒப்பிடும் போது எப்படிக் கணிக்கப்படும் என்ற கேள்வி என்னுள் முகையவிழ்ந்தது. 1969 ம் ஆண்டு ஏப்ரல் மாதம் ஈழநாடு இலக்கியப் போட்டி முடிவுகள் வெளிவந்திருந்தன.

செங்கை ஆழியனின் கங்குமட்டைக்கும், செம்பியன் செல்வனின் பூவும் கனிக்கும் முதல் பரிசு, இரண்டாம், மூன்றாம் பரிசுக்குரியவர்கள் யார் என்பது இப்போது எனக்கு ஞாபகத்தில் இல்லை. இருபது எழுத்தாளர்களுக்கு பாராட்டுப்பரிசுகள் கிடைத்திருந்தன. நெல்லை க.பேரன், தையிட்டி அ.இராசதுரை, ச.அச்சுதன், மு.கனகராசன் ஆகியோரோடு எனக்கும் ஆறுதல் பரிசு. 'வேட்டை' என்னும் எனது கதை எழுதியவர் நந்தினி சேவியர் என அறிவிக்கப்பட்டிருந்தது. நான் நந்தினி சேவியர் ஆகிவிட்டேன். உள்ளூர மிகுந்த மகிழ்ச்சி. பெயர்பெற்ற பல எழுத்தாளர்களோடு நானும் போட்டியிட்டு ஆறுதல் பரிசை பெற்றுள்ளேன். மகிழ்ச்சி இருக்காதா பின்னே.

போட்டி நடுவர்களாக இரசிகமணி கனக. செந்திநாதன், இராஜா அரியரத்தினம் போன்றவர்கள். நாவல் போட்டி முடிவுகளை பின்னர்அறிவிப்பதாக தெரிவித்திருந்தார்கள்.

இரண்டு நாட்கள் கழிந்து ஈழநாட்டிலிருந்து அறிவித்தல் கடிதம் எனக்கு கிடைத்தது. ஈழநாடு ஆசிரியராக இருந்த கே.பி. கரன் தன்கைபட கடிதம் எழுதியிருந்தார். (இவர் ஒரு இந்தியர் முன்னர் கொழும்பு வீரகேசரியில் ஆசிரியராக இருந்தவர்)

நந்தினி சேவியர்

நாவல் போட்டி முடிவுறாத நிலையில், ஈழநாடு பத்திரிகையின் 10ம் ஆண்டு விழா கோலாகலமாக யாழ்ப்பாணத்தில் நடைபெறவிருந்த திகதி அறிவிக்கப்பட்டது.

வாராவாரம் சிறுகதைப் போட்டி பரிசுக் கதைகளும் கவிதைகளும், பிரசுரமாகிக் கொண்டிருந்தன. போட்டியில் பரிசு பெற்றவர்களுக்கு ஒரு தேநீர்விருந்துபசாரம், யாழ்ப்பாணத்தில் வெளிவந்த செய்தி பத்திரிகைகளில் பிரசுரமாகியிருந்தது. அதற்கு நான் அழைக்கப் படவில்லை. அது பற்றி நான் பெரிது படுத்தவுமில்லை.

ஈழநாடு 10ம் ஆண்டு நிறைவு விழாவில் பரிசு பெற்ற சிறுகதைகள் அடங்கிய ஒரு நூலும், நாடக நூலும் வெளியிடப்பட இருந்தது. சிறுகதைத் தொகுதிக்குப் பெயர் 'கங்குமட்டை' அத்தொகுதியில் 6 கதைகள் இடம்பெற்றிருந்தன. ஆறுதல் பரிசு பெற்ற மு. கனகராசனின் கதையும் அதில் ஒன்று. அப்போது தொடங்கிய விலகல் அல்லது விலக்கல் பின்னர் பல சந்தர்ப்பங்களில் என் மீது ஆதிக்கம் செலுத்தத் தொடங்கியது.

நான் எழுத்துத் துறையில் தீவிரமாக ஈடுபடத் தொடங்கி விட்டேன். வீரகேசரி எனது கதைகளைப் பிரசுரிக்கத் தொடங்கியது. சுதந்திரன், வீரகேசரி, சிந்தாமணி என வர்த்தகப் பத்திரிகைகளில் எழுதத் தொடங்கினேன். ஆயினும் பெரும் எழுத்தாளர்களுடன் எனது தொடர்பு மிக மிக எட்டவாகவே இருந்தது. பயங்கர வாசிப்பு வெறி என்னைப் பற்றிப் பிடிக்கத் தொடங்கிவிட்டது. நூல் நிலையங்களைத் தேடி நடக்கத் தொடங்கினேன். நடை, நடை நடப்பதும், வாசிப்பதும், நண்பர்களோடு விவாதிப்பதும், வாழ்வாகியது.

இவ்விடத்தில் 'ஈழநாடு' தினசரி பற்றி சில விடயங்கள் கூறவேண்டும். அப்போது இலங்கையின் தேசிய பத்திரிகைகளாக தினகரன், வீரகேசரி இரண்டுமே இருந்தன. குடா நாட்டுச் செய்திகளைப் பிரசுரிப்பதற்காக ஒரு பத்திரிகையின் வரவு அவசியமாகப்பட்டது. ஈழகேசரியின் வரவு ஸ்தம்பித்துப் போன பின்னர்(இது தினசரி அல்ல) யாழ்ப்பாணத்தின் செய்திகளுக்கு முக்கியத்துவம் கொடுக்கக்கூடிய ஒரு பத்திரிகை தேவைப்பட்டது. சுதந்திரன் (தமிழரசு), தமிழன் (காங்கிரஸ்), தேசாபிமானி (கம்யூனிஸ்ட்) பத்திரிகைகள் கட்சிப் பத்திரிகைகளாகவே இருந்தன. இலக்கியத்துக்கு 'சுதந்திரன்' களமமைத்துக் கொடுத்தமை பாராட்டுதற்குரியது. டானியல் டொமினிக் ஜீவா, அகஸ்தியர்போன்ற இடது சாரி எழுத்தாளர்கள் சுதந்திரனில் அறிமுகமாகினர்கள். தினகரன் ஆசிரியராக க.கைலாசபதி இருந்து பல பேருக்கு எழுதக் களம் கொடுத்தார்.

பிரேம்ஜி போன்றவர்கள் சுதந்திரன் ஆசிரியர்குழுவில் இருந்தனர். காலஞ்சென்ற எஸ்.ரி.சிவநாயகம் சுதந்திரன் பிரதம ஆசிரியராக இருந்தார். பின்னர் அவர் தமிழரசுக் கட்சியிலிருந்து பிரிந்து சென்றார். பிற்காலத்தில் எம்.டி.குணசேன நிறுவனத்தின் "தினபதி" பத்திரிகைக்கு அவர்ஆசிரியரானார். சிந்தாமணிப் பத்திரிகைக்கு (தினபதியின் வாரமலர்) இராஜா. ஆரியரத்தினம் ஆசிரியரானார். இவையெல்லாம் அறுபதுகளின் பிற்கூற்றில் நிகழ்கிறது. 1959ல் ஈழநாடு ஆரம்பிக்கப் பட்டது. அதன் வருகைக்கும் விற்பனைக்கும் சாதகமாக "கோகிலாம்பாள் கொலை வழக்கு" செய்திகள் உதவின. கோகிலாம்பாள் வேறு இருவருடன் சேர்ந்து தனது கணவரை கொலை செய்த வழக்கு. இது பத்திரிகைகளில் இப்படியாகப் பிரசுரமாகாது விடினும் கோகிலாம்பாள் கொலை வழக்கெனப் பேசப்பட்டது. இக் கோகிலாம்பாளுக்காக நீதிமன்றில் வாதிட்டவர்தளபதி அ.அமிர்தலிங்கம். வாதாட்டம் தோல்வியுற்றது. கோகிலாம்பாள் சிறையிலிடப்பட்டார். இதனால் கோகிலாம்பாள் புகழ் அமிர்தலிங்கம் என அமிர்தலிங்கம் கிண்டலாகப் பேசப்பட்டார். 'அந்தனிசில்' என்று ஒரு பத்திரிக்கையாளர், அவர் இந்தியாவில் பெரியாரின் 'நாஸ்திகம்' பத்திரிகையில் கடமையாற்றி இலங்கைக்கு நாடு கடத்தப்பட்டிருந்தார். அவர்'தீப்பொறி' எனும் ஒரு பத்திரிகையை ஆரம்பித்தார். டி.ராஜேந்தர் பாணியில் அவரது தலையங்கங்கள் அமையும். ஒரு தீவிர இடது சாரியாக அவர் தன்னைக் காட்டிக் கொண்டார்.

தளபதி அமிர்தலிங்கத்தை தள(ர்)பதி அமிர்தலிங்கம் என்றும் பாதர்செல்வநாயகத்தை பதர்செல்வநாயகம் என்றும் தீப்பொறியில் எழுதினார். யாருக்கும் கட்டுப்படாத ஏதேச் சாதிகார எழுத்தாளராக அவர்இருந்தார். தன் சொந்தச் செலவில் 'தீப்பொறியை' நடாத்திக் கொண்டிருந்தார். பிற்காலத்தில் 90 களில் தீவிர தமிழ் பற்றாளராக மாறி மட்டக்களப்பில் காலமாகினார். மலையகத்தில் சிறிது காலம் இருந்து 'ஒரு தீப்பொறி' என ஒரு பத்திரிகையை வெளியிட்டார். உண்மையில் பத்திரிகை வரலாற்றில் அந்தனிசில் ஒரு கலகக்காரனாகவே பயணித்தவர். அவரது கொள்கைகள் பேச்சுக்கள் எங்கள் கட்சியை சங்கடத்திலாழ்த்தியதும் உண்டு. அவர் நமது கட்சியின் அனுதாபியே தவிர கட்சி உறுப்பினர்அல்ல.

ஈழநாடு பத்திரிகை தன் காலத்தில் பல சிரமங்களை அனுபவித்தது. தினகரன், சிந்தாமணி, வீரகேசரிக்கு படைப்புகள் அனுப்பினால் பிரசுரமாகும் படைப்புகளுக்கு சன்மானம் கிடைக்கும். எனது

சிறுகதைகளுக்கு ரூபா 25 க்கு காசோலை அனுப்புவார்கள். ஆனால் சுதந்திரன், ஈழநாடு பத்திரிகைகள் சன்மானம் தருவதில்லை. அதே நேரம் படைப்பு பிரசுரமான பத்திரிகையை எமக்கு அனுப்புவதுமில்லை.

....

மதிப்பிற்குரிய நந்தினி சேவியர் அவர்கள் உடல்நலக் குறைவினால் அவதியுறுவதால் அவரது இந்த 'நாடோடியின் பாடல்' சில வாரங்களுக்கு வெளிவராது என்பதை வருத்தத்துடன் அறியத் தருகின்றேன்.

புத்துணர்ச்சியுடன் புதிய பயணத்தை அவர் தொடர்வார்... நிச்சயமாக...

ஆசிரியர்- மாலைமுரசு - 25.11.2012, 02.12.2012

நந்தினி சேவியர் படைப்புகள்

பகுதி மூன்று

பத்தி எழுத்துக்கள்

வ. தேவசகாயம் – தாவீது கிறிஸ்ரோ

(என்ற பெயர்களில்)

குறிப்பு – 01

தெரிந்தவையும் தெரியாதவையும்

வ. தேவசகாயம்

இலக்கிய நேர்மை பற்றி இன்று பேசப்படுவது போலவே... அன்றும் இலக்கியம் பற்றிய சர்ச்சைகள் ஏற்பட்டது உண்டு. ஆரம்ப காலத்தில் டானியல், டொமினிக் ஜீவா, எஸ். பொன்னுத் துரை போன்றவர்கள் இடது சாரிச் சிந்தனையுள்ளவர்களாகவே இலக்கிய உலகில் பிரவேசித்தார்கள், முற்போக்கு அணியிலிருந்து இந்திரிய எழுத்தாளர் என்கின்ற குற்றச் சாட்டுடன் வெளியேற்றப்பட்ட எஸ். பொ., டானியல், ஜீவா ஆகியோருக்கு தானே கதைகள் எழுதிக் கொடுத்ததாக பகிரங்கமாக பேசத்தொடங்கினார். இதில் உண்மை இருக்கிறதோ, இல்லையோ எஸ். பொவின் குற்றச் சாட்டுகளை நிராகரிப்பது போல டானியலும், ஜீவாவும் தங்களை இலக்கிய உலகில் ஏதோ ஒரு வகையில் நிலைநாட்டியுள்ளார்கள் என்பதைக் காலம் நிரூபித்துள்ளது.

எஸ். பொ என்கின்ற எழுத்தாளர் முற்போக்கை நிராகரித்து நற்போக்கு என்கின்ற கோஷத்தை முன்வைத்து தனக்கென ஒரு வட்டத்தை ஏற்படுத்தினார். இவருடைய அணியை வலுப்படுத்துவது போல் சநாதனிகளாக தங்களைக் காட்டிக் கொண்ட முற்போக்கு எதிர்ப்பு வாதிகள் பலரோடும் அவரது உறவு வலுப்பட்டது. தவிர்க்க முடியாதபடி வ.அ. போன்றவர்களும் இவரோடு ஒத்தோடினார்கள்.

இதில் வேடிக்கையான நிகழ்வு என்னவென்றால் இவர்களுக் குள்ளேயே ஒருவர் மீது ஒருவருக்கு அதிருப்தியும், இலக்கியப் பணியில் உடன்பாடும் இருக்கவில்லை. தனிப்பட்ட உரையாடல்களில் வ. அ. எஸ். பொ வின் கதைகளை காரசாரமாக விவாதித்துள்ளார்.

இன்று தலித் இலக்கியம் பற்றிப் பேசப்படும் ஒரு காலம். டானியல், ஜீவா, பெனடிக்ற் பாலன் போன்றவர்களும் செ. யோ. கணேசலிங்கன் போன்றவர்களும் ஒடுக்கப்பட்ட மக்களின் பிரச்சினை களை எழுதியது போல எஸ். பொ தனது எழுத்தில் தலித் மக்களின் பிரச்சினைகளை சொல்ல முனையவில்லை என்பது மிக முக்கியமான ஒரு குற்றச்சாட்டு.

இதே போல் தலித் இலக்கிய முன்னோடியாக கருதப்படும் டானியலை நிகர்த்தவராக ''நிலவிலே பேசுவோம்'' சிறுகதையை எழுதிய என். கே. ரகுநாதனைக் குறிப்பிடும் அதிருப்தியாளர்களும் இல்லாமில்லை.

எஸ். பொ வின் ''வீ '' தொகுதியில் இடம்பெற்ற 'இத்தா' எனும் கதையை எழுதியவர் மருதூர் கொத்தன் என்கின்ற உண்மையும் சமீபத்தில் வெளிவந்துள்ளது.

எனக்குத் தெரிய 1970களில் நிகழ்ந்த ஒரு சம்பவத்தை என்னால் நினைவு கூற முடிந்தது. இதில் திருட்டு என்பதை விட திருகுதாளம் முதன்மை பெறுவதை நீங்கள் அவதானிக்கலாம். சுந்தரின் 'சிரித்திரன்' சஞ்சிகை ஒரு சிறுகதைப் போட்டியை (1974 ஆக இருக்க வேண்டும்) நடத்தியது. அந்தப் போட்டியில் டானியல் அன்ரனி, தேவி பரமலிங்கம், நந்தினி சேவியர், நெல்லை க. பேரன் போன்ற பலர் பங்கு பற்றினார்கள். ஆனால் 'ஒரு கீதாச்சாரியனின் விஸ்வரூபம்' என்னும் சிறுகதை முதற் பரிசு பெற்றது.

இக்கதையை எழுதியவர் 'இறம் பொடை தங்கராசு' என்பவர். இன்று வரை இறம் பொடை தங்கராசா என்பவர் வேறு ஒரு கதையையும் எழுதவேயில்லை. மேற்படி புனை பெயரில் கதை எழுதியவர் யாரென்பது மர்மமாகவே பலகாலம் இருந்தது. ஆயினும் சிரித்திரன் சஞ்சிகை ஆசிரியருக்கு வேண்டிய நடுவர் குழுவைச் சேர்ந்த ஒருவரே அந்த நபர் என்பது பின்னர் தெரிய வந்தது. இறம் பொடை தங்கராசா சுயமாகக் கதை எழுதியிருந்தாலும் இந்தச் செயல் ஒரு இலக்கிய மோசடியே தான் என்பது மறுக்கமுடியாதது.

ஆனந்த விகடன் சஞ்சிகையின் 25வது ஆண்டு நிறைவு நாவல் போட்டியில் பரிசு பெற்ற 'அருள் சுப்பிரமணியத்தின்' தூரத்து ஓவியங்கள் முன்னர் வீரகேசரிப் பிரசுரமாக வந்த 'அக்கரைகள் பச்சையில்லை' என்கின்ற நாவல்தான் என்கின்ற உண்மையும் அது ஒரு மோசடியே என்பதுவும் நாம் அறிந்த ஒரு விடயமாகும்.

சாகித்திய மண்டலப் பரிசுக்காக வெளிவந்த நூல் ஒன்றின் அட்டையை மாற்றிப் பரிசுபெற்ற எழுத்தாளரும், வெளிவராத ஒரு நாவலை போட்டோப் பிரதி எடுத்து நூலாகக் கட்டி பரிசு பெற்ற பின்னர் நூலாக்கிய (அதே) எழுத்தாளரும் நம் மத்தியில் இருக்கவே செய்கிறார்கள்.

இந்த வகை எழுத்தாளர்களை அம்பலப்படுத்தும் ஒரு எழுத்து இயக்கத்தை ஏற்படுத்துவது இன்றைய நிலையில் ஒரு முக்கிய கடமையாகும். இதனை இளந்தலைமுறை கவனத்தில் கொள்ள வேண்டும்.

அதே போல் சில விமர்சகர்கள் தவறான தகவல்களை அறிந்தோ அறியாமலோ தமது கட்டுரைகளில் குறிப்பிட்டு விடுகிறார்கள். இதனால் பின்னர் வரும் சந்ததியினர் வேதவாக்குகள் போல் திரும்பவும் பாவிக்கத் தலைப்படுவதனால் பெரும் வரலாற்றுத் தவறுகள் ஏற்பட்டுவிடுகின்றன.

இவற்றையும் கவனத்தில் கொள்ளவேண்டியது இளம் தலைமுறையினரின் முக்கிய பணியாகும். நூல்கள் ஆவணக் காப்பகத்தில் சேர்த்து வைப்பது மாத்திரமல்ல. அவற்றின் திருத்தங்களையும் ஆவணப் படுத்த வேண்டியது மிகமிக அவசியமானதும், அவசரமானதுமான பணியாகும். இதற்குரிய செயல்திட்டத்தை இளம் தலைமுறை செய்தே ஆக வேண்டும். இல்லாவிடத்து எதிர்காலத் தலைமுறைக்கு நாம் இழைக்கும் பெரும் துரோகம் இதனைவிட வேறு எதுவும் இருக்க முடியாது.

சுட்டும்விழி – 1

2003

குறிப்பு – 2

தெரிந்தவையும் தெரியாதவையும்

வ. தேவசகாயம்

பத்திரிகைகள் சஞ்சிகைகளில் வெளிவரும் அனேக படைப்புக்கள் முன்னர் சத்திர சிகிச்சைக்கு உட்பட்டே வெளிவந்தன. பத்திரிகையின் அவ்வப் பகுதிப் பொறுப்பாளர்கள் அப்படைப்புக்களை தம்மிஸ்டம் போல் வெட்டிக் குறுக்கியும், நீட்டியும் வெளியிடுவார்கள். எழுதியவரின் நோக்கமே சிதைந்து போகுமளவுக்கு அந்தக் கைங்கரியம் நிறைவேறும். இன்று அப்படி நடப்பதில்லை என்று கூறிவிட முடியாது. படைப்புக் களுக்கு ஆக்கியோரே பொறுப்பு என்பது ஒரு பிரகடனமாக மட்டும் சில சஞ்சிகைகளில் வருகின்றபோதும் படைப்புக்களை தறிக்கும் மனோபாவம் படைப்பைப் பற்றிய பிரக்ஞையே இல்லாத சிலருக்கு வாய்த்த பதவியினால் நிகழவே செய்கிறது. இதற்கு பக்கங்களுக்குள் அடக்குதல் எனும் சாட்டு அவர்களுக்கு கைகொடுக்கிறது.

மௌனியின் சிறுகதைகள் பற்றி பெரிதாக சிலாகிக்கப்பட்டுக் கொண்டிருந்த ஒரு காலம் போய் மௌனியும் விமர்சனத்துக்கு ஆளாகிக் கொண்டிருக்கும் இக்காலத்தில் மௌனியின் சிறுகதைகளைச் செப்பனிட்டு தேனீயில் வெளியிட்டதாக எம்.வி. வெங்கட்ராம் ஒரு தகவலை வெளியிட்டிருந்தார். இப்படிப் பார்க்கப் போனால் இன்றைய அனேக படைப்பாளிகளை நல்ல எழுத்தாளர்- களாக்கிய பணி பத்திரிகையின் ஆளுமைமிக்க ஆசிரியர்களைச் சாரும் என்றும் கொள்ளலாமா? இது ஒரு முக்கிய கேள்வியாகும்.

சாருநிவேதிதாவின் (சீரோடிகிரி) நாவலொன்றை செப்பனிட்டதாக பிரேம் - ரமேஸ் ஒரு பேட்டியில் தெரிவித்- திருந்தனர். இது ஒரு விதத்தில் அகங்காரம் தொனிக்கும் குரலாகவே இனங் காணப்பட

வேண்டும். விமர்சனம் - சுயவிமர்சனம் எனும் கொள்கையை ஏற்றுக் கொள்கிறவர்களுக்கு இது ஒன்றும் பெரிய காரியமல்ல. தமது படைப்புக்களை விமர்சனத்திற்கு கொடுப்பவர்கள் விமர்சனத்தை ஏற்றுக் கொண்டு திருத்தம் செய்தால் அதனை உரிமை கோரும் சுதந்திரம், விமர்சித்த அனைவருக்குமே உரியதானால்.. படைப்புலகம் என்னவாகும்....? இதுவும் இன்னொரு விதத்தில் கவனத்தில் கொள்ள வேண்டிய விடயமாகும்.

பத்திரிகையாளன் வெட்டிச் சிதைத்து வெளியிடும் படைப்புக்கள் பற்றியும், படைப்பாளியை செப்பனிட்டது நாங்களே எனும் உரிமைக் குரல் கொடுத்த இருவர் பற்றியும் எழுதிக் கொண்டிருக்கும் இந்த நேரத்தில் ஒரு சம்பவம் என் நினைவுக்கு வருகிறது.

1986ம் ஆண்டு முற்பகுதி யாழ்ப்பாணத்தின் பிரபல நாவலாசிரியர் ஒருவரின் நாவலொன்று அவரது இறப்பின் பின்னர் சிலரால் வெளியிடப்பட ஆயத்தமாகியது. ஆசிர்வாதம் அச்சகத்தில் அச்சிடப்பட்டு அட்டைப்படமும் தயாராகி புத்தக ரூபத்தில் நாவல் தயாராகி விட்டது தற்செயலாக அந்த நாவலை வாசித்த அந்நாவலாசிரியரின் நண்பரொருவர் திகைத்துப் போனார். கையெழுத்துப் பிரதியில் அதனை வாசித்திருந்த அவர் நாவலின் பிற்பகுதி மாற்றம் செய்யப் பட்டிருந்ததைக் கண்டு பிடித்து விட்டார் - கதை வேகமாக பரவியது இந்த விடயத்தில் வெளியீட்டாளர்களுக்கு பலத்த எதிர்ப்பு - சர்ச்சை நாவலாசிரியரின் வாரிசாக தன்னைப் பாவித்துக் கொண்டிருக்கும் ஒரு எழுத்தாளரின் கைவேலையே இந்த மாற்றம் என்பதும் அம்பலமாகியது. ஒரு எழுத்தாளன் உயிரோடு இல்லாத போது அவனது எழுத்தை மாற்றும் உரிமை யாருக்கும் கிடையாது. அதற்கு மாற்றம் செய்த எழுத்தாளர் ஏதேதோ சாக்குப் போக்குச் சொன்ன போதும் வன்மையான கண்டனங்களை அவர் எதிர்கொள்ள வேண்டி ஏற்பட்டது. அச்சிட்டு வெளியிடப்பட இருந்த அந்த நாவல் இறந்த எழுத்தாளரின் உண்மைப் பிரதிபோல பின்னர் அச்சிடப்பட்டு முன்னர் திருத்தம் செய்யப்பட்ட பக்கத்தின்மேல் ஒட்டப்பட்டு வெளியிடப்பட்டது. ஆச்சரியம் என்னவென்றால் திருத்தம் செய்த எழுத்தாளர் கூறிய காரணங்கள் எல்லாவற்றையும் மீறி அந்த நாவல் வரவேற்பையே பெற்றுக் கொண்டது - திருத்தம் செய்தபடி வெளியிட்டிருந்தால் என்னவாகியிருக்குமோ தெரியாது - இந்த விபத்தில் தப்பிக் கொண்ட நாவல் கே. டானியலின் - 'தண்ணீர்'.

இந்த நாவல் உன்னதமானதோ அல்லது சாதாரணமானதோ என்பதல்ல பிரச்சனை. ஒரு எழுத்தாளரின் படைப்பில் கை வைக்கும்

உரிமை யாருக்குமே வழங்கப்படவில்லை என்பதுவே இங்கு சுட்டிக் காட்டப்படுகின்றது. ஒரு படைப்பை விமர்சிக்கும் உரிமை எல்லோருக்கும் உரியது. மாற்றம் செய்யும் உரிமை யாருக்கும் வழங்கப் படவில்லை. அதனை அந்தப் படைப்பாளியே செய்ய வேண்டும்.

உலகப் பிரசித்தி பெற்ற திரைப்பட நெறியாளர் ஐசன்ரீனுடைய 'போர்க்கப்பல் பொட்டம் கின்' இன்றும் திரையுலகத்தில் பேசப்படும் ஒரு திரைப்படமாகும்.

கப்பல் படைவீரர்களுக்கு வழங்கப்படும் உணவு பழுது அடைந்ததால்... போர்க்கப்பல் பொட்டம் கின்னின் படை வீரர்கள் கிளர்ச்சி செய்கிறார்கள். இதுவே கதை... ஒரு புரட்சிகர நடவடிக்கையை வெளிப்படுத்திய இப்படத்தை ஐசன்ரீனின் மறைவுக்குப் பிறகு ஒரு படத் தொகுப்பாளர் வெட்டி ஒட்டி இன்னொரு வகையாகத் தொகுத்தார்.

கப்பல் படை வீரர்கள் கிளர்ச்சி செய்கிறார்கள். அதனால் உணவுப் பொருள்கள் பழுதடைகின்றன.

எவ்வளவு விபரீதமான மாற்றம். ஒரே படம் தொகுப்பாளரினால் முற்றிலும் வேறுவிதமாக மாற்றப்பட்டது. ஆயினும் நல்லவேளை அந்தப் படம் ஐசன்ரீனின் ஆத்மாவை சீரழிக்காமல், எடுக்கப்பட்ட முதல் படம் போலவே இப்போதும் பேணப்பட்டு வருகின்றது.

ஒரு படைப்பாளியின் ஆளுமை, அவனது நோக்கு அவனது சுய படைப்பாற்றலில்தான் தங்கியுள்ளது. என்னதான் முயன்றாலும் மறைத்தாலும் அதனை அழித்துவிட முடியாது. பின்னடைவுகள் ஏற்படலாம். இளைய தலைமுறையின் அவதானிப்பு இதில் உன்னிப்பாக இருக்க வேண்டும்.

சுட்டும்விழி – 2

2003

இனி வானம் வெளிச்சிரும் பற்றிய
சில குறிப்புகள்...

– தாவீது கிறிஸ்ரோ –

ஈழத்தின் தமிழ் பேசும் மக்களின் பிரச்சினைகளை வைத்து பல நாவல்கள் வெளிவந்துள்ளன. செ.யோகநாதனின் ''அசுரவித்து'' தொடரில் ''நேற்றிருந்தோம் அந்த வீட்டில்'' நாவலும், தேவகாந்தனின் நாவல் வரிசையும் குறிப்பிடத்தக்கன.

உட்கட்சிப்பிரச்சனைகளை வெளிக்கொணர்ந்த கோவிந்தனின் ''புதியதோர்உலகம்'', வரலாற்றின் சில விளைவுகளை வித்தியாசமாக எடுத்துரைத்த ஷோபாசக்தியின் ''கொரில்லா'' வன்னிமண்ணின் போர்அனர்த்தத்தை சித்தரித்த தாமரைச் செல்வியின் ''தாகம்'' ஆகிய நாவல்களுக்கு அடுத்ததாக வன்னிப்பிரதேச மண்ணின் மணத்தைச் சொல்லும் ஒரு நாவலாக தமிழ்க்கவியின் ''இனி வானம் வெளிச்சிரும்'' நாவல் வெளி வந்துள்ளது.

வன்னிப்பிரதேசத்தின் ஒரு குக்கிராமத்தில் வாழும் பார்வதி எனும் பெண் அவளோடு சேர்ந்து அக்கிராமத்து மக்கள் அனுபவிக்கும் துன்ப துயரங்கள் வாழ்க்கையின் சவால்களை அவள் எதிர்கொள்ளும் விதம், பொறுப்பற்ற கணவன், வறுமையின் கோரப்பிடி, தனது பிள்ளைகளை வளர்த்தெடுக்க அவள் படும் துயரங்கள், இயக்க மோதல்கள், மகனைப்பறி கொடுக்கும் துயரம், எதனையும் எதிர் கொள்ளும் மனநிலை.. இவையே வானம் வெளிச்சிரும் நாவல் தரும் செய்திகள்.

இலங்கையில் இனப்பிரச்சனை தோன்றியபோது மிகவும் பாதிப்புற்றவை எல்லைப்புறக் கிராமங்களே. பல்வேறு இயக்கங்

களுக்கும் தவிர்க்க முடியாது ஈர்க்கப்படும் இளம் தலைமுறை ... இயக்க முரண்பாட்டினால் ஒருவரை ஒருவர் பகைத்துக் கொள்ளுவதும்... அடித்துக்கொள்வதும் இயல்பாக கதையோட்டத்தோடு கூறப்படுகிறது. ஐ.பி.கே.எவ். இலங்கையில் நுழைந்து வெளியேறும் தருணம் வரை நடந்தவைகள் ஆவணப்பதிவுபோல தொடர்பறா- வண்ணம் சொல்லப்படுகிறது.

தமிழ்க்கவியின் முதல் நாவல் இது. தனது அனுபவங்களை ஒரு தாயின் மன உணர்வுகளோடு எந்தவித வார்த்தைச் சோடனைகளும் இல்லாது மிகவும் எளிமையாக இந்நாவலின் மூலம் வெளிப் படுத்துகின்றார் தமிழ்க்கவி.

ஒரு விதத்தில் ''பெண்ணியம்'' பற்றிப் பேசுபவர்களுக்கு உதாரணப்படுத்தத்தக்க பாத்திர வார்ப்பாக பார்வதி எனும் பாத்திரம் இந்நாவலில் வடிவமைக்கப்பட்டுள்ளது.

ஒரு பாத்திரத்தின் வெற்றியே அதன் சுய அனுபவ வெளிப்பாட்டில் தான் தங்கியுள்ளது என்பதை இந்நாவலில் வரும் பாத்திரங்கள் நிரூபித்துள்ளன.

கிராமிய வாழ்க்கையும் போராட்ட வாழ்வும், வன்னி மண்ணில் வேரூன்றிய மனிதர்களின் அகவய புறவய உணர்வுகளும் சரளமாக வெளிப்படுத்தப்பட்டுள்ளன.

இன்று பின் நவீனத்துவம், தலித்தியம், பெண்ணியம் என பல வகைத்தனவாக நாவல்களும் சிறுகதைகளும் படைக்கப்பட்டுக் கொண்டிருக்கும் சூழ்நிலையில் ''இது என்னுடைய முதலாவது கதை இது நாவலா, கதையா, இதன் வடிவம் என்ன என்று எனக்குத் தெரியாது. ஆனால் இது என்னுடன் இருந்து என்னைத் தாக்கி என் உணர்வுகளைக் கிழித்துத் தைத்த ஒரு விவகாரம். என் அனுபவங்களைக் கலந்து இந்தக் கதையை எழுதினேனா? இந்தக் கதையில் அனுபவங்களைக் கலந்தேனா என்பதும் புதிரல்ல''

எனக் கூறும் தமிழ்க்கவி எதுவித ஆடம்பரமுமற்று தான் கூற வந்ததை யாருடைய நிர்ப்பந்தத்திற்கும், கோட்பாடுகளுக்கும் உட்படாது இயல்பாக கூற முனைந்து அதில் வெற்றியும் பெற்றுள்ளார்.

இன்றைய இலக்கிய உலகில் ... கலைத்துவத்தையும், உயர் ரசனையையும் பேணுபவர்களுக்கு சில வேளைகளில் இந்நாவல் மிகச் சாதாரணமாக தெரியக்கூடும். நிச்சயமாக அவர்களைத் திருப்திப்

படுத்துவதற்காக தமிழ்க்கவி இந்நாவலை எழுதவில்லை. அதற்கான நேரமும் அவருக்கிருப்பதாக தெரியவில்லை... அவருக்கு இதைவிட பாரிய வேலைகள் இருப்பதை இந்த நாவல் ஒளிவு மறைவின்றி கூறுகிறது.

2002 ம் ஆண்டில் வடக்கு கிழக்கில் வெளிவந்த நாவல்களில் சிறந்த நாவலுக்கான வடக்கு கிழக்கு மாகாண சாகித்தியப் பரிசினை இந்நாவல் பெற்றுள்ளது.

"இனிவானம் வெளிச்சிரும்" என்பதற்கு இதுவும் ஒரு எடுத்துக்காட்டு.

சுட்டும்விழி – 04

மார்ச் – 2004

‘இனிது பெற’ என்றொரு குறும்படம்

தாவீது கிறிஸ்ரோ

ஈழத்தின் தமிழ் சினிமா அகால மரணமெய்திய சூழலில் சினிமா ரசிகர்களின் சிறிய எதிர்பார்ப்புகளை நமது குறும்படங்கள் ஓரளவு நிவர்த்திக்கின்றன என நாம் திருப்திப்பட்டுக் கொள்ளலாம். புலம் பெயர் நாடுகளின் கலைஞர்கள் நிறைய குறும்படங்களை எடுப்பதுடன் குறும்பட விழாக்களையும் நடத்துகின்றனர். ஈழத்தின் குறும்படங்கள் போர்க்கால வாழ்வின் அவலங்களையும் அவற்றிலிருந்து விடுபடும் எத்தனங்களையும் கலாபூர்வமாக வெளிப்படுத்த முயல புகலிட குறும்படங்கள் புகலிட அகதிகளான நம்மவர்களின் புகலிட அனுபவங்களை அவர்கள் எதிர்கொள்ளும் பல்வேறு வகைத்தான சவால்களை வெளிப்படுத்துவனவாக உருவாக்கப்படுகின்றன.

குறும்படம் என்பது இத்தனை நிமிடங்களுக்குள்தான் அமைய வேண்டும். இத்தகைய சில அடையாளங்களைக் கொண்டிருக்க வேண்டும். என சில வரையறைகளை சிலர் குறிப்பிகிறார்கள். குறைந்தது 15 நிமிடங்களுக்குள் அக்குறும்- படங்கள் அமையலாம் என்பது ஒரு பொருத்தமான வரையறை- யாகும்.

சர்வதேச குறும்பட விழாக்களில் பரிசு பெற்ற சில படங்கள் சமீபத்தில் இலங்கையில் காட்சிப்படுத்தப்பட்டன. சுமதிரூபனின் ‘மனிசி’ முதல் நதி, என சுமார் பத்துக்கு மேற்பட்ட படங்கள் திரையிடப்பட்டன.

ஈழத்தில் தயாரான ஞானரதனின் காற்று வெளி எனும் குறுந்திரைப்படமும் விருது பெற்ற படங்களில் ஒன்றாகப் பேசப் படுகிறது. கேசவராஜா, முல்லை யேசுதாசன், ஆகியோரின் பல படங்கள் வன்னியில் தயாரிக்கப்பட்டுள்ளன. ஸ்கிரிப் நெற்

நிறுவனம் இலங்கையில் 7குறுந்திரைப்படங்களைத் தயாரித்துள்ளது. ஞானதாஸ், கௌதமன், ராகவன் போன்றவர்களுடன் சிங்கள நெறியாளர்களின் இரண்டு படங்களும் இதற்குள் அடங்கும்.

மட்டக்களப்பு விமல் ராஜின் நெறியாள்கையில் 'கிச்சான்' எனும் குறும் திரைப்படம் இலங்கையில் மட்டுமல்லாது புலம் பெயர் நாடுகளிலும் திரையிடப்பட்டு பாராட்டுப் பெற்றுள்ள மையை நமது குறும்பட ரசிகர்கள் அறிவார்கள்.

எமது திரைப்படங்கள் உன்னதமானவை என்கின்ற பிரமிப்பும், திருப்தியும் எமக்கு எப்போதும் இருந்ததில்லை. ஆயினும் நாம் யாருக்கும் சளைத்தவர்கள் இல்லை என்கின்ற தன் நம்பிக்கையை இத்திரைப்படங்கள் ஏற்படுத்தியுள்ளன என்பது மறுக்க முடியாத உண்மையாகும். சமீபத்தில் திருகோணமலையைச் சேர்ந்த எம்.சுரேஸ்குமார், பி. கபிலன், எஸ்.பிரதீபன் எனும் மூன்று இளைஞர்கள் 10 நிமிடங்கள் திரையில் விரியும், 'இனிது பெற' எனும் குறுந்திரைப் படமொன்றை தங்களது SKP Presents நிறுவனத்தினூடாக வெளிக் கொணர்ந்திருக்கிறார்கள்.

இத்திரைப்படம் கூறும் செய்தி என்ன?

சூழல் மாசடைதலுக்கு ஒரு காரணியாக அமைந்துள்ள மரங்களை அழிக்கும் செயலை ஒரு சிறுவன் எவ்வகையில் எதிர் கொள்கிறான். அவனது வளர் இளம் பருவ காலம் வரை அவனது செயல்பாடு எவ்வகையில் தொடர்கிறது என்பதை மிக இலகுவான மௌன மொழியில் இத்திரைப்படம் பார்வையாளர்களுக்கு எடுத்துரைக்கிறது. சே.டானிறெஜினோல்ட், எஸ்.சௌந்தரன் ஆகியோர் நடித்துள்ள இப்படத்தின் கதையை எழுதி நெறியாள்கை செய்துள்ளார் எம்.சுரேஸ்குமார். படத்தொகுப்பு பி.கபிலன், கமெராவைக் கையாண்டுள்ளார் எஸ்.பிரதீபன், படத்துக்கு பொருத்தமான இசையை வழங்கி மெருகூட்டியுள்ளனர். 'லைசியம்' குழுவினர்.

நமது சூழலில் நல்ல சினிமா பற்றிய பிரக்ஞையுள்ளவர்கள் குறைவு ஆயினும் விருப்பார்வத்தினடிப்படையில் ஆங்காங்கே சிலர் செய்யும் குறுந்திரைப்பட முயற்சிகளை தட்டிக் கொடுத்து உற்சாகப்படுத்தும் பணியில் எம்மவர்கள் ஈடுபட வேண்டும்.

மூன்று இளம் கலைஞர்கள், பொருளாதார வளம் குறைந்தவர்கள், தொழில் நுட்ப அறிவு சாதனம் இல்லாமலே தன்னார்வத்துடன் இக்குறும்படத்தை தயாரித்து வெளியிட்டுள்ளனர்.

சில படைப்புகள் சில இடங்களில் மட்டுமே வெளியிடப் படலாம். அவை கூறும், பேசும் பொருள் சிலருக்கு மட்டும் உரியதாகவும் சிலருக்கு எதிரானதாகவும் இருக்கும். ஆனால் இனிது பெற கூறும் சங்கதி யாவருக்கும் பொதுவான ஒன்று. இப்படைப்பை இங்கு மாத்திரமல்ல எங்கும் திரையிடலாம். சூழல் பற்றிய சவால்கள் உலகமெங்கும் எதிர் கொள்ளப்படுகின்றன.

சில குறைபாடுகள் இருந்த போதிலும் உதாரணம், பின்னோக்கல் காட்சி (Flash Back) காட்சி மாற்றம் என்பன இருந்த போதிலும் இனிது பெற ஒரு காத்திரமான முயற்சி பெரும் ஆடம்பரமான தமிழ் சினிமா பாவனையுடன் எடுக்கப்படும். எடுக்க முயலும் தயாரிப்புகளுடன் ஒப்பிடும் போது அடக்கி வாசித்துள்ள 'இனிது பெற' பாராட்டப்பட வேண்டிய முயற்சி.

SKP PRESENTS இன் அடுத்த படைப்பை எதிர்பார்ப்போம்.

வீரகேசரி

2006.08.20

நந்தினி சேவியர்

ஆவணப்படம் ஒன்றும் குறும்படம் இன்னொன்றும்

தாவீது கிறிஸ்ரோ

சினிமா என்பது ஒரு வர்த்தக தொழிலாக மாறிவிட்ட சூழலில் அதற்கு சமாந்தரமாக தொலைக்காட்சி நாடகங்களும் பெரும் வர்த்தக நோக்குடனேயே தயாரிக்கப்படும் நிலை இன்று தோன்றியுள்ளது. ஒரு தொலைக்காட்சி நாடகத்தை ஒளி பரப்புவதற்கு குறிக்கப்பட்டுள்ள தொகையை முதலீடு செய்யும் நிறுவனங்கள் இல்லாதவிடத்து அவை கிணற்றுக்குள் போடப்பட்ட கற்கள் போல கிடப்பில் போடப்படும் நிலை ஏற்படுகிறது.

தமிழக தொலைக்காட்சி நிறுவனங்கள் மெகா தொடர்களை ஒளிபரப்புவதற்கு வர்த்தக நோக்கில் பல நிபந்தனைகளை விதிப்பது பற்றி அறிந்திருக்கிறோம். அப்படியான வர்த்தக சூழலிலும் அதிலிருந்து விடுபட்ட சில முயற்சிகளும் இல்லாமல் போகவில்லை.

பாலுமகேந்திராவின் 'கதைநேரம்' பல சிறுகதைகளை உயிர்ப்போடு நமக்கு தந்தமையும், கே. பாலச்சந்தரின் மின்பிம்பங்கள் தந்த சில நல்ல தொலைக்காட்சிப் படங்களையும் நமது நல்ல ரசிகர்கள் மறந்திருக்க முடியாது.

நமது நாட்டில் சிங்களத் திரைப்படங்களும், தொலைக்காட்சி நாடகங்களும் பெரு வெற்றி பெறுவது போல தமிழப் படங்களோ, தொலைக்காட்சி நாடகங்களோ வெற்றி பெறாமைக்கு காரணம் என்ன இதற்கு எமது வளங்களை நாம் பயன்படுத்த தயங்குவதும் தமிழக சினிமா, தொலைக்காட்சியின் தாக்கமும் அரச ஆதரவு எனும் பிற்பலம் இன்மையும் என பல காரணங்களை எடுத்துக் கூற முடியும்.

ஆயினும் தமிழகத்திலிருந்து ஏராளம் நல்ல தொலைக்காட்சி குறும்படங்கள் இப்போது வெளிவரத் தொடங்கிவிட்டன. எடிட்டர் லெனின் அவர்களின் 'நொக்கவுட்' முதல் சா. கந்தசாமியின் 'தக்கையின் மீது நாலுகண்கள்' எனும் வசந் அவர்கள் நெறியாள்கை செய்த குறும் படம் வரை நிறையப் படங்கள் இப்போது உருவாகிவிட்டன.

இது ஒரு புறமிருக்க ஆவணப்படத்தயாரிப்பிலும் பல கலைஞர்கள் ஈடுபடத் தொடங்கிவிட்டார்கள். அம்சன் குமாரின் 'பாரதி'யிலிருந்து தாமிரபரணி எனும் தலித்திய நோக்கிலான ஆவணப் படம் வரை தமிழகத்தில் பல தொலைக்காட்சிப் படங்கள் உருவாகிவிட்டன.

ஆவணப்படம் ஒரு விதத்தில் குறும்படங்களை விட வித்தியாசமானது. ஒரு கதையை பல காட்சிகளாக எடுத்து தொகுத்து உருவாக்குவது போல அல்லாது உண்மைக்குமிக நெருக்கமாகவும் சோர்வு தட்டாமலும் பார்வையாளனுக்கு நேரடியாக விபரங்களைத் தருகின்ற நுட்பம் ஆவணப்பட நெறியாளருக்கு இருக்க வேண்டும். இதற்கு எதிர்மாறாக எடுக்கப்படும் படம் வெறும் செய்திப் படமாகவே மக்களைச் சென்றடைகிறது.

ஒவ்வொரு படைப்புக்கும் ஒரு சமூகப் பணி இருக்கிறது. அது கூறும் செய்தியில் தான் அதன் தார தம்மியம் நிர்ணயிக்கப்படுகிறது.

இந்த வகையில் வ.கி.மா. கல்வி அமைச்சின் பண்பாட்டலுவல்கள் திணைக்களம் வெளியிட்டுள்ள இரண்டு தொலைக்காட்சி படைப்புகளைப் பற்றிப் பார்ப்போம்.

முதலாவது பேராசிரியர் கா.சிவத்தம்பி அவர்களைப் பற்றிய ஆவணப்படம், மற்றையது முல்லை யேசுதாசனின் நெறியாள் கையில் உதவிப் பணிப்பாளர் திருமதி ந. சிறிதேவியின் மூலக் கதையில் உருவாகிய துடுப்பு குறும்படம் தமிழுக்கும் பெருமை சேர்ந்த பல அறிஞர்கள் இலங்கையில் வாழ்ந்து மறைந்துள்ளனர். ஆயினும் இன்றும் உயிரோடு உள்ள பெரும் ஆளுமை பேராசிரியர் கா. சிவத்தம்பி அவர்கள். முற்போக்கு இலக்கிய உலகின் பிதாமகன் பேராசிரியர் க.கைலாசபதிக்குப் பிறகு முற்போக்கு இலக்கிய உலகில் முக்கிய பங்கு வகித்தவர், வகித்து வருபவர் பேராசிரியர் கா.சிவத்தம்பியவர்கள். இதனைப் பலர் மறுதலிக்கக் கூடும். ஆயினும் அவரது பங்களிப்பை மறுதலிக்க யாருமே ஒருப்படமாட்டார்கள். அத்தகைய சிவத்தம்பி அவர்களை கௌரவிக்கும் முகமாக வ.கி.மா. கல்வி அமைச்சினர் முன் வந்தது மாத்திரமல்ல வேறு மாகாணசபைகளுக்கோ, மத்திய அரசுக்கோ ஒரு முன் மாதிரியாக விளங்குகின்ற பணியைத் தொடங்கியும் வைத்திருக்கிறார்கள்.

நந்தினி சேவியர்

சுமார் நாற்பத்தி ஐந்து நிமிடங்களில் பேராசிரியரின் வாழ்வுப் பணிகள் அவருக்கு நெருக்கமானவர்கள் வாயிலாகவும் அவர் மீது மதிப்பு வைத்துள்ள பெரியோர்களாலும், காட்சிப் படுத்தல் மூலம் வெளிப்படுத்தப்படுகிறது. ஒரு விதத்தில் செய்திப்படம் போலும், அதே நேரம் ஆவணப்படம் போலும் இணைந்த ஒரு தன்மை இந்தப்படத்தில் தெரிவதாக பலர் அபிப்பிராயம் தெரிவிக்கின்றனர்.

பேராசிரியர் சிவத்தம்பியவர்களுக்கு மனத்திருப்பதியளிக்கும் படமாக இருப்பதை அவரே தம்மளவில் உறுதிப்படுத்தியுள்ளமை கல்வியமைச்சின் முதல் முயற்சிக்குக் கிடைத்த ஒருபெரு வெற்றியாகும்.

துடுப்பு 15 நிமிடங்கள் காட்சியளிக்கும் இப்படம் ஒரு பெண்ணின் திடமான மனத்துணிவை விபரிக்கும் ஒரு வெட்டுமுகம், சுனாமி அனர்த்தத்தில் கணவனைப் பறி கொடுக்கும் அவள் சமூகத்தின் வக்கிரங்களை எதிர்கொண்டு தன் அளவில் நிமிர்ந்து நிற்பதையும் பெண் என்னும் சமூக கட்டமைப்பை உடைத்தெறிவதையும் சுருக்கமாக விபரிக்கிறது. முல்லை யேசுதாசன் நெறியாள்கையில் உருவான இப்படம் பெண்ணிய வாதிகளுக்கும், ஆணாதிக்க வாதிகளுக்கும் நசுக்கிடாமல் சில விடயங்களை அதிர்ச்சியுடன் தருகிறது. சினிமா தொழில்நுட்பக் குறைபாடுகள் ஓரளவு இருபடங்களிலும் வெளித் தெரிந்தாலும் துணிவுடன் இருபடங்களையும் தயாரித்து வெளியிட்டுள்ள வ.கி.மா. கல்வி அமைச்சு தொடர்ந்தும் இப்பணியில் ஈடுபட வேண்டும். இதுவே தொலைக்காட்சி குறும்பட ரசிகர்களின் பெரு விருப்பு.

வீரகேசரி

2006.07.10

நாளையல்ல – இன்றே

தாவீது கிறிஸ்ரோ

யாழ்ப்பாணத்தின் பிரபலமான கோவில்களின் திருவிழாக்களில் தவில்க் கச்சேரி, சின்னமேளம், என செற்செற்றாக விடிய விடிய நிகழ்ச்சிகள் நடைபெற்றுக் கொண்டிருக்கும் நேரம் சனத்தை விலக்கிய படி அதிரடியாக மெல்லிசைக் கோஸ்டிகள் அங்கே பிரவேசம் நிகழ்த்தின. கண்ணன் கோஸ்டி, இரட்டையர் கோஸ்டி, மண்டலேஸ்வரன் கோஸ்டி, ராஜன் கோஸ்டி, அருணா கோஸ்டி, ரங்கன் கோஸ்டி, கலாலயா கோஸ்டி, கவிதாலயா கோஸ்டி என எண்ணிறைந்த கோஸ்டிகள் உருவாக்கப்பட்டன, உருவாகின. அமுதன் அண்ணாமலை, ஸ்ரனி சிவானந்தன், கிருஸ்ணமூர்த்தி, அருமைநாயகம், மரியதாஸ், பாக்கியராசா, என ஒரு ஆண்பாடகர் குழாமும், பார்வதி சிவபாதம் போன்ற பெண்பாடகிகளும் அறிமுகமாகிய காலமது. சினிமாப் பாடல்களை மனம் போனபோக்கில் பக்கவாத்தியங்களைப் பொருட் படுத்தாமல் இப்பாடகர்கள் பாடி மக்களைத் துயில்கலைய வைத்துக் கொண்டிருந்த நேரம் பொப்பிசைப்பாடல்கள் மேடைக்கு தாவி வந்தன. நித்தி கனகரத்தினம், ஏ.ஈ. மனோகரன், ரமேஸ் வைகுண்டநாதன் என ஒரு புதிய முறைப்பாடகர்கள் தனி ஆவர்த்தனம் செய்யத் தொடங்கினர். மிஸ்க்கின் பப்பாவின் டிரம்பொட்டுடன் எம்.எஸ்.பெனாண்டோ ''கன்னியவள் இடையினிலே தண்ணிக்குடம் காளை என்தன் நெஞ்சினிலே தாகமெடா'' என மழலைத் தமிழில் பொப்பிசைக்க யாழ்ப்பாணம் பைலா மழையில் நனைந்துகிடந்தது. ''சின்னமாமியே உன் சின்ன மகள் எங்கே'' என நித்தி பாட ''நத்தையென ஊர்ந்து நடக்கின்றார்'' என அல்வைச் சுந்தரனின் வரிகளை ராமச்சந்திரன் இசைக்க பொப், பைலாவின் ஆதிக்கம் ஆக்கிரமிப்பாக வானொலியின் அனுசரணை யுடன் தமிழ் பிரதேசமெங்கும் கைகளை விரித்தது.

இந்த நேரம் திருகோணமலையில் இருந்து ஒரு இசைக்குழு யாழ்ப்பாணத்தில் அறிமுகமாகியது. M. பரமேஸ், M. கோணேஸ் எனும் சகோதரர்கள் ''பரமேஸ் கோணேஸ்'' எனும் குழுவினருடன் யாழ் வீரசிங்கம் மண்டபத்தில் ஒரு நிகழ்ச்சியை நடாத்தினார்கள். ''உனக்குத் தெரியுமா நான் உன்னை நினைத்தது'' எனும் பாடலை பரமேஸ்பாட இந்திய சினிமா பாடல்களில் மூழ்கியிருந்த ஒரு ரசிகர் கூட்டம் திடுக்கிட்டது. தொடர்ந்து ''நெஞ்சை தொட்டுத் தேடிவந்த கொஞ்சும் பாவையே'' என. கே.பாலச்சந்திரன் துள்ளிசைப்பாடல் ஒன்றை தொடக்க வீரசிங்கம் மண்டபம் அதிர்ந்தது. பின்னாட்களில் தாம் வெளியிட்ட இசைத்தட்டுக்களில் முழுப்பாடல்களையும் பரமேஸ் பாடியது ஒரு பரகசியமான சங்கதி. ஏலவே இலங்கை வானொலி மெல்லிசைப் பாடல்களை அறிமுகம் செய்து கொண்டிருந்தது. அடிக்கடி தவ.நிலவின்தாசனின் 'மலையேறி வருகின்றேன் உனைக் காணவே' எனும் பாடலும், சண்முகப்பிரியாவின் பாடல்களும் காலை நேரங்களில் வானொலியில் ஒலிபரப்பாகிக் கொண்டிருந்தன. M.முத்துசாமி, T.V.பிச்சையப்பா, ரொக்சாமி என மெல்லிசையை மேம்படுத்தும் ஒரு இசையமைப்பாளர்கள் குழு கொழும்பை மையமாகவும், வானொலியை வாகனமாகவும் பயன்படுத்திக் கொண்டிருந்த நேரத்தில் ஈழ தமிழ் சினமா தனது கால்களை ஆழமாக ஊன்ற பிரயத்தனப்பட்டுக் கொண்டிருந்தது. டாக்டர் வேதநாயகம் தயாரித்து தாமே கதாநாயகனாக நடித்த 'தென்றலும் புயலும்' கபூரின் ஒளிப்பதிவில் திருகோணமலையின் பிரதேசங்களை ரசிகர்களுக்கு காண்பித்த தருணத்தில்தான் 'நிர்மலா' எனும் ஈழத்தமிழ் சினமா திருகோணமலை பத்மநாதன் எனும் ஒரு இசையமைப்பாளரை நமக்கு அறிமுகம் செய்து வைத்தது. பரமேஸ் கோணேஸ் இசைக்குழு, கோணேஸ்வரா இசைக்குழு என இசைக் குழுக்கள் மெல்லிசையை மேடையில் இசைத்துக் கொண்டு இருக்க பரமேஸ்கோணேஸ் இசைத் தட்டுக்களை வெளியிட்டுக் கொண்டிருக்க பத்மநாதன் அடக்கமாக தன் இசைத்திறமையை வெளிக்காட்டத் தொடங்கினார். ஒரு காலம் திருகோணமலையில் டொபல்ராகல் இம்மானுவேல், அலெக்ஸ்சாண்டர் என ஒரு பாடகர் குழாம் மேடையேறிப் பாடிக் கொண்டிருந்த நிலையில் மாற்றம் ஏற்பட்டது. அப்சராஸ், சித்தாரா, அக்கினி என பல இசைக்குழுக்கள் சினிமா பாடல்களை அச்சொட்டாக பாடத்தொடங்க திருகோணமலையிலும் டொமினிக், யஸ்ரின் போன்றவர்கள்களின் இசைக்குழுக்கள் உருவாகின. மெல்லிசைத்துறையில் ஜெயபாரதிதாசன், தங்கராசா தங்கரத்தினம் போன்ற இளம் பாடகர்கள் உருவாகத் தொடங்கினார்கள்.

கே.கே.மதிவதனின் பாடல்களை திருகோணமலை பத்மநாதன் இசையமைக்க இலங்கை வானொலி தொடர்ந்து ஒலிபரப்பத் தொடங்கியது. பெரும் வியாபார ஆதிக்கத்துள்ளும் தமிழக சினிமா கலைஞர்களின் ஆக்கிரமிப்புக்குள்ளும், அலையடிப்புக்குள்ளும் நமது கலைஞர்கள் எதிர் நீச்சல் போடவேண்டிய இக்கட்டானநிலை. ஆயினும் இவற்றை விலக்கி, அல்லது விலத்தி துணிவோடு இலத்திரனியல் சாதனங்களின் உதவியுடன் நம் கலைஞர்களின் தனிஇசை அல்பங்கள் இப்போது வெளிவரத் தொடங்கியுள்ளன. புலம்பெயர் தமிழ் கலைஞர்கள் இத்துறையில் மிக வலுவான சாதனைகளைச் செய்து கொண்டிருந்தாலும், நம்நாட்டு அதிலும் குறிப்பாக வடக்கு கிழக்கு தமிழ் கலைஞர்கள் மிகச்சிரமத்தின் மத்தியில் தான் தமது கலைப்பணியைச் செய்ய வேண்டியுள்ளது.

போர்க்காலப் பாடல்கள் இங்கே உருவாகியுள்ளன. மேடை தோறும் அப் பாடல்கள் இங்கு இசைக்கப்படுகின்றன. ஒரு காலம் தேனிசை செல்லப்பா இவ்வகைப் பாடல்களைப் பாடியதோடு பிரபல தென்னிந்திய திரைப்பாடகர்களும் போர்க்காலப் பாடல்களைப் பாடி இறுவட்டுக்களாக்கியுள்ளமையை நாம் பார்க்கின்றோம் கேட்கின்றோம். சாந்தன்; திவாகர் போன்றவர்கள் உணர்வுபூர்வமாக பல பாடல்களைப் பாடுகின்றனர். நாட்டில் கெடுபிடிகள் மலிந்துள்ள இந்த நிலையில் போர்க்காலப்பாடல்கள் மக்களுக்கு நம்பிக்கை ஊட்டுவனவாக உருவாக்கப்படுகின்றன. அவை மெல்லிசைப் பாடல்களென்பதைவிட வெல்லிசைப்பாடல்களாக வெளிவருகின்றன என்பதே உண்மையாகும்.

எம்மால் நிறைய சாதிக்க முடியும் அதற்கான திறமையும், அசாத்திய துணிவும் நம்மவரிடம் இருக்கிறது. நமக்கான கலை, நமக்கான இசை, நமக்கான நாடகம், நமக்கான குறும்படம், நமக்கான சினமா என நமக்கென நல்லதை நாம் ஆக்குவோம் நாளையல்ல இன்றே....!

கலைஓசை

ஆவணி – **புரட்டாதி** – 2006

தன்னை விலைபேசாத ஒரு கவிஞனைப் பற்றிய சில பதிவுகளும் கடந்தகால நினைவுகளும்

தாவீது கிறிஸ்ரோ

மார்க்சிய ஈடுபாடும் அதனோடு இணைந்த கட்சிச் செயற்பாடும் முகிழ்ந்த எழுபதுகளின் முற்கூறு. நான் டானியல் அன்ரனி, ராதேயன், சசிகிருஸ்ணமூர்த்தி, பாலகிரி என வளரிளம் பருவ நண்பர்கள் கூட்டம். என்னை விட மற்றவர்கள் ''செம்மலர்கள்'' இலக்கிய வட்டத்தைச் சேர்ந்தவர்கள். நான் கட்சிச் செயற்பாட்டாளன். அவர்கள் 'அணு' எனும் சஞ்சிகையை வெளியிட்டுக் கொண்டிருந்தனர். யாழ் நூலக கேட்போர் கூடத்தில் அடிக்கடி நூல் வெளியீடுகள். நாமெல்லாம் புதுச்சிவப்புக்- கூட்டங்களாக பிறரால் கணிக்கப்பட்ட காலம். சுப்பிரமணியம் பூங்கா றீகல் தியேட்டர் மருங்கிலுள்ள தகரக்கொட்டகைத் தேனீர்க்கடை பெரியாஸ்பத்திரியின் பதிவாளர் அறைவாயில். (அப்போது ராதேயன் அங்கு ஒரு தற்காலிக ஊழியர்) ஐந்து சந்தி, நாவாந்துறை என காலநேரமற்ற சந்திப்புக்களும் விவாதங்களும் நள்ளிரவுவரை வெறும் தேனீருடன் காரசாரமான விமர்சனங்கள் தொடரும். இறுக்கமான விவாதம் முரண்பாடுகளுடன் முடியும். எனது வாதங்கள் நெத்தியடியாக இருக்கும். மீண்டும் மறுநாள் சகசமாக தேனீரோடு சந்திப்போம்.

74ல் ஈழவாணனின் 'அக்கினிப் பூக்கள்' வெளிவந்திருந்தது. லோகேந்திரலிங்கம் நூலைத் தந்திருந்தார். அழகான அட்டை கவிதைகள் எல்லாம் புதியவடிவமைப்பில் அச்சிடப்பட்டிருந்தன. கவிதைகள் சிலபற்றி எனக்கு காத்திரமான விமர்சனமிருந்தது. நான் அதுபற்றி எனது விமர்சனத்தை லோகேந்திரலிங்கத்திடம் காட்டமாக

கூறியதாக ஞாபகம். ஈழவாணன் குடும்பத்தாருடன் திருநெல்-வேலிக்கு வந்திருப்பதாக கூறி எங்களை அவருடன் ஒரு சந்திப்புக்கு ஏற்பாடு செய்தார். நான் டானியல் அன்ரனி, ராதேயன் ஆகியோர் அவரைத் திருநெல்வேலியில் சந்தித்தோம். லோகேந்திரலிங்கமும் உடனிருந்தார். 'அக்கினிப்பூக்கள்' கவிதைகள் பற்றி அவரோடு நெடுநேரம் விவாதித்தோம். தனது கருத்துக்களை அவர் நிதானமாக வெளியிட்டார். 'அக்னி' இதழொன்றை கவிதைகளுக்கானதாக வெளியிட இருக்கும் தனது நோக்கம் பற்றியும் அப்போது அவர் குறிப்பிட்டது நினைவிலுள்ளது.

மிகவும் பின்தங்கிய வடமராட்சிக் கிராமமொன்றில் முதல்முதலாக 'அக்னி' இதழின் முதலாவது இதழை அறிமுகம் செய்ய எனக்கு ஒரு சந்தர்ப்பம் பின்னர் ஏற்பட்டது. மிகவிமரிசையாக அதனை நாம் நிறைவேற்றினோம். வழமைபோல காரசாரமான விவாதம். ஈழவாணன் நட்போடு அவற்றிற்கான எதிர்வினைகளை ஆற்றினார்.

75ஆம் ஆண்டு வேலைதேடி கொழும்பில் அலைந்தவேளை மருதானையில் ஒருவாரம் லோகேந்திரலிங்கத்தின் ரயில்வே திணைக்கள பிரம்மச்சரிய விடுதியில் தங்கினோம் மிக சங்கடமான சூழல் தண்ணியடிக்கும் வாலிபர்கூட்டம். நானும் அன்ரனியும் இதில் விதிவிலக்கு. நள்ளிரவுதாண்டி தெமட்டகொடவிலிருந்து போதையுடன் மருதானை நோக்கி அவர்கள் ஓடிச்செல்வார்கள். லோகேந்திரலிங்கம் எல்லோரையும் விஞ்சுவான். நானும் அன்ரனியும் பின்தங்குவோம். ஆயினும் சளைக்கமாட்டோம். அன்ரனியின் கண்பார்வை மங்கி வந்தகாலம் கண்ணாடி ஒன்றின் அவசியத்தை அவன் உணர்ந்திருந்தான். பொருளாதாரச்சுமை தனது இழந்த தபாலதிபர் பதவியை மீளப்பெற அவன் விருப்புடன் இருந்தான். யாரோ ஒரு அரசியல்வாதியை சந்திக்கும் ஆர்வ- மிருந்தது. தினசரி குணசிங்கபுரம் சென்று யாழிலிருந்து வரும் லொறிகளைப் பார்க்கும் வேலை. அதில் எமது வருமானத்துக்காக இறால்கொம்பனிக்கு இறால் அனுப்பப்படும் என்ற நம்பிக்கை ஒரு மாதமாகியும் எந்தவித லொறியும் இறாலைக் கொண்டுவந்து சேர்க்கவில்லை. அன்ரனியோடு எந்தவித நம்பிக்கையுமற்று நானும் இழுபட்டு வந்தேன். எரிச்சல் பீரிடும் கணங்கள். தெமட்ட- கொடையில் ஒரு ரூம் எடுத்தோம். மிகவும் காரசாரமான விவாதங்கள் நிகழும் மனமுறிவு ஏற்படும் பேராதனைப் பல்கலைக் கழக தமிழ்ச்சங்க பரிசுப்போட்டி முடிவுகள் வெளிவந்த காலம். செய்தியை நண்பன் லோகேந்திர லிங்கம் ஈழவாணனின் மூலம் அறிந்திருந்தான். அப்போதுதான்

ஈழவாணன் தினபதி, சிந்தாமணி ஆகியவற்றில் வேலை செய்வதை நாம் அறிந்தோம். ஒரு முற்பகல் நேரம் நானும் அன்ரனியும் எம்.டி. குணசேன நிறுவனம் சென்று சந்திப்புச் சிட்டையில் பெயர் எழுதிக்கொடுத்து அவருக்காக காத்திருந்தோம். வேலைப்பழுவின் சுமையோடு அவர் சந்திக்க வந்தார். வேலைக்கான ஊதியப்பற்றாக்குறை 'அக்கினி' இதழின் தொடர்வருகை நெருக்கடிகள் பற்றிக் கதைத்தார்.

1983 கொழும்பில் ஒரு தனியார் நிறுவனத்தில் கடமையாற்றிக் கொண்டிருந்த காலம் பேருந்தில் எம்.டி. குணசேன நிறுவனத்தைக் கடந்து செல்லும்போது ஈழவாணனின் நினைவு எழும். பத்திரிகை நிறுவனம் எப்போதோ மூடப்பட்டு விட்டது. ஈழவாணன் என்ன செய்கிறார்? இக்கேள்விக்குரிய பதில் நெடுநாட்கள் அலைக்கழித் திருக்கின்றது. ஒரு தடவை டானியல் அன்ரனியின் 'வலை' வெளியீட்டு விழாவில் வைத்து அவரே ஈழவாணனின் மறைவைப் பற்றி என்னிடம் கூறினார். இன்று நண்பன் டானியல் அன்ரனியும் உயிரோடு இல்லை. ஆந்திராவின் புரட்சிக்கவிஞர்களான திகம்பர கவிகளை அறிமுகம் செய்த, வர்க்க ரீதியான போராட்டங்களை எப்போதும் ஆதரித்து நின்ற அந்த ஈழவாணனை அவன் வெளியிட்ட அக்னியை அவனது அக்னிப்பூக்கள் கவிதைத் தொகுதியை இளைய தலைமுறை விரிவாக ஆராய வேண்டும். ஏனெனில் இறுதிவரை விலைபோகாத கவிஞன் அவன்.

கலைஓசை

ஐப்பசி – 2006

‘ஈச்சம் பத்தையுக்கை கூத்துப்பாத்த மாதிரி’

தாவீது கிறிஸ்ரோ

‘ஈச்சம் பத்தையுக்கை கூத்துப்பாத்த மாதிரி’ என ஒரு பழமொழி யாழ்ப்பாணத்தில் வழங்கி வருகிறது. குறிப்பாக, யாழ்நகரைச் சுற்றியுள்ள, நகர்ப்புறங்களைத் தவிர்த்து, கிராமப்புறங்களில் இக் கூற்று பெரும்பாலும் பாவிக்கப்படுவதுண்டு. கூத்துகள் எனப்படுபவை வடமோடி, தென்மோடி, மன்னார் பாங்கு, காத்தான் கூத்து (சிந்துநடை) என பல்வகைத்தனவாக இருந்தாலும் குறிப்பாக, நகர்ப்புறம் சார்ந்தே தென்மோடி, வடமோடி கூத்துகள் அண்ணாவிமார்களால் அரங்கேற்றப்பட்டன. பூந்தான் யோசப் முதல் அண்ணாவிடானியல் வரை குருநகர், பாஷையூர், நாவாந்துறை வரை ஏராளம் அண்ணாவிமார்கள் பல்வேறு கூத்துகளை பழக்கி மேடையேற்றி உள்ளனர். கத்தோலிக்க கூத்துகளில் செபஸ்தியார், ஞானசௌந்தரி, அனற்ரோலி சரிதம் என்பன முக்கியமானவை. அரிச்சந்திரா, நல்லதங்காள், பூதத்தம்பி, கண்டி அரசன் என்பன பிறிதொரு வகைக்குள் அடங்கும். கத்தோலிக்க அண்ணாவிமார்களே இத்தகைய பிறமதக் கூத்துகளைப் பழக்கியுள்ளமை ஒரு முக்கிய செய்தியாகும்.

யாழ்ப்பாணத்தின் வடமராட்சி, தென்மராட்சிப் பகுதிகளில் வடமோடி, தென்மோடிக் கூத்துகளை விட காத்தான் கூத்துகளே அடிக்கடி நிகழ்த்தப்பட்டு வந்துள்ளன. அதிலும் விசேடமாக, வடமராட்சிப் பகுதியில் காத்தான் கூத்து பங்குனி, சித்திரை, வைகாசி மாதங்களில் பல அண்ணாவிமார்களால் பல்வேறு இடங்களில் பழக்கப்பட்டு, நிகழ்த்தப்பட்டு வந்திருக்கின்றன.

வடமராட்சியில் நெல்லண்டைப் பத்திரகாளி அம்மன் கோவில் ஒரு விதத்தில் பிரசித்தமானது 'இத்திமரத்தாள்' என அழைக்கப்படும் இந்த அம்மனுக்கு நேர்த்தி வைக்கும் பக்தர்கள் கூத்து அல்லது இசை, நாடகம் ஒன்றை மேடையிடுவதாகவே நேர்த்தி வைப்பார்கள். கூத்து அல்லது இசை நாடகம் மேடையேற்றப்படும் தினத்தில் சம்பந்தப் பட்டவர்களது பிரசன்னமில்லாமலே அவை மேடையேறும். நெல்லண்டையில் பங்குனி, சித்திரை, வைகாசி மாதங்களில் பல நாட்கள் கூத்துகளும் நாடகங்களும் தொடர்ச்சியாக நடைபெறும். சிவாலிங்கத்தின் சீன், ஜெயா லைற்று மிசின் என்பன நெல்லண்டையில் நிரந்தரமாக இம் மாதங்களில் தங்கி விடுவதும் உண்டு.

வடமராட்சிக்கு இன்னொருவிதத்தில் பெருமைப்படக்கூடிய விதத்தில் கிருஷ்ணாழ்வாரின் பங்களிப்பு முக்கியமானது. இசை நாடகத்துறையில் இவரது பங்களிப்பு பற்றி பலர் விதந்து பாராட்டியுள்ளனர். காங்கேசன்துறையைச் சேர்ந்த வி.வி.வைரமுத்துவின் புகுந்த ஊர் வடமராட்சியைச் சேர்ந்த அல்வாய் என்றமையால் வடமராட்சியில் வைரமுத்துவின் நாடகங்கள் நிறைய மேடையேற்றப் பட்டது மட்டுமல்ல, அவரது நாடகங்களில் வடமராட்சியைச் சேர்ந்த நற்குணம், பபூன் செல்லையா, சின்னத்துரை போன்றவர்கள் முக்கிய பாத்திரங்களில் நடித்தமையும் ஒரு சிறப்பான நிலையாகும்.

வைரமுத்துவின் நாடகங்கள் மேடையேறுகின்ற காலங்களில் வி.என். செல்வராசா சகோதரர்களின் இசை நாடகங்களும் மேடை யேற்றப்பட்டாலும் வைரமுத்துவின் 'மயான காண்டம்' நாடகம் மட்டும் பெரும் வரவேற்பைப் பெற்றமை பற்றி நாம் சிந்திக்க வேண்டும். அரிச்சந்திரன் என்றால் வைரமுத்து - சத்தியகீர்த்தி-யென்றால் நற்குணம் - காலகண்டஐயரென்றால் சின்னத்துரை என ஒரு அடையாளம் நடிகர்கள் மேல் ரசிகர்களால் சுமத்தப்பட்டது. இதேபோல், சந்திரமதி - இரத்தினம், எமன் - மார்க்கண்டு (சத்தியவான் சாவித்திரி) என அடையாளங்கள் அக்கால நடிகர்களுக்கு சூட்டப் பட்டிருந்தன.

வடமராட்சியில் காத்தான் கூத்து உழைப்பாளர்களினால் மட்டும் மேடையிடப்பட்டமையை அவதானிக்க வேண்டியுள்ளது. மாதனையைச் சேர்ந்த கம்மாளரும், கற்கோவளம் பொலிகண்டியைச் சேர்ந்த மீனவரும் வடமராட்சி சீவல் தொழிலாளர்களும் காத்தான் கூத்துகளை தெடர்ச்சியாக ஆடி வந்துள்ளனர். காத்தான் கூத்தில் பல பின் நவீனத்துவ கூறுகளை நாம் அவதானிக்க முடியும். மரபு வழியாக கட்டமைத்து வைத்திருக்கும் சிவன், பார்வதி, விஷ்ணுவை

நையாண்டல் செய்யும் பல பாடல்கள் காத்தான் கூத்தில் அமைந்துள்ளன. தொட்டியத்து சின்னான், டாப்பர் மாமா போன்ற பாத்திரங்கள் வாயிலாக இவை அம்பலப்படுத்தப்படுகின்றன. பாடல்கள் இடையிட்ட வசனங்கள் கூட பேச்சு வழக்கில் அமைந்துள்ளமையை அவதானிக்க முடியும்.

ஸ்ரீவள்ளி - நல்லதங்காள், பூதத்தம்பி, சாரங்கதாரா என பல இசை நாடகங்கள் அக்காலத்தில் மேடையேறின. பூதத்தம்பி, கருங்குயில் குன்றத்துக் கொலையென்றும், காத்தவராயன் ஆரியமாலா என்றும் மேடையேற்றப்பட்டன. அதேபோல், அரிச்சந்திரா, மயானத்தில் மன்னன் என்றும் மேடையேற்றப்பட்டது. விடியவிடிய சம்பூர்ண அரிச்சந்திரா என்றும் சுருக்கமாக மயான காண்டம் என்றும் மேடை யேற்றப்பட்டன.

மேடையில் ஒரே நாடகத்தில் பல நாடகங்களின் காட்சிகளை இணைத்து அளிக்கை செய்யப்பட்டதும் உண்டு. வடமராட்சியில் அண்ணாச்சாமி வாத்தியாரின் நாடகங்கள் பிரசித்தி பெற்றிருந்தன. அண்ணாச்சாமியிடம் ஓவியத்திறமையும் இருந்தமையால் அவரது சீன்களும் அவரது நாடகங்களுக்கு பயன்பட்டன. மின்சாரம், ஒலிபெருக்கி இல்லாமல் பெற்றோல் மாக்ஸ் வெளிச்சத்தில் இந் நாடகங்கள் கிராமப்புறங்களில் மேடையேற்றப்பட்டன. தங்களுக்குத் தாங்களே ஒப்பனை செய்வதிலும் இந்நடிகர்கள் திறமை பெற்றிருந்தனர்.

ஸ்ரீவள்ளி நாடகம் ஒன்றில் பார்வையாளர்கள் மத்தியில் இருந்த கைக்குழந்தை ஒன்றைப் பெற்று மேடையில் வள்ளியாக நடிகர்கள் பாவனை செய்தார்கள். அந்த ஆண் குழந்தை வயது வந்து பெரியவனாக மாறிய பின்னும் வள்ளியென அழைக்கப்படும் விபரீதமும் வடமராட்சியில் நிகழ்ந்துள்ளது.

ரசிகர்கள் தங்களுக்குப் பிடித்த நடிகர்களை பாராட்டுவதற்காக அவர்கள் பாத்திரமாக ஒப்பனை செய்து மேடையில் தோன்றியவுடன் மாலை அணிவித்து பொன் முடிச்சுக் கொடுக்கும் 'அகோனா' எனும் கௌரவ நிகழ்ச்சிகள் அக்காலத்தில் அடிக்கடி மேடைகளில் நிகழ்ந்துள்ளன. இன்று கூத்துகளோ, நாடகங்களோ மேடையேற்றப் படாமையால் இப்படியான நிகழ்வுகளும் அருகிப் போய்விட்டன.

1960 களில் 'புழுதிக் கூத்து' எனும் ஒருவகைக் கூத்து வடமராட்சியில் நிகழ்த்தப்பட்டமை பற்றி வயதானவர்கள் சிலர் மூலம் அறியக் கிடைத்தது. 60 களின் ஆரம்பத்தில் 'மாயக்கை' எனும் கிராமத்தில் இவ் வகையான 'குசலவன்' எனும் கூத்தைப்

பார்க்க ஒரு சந்தர்ப்பம் கிடைத்தது. நிலத்தில் நான்கு கம்புகள் கட்டி ஒரு வெள்ளை வேட்டியின் மறைப்பில் அண்ணா வியாரோடும் மத்தளக்காரரோடும் நாடக பாத்திரங்கள் தோன்றி பாடி ஆடும் ஒரு வகை கூத்தாக அது விளங்கியது. இதற்கு 'புழுதிக்கூத்து' எனும் பெயர் பொருத்தமானது தான். ஆயினும் இதன் உண்மைப் பெயரென்ன? என்பதை நாடக விற்பன்னர்கள் தான் விளக்கமாக எழுத வேண்டும். பாத்திரங்களின் உடைகள், ஆட்ட முறைகள் எல்லாமே ஒரு வித்தியாசமான முறையில் இருந்தமையையும் கரப்பு கட்டிய உடைகளுடன் அவர்கள் தோன்றியமையும் இங்கு விசேடமாகக் குறிப்பிட வேண்டும்.

வடமராட்சியின் கத்தோலிக்கக் கிராமங்களில் கோவில் திருநாள் இறுதி நாட்களில் கத்தோலிக்கக் கூத்துகள் மேடையேற்றப் படுவது வழமை. சக்கோட்டை புனித சவேரியார் ஆலயம் தும்பளை லூர்து அன்னை தேவாலயம் போன்றவற்றில் செபஸ்தியார், பூதத்தம்பி போன்ற கூத்துகள் ஆடப்பட்டன. இக்கூத்துகள் ஆடப்பட்டவை என்பதை விட பாடப்பட்டன என்பதுவே பொருத்தமாகும். மன்னார் பாங்கில் அமைந்ததாகக் கூறப்படும் இக்கூத்துகளில் பக்கப் பாட்டுக் காரர்களின் குரலே ஓங்கி ஒலிப்பதும் 'பசாம்' எனப்படும் யேசுவின் பாடுகளை வாசிக்கும் இராகத்தில் கூடுதலாக இக்கூத்துப் பாடல்கள் பாடப்படுவதும் ஒரு வித்தியாசமான விடயம். காத்தான் கூத்துகளில் வரும் சிந்துநடையை ஒத்தாக இம்மன்னார்ப் பாங்குக் கூத்துப் பாத்திரங்கள் மேடையில் நடந்தும் பாடியும் நடிப்பது முக்கியமானதாகும். ஆயினும், இவ்வகை நாடகங்களின் அளிக்கைகள் மிகக் குறைவு. காத்தான் கூத்தின் ஆதிக்கமே வடமராட்சியில் மிகக் கோலோச்சியமையை நாம் அவதானிக்க வேண்டும். 1967 ஆம் ஆண்டு மாவிட்டபுரம் ஆலயப்பிரவேச காலத்தில் உருவாகிய அம்பலத்தாடிகளின் 'கந்தன் கருணை' காத்தான் கூத்துப் பாணியில் அமைந்தமை ஒன்றும் தற்செயலானவிடயமல்ல. வடமராட்சி மக்களுக்கு மிகவும் வாலாயமான ஒரு பாணியை அம்பலத்தாடிகள் தேர்ந்தமையும் அண்ணாவியார் கணபதிப் பிள்ளையின் ஆளுமையும் இதற்கொரு காரணம். மக்கள் இலக்கியம், மக்களுக்கான இலக்கியம் பற்றிப் பேசும் அல்லது எழுதும் படைப்பாளிகள் மக்களின் மொழியை மக்களுக்குப் புரியும் விதத்தில் கொடுப்பதன் மூலம் அவர்களை ஈர்க்க முடியும் என்பதற்கு கந்தன் கருணை ஒரு முக்கிய உதாரணம். கந்தன் கருணை வடமராட்சியில் மட்டுமல்ல, திருகோணமலை, கொழும்பு மற்றும் வடபுலத்தின்

பல பகுதிகளிலும் மேடையேற்றப்பட்டு வரவேற்கப்பட்டமையும் ஈண்டு குறிப்பிடல் வேண்டும். பின்னர் கந்தன் கருணை தாசிசீயஸ், சுந்தரலிங்கம் போன்றவர்களால் வேறொரு விதத்தில் மேடையேற்றப் பட்ட போதும் அம் பலத்தாடிகளின் கந்தன் கருணை பெற்ற வரவேற்பையும் பலனையும் பெற முடியவில்லை.

ஒரு விதத்தில் நாடக கூத்து ரசிகன் என்ற வகையில் சில தகவல்களை இக்கட்டுரையில் நான் கோடிட்டுக் காட்டியுள்ளேன். வடமராட்சியின் கலைப் பாரம்பரியம் பற்றி ஆராயும் ஆராய்ச்சி மாணவர்கள், நாடக வித்தகர்கள், நாடகமும் அரங்கியலும் கற்றவர்கள் இவை பற்றி விரிவாக ஆராய வேண்டும், எழுத வேண்டும் என்பதுவே எனது விருப்பம். எழுதுங்கள் எமது கலைப் பாரம்பரியத்தை இதன் மூலமாக நாமறிவதனூடாக உலகமும் அறிய.

தினக்குரல்

2006.09.10

மொழிபெயர்ப்பு என்பது மீள் படைப்பா?

தாவீது கிறிஸ்ரோ

தமிழ் மொழி பெயர்ப்புத் துறையில் ஈடுபடுபவர்கள் இருமொழிப் புலமை மிக்கவர்களாகவும் அதே நேரம், மொழிபெயர்ப்பின் நுட்பங்களை அறிந்தவர்களாகவும் இருக்க வேண்டும். மூல மொழியை அறிந்திருப்பவர்களது மொழிபெயர்ப்புக்கும் ஆங்கிலம் வழி தமிழ் மொழி பெயர்ப்- பாளர்களுக்கும் கூட இது பொருந்தும்.

மாப்பாசானுடைய சிறுகதைகளை மொழிபெயர்த்த புதுமைப்பித்தனின் சுயபடைப்புகளுக்கும் மொழிபெயர்ப்புகளுக்கும் இடையில் ஏற்பட்ட மயக்க நிலைக்கு புதுமைப்பித்தனின் மொழி ஆளுமையே முக்கிய காரணியமாக அமைந்தது. அவர் ஆங்கிலம் வழி மேரி செல்லியின் பிரேத மனிதனையும் மொழிபெயர்த்திருந்தார்.

வசனநடை கைவந்த வல்லாளர் எனப் போற்றப்படும் நல்லைநகர் ஆறுமுக நாவலர் கிறிஸ்தவ விவிலியத்தை மொழிபெயர்த்தவர்கள் குழுவில் இடம்பெற்றார். சைவத்தை நிலைநிறுத்தப் போராடிய நாவலர் ஒரு பிற மத நூலை மொழி பெயர்க்க விருப்பம் கொண்டமைக்கு உரிய காரண காரியங்களை ஆராய்வதற்கு முன்னர் விவிலியத்தின் இலகு தன்மையும் இதற்கொரு காரணமாகக் குறிப்பிடப்படுகிறது. ஒரு போதகநூல் தம்பக்கம் மக்கள் திரள்வதை இலக்கு வைத்து எழுதப்படுவதாக இருப்பின், அது வெகுமக்களின் புரிதலுக்கு உரியதாக இருக்க வேண்டும். இவ்வகையில் தான் பல்வேறு மொழிகளில் பெயர்க்கப்பட்ட விவிலியம் மூல மொழியிலேயே இலகுத்தன்மை பெற்றிருந்தது.

உலகப் பிரசித்திபெற்ற பல புனைவுகள் ஆங்கிலம் வழியே தமிழில் எமக்குக் கிடைத்திருந்தன. அலெக்சாண்டர் டூமா, விக்டர்

கியூகோ போன்றவர்களின் நாவல்கள் அமுதநிலையம், இன்ப நிலைய வெளியீடுகளாக முல்லை முத்தையா, சுத்தானந்த பாரதி போன்றவர்களால் வெளியிடப்பட்டன. புகழ்பெற்ற பிரான்ஸ் நாவல்களான எமிலிஜோலாவின் 'மனிதமிருகம்', 'நாநா' (மொழி பெயர்ப்பு - அ.ந.கந்தசாமி) போன்றவையும் டால்ஸ்டா-யின் 'அன்னா கரினினாவும்' மார்க்ஸிம் கோர்க்கியின் 'அன்னை' (தாய்)யும் இன்பநிலைய வெளியீடுகளாக வெளிவந்திருந்தன. இவற்றை முழுமையான மொழி பெயர்ப்புகளாகக் கருதமுடியாது. மார்க்ஸிம் கோர்க்கியின் 'தாய்' நாவல் பின்னர் சிதம்பர ரகுநாதனால் முழுமையாக மொழி பெயர்க்கப்பட்டு NCBH நிறுவனத்தால் வெளியிடப்பட்டது. இது பின்னர் மொஸ்கோ பதிப்பகத்தால் செழுமைப்படுத்தப்பட்டு வெளியிடப்பட்டபோதும் NCBH வெளியிட்ட முதல் 'தாயின்' முழுமையைக் கொண்டிருக்கவில்லை.

மார்க்ஸிம் கோர்க்கியின் கருத்தோடு உடன்பாடு கொண்டவரும் படைப்பாளுமை மிக்கவருமான சிதம்பர ரகுநாதனின் மொழிபெயர்ப்பில் கோர்க்கியின் பல படைப்புகள் உயிர்ப்போடு வெளிவந்திருந்த போதும் 'தாய்' நாவல் தந்த நிறைவை மற்றவை தரவில்லை.

ரஸ்யப்படைப்புகளை குறிப்பாக, டால்ஸ்டாய், அன்ரன் செகாவ், தஸ்தாவெஸ்கி போன்றோரை பூ.சோமசுந்தரம், ரா.கிருஷ்ணையா போன்றோர் மொழி பெயர்த்துள்ளனர். போரும் அமைதியும் என்ற மிகப் பெரும் நாவலும் 'டான்நதி அமைதியாக ஓடிக்கொண்டிருக்கிறது', 'வீரம் விளைந்தது', 'உண்மை மனிதனின் கதை' போன்ற பிற எழுத்தாளர்களின் சிறந்த புதினங்களும் தமிழில் மொழி பெயர்க்கப் பட்டுள்ளன.

ரஸ்ய ஆட்சியமைப்பை நிராகரித்த 'விலங்குப் பண்ணை' போன்ற நாவல்களும் மார்க்சிய உடன்பாடில்லாதவர்களால் மொழி பெயர்க்கப்பட்டுள்ளன.

மாயாகோவ்ஸ்க்கி எனும் கவிஞன் எழுதிய 'லெனின் கவிதாஞ்சலி' சிதம்பர ரகுநாதனால் மொழிபெயர்க்கப்பட்டது. உண்மையில் உன்னதமான ஒரு கவிதையை யாப்பு இலக்கண ரீதியில் குறைப்பிரசவமாக ரகுநாதன் மொழிபெயர்த்திருந்தார். நவீன கவிதை எனும் வடிவத்திலுள்ள லெனின் கவிதாஞ்சலியின் உயிர்த்துடிப்பை அழித்த கைங்கரியம் ரகுநாதனைச் சாரும். ஏர்னஸ்ட் கேமிங்வேயின் 'கடலும் கிழவனும்' சா.து.சு.யோகியாரால்

மொழிபெயர்க்கப்பட்டு வெளிவந்திருந்தது. சமீபத்தில் இந்நாவல் 'கிழவனும் கடலும்' என சு.ரா.வால் மொழிபெயர்க்கப்பட்டு காலச்சுவடு வெளியீடாக வெளிவந்துள்ளது.

தமிழுக்கு வந்த பிறமொழி நாவல்களில் சுந்தர ராமசாமியால் மொழிபெயர்க்கப்பட்ட தகழி சிவசங்கரம்பிள்ளையின் 'செம்மீன்' ஒரு சிறந்த மொழிபெயர்ப்பு நாவலாகும். சுந்தர ராமசாமி மொழி பெயர்த்த தகழியின் 'தோட்டியின் மகன்' நாவலைவிட செம்மீன் நிறைவான ஒரு நாவலாகும். இந்திய சாகித்திய அகடமிக்காக இந்நாவலை மொழிபெயர்த்த சுந்தர ராமசாமி 'ஒரு கார்த்திகை தீப நாளன்று வீதியில் வலம் வந்து மனம் ரம்மியமான நிலையில் இருந்தபோது புது வேகத்தோடு இந்நாவலை மொழிபெயர்த்தேன்' எனக் கூறியிருந்தார். சுந்தர ராமசாமிக்கு மலையாள மொழியும் தெரிந்திருந்தது. எனவே, அவருக்கு மொழிபெயர்ப்பில் தடங்கல் எதுவும் நிகழவில்லை. அவர் ஒரு ஆளுமை நிறைந்த படைப்பாளியாகவும் இருந்தார். வைக்கம் முகம்மது பசீரின் 'இளம்பருவத்துத் தோழி', 'பாத்துமாவுடைய ஆடு', 'எங்கள் தாத்தாவுக்கு ஒரு யானை இருந்தது' போன்ற படைப்புகளும் கேசவதேவின் 'கண்ணாடி' போன்ற நாவல்களும் தமிழுக்கு வந்திருக்கின்றன. சாகித்ய அகடமி பல வங்க, கன்னட, தெலுங்கு நாவல்களை தமிழில் மொழி பெயர்த்துள்ளது.

ஆங்கிலம் மட்டும் தெரிந்த மூலநூல்களின் பரிச்சயமில்லாத பலரது மொழி பெயர்ப்பில் மார்க்சிய நூல்களை வாசித்த என் போன்றவர்கள் பட்ட சிரமங்கள் கொஞ்சநஞ்சமல்ல. 'லெனின் படைப்புகள்', 'மாஓவின் படைப்புகளை' மொஸ்கோ பதிப்பகமும் இலங்கையின் மக்கள் பிரசுராலயமும் வெளியிட்டிருந்தன. தொழில் முறை மொழி பெயர்ப்பாளர்களின் வறண்ட மொழி நடையில் மார்க்சியக் கருத்துகள் நம்மை வெருட்சியடையச் செய்தன. இதற்கு விதிவிலக்காக தமிழகத்தின் பாட்டாளி வெளியீடாக இலகுதமிழில் மாஓவின் படைப்புகளை பின்னர் நாம் வாசித்தோம்.

இலங்கையில் கே.கணேஸ் போன்றவர்கள் உலகபிரசித்தி பெற்ற படைப்புகளை ஆங்கிலம் வழி தமிழில் மொழிபெயர்த்திருந்தனர். ஆனால், சமீபத்தில் தமிழகத்தில் மூல நூல்களிலிருந்து அம்மொழியை அறிந்தவர்கள் மொழிபெயர்ப்பில் ஈடுபட்டிருப்பதை நாம் அறிகிறோம். மூல பாஷையை அறிந்துள்ள ஸ்ரீராம் போன்றவர்கள் அல்பட் காம்யூவையும் பேர்ஹேவையும் காப்காவையும் குறிப்பாக, 'அந்நியன்' 'விசாரணை' போன்றவற்றையும் மொழி பெயர்த்துள்ளனர்.

நந்தினி சேவியர் படைப்புகள்

தமிழுக்கு நவமார்க்சியம் அறிமுகமாகிய ஆரம்ப காலங்களில் எஸ்.வி.ராஜதுரை, வ.கீதா போன்றவர்கள பலவகையில் பிறமொழி ஆளுமைகளை எமக்கு அறிமுகப்படுத்தியிருந்தனர். 'அந்நியமாதல்', 'இருப்பியல்வாதம்' பற்றியும் 'அன்ரனியோ கிராம்சி', 'அல்தூஸர்' போன்றோரைப் பற்றியும் இவர்கள் நல்ல முறையில் அறிமுகம் செய்திருந்தனர். தமிழவனின் 'அமைப்பியல்வாத' (ஸ்ரக்சரலிச) அணுகுமுறையும் தமிழுக்குள் படிப்படியாக நுழைந்தன. இதேகாலத்தில் பிரக்ட் போன்றோரின் நாடகங்களும் சர்ரியலிச பாணி கவிதைகளும் தமிழுக்கு அறிமுகமாகின.

இன்று 'பின்நவீனத்துவம்', 'மெஜிக்கல் ரியலிசம்' (மாந்திரீக யதார்த்தம்) என தமிழ்ப்படைப்பாளிகள் பேசவும் எழுதவும் கூடிய விதத்தில் பூக்கோ, தெரிதா போன்றோரின் கருத்துகள் தமிழ்ப்- படுத்தப் படுகின்றன. மார்க்குவிஸ் போன்ற லத்தீன் அமெரிக்க படைப்பாளிகளின் படைப்புகள் தமிழுக்கு வந்துவிட்டன. 'கல்குதுரை' இதழ் மொழி பெயர்ப்புத் தொகுப்புகளை வெளியிடத் தொடங்கியுள்ளது.

கூகிவாதியாங்கோ எழுதிய 'சிலுவையில் தொங்கும் சாத்தான்' அமரந்தாவால் மொழிபெயர்க்கப்பட்டுள்ளது. இந்திரன் போன்றவர்களால் 'அறைக்குள் வந்த ஆபிரிக்க வானம்' போன்ற கவிதைத் தொகுதிகள் வெளியிடப்படுகின்றன.

இலங்கையைப் பொறுத்தவரையில் தமிழில் எம்.ஏ.நுஃமான், மொழிபெயர்த்த 'பலஸ்தீனக் கவிதை'களுடன் எம்.கே.எம். ஷகீப் மொழி பெயர்த்து 'நிகரி' வெளியிட்ட கவிதைத் தொகுதியும் குறிப்பிடத்தக்கன.

சிங்கள கவிதைகளையும் சிறுகதைகளையும் நுஃமான், பண்ணாமத்துக்கவிராயர், தம்பி ஐயா தேவதாஸ், சிவா சுப்பிரமணியம் போன்றோர் மொழி பெயர்த்துள்ளார்கள். இப்னு அஸ்மத், அல்-அஸ்மத், நீள்கரை நம்பி போன்றோரும் சிங்கள மொழிப்படைப்புகளை தமிழில் வழங்கியுள்ளார்கள், மல்லிகையில் எஸ்.எம்.ஜே.பைஸ்தீன் மொழிபெயர்த்த பல சிங்கள சிறுகதைகள் வெளி வந்துள்ளன. மல்லிகைப் பந்தல் வெளியீடாக 'சிங்களச் சிறுகதைகள்' எனும் தலைப்பில் ஒரு தொகுதி வெளிவந்துள்ளது. சோ.பத்மநாதன் மொழிபெயர்ப்பில் 'தென்னிலங்கைக் கவிதைகள்' என்றொரு தொகுப்பு வந்துள்ளது. சிவசேகரம் அவர்களின் மொழிபெயர்ப்பில் 'பணிதல் மறந்தவர்', 'மாஓ கவிதைகள்' என்பன தேசியகலை இலக்கியப்பேரவை வெளியீடாக வெளி வந்துள்ளன. கே.கணேஸின் மொழிபெயர்ப்பில்

'கோசிமின் கவிதைகள்', 'லூசுன் கவிதைகள்' என்பன வெளி வந்துள்ளன. சி.கனகசபாபதி மொழிபெயர்த்த 'லூசுன் கதைகளும்' தேசியகலை இலக்கியப் பேரவையால் வெளியிடப்பட்டுள்ளன. மகாகவி - முருகையன் மொழிபெயர்ப்பில் 'ஒருவரம்' எனும் தொகுப்பு வெளி வந்துள்ளது. அழகு சுப்பிரமணியம் ஆங்கிலத்தில் எழுதிய பல கதைகளை ராஜ ஸ்ரீகாந்தன் மொழிபெயர்த்து நூலாக்கியுள்ளார்.

மொழிபெயர்ப்பின் காரணமாக மூலநூலையும் நூலாசிரியரையும் வாசகன் வெறுப்படையச் செய்த நூல்களில் முக்கிய நூலாக மார்ட்டின் விக்கிரமசிங்காவின் 'கம்பரெலியா' எனும் நாவலின் தமிழாக்கத்தைக் குறிப்பிடலாம். இதனை 'கிராமப்பிறழ்வு' எனும் பெயரில் ம.மு.உவைஸ் தமிழாக்கியிருந்தார்.

தமிழ், ஆங்கில மொழிப் புலமை நிறைந்த ஏ.ஜே. கனகரத்தினா தமிழில் வெளி வந்த பல சிறுகதைகளை ஆங்கிலத்தில் மொழிமாற்றம் செய்துள்ளார்.

கேதாரநாதன், திருவேணிசங்கமம் போன்றவர்கள் அவ்வப்போது உதிரியாக சில மொழிபெயர்ப்புகளைச் செய்தபோது ஈழத்தைப் பொறுத்தவரை மொழிபெயர்ப்புத்துறை பின்தங்கியே உள்ளது.

காலஞ்சென்ற ஆனந்தன் பல மலையாளச் சிறுகதைகளை மொழிபெயர்த்திருக்கிறார். 'காலம்' வெளியிட்ட என்.கே.மகாலிங்கம் மொழி பெயர்த்த சின்னுவா ஆச்பேயின் 'சிதைவுகள்' நாவலும் ஒரு விதத்தில் முழுமைபெறா மொழிபெயர்ப்பே. மலையாளத்திலிருந்து ஜெயமோகன் மொழிபெயர்த்த கவிதைகளும் கன்னடத்திலிருந்து பாவண்ணன் மொழிபெயர்த்த படைப்புகளும் சுயசரிதை விபரணப் பாங்கிலமைந்த தலித்திய மராட்டிய நாவல்களும் இப்போது தமிழில் கிடைக்கின்றன. இவற்றினை வெளியிட்ட பதிப்பகங்கள் போற்றுதலுக்குரியன.

ஒரு காலம் தமிழகத்தின் கிக்கிங்பாதம்ஸ், பேர்ள் பதிப்பகம், அல்லயன்ஸ் பதிப்பகம் என்பனவும் அரு.ராமநாதனின் பிரேமா பிரசுரம் போன்றவையும் பல நல்லறிஞர்களைத் தமிழுக்கு அறிமுகம் செய்துவைத்தன. இப்பிரேமா பிரசுரமே எமிலி ஜோலாவின் 'சுரங்கத்தை'யும் வெளியிட்டிருந்தது. கிரியா பதிப்பகமும் பல பிறமொழி நாடகங்களை தமிழில் வெளியிட்டிருந்தது. இவற்றோடு மிகப்பெரிய மொழிபெயர்ப்புப் பங்களிப்பை கோவையின்

'விடியல்' செய்துள்ளது. எஸ்.பாலச்சந்திரனின் மொழி பெயர்ப்பில் பல நூல்களை விடியல் வெளியிட்டுவருகிறது. அலைகள், சவுத்விஷன், கிழக்குப் பதிப்பகம், கீழைக்காற்று போன்றவை மொழிபெயர்ப்பு நூல்களை வெளியிட்டு வருகின்றன.

50 களில் வெ. சாமிநாத சர்மா, க.நா.சு. போன்றவர்கள் தமிழுக்கு பிறமொழி படைப்புகளையும் அறிஞர்களையும் அறிமுகம் செய்தமையையும் இங்கு குறிப்பிட வேண்டும். தமிழக 'அடையாளம் பதிப்பகம்' தேவையும் நோக்கமும் அறிந்து பல்வகையான அறிவுசார் நூல்வரிசையொன்றை வெளியிட்டு தமிழுக்கு செழுமை சேர்த்துள்ளது.

ஒரு விதத்தில் மொழிபெயர்ப்பு பற்றிக் குறிப்பிடும் போது, பின்நவீனத்துவம் கூறும் 'பிரதியை பல்வகையில் வாசிக்கலாம்' எனும் கூற்றுப்பற்றி பார்க்கவேண்டும். வரிக்கு வரி மொழிபெயர்க்கும் அல்லது படைப்பாளியின் மனோநிலையில் இருந்து மொழிபெயர்க்கும் ஒரு பிரதி, மொழிபெயர்ப்பாளனை எவ்விதத்தில் பாதிக்கிறது. இப்பாதிப்பு வாசகனுக்கு ஏற்படுத்தும் தாக்கம் என்ன? என்ற பல்வகை கேள்விகள் இங்கே எழுப்பப்படலாம்.

உண்மையில் மொழிபெயர்ப்பு என்பதே ஒரு மீள்படைப்பு, மீள் உருவாக்கம். இந்த மீள் ஆக்கம் வாசகனுக்கு ஏற்படுத்தும் பாதிப்பு அல்லது மாற்றம் மூல நூலை மொழிபெயர்த்தவருக்கு ஏற்படுத்திய பாதிப்பை விட வித்தியாசமாக அமையலாம், அமையாதும் விடலாம். அமைய வேண்டுமென்ற கட்டாயம் கூட இல்லை, இதுவே பின் நவீனத்துவம் கூறும் செய்தி.

தினக்குரல்

01.10.2006

நந்தினி சேவியர்

ஈழத்தின் இலக்கியத்தில் பரிசோதனை முயற்சிகள்!

தாவீது கிறிஸ்ரோ

மேலைத்தேய முன் முயற்சிகளின் ஆகர்சனத்தினால்தான் தமிழிலும் இலக்கியப் பரிசோதனைகள் நிகழ்த்தப்பட்டன. சிறுகதை, நாவல், புதுக்கவிதை எனத் தமிழில் இன்று இலக்கியம் என அங்கீகரிக்கப் பட்ட வடிவங்கள் அனைத்தினதும் நதிமூலங்கள் மேலைத்தேயங்களே.

தமிழ் புதுக்கவிதை வளர்ச்சியை ஒரு இயக்கமாக முன்னெடுத்த சி.சு.செல்லப்பாவின் 'எழுத்து'விலும் அதற்கு முன்னர் ந.பிச்சமூர்த்தி தொடக்கி வைத்த புதுக்கவிதையின் தொடர்வரவாளர்களில் ஒருவராக நம் நாட்டின் தருமு சிவராமு குறிப்பிடப்பட வேண்டியவர். அவருக்குப் பின்னரான பரிசோதனையாளர்களாக தமிழகத்தில் பலர் இருந்த போதும் நமது நாட்டைப் பொறுத்தவரையில் மறுமலர்ச்சிக்கால வரதர் ந.பிச்சமூர்த்தியைத் தொடர முயன்று பின்னர் அம்முயற்சியிலிருந்து விலகியவர். தா.இராமலிங்கம் அவர்களின் கவிதைகளில் இவ்வகைப் பரிசோதனைகளை நாம் அவதானித்தோம். பின்னரான காலங்களில் வானம் பாடிகளின் பாணியை ஒட்டிச் சற்று வித்தியாசமாக திக்குவல்லை கமால், அன்பு ஜவகர்ஷா போன்ற முஸ்லிம் கவிஞர்களும் பூநகரி மரியதாஸ், ஈழவாணன் போன்றவர்களும் புதுக்கவிதைகளை எழுதினர்.

சண்முகம் சிவலிங்கம் மார்க்சியத்தை அங்கீகரித்தவர். அவரது கவிதைகள் மிகவும் வித்தியாசமான ஒரு வெளிப்பாட்டைக் கொண்டிருந்தன. அலையில் வெளிவந்த 'வெளியார் வருகை' போன்ற கவிதைகளை இங்கு எடுத்துக்காட்டலாம். இதேபோல், மல்லிகையில் இவரது கவிதைகள் உருவப் பரிசோதனையோடு ஆக்கப்பட்டு வெளிவந்தன.

இதேகாலம் முற்றிலும் வித்தியாசமான மு.கனகராஜனின் 'முட்கள் முறியும் ஓசையும்' வெளிவந்தது. சோலைக்கிளியின் ஆரம்பம் கூட (இன்றுவரை அது தொடர்கிறது) ஒரு பரிசோத-னையின் வெளிப்பாடே.

பாலமுனை பாறுக், அன்பு டீன், மேமன்கவி போன்றோரும் பின்னரான சேரன், ஜெயபாலன் போன்றோரும் வானம்பாடியினரின் பாணியில் வந்தோரே. தருமு சிவராமு பாணியில் பரிசோதனை செய்தவர்களில் சபா ஜெயராஜா குறிப்பிடத்தக்கவர். இவரது கவிதைகள் தொகுப்பாக வராவிட்டாலும் பத்திரிகைகளில் பிரசுரமான காலத்தில் வித்தியாசமான உருவ அமைப்பைக் கொண்டிருந்தன.

வட்டம் என்பதை O எனவும், சதுரம் என்பதை ☐ எனவும் எழுத்துகளால் கோலம் போட்ட கவிதைகள் அவருடையவை.

எம்.ஏ.நுஃமான் தம்மை ஒரு போதும் புதுக்கவிதைக் காரராகக் கூறிக் கொள்வதில்லை. இவரோடு மு.பொ, அ. யேசுராசா, சு.வி. என ஒரு வரிசையை இங்கே அடையாளப்படுத்த முடியும்.

சிறுகதைத்துறையில் பேராதனைப் பல்கலைக் கழகத்திலிருந்து வெளிவந்த ஒரு சில முன் முயற்சிப் பரிசோதனைகளைக் கூற முடியும். மு.தளையசிங்கம், காசிநாதர் போன்றவர்களின் சிறுகதைகள் சிலவற்றை இதற்குரியதாக உதாரணப்படுத்தலாம். ஜோர்ஜ் சந்திரசேகரனும் இவ்வகை முயற்சியில் ஈடுபட்டவராவார்.

இவர்களுக்கு முன்னதாக எஸ். பொ.வின் முயற்சிகளையும் இங்கு குறிப்பிடலாம். முற்றுத்தறிப்பு இல்லாமல் ஒரே வசனத்தில் ஒரு கதையை அவர் எழுதியிருந்தார். அணி, குளிர் போன்ற கதைகளும் இதில் அடக்கம்.

நீர்வை பொன்னையனின் 70 இற்குப் பின்னரான கதைகளும், எஸ். அகஸ்தியரின் உணர்வூற்றுருவக சிறுகதைகளும் இதற்குள் அடக்கம்.

90 களில் சரிநிகரில் 'அருள் சின்னையா' எழுதிய ஒரு சிறுகதை பரிசோதனை முயற்சியின் வெளிப்பாடாக வெளிவந்தது. இதற்கு முன்னர் கோணைத்தென்றல் என வெளிவந்த ரோணியோ சஞ்சிகையில் தேஸ்விலோமன், ரிசிப்பிரப்ஞன்(இப்போது சித்தார்த்த சேகுவரா) எழுதிய கதைகளும் பரிசோதனைச் சிறுகதைகளே. இன்று வெளிவரும் பலபடைப்புக்களை பின் நவீனத்துவம் எனும் சட்டகத்துக்குள்

பொருத்திப் பார்க்கும் போது இத்தகு முன்- முயற்சிகள் ஏலவே, இங்கு நிகழ்த்தப்பட்டுள்ளன. சட்டகத்துக்குள் அடங்காதவையே பின் நவீனத்துவப் படைப்புகள் என்பதும் இங்கு அவதானிக்கத் தக்கது.

அருள் சின்னையாவைத் தொடர்ந்து 'திருக்கோவில் கவியுவன்-(ஒரு விதத்தில் உமா வரதராஜனின் அரசனின் வருகை, கள்ளிச் சொட்டு என்பவற்றையும் இங்கு குறிப்பிடலாம்) அம்ரிதா.ஏ.எம்., ஓட்டமாவடி அறபாத், வி.கௌரிபாலன், திசேரா, மலர்ச்செல்வன் ஆகியோரை நாம் வரிசைப்படுத்த முடியும். ஷோபாசக்தி, சக்கரவர்த்தி போன்றோரின் படைப்புகள் பின் நவீனத்துவ வகை மாதிரிக்குள் அடக்கப்படா விட்டாலும் அம்முயற்சிகளுக்கு சற்று நெருக்கமானவை எனக் கூறலாம். சமீபத்தில் மஜீத் எழுதிய 'கதையாண்டி' எனும் புதினம் வலிந்தெழுதப் பட்ட ஒரு பின் நவீனத்துவ முயற்சியாகும்.(இக்கதை பற்றிமிகவும் காட்டமான விமர்சனம் எனக்குள்ளது. அதனைப் பிறிதொரு பத்தியில் எழுதவிருப்பதால் இப்போது தவிர்த்துக் கொள்கிறேன்). புதுக் கவிதைத்துறையின் முன் முயற்சிகளுக்கு உற்சாகம் தந்த சஞ்சிகைகளாக பூரணி, அலை, களனி, அக்னி, புதுசு போன்றவற்றை கண்டிப்பாகக் குறிப்பிட வேண்டும். 80 களில் திசை பின்னர் சரிநிகர் போன்ற பத்திரிகைகளும் இவ்வகை முயற்சிகளுக்கு ஆதரவு நல்கியுள்ளன.

ஒரு விதத்தில் இங்கு எழும் பிரச்சினை உருவ, உள்ளடக்கம் சார்ந்த பிரச்சினையாகவே இனங்காணப்படல் வேண்டும். சுத்த கலைவாதம் அல்லது முற்றிலும் பிரசாரம் எனும் அந்தக்காலவாதப் பிரதிவாதங்களுடன் இப்பிரச்சினையைப் பொருத்திப்பார்க்கலாம்.

மரபுப்பாணியில் சமூக உள்ளடக்கம் சார்ந்து முற்போக்கு கவிஞர்கள் பலர் எழுதிய காலத்தில் சுத்த இலக்கியவாதிகள் அவர்களை எதிர்த்தனர். நிராகரித்தனர். இம்முற்போக்கு அணியில் தான்தோன்றிக் கவிராயர், முருகையன், யாழ்ப்பாணக் கவிராயர், சுபத்திரன் போன்றோரும் எதிர் அணியில், இ.நாகராஜன், வி.கந்தவனம், அம்பி, காசி ஆனந்தன் போன்றோரும் இருந்தனர். முன்னவர் அணியில் பின்னர் வந்த எஸ்.ஜி. கணேசவேல், புதுவை இரத்தினதுரை, முருகு கந்தராசாவைக் குறிப்பிடலாம். எதிரணிக்கு உதாரணம் காட்ட பின்னர் எவரும் கிட்டவில்லை ஆயினும், பின்னர் வந்த முற்போக்கு அணியில் சற்று வித்தியாசமானவராக சாருமதி முகிழ்ந்தார். அவரைவிடவும் வித்தியாசமாக சிவசேகரம் பல குறிப்பிடத்தக்க கவிதைகளைத் தந்திருக்கிறார். போரின் முகங்கள், வடலி எனும் தொகுப்புகளின் கவிதைகள் இதற்கு நல்ல உதாரணங்களாகும்.

நமது போர்க்கால சூழலில் இப்போது ஏராளம் தமிழ், முஸ்லிம் கவிஞர்கள் தங்களது கவிதைத் தொகுதிகளுடன் நமக்கு அறிமுகமாகி யிருக்கிறார்கள். இவர்களின் கவிதைத் தொகுதிகளுக்கான தலைப்புகளும், கவிதைத் தலைப்புகளுமே வாசகனை தலை கிறுகிறுக்கச் செய்கின்றன. எழுதியவரது பெயரைத் தவிர்த்து கவிதைகளையும் கவிதைத் தலைப்புகளையும் வாசித்தால் ஒருவரே சகல கவிதைகளையும் திரும்பத் திரும்ப எழுதுவதான ஒரு மயக்கத்தை ஏற்படுத்தும் ஆபத்தான சூழலில் நமது கவிஞர்களும் தள்ளப்பட்டுள்ளனர். இது கவிதைத் தொழிற்சாலையில் இருந்து தயாரித்து வெளியிடப்படும் உற்பத்திப் பொருட்களில் ஒன்றாக கவிதைத் துறை மாறிவிட்டதன் அவல நிலையெனக் கொள்ள வேண்டும். புதிய கவிஞர்கள் பலர் நவீனத்துவத்தை ஏற்றுக் கொண்டாலும் தம்முள் ஏதோ வகையில் ஒத்து ஓடும் வெளிப்பாட்டு முறைச் சமரசத்தைக் கொண்டுள்ளார்கள். இதேநேரம், கிழக்கிலிருந்து தீவிரத்துடனும் பின் நவீனத்துவ கதையாடலுடனும் தமது அடையாளங்களைக் காட்டும் வகையில் இப்போது பெரு வெளிக்குச் சிலர் வந்துள்ளனர்.

இவர்களினால் வலிந்துரைக்கப்படும் பின் நவீனத்துவப் படைப்புகள், ஏன் தேவைப்படுகின்றன என்ற கேள்விக்குப் பின்னால் பொதிந்துள்ள அர்த்தப்பாடு மிக முக்கியமானது. அவை பல்வேறு விதத்தில் விரித்துரைக்கப்பட்டாலும், மக்கள் திரளின் விடிவு நோக்கிய பணியை முன்னெடுப்பவர்களுக்கு இருக்கும் ஒரே ஒரு அர்த்தப்பாடு. அது மக்கள் நலன் சார்ந்த ஒன்றாக இருக்க வேண்டும் என்பதேயாகும்.

தினக்குரல்
2006.10.29

புதுமைப் பித்தனை மீறிய கதை சொல்லும் இலாவகம்

ஜெயகாந்தன் பற்றிய சில விமர்சனக் குறிப்புகள்...

– தாவீது கிறிஸ்ரோ –

அறுபதுகளின் பிற்கூற்று இலக்கியப் பரிச்சயம் அரும்பிய காலம், குமுதம், கல்கி, ஆனந்த விகடன் பத்திரிகைகளின் ஜனரஞ்சக மாயையுள் சிக்கி புரவிகளில் ஏற்றி காதலியை காப்பாற்றவரும் இளஞ்செழியன்களையும், விக்கிரமன்களையும், அவர்களது அரும்பு மீசைகளையும், கூர்மையான வாள்களையும், கைவிளக்குகளில் படித்து கற்பனாலோகத்தில் பறந்து கொண்டிருந்த என் போன்றவர் களுக்கு, செந்தமிழ் பேசி காந்தியத் தத்துவங்களை வாழ்க்கையின் குறிக்கோள்களாகக் கொண்ட நேர்மையும் நீதியும் நிறைந்த வாத்தியார் உத்தியோகம் பார்க்கும் கதாநாயகர்கள் இடை மறித்தார்கள். இவர் களிடமிருந்து வலிந்து விடுபட்டவர்களுக்கு முதலில் அறிமுகமாகியவர் புதுமைப்பித்தன். புதுமைப் பித்தனை ஆரம்பத்தில் படித்தபோது இருந்த ஒரு வகை விருப்ப மின்மையை விருப்பமாக மாற்றிய பெருமை மௌனியையே சாரும்.

புதுமைப்பித்தன், மௌனி இருவரது பெயர்களும் தமிழ்ச் சிறுகதையுலகின் உச்சமாக உச்சரிக்கப்பட்ட காலத்தில் பலருக்கு மௌனியை விட புதுமைப் பித்தனே விருப்புக்குரியவரானார். மணிக்கொடி தந்த இந்த இருவரில் புதுமைப் பித்தனின் ஆளுமை (மௌனியை உபாசித்தவர்களை விட) பலரைக் கவர்ந்ததில் வியப்பில்லை. மௌனியின் மனவெளி - அக உணர்வுச் சிந்தனைகளும் அவரது சமஸ்கிருதம் கலந்த சிக்கல் நிறைந்த எழுத்து நடையும்

உன்னதங்களைத் தேடுவோரை திருப்திப்படுத்திய அளவுக்கு சராசரி வாசகனைத் திருப்திப்படுத்தவில்லை. புதுமைப் பித்தனைத் தொடர்ந்து சிதம்பர ரகுநாதனின் கதைகளில் சராசரி மனித வாழ்வை தரிசிக்கும் சந்தர்ப்பம் புதுமைப்பித்தனை ரசித்த வாசகர்களுக்குக் கிட்டியது. அவரது, சேற்றில் மலர்ந்த செந்தாமரை எனும் தொகுப்பின் கதைகள் இதற்கு நல்லதொரு சான்றாகும்.

இடது சாரிச் சிந்தனையாளர்களால் அக்காலத்தில் வெளியிடப் பட்ட சஞ்சிகைகளில் எழுதியவர்கள் பலரிடம் இந்தத் தரிசனம் தவிர்க்க முடியாதபடி முனைப்புப் பெற்றிருந்தமை ஒரு வரலாற்றுச் சான்றாகும். சாந்தி, சரஸ்வதி, மனிதன், தாமரை என இடதுசாரிச் சஞ்சிகைகள் அப்போது வெளிவந்தன. சுந்தரராமசாமி சாந்தியில் ''தண்ணீர்'' எனும் கதையின் மூலம் இடது சாரி எழுத்தாளராக அறிமுகமானார். சரஸ்வதியில் அவரது ''புளிய- மரத்தின் கதை''யின் ஓரிரு அத்தியாயங்கள் பிரசுரமாகின. இக் காலத்தில்தான் ஜெயகாந்தனின் எழுத்து வருகை ஆரம்பமாகியது. 1950 இன் நடுக் கூற்றில் மிகுந்த அசுர வேகத்தோடு ஜெயகாந்தன் எழுதினார். விளிம்பு நிலை மக்களின் பிரச்சினைகள் அவரது கதைகளின் மிகவும் முனைப்புடன் வெளிப் பட்டன. தமிழிச்சி (மனிதன்), பற்றுக்கோல், பொம்மை, நந்தவனத்தில் ஒரு ஆண்டி என சேரிப் புற மக்களையும், ரிக்ஷாக்காரர்களையும், சித்தாள் வேலை செய்பவர்களையும் பற்றி நிறையக் கதைகள் அவரால் எழுதப்பட்டன.

ஒரு பிடி சோறு, தேவன் வருவாரா? என பத்துக்கும் மேற்பட்ட சிறுகதைத் தொகுதிகளையும் குறுநாவல்களையும் எழுதினார். அறுபதுகள் என்பது ஜெயகாந்தனின் சிறுகதைக்குரிய காலமாகக் கணிக்கப்பட்டது. மனிதன், சரஸ்வதி, தாமரை என சிறு சஞ்சிகைகளின் ஆதர்ச எழுத்தாளராக இருந்த ஜெயகாந்தனை, ஆனந்த விகடன் தன்பக்கம் இழுத்துக் கொண்டது. உன்னைப் போல் ஒருவன், யாருக்காக அழுதான் என முத்திரைக் கதைகள் பலதை ஜெயகாந்தன் எழுதினார். அவரது 'அக்கினிப்பிரவேசம்' கதை பலவித சர்ச்சைகளை அக்கிரகாரத்துக்காரர்கள் மேற்கொள்ளக் காலாகியது. பின்னர் அக்கதையை நீட்டி நாவல்கள் எழுதத் தொடங்கினார். 'சில நேரங்களில் சில மனிதர்கள், கங்கை எங்கே போகிறாள் என அக்கதை பல போலி அவதாரங்கள் எடுத்தது.

ஜெயகாந்தன் சிறுகதைகள் பெற்ற வெற்றியை அவரது நாவல்கள் பெறத் தவறிவிட்டன. பாரிசுக்குப் போ, சினிமாவுக்குப் போன சித்தாளு, ஒரு நடிகை நாடகம் பார்க்கிறாள், ஊருக்கு நூறு

பேர், ஜெயஜெயசங்கர, சமீபத்திய கரகர சங்கரா வரை அவர் நாவல் துறையில் வாசகர்களை ஏமாற்றி இருக்கிறார். இதில் ஒரு 'விதிவிலக்கு, ஒரு வீடு, ஒரு மனிதன், ஒரு உலகம்' இன்று ஜெயகாந்தனின் அரசியல் எவராலும் ஏற்றுக்கொள்ள முடியாத ஒன்று.

ஒரு காலம் இடதுசாரிச் சிந்தனை வசப்பட்டு கம்யூன் வாழ்க்கை வாழ்ந்த ஜெயகாந்தன், இன்று ஆழ்வார்பேட்டை குடிலில் ஒரு வித்தியாசமான வாழ்வை மேற்கொள்கிறார். மிடாக்குடியன், ஸ்திரிலோலன், கஞ்சாமன்னன் என வர்ணிக்கப்படும் ஜெயகாந்தன், ஒரு திமிர் பிடித்த படைப்பாளி. தான் பிடித்த முயலுக்கு மூன்று கால் என வாதம் புரியும் ஒரு வன்மம் பிடித்த மனிதன். மேடையேறினால் கொச்சைத்தனமாக பேசும் ஒரு மட்டமான ஆள். ஆனால் ஜெயகாந்தனுக்கு என்றொரு இலக்கிய வரலாறு உண்டு.

இன்று ஞானபீடப் பரிசு அவருக்கு வழங்கப்பட்டிருக்கிறது. முதன்முதலில் தமிழில் "சித்திரப் பாவை" நாவலுக்காக அகிலன் அப்பரிசைப் பெற்றார். இன்று ஜெயகாந்தனுக்கு அப்பரிசு கிடைத்திருக்கிறது. "அக்கிரகாரத்து ஊஞ்சலில் தாம்பூலம் போட்டுக் கொண்டிருந்த தமிழ் சிறுகதையை ரோட்டுக்கு கொண்டு வந்து விட்டு விட்டவர்" என்று ஜெயகாந்தனை சுந்தரராமசாமி குறிப்பிடுவார். உண்மையில் ஜெயகாந்தனின் சிறுகதை வெற்றிடம் இன்னமும் வெற்றிடமாகவே உள்ளது. இன்றைய ஜெயகாந்தனால்கூட அந்த இடத்தை நிரப்ப முடியாது.

புதுமைப்பித்தனிடம் உள்ள எள்ளலும், விமர்சனப் பார்வையும் அவரின் பிறகான பலரிடம் தனித்தனியே வசப்பட்டது. சுந்தர ராமசாமியிடம் எள்ளல் மட்டுமே வாலாயமாகி விட, விமர்சனம் எங்கோ தலைமறைவாகியது. பல முற்போக்கு எழுத்தாளர்களிடம் எள்ளல் தவிர்ந்த விமர்சனம் மட்டும் வெளிப்பாடடைந்தது. இன்று வரை இந்த நிலை மாற்றமடையவில்லை என்பது ஒரு பெரும் குறைபாடே. ஜெயகாந்தனின் சமகாலத்தவர்களில் ஜி.நாகராஜன் பிறிதொரு வகை மாதிரிக்குரியவர். தனது படைப்புப் போலவே அவரது வாழ்க்கையும் விளிம்பு நிலை வாழ்க்கையாகவே முடிவுற்றது.

ஜி.நாகராஜனின் கதைகளில் விளிம்பு நிலை மக்களின் வாழ்வு இரத்தமும் சதையுமாக வெளிப்பட்டது. அவர் கதைகளில் அவ்வாழ்வின் அருவருப்புகள் அனைத்தையும் மிக வெறுப்போடு படைப்பாக்கினார். வாசகனிடத்தில் அவ்வாழ்க்கையின் மீதான கொடூரத்தனங்களை அருவருப்போடு அம்பலமாக்கினார். ஒரு விதத்தில் இது புதுமைப் பித்தனை அண்மித்த கைங்கரியம்.

ஜெயகாந்தனிடம் இது மறு தலையாக வெளிப்பட்டது. விளிம்பு நிலை மக்களது வாழ்வு. அவர்களது சுற்றுச் சூழல் என்பன மிகவும் அழகியலுடன் வெளிப்பட்டு, அவ்வாழ்வு வெறுப்புக்குரியதல்ல, விருப்புக்குரியதென வாசகர்களை நம்பவைத்து அவர்களது வாழ்வு மாற்றப்பட வேண்டும் எனும் தார்மீக கோபத்தை எழுப்ப தவறிய (பெரும்) தவறை அவரது சிறுகதைகள் செய்திருக்கின்றன.

பிராமணர் அல்லாத ஜெயகாந்தன் அக்கிரகாரத்தினை பற்றி எழுத தலைப்பட்ட தன் வரலாற்றுத் தொடர்ச்சி அவரது இந்த அழகிய தன்மையில் இருந்து ஆரம்பமாகியது. ஆயினும், இளம் தலைமுறை எழுத்தாளர்கள் ஜெயகாந்தனை நிச்சயம் படித்தே ஆக வேண்டும் புதுமைப்பித்தனை மீறிய கதைசொல்லும் இலாவகம் ஜெயகாந்தனிடம் மிகையாக உண்டு.

ஜெயகாந்தனை படிக்காத ஒரு சமகால எழுத்தாளன் அல்லது வாசகன் இருப்பானாகில் தமிழ் சிறுகதை வரலாற்றில் பாதிதூரத்தில் தான் அவன் பயணிக்கிறான் என்று அர்த்தமாகும். ஜெயகாந்தனின் சிறுகதைத் தொகுதிகள் மிக முக்கியானவை. அவற்றை விட, தொகுதிகளுக்கான முன்னுரைகள் மிக மிக முக்கியமானவை.

தினக்குரல்

2006.11.12

தமிழ்ச் சினிமாவில் தமிழ் எழுத்தாளர்கள்

தாவீது கிறிஸ்ரோ

தமிழ் சினிமாவில் தம்மை ஈடுபடுத்திக் கொண்டவர்கள் என நாமறிந்த வகையில் சிறு பத்திரிகை சார்ந்தவர்களில் புதுமைப்-பித்தனும், விந்தனும் குறிப்பிடத்தக்கவர்கள்.

புதுமைப்பித்தன் ''ஔவையார்'' படத்திற்கு திரைக்கதை வசனம் எழுதியது மட்டுமல்ல எம்.கே.தியாகராஜ பகவதரின் கடைசிப்படமான ராஜமுக்திக்கும் வசனமெழுதினார். பிரபலநாவல் ஆசிரியரான கல்கியின் 'தியாகபூமி' மு. வரதராஜனின் 'பெற்ற மனம், அகிலனின் 'குலமகள் ராதை' லட்சுமியின் 'இருவர் உள்ளம்' கொத்த மங்கலம் சுப்பு (கலைமணி)வின் தில்லான மோகனாம்பாள்' தி.ஜானகிராமனின் 'மோகமுள்' உமாச்சந்திரனின் 'முள்ளும் மலரும்' போன்ற நாவல்களும், ராஜாஜியின் 'திக்கற்ற பார்வதி' புதுமைப்பித்தனின் 'சிற்றன்னை', (ஒரளவு உதிரிப்பூக்கள்) போன்றவையும் பிற நெறியாளர் களினால் படமாக்கப்பட்டன. ஆயினும் சினிமா எனும் கட்புல ஊடகத்தில் வெற்றி பெற்ற படைப்புக்களாக மேற் குறித்தபடங்களை அடையாளம் காண முடிவதில்லை. சினிமாத்துறையில் அவ்வர்த்தக சமூகத்திற்குள் நுழைந்து கடைபரப்பி வருபவராக சுஜாதாவையே இங்கு முக்கியமாக குறிப்பிட வேண்டியுள்ளது கமலஹாசன் முதல் சங்கர்வரை சுஜாதாவின் இரட்டை அர்த்த வசனங்களுக்காக தமது படங்களை ஒப்படைக்கும் ஒரு ஜனரஞ்சக சூழல் கோடம்பாகத்தை ஆட்சி செய்கிறது. சுஜாதாவின் வசனத்தில் 'ப்ரியா' முதல் 'அந்நியன் வரை ஏராளம் படங்கள் வெளிவந்துவிட்டன. அடுத்தவர் பாலகுமாரன். இருவருமே ஜனரஞ்சக சஞ்சிகைகளிலிருந்து ஜனரஞ்சக சினிமாவுக்குத்

தாவியவர்கள். பாலகுமாரன் நெறியாளராக மாறவும் முயன்று இயலாமல் ஒதுங்கியவர். இவரது நெறியாள்கையில் வெளி வந்த பாக்கியராஜ் நடித்த படம் 'இது நம்ம ஆளு' ஆகும்.

சமீபத்தில் சினிமாவுக்குள் புகுந்தவர்களாக சீரியஸ் எழுத்தாளர்கள் ராமகிருஷ்ணன், ஜெயமோகன் இருவரையும் குறிப்பிடலாம் ரஜினியன் பாபாவுக்கு கதையெழுதும் குழுவில் இடம்பிடித்து தனது இமேஜைக் கெடுத்துக் கொண்ட இராமகிருஷ்ணன் சண்டைக் கோழி படத்திற்கும் வசனமெழுதி பெண்ணியவாதிகளிடம் வாங்கிக்கட்டிக் கொண்டிருக்கிறார். சிறுபத்திரிகைகளில், உலகத் தரமான சினிமாக்களைப் பற்றி பத்தி எழுதும் இராமகிருஷ்ணனின் தமிழ் சினிமாவுக்கான வரவு அவரது பெரும் சரிவுகளில் ஒன்றாகவே சீரியஸ் ரசிகர்களால் கருதப்படுகிறது. எதிலும் மேதமைத் தன்மையோடு கருத்துக்களைப் கூறும் ஜெயமோகன் கஸ்தூரிமானுக்கு வசன்மெழுதியிருக்கிறார். மலையாள மொழியில் வெளிவந்து வெற்றி பெற்ற படமொன்றின் ரீமேக்குக்கு ஜெயமோகனின் வசனம் அந்தக்காலத்து டப்பிங் படங்களுக்கு புரட்சிதாசன் எழுதிய வசனங்களைப் போலல்லாது வித்தியாசமாக இருப்பது சற்று ஆறுதலான விடயம்தான். ஆனாலும் 'கஸ்தூரிமான்' ஜெயமோகனின் மேதாவிலாச பாவனைக்கே சாட்சியமாகி சரிந்துவிட்டது.

முற்போக்கு எழுத்தாளர் டி.செல்வராஜின் 'தேனீர்' பாக்கிய ராஜினால் தோல்விப் படமாக்கப்பட்டது. தமது கதைகளை படங்களாகத் தாமே எடுத்தவர்களான ஜெயகாந்தன், தங்கர்பாச்சான், பூமணி ஆகியோரின் சினிமா வரவுபற்றிப் பார்த்தால் இன்று வரை ஜெயகாந்தனின் உன்னைப் போல் ஒருவன் தான் நல்ல சினிமா எனும் வரிசையில் விமர்சகர்களினால் முன்னணியில் வைக்கப்பட்டிருக்கிறது.

இதுவரை 'உன்னைப் போல் ஒருவன்', 'யாருக்காக அழுதான்', 'சில நேரங்களில் சில மனிதர்கள்', ஒரு நடிகை நாடகம் பார்க்கிறாள்', 'கைவிலங்கு', (காவல் தெய்வம்) 'புதுச் செருப்புக் கடிக்கும்', ஆகிய ஜெயகாந்தனின் படைப்புக்கள் படமாகியுள்ளன. நிமாய் கோசின் நெறியாள்கையில் 'பாதைதெரியுது பார்', எனும் திரைப்படம் முக்தா சீனிவாசன் போன்ற இடதுசாரிகளினால் எடுக்கப்பட்டபோது அப்படத்தில் 'தென்னங்கீற்று ஊஞ்சலிலே' எனும் பாடலை எழுதியதின் மூலம் சினிமாத்துறையில் புகுந்தவர் ஜெயகாந்தன், இப்பாடலுக்கான இசையை எம்.பி.சீனிவாசன் வழங்கியிருந்தார். பின்னாளில் ஜெயகாந்தன் 'உன்னைப் போல் ஒருவன்' எனும் தனது குறுநாவலைப்

படமாக்கி தேசிய விருதைப் பெற்றுக் கொண்டமைக்கு அவரது சினிமா பற்றிய தீவிர பிரஞ்ஞையும் சத்தியஜித்திரேயின் 'பதர் பஞ்சலி' படத்தின் தாக்கமும் ஒரு காரணமாக விமர்சகர்களால் இன்னும் சுட்டிக்காட்டப்படுகிறது.

'பாதை தெரியுது பார்' திரைப்படத்தில் நிமாய் கோசின் நெறியாள்கையில் கதாநாயகனாக நடித்த கே. விஜயன் கே.பாலச்சந்தரின் 'நாணல்' படத்தில் ஒரு முக்கிய வேடத்தில் நடித்தவர். ஜெயகாந்தனின் கைவிலங்கு நாவலை 'காவல் தெய்வம்' எனும் பெயரில் நெறியாள்கை செய்தவர். சிவகுமார், எஸ்.வி.சுப்பையா நடித்த இப்படம் பெருவெற்றி பெறா விட்டாலும் நல்ல சினிமா ரசிகர்களால் பேசப்படும் படமாக இருந்தது. சிவாஜி கணேசனின் நல்ல நடிப்பை வெளிக் கொணர்ந்த பெருமையும் இப்படத்திற்குரியது. இதில் அவர் கௌரவ வேடத்தில் மரண தண்டனை பெற்ற ஒரு கைதியாக நடித்திருந்தார். ஜெயகாந்தனின் சில நேரங்களில் சில மனிதர்கள். ஒரு நடிகை நாடகம் பார்க்கிறாள் படங்களை பீம்சிங் நெறியாள்கை செய்திருக்கிறார். ஆயினும் அவை பேசும் படங்களாக இருந்தனவே தவிர பேசப்படும் படங்களாக அமையவில்லை. புதுச் செருப்புக் கடிக்கும் படத்தில் ஜெயகாந்தன் எழுதிய எஸ்.பி. பாலசுப்பிரமணியம் பாடிய 'சித்திரப் பூஞ்சோலை' எனும் பாடல் தவிர நினைவில் நிற்க எதுவுமே இல்லாதிருக்கிறது.

தங்கர்பச்சான் ஒரு சிறந்த ஒளிப்பதிவாளர். சிறந்த சிறுகதை நாவலாசிரியரும் கூட, இவரது படங்களான 'அழகி' 'சிதம்பரத்தில் ஒரு அப்பாசாமி, என்பனவும் நாஞ்சில் நாடனின் கதையை சேரனின் நடிப்பில் நெறியாள்கை செய்த 'சொல்ல மறந்த கதை'யும் நம்பிக்கை யூட்டும் திரைப்படங்களாகும்.

பூமணி கரிசல்காடு தந்த ஒரு முக்கிய படைப்பாளி இவரது கருவேலம்பூக்கள் அவரது பிரபலமான ஒரு நாவலின் திரைப்பட வடிவம். தனது கதையை தானே எழுதி நெறியாள்கை செய்யும் போது ஏற்படும் சிரமங்களை இவர் மிக நுட்பமாக எதிர்கொண்டுள்ளமையை இவரது 'கருவேலம் பூக்களில்' நாம் தரிசிக்க முடிகிறது.

ஜெயபாரதியின் 'நண்பா நண்பா' ஜோன் ஏபிரகாமின் 'அக்ரகாரத்துக் கழுதை' பாபுநந்தன் கோட்டின் 'தாகம்' என ஓரளவு நல்ல சினிமாக்கள் வரிசையில் அச்சினிமாக்களுக்கு ஓரளவு

அண்மித்ததான சேரனின் 'ஆட்டோ கிராப்' 'தவமாய் தவமிருந்து' எனும் படங்களைப் போலவாகிலும் படங்கள் வருமோ? எனும் எதிர்பார்ப்பு எல்லோரையும் போல ஒரு சிறுவட்டத்தார் மத்தியில் இப்போது முளைவிட்டுள்ளது. வர்த்தக சினிமா எனும் அரக்கனை விஞ்சி இச்சாதனையை புதிய தலைமுறை நிலைநாட்டுமா? இல்லையேல் அரக்கனால் விழுங்கப்பட்டுவிடுமா? என்பதை காலம் விரைவில் நிரூபிக்குமென நாம் எதிர்பார்க்கலாம்.

வீரகேசரி – 2006.11.12

துறைசார் ஒளிப்பதிவாளர்களும் சிறந்த திரைப்படங்களும் – குறும்படங்களும்

தாவீது கிறிஸ்ரோ

தமிழ்த் திரைப்படங்களுக்கு ஒளிப்பதிவாளர்களாகக் கடமையாற்றிய தமிழ்மொழி சாராக் கலைஞர்கள் பலரை நாமறிவோம். A.V.M. இல் கடமையாற்றிய மாருதிராவ் முதல் நிமாய் கோஷ், மாக்கஸ் பாட்லே, சந்தோஸ் சிவன், மது அம்பட் வரை ஏராளம் திறமைசாலிகள் இப்பட்டியலில் அடங்குவர்.

ராமு காரியாட்டின் பரிசுபெற்ற 'செம்மின்' மலையாளப் படத்திற்கு ஒளிப்பதிவாளராகப் கடமையாற்றிய மாக்கஸ் பாட்லே பின்னர் ''சாந்தி நிலையம்'' எனும் தமிழ்ப் படத்திற்கு ஒளிப்பதிவாளராகக் கடமையாற்றினார். நாமறிந்த வரையில் ஏ.வின்சன்ட், பி.என்.சுந்தரம், பாலகிருஷ்ணன், நிவாஸ், ஆகியோர். ஸ்ரீதர், கே.பாலச்சந்தர், பாரதிராஜா போன்றோருக்கு ஒளிப்பதிவாளராகக் கடமையாற்றியுள்ளனர். மகேந்திரனின் 'முள்ளும் மலரும்' தெலுங்குப் படமான 'சங்கராபரணம்' போன்றவற்றிற்கு ஒளிப்பதிவாளராகக் கடமையாற்றிய பாலுமகேந்திரா 'அழியாத கோலங்கள்', 'மூடுபனி', 'மூன்றாம் பிறை' போன்ற தனது படங்களை இயக்கியதுடன் ஒளிப்பதிவையும் மேற்கொண்டார்.

இலங்கைத் திரைப்படங்களைப் பொறுத்தவரையில் முஸ்லிம், தமிழ் ஒளிப்பதிவுக் கலைஞர்கள், சிங்களப்படங்களுக்கு கணிசமான பங்களிப்பைச் செய்துள்ளனர். கபூர், யோகராஜா, ஆனந்தன் போன்றவர்கள் இவர்களில் குறிப்பிடத்தக்கவர்கள். யோகராஜா சிங்களப் படங்களுக்கு மட்டுமல்லாது தமிழ்ப் படங்கள் பலவற்றிற்கு ஒளிப்பதிவாளராக கடமையாற்றியுள்ளார். தமிழ்த்திரைப்படத் துறையில் சிறந்த ஈழத்து தமிழ் திரைப்படமென துணிந்து கூறத்தக்க

'பொன்மணி' படத்திற்கு ஒளிப்பதிவு செய்த பெருமையும் யோகராஜாவையே சாரும். இத்திரைப்படத்தின் நெறியாள்கையை சிங்களக் கலைஞரான தர்மசேன பத்திராஜா செய்திருந்ததும் ஒரு முக்கி விடயம்.

பல பரிசில்களை வென்ற ஈழத்தின் சிறந்த நெறியாளரான லெஸ்டர் ஜேம்ஸ் பீரிஸீன் 'நிதானய' (புதையல்) படத்தை ஒளிப்பதிவு செய்தவர் ஆனந்தன். இன்னமும் தமிழ்ப் படங்கள் சர்வதேச ரீதியில் பரிசுகளைப் பெற்றுக் கொள்ளாத சூழ்நிலையில் லெஸ்ரரின் 'கம்பரெலிய' சிங்களப் படம் தங்கமயில் பரிசினைப் பெற்றுக் கொண்ட சாதனையை நாம் அவதானிக்க வேண்டும்.

இதேபோல குறும்படத் துறையில் சுகதபால செனரத்யாப்பாவின் 'மினிகா சக கப்புட்டா' பரிசு பெற்று சாதனை புரிந்தமையும் நாம் கவனத்தில் கொள்ள வேண்டும். இந்த சாதனைகளை சிங்களக் கலைஞர்கள் 50களில் இருந்து இன்று வரை தளர்வில்லாமல் ஈட்டிவருவதை யாரும் மறுப்பதற்கில்லை.

தர்மசேன பத்திராஜா, பிரசன்ன விதானகே, அசோக கந்தகம் என ஒரு சிறந்த நெறியாளர் வரிசையும், அன்ருஜயமன்ன போன்ற ஒளிப்பதிவாளர் குழாமும் சிங்களத்திரைத்துறையிலும், தொலைக் காட்சித் துறையிலும் அமைதியாகக் காரியமாற்றிக் கொண்டிருக்கின்றன.

இதேநேரம் தமிழக திரைப்படத் துறையில் பெரும் பிரமாண்டங்களைக் காட்சிப்படுத்தியபடி சங்கர், மணிரத்தினம் போன்றோர் வலம் வருகின்றனர். சினிமாத்திரைப்படக் கல்லூரிகளில் ஒளிப்பதிவைப் பயின்று அதன் மூலம் நல்ல திரைப்படங்கள் பற்றிய பிரக்ஞையோடு வெளிவந்த சந்தேஷ் சிவன். மது அம்பட் போன்றோரை மணிரத்தினம் போன்றவர்களும் தங்கள் படங்களுக்கு பயன்படுத்தத் தயங்குவதில்லை.

சந்தோஸ் சிவன் 'ரெறறிஸ்ற்' எனும் இலங்கைப் பிரச்சினை பற்றிய ஒரு படத்தை நெறியாள்கை செய்துள்ளார். அதன் ஒளிப் பதிவாளரும் அவரே.

மது அம்பட் எனும் கலைஞர் இலங்கைத் தொலைக்காட்சிப் படமொன்றுக்கு ஒளிப்பதிவாளராக கடமையாற்றியுள்ளார்.

இலங்கை நாடகத்துறையில் தாசீசியஸ், சுந்தரலிங்கம் மௌனகுரு போன்றவர்களோடு மிக நெருக்கமானவரும், கவிஞர் தருமு சிவராமின் நண்பரும், 'மகாகவியின் புதியதொரு வீடு'

நாடகக் கலைஞருமான சட்டத்தரணி க. சிவபாலன் கதையெழுதி நெறியாள்கை செய்து தயாரித்த 'இனி எனினும்' (Ripple) எனும் தொலைக் காட்சிக் குறும்படமே மது அம்பட்டின் ஒளிப்பதிவில் வெளிவந்துள்ளது.

திருகோணமலையிலிருந்து 'தென்றலும் புயலும்' எனும் திரைப்படம் வெளியாகிய வரலாற்றுத் தொடர்ச்சியாக தொலைக்-காட்சிக் குறும்பட வரலாற்றில் திருகோணமலையின் முதல் குறும்படமாக 'ரதி பிரசென்ட்ஸ்' க. சிவபாலனின் 'இனி எனினும்' வெளிவந்திருக்கிறது.

90களின் ஆரம்பத்தில் வெளிவந்த இக்குறும்படம் ஒளிப்பேழை வடிவத்திலேயே பேணப்பட்டுள்ளது. இதனை இறுவட்டுக்கு வெளியிடுவது இன்றைய நவீன தொழில் நுட்ப கால கட்டத்தின் தேவையாகும். சிவபாலன் இதில் கவனம் கொள்ளவேண்டும். ஏனெனில் இக்குறும்படத்தின் உரிமையாளர் அவரேதான்.

வீரகேசரி – 2006.11.19

எழுத்தாயுத வீரர்களும் திடசங்கற்பமும்

தாவீது கிறிஸ்ரோ

தமது அனுபவங்களை இலக்கியமாக்கும் எழுத்தாளர்கள் பலரை நாமறிவோம். தமக்குப் பிடிக்காதவர்களை கிண்டல் பண்ணுவதற்கு அல்லது அம்பலப்படுத்துவதற்கு தமது எழுத்தாற்றலைப் பயன்படுத்தும் எழுத்தாளர்களையும் நாமறிவோம். இதற்காகத் துண்டுப்பிரசுரங்களையும், சஞ்சிகைகளையும், பத்திரிகைகளையும் வெளியிட்ட சாதனைகள் பலவற்றை ஈழத்து இலக்கிய உலகு கண்டிருக்கிறது. 'வல்லைமுனி' என்கின்ற பெயரில் ஒரு அநாமதேய பத்திரிகை வட பிரதேசத்தில் அறுபதுகளில் வெளிவந்து பலரது அதிருப்தியை சம்பாதித்தமையும், அதற்குப் பின்னால் இன்று மிகப் பிரபல்யமாகப் பேசப்படும் எழுத்தாளர்கள் சிலர் இருந்தமையும் பரம ரகசியம்.

அறுபதுகளில் பிற்கூற்றில் எஸ். பொ. 'உதயம்' எனும் பத்திரிகை ஒன்றைத் தொடங்கி சில எழுத்தாளர்களை துகிலுரிந்தமையும் நடந்தேறியுள்ளது. அவரது 'அவா' சிறுகதைத் தொகுதியில் சில கதைகள் உண்மைச் சம்பவங்களையும், பாத்திரங்களையும் கொண்டவை. கே. டானியலின் ''நெஞ்சின் சுவடுகள்'' எஸ். பொன்னுத்துரையின் 'அணி' என். கே. ரகுநாதனின் 'பெருவிரல்' போன்ற கதைகள் சிலரைக் குறிவைத்தே எழுதப்பட்டன. தமது கதைகளுக்காக கோடேறி வழக்காடியவர்களும், அடி உதை பட்டவர்களும், ஊரை விட்டே வெளியேறியவர்களும் நம் மத்தியில் இன்னும் உள்ளனர்.

நாடறிந்த கவிஞராகவும் இன்று கலாநிதியாகவும் விளங்கும் ஒருவர் தனது இளமைக்காலத்தில் செய்த ஒரு திருவிளையாடலை வைத்து அவரது கொள்கை சார்ந்த ஒரு வாரப்பத்திரிகையில் ''பெரிய மனிதன்'' எனும் கதை பிரசுரமாகியிருந்தது. அந்தக் கதைக்காக

அக்கதையை எழுதியவர் புலனாய்வுத்துறையைச் சேர்ந்தவர்களால் விசாரணைக்குட்படுத்தப்பட்டமையும். மேற்படி கவிஞர் சாகித்திய மண்டலப்பரிசு பெற்ற போது ''தங்கக் கத்தி என்பதற்காக எடுத்து வயிற்றில் குத்திக் கொள்வதா'' என்ற துண்டுப்பிரசுரம் வெளியிடப் பட்டமையும் ஒரு காலம் யாழ்ப்பாணத்தில் பெரிய பரபரப்பாகப் பேசப்பட்ட ஒரு சங்கதி.

குந்தவை எழுதிய 'யோகம் இருக்கிறது' கதை பற்றியும், சண்முகம் சிவலிங்கம் எழுதிய 'எதிர்முகம்' கதை பற்றியும் அவற்றில் உயிருள்ள கதாமாந்தரைப் பற்றியும் நிறைய விடயங்கள் எழுதப் பட்டுள்ளன. உமவரதராஜனின் பல கதைகளின் கதாமாந்தர்கள் அவருக்குத் தெரிந்தவர்களே. சுந்தரராமசாமியின் ஜே.ஜே. சில குறிப்புகள் நாவலின் பாத்திரங்கள் சிலவும் நீலபத்மநாதனின் தேரோடும் வீதி, நாவல் பாத்திரங்கள் பலவும் உண்மைப்பாத்திரங்களே. நீலபத்மநாதனின் பைல்கள் நாவலுக்காக அவர் தாக்கப்பட்டமைக்கு அந்த நாவலின் உண்மைக் கதாபாத்திரங்கள் சில காரணமாய் அமைந்தன.

சமீபத்தில் சொல் புதிதுவில் வெளிவந்த ''நாற்சார்மடவிவகாரங்கள்'' எனும் வேதாவினால் எழுதப்பட்ட சிறுகதை சுந்தரராமசாமியைப் பற்றியதென்ற சர்ச்சையும் அதை ஜெயமோகன் புனைபெயரில் எழுதினார் என்ற சர்ச்சையும் கிளம்பி ஜெயமோகன் மறுப்பறிக்கை விட வேண்டிய நிலை ஏற்பட்டது. அக்கதையை எழுதியது வேதசகாயகுமார் என்பதுவும் தற்போது தெரியவந்துள்ளது.

ஈழத்து எழுத்தாளர் என். கே. ரகுநாதனினால் எழுதப்பட்டு பின்னர் அவரது சிறுகதைத் தொகுதிக்கு தலைப்பாகச் சூட்டப்பட்ட ''நிலவிலே பேசுவோம்'' சிறுகதையில் வரும் கனவான் மறைந்த பேராசிரியர் கைலாசபதி என சிலரால் குறிப்பிடப்பட்டதாகச் சில சஞ்சிகைகளில் செய்தி வெளியாகியிருக்கிறது. 1962 கால கட்டத்தில் கைலாசபதி அவர்கள் இவ்வளவு தூரம் பிரபல்யமானவராக இருக்கவில்லை. ரகுநாதன் மௌனம் கலைத்து அது கைலாசபதி இல்லை எனத் தெரியப்படுத்தியுள்ளார்.

சுந்தரராமசாமி 'பிள்ளை கெடுத்தாள் விளை' எனும் சிறுகதையை எழுதி தலித்தியவாதிகளினால் வாங்கிக் கட்டிக்- கொண்டமையும், தலித்தியம் பேசும் ரவிக்குமார் போன்றோர் சுந்தரராமசாமிக்காக வக்காலத்து வாங்கும் நிலைமையும்சமீப காலங்களில் முக்கியமான இலக்கியச் சர்ச்சையாகும்.

இதேபோலவே ஜெயகாந்தன் அக்கினிப் பிரவேசம் எழுதிய போது பிராமணியவாதிகளால் அவர் விமர்சிக்கப்பட்டமையும் தமிழகத்தில் நிகழ்ந்துள்ளது.

பிராமணரான கே. பாலசந்தர் 'அரங்கேற்றம்' படம் எடுத்து அவரது சாதியினரால் விமர்சிக்கப்பட்டமையும் தமிழகத்தில் நடந்துள்ளன.

சல்மான் ருஸ்டி, தஸ்லிமா நஸ்ரீன் போன்றோர் இஸ்லாமிய மக்களால் விமர்சிக்கப்பட்டமையும், ஓவியர் ஹுசைன் இந்துக்களால் விமர்சிக்கப்பட்டது போலவும், டொக்டர் சிவாகோ எழுதிய போரிஸ்பஸ்டர்நாக், மார்க்சியவாதிகளால் விமர்சிக்கப் பட்டது போலவும் இப்போது 'டாவின்சி கோட்' நாவலும், திரைப்படமும் பல்வேறு விமர்சனங்களை எதிர்கொள்கின்றன. 60களின் பிற்கூற்றில் சீன ஆட்சியை எதிர்த்த "Shoes of The Fisher men" எனும் திரைப்படம் யாழ்ப்பாணம் றீகல் படமாளிகையில் திரையிடப்பட்டது. அன்றைய தினம் றீகல் தியேட்டருக்கு கைக்குண்டு வீசப்பட்டது. உண்மையில் எங்கு தீமைகள் நிகழ்கிறதோ அதற்கு எதிர்ப்பு உலகின் எங்கோ ஒரு மூலையில் நிகழ்த்தப்படும் என்பதற்கு வரலாறு பல்வேறு சம்பவங்களைச் சாட்சியாக வைத்துள்ளது. யாழ்ப்பாணத்தில் முற்போக்கு எழுத்தாளர் களால் மூட்டை எறிவு நிகழ்த்தப்பட்டு சாகித்திய விழா குழப்பப் பட்டமையும், யாழ். நூலகத்தில் அமெரிக்கப் பிரிவை ஆரம்பிக்க வந்த இலங்கையின் அமெரிக்க தூதருக்கு வியட்நாம் ஆதரவாளர்கள் முட்டை எறிந்தமையும் எதிர்ப்புணர்வின் வெளிப்பாடும் நியாயமுமாகும். நியாயத்துக்கான போராட்டங்கள் உலகுள்ளவரை தொடரும் என்பதே மேற்குறித்த சம்வங்களாகும்.

தமது எழுத்தாயுதத்தை நேர்மையாகப் பயன்படுத்தும் ஒரு ஆரோக்கிய சூழலை பேனா பிடித்த ஒவ்வொருவரும் பேண வேண்டும். அதற்கான திடசங்கற்பத்தை வரித்துக் கொள்வோமாக.

தினகரன் வாரமஞ்சரி

2006.12.03

இலக்கிய சஞ்சிகைகளும் சர்ச்சைகளும்

தாவீது கிறிஸ்ரோ

சிறு சஞ்சிகைகள் என்றாலே இலக்கியவாதிகளின் சண்டைக்கு களமமைத்துக் கொடுக்கும் சாதனங்கள் என்ற குற்றச்சாட்டு ஒரு காலம் இருந்தது. தமிழகத்திலிருந்து வெளிவந்து தற்போது நின்று போயுள்ள பல சஞ்சிகைகளை இதற்கு உதாரணம் காட்ட முடியும்.

குழுக்குழுக்களாக தனிமனிதர்களாக இனங்கள் சார்ந்தவர்களாக தமது எழுத்து வல்லமையால் போராடியவர்களை அதிகமாக இலக்கிய உலகு சந்தித்துள்ளது.

கநாசு, வெங்கட்சாமிநாதன், தருமு சிவராம், சுந்தரராமசாமி, எஸ்.வி.ராசதுரை, ஞானி, நாகார்ஜுனன் என பல்வேறு எழுத்தாயுதர் களை நாங்கள் அக்காலத்தில் எதிர் கொண்டோம்.

ஈழத்தில் 'அலை' வெளி வந்த காலத்தில் அ.யேசுராசாவும் 'சமர்' வெளியிட்ட டானியல் அன்ரனியும் பேனா, யுத்தம் புரிந்தபோது வ.ஐ.ச. ஜெயபாலன் நகைச் சுவையாக ஒரு விடயத்தைக் குறிப்பிட்டார். அப்போது அமைதிப்படையாக இந்திய இராணுவம் இலங்கையில் புகுந்த நேரம்... புலிகள் ஆயுதம் ஒப்படைத்ததாகக் கூறப்பட்ட அந்த நாட்கள்... ஜெயபாலன் கூறினார். ''இரண்டு பேர் இன்னும் ஆயுதத்துடன் இருக்கின்றார்கள். அவர்கள் அந்த ஆயுதங்களை ஒப்படைக்க வேண்டும் - ஒன்று யேசுராசா, மற்றது டானியல் அன்ரனி''

1980களின் பிற்கூறு எம்.ஐ.ஏ.ஜபார் 'ஆகவே' என்றொரு சஞ்சிகை வெளியிட ஆரம்பித்திருந்தார். அதில் உமாவரதராஜன் எழுதிய ''எலியம்'' கதையைப்பற்றியும் அதனுடைய ரிஷி மூலம் பற்றியும் ஒரு தகவலை அவர் வெளியிட்டிருந்தார்.

நெடுங்காலத்திற்கு முன்னர் உமாவரதராசனால் வெளியிடப்பட்டு இடையில் நின்றுபோன ''வியூகம்'' சஞ்சிகையின் மற்றொரு இதழ் ஜபாரின் குற்றச்சாட்டுக்குப் பதிலளிப்பதற்காக வெளிவந்தது.

அதில் எலியமும் ஜபார் குறிப்பிட்ட மொழி பெயர்ப்புக் கதையும் வெளியிடப்பட்டிருந்தது. அத்தோடு நிற்காது பௌசர் வெளியிட்ட ‘மூன்றாவது மனிதன்’ (தற்போது நின்று போய்விட்ட) இதழ் ஒன்றில் ‘வெருட்டி’ எனும் கதையும் ஜபாரை உருவகப்படுத்தி எழுதப்பட்டது.

இலக்கியச் சண்டைகள் உண்மையில் நல்ல நோக்கத்திற்காக நடைபெறுவது நல்லது. ஆனால், போலித்தனமான நட்பும் நடவடிக்கையும் கண்டிக்கத்தக்கதாகும்.

இந்திரிய எழுத்தாளர் எனக் குறிப்பிடப்பட்ட எஸ்.பொ. முற்போக்கு எழுத்தாளர் சங்கத்திலிருந்து வெளியேற்றப்பட்ட காலத்தில் டானியல், ஜீவா போன்றோருக்கு கதை எழுதிக்- கொடுத்தவர் தாமே என்று பகிரங்கப் படுத்தி வந்ததுடன், தனக்கு கிடைத்த எழுத்து முயற்சிகள் மேடைகள் அனைத்திலுமே அதனை ஒரு முக்கிய பிரகடனமாகவும் செய்து வந்தார்.

சமீபத்தில் தமிழகத்தில் அவர் எடுத்த ஒரு விழாவில் டொமினிக் ஜீவா அவர்களை தன் கைப்படக் கடிதம் எழுதி வரவழைத்து அவருக்கு கௌரவம் வழங்கிவிட்டு.... அவருக்கு அன்பளிப்பாக தனது சுயசரிதை நூல்களின் இரண்டு பாகத்தையும் வழங்கியிருக்கிறார். அந்தச் சுயசரிதை நூலில் வழமை போல ஜீவாவுக்கு வசை புராணம் பாடப்பட்டுள்ளது. இது ஒரு நேர்மையான விடயமா?

சரியோ, பிழையோ கருத்து ரீதியான முரண்பாடுகளை வரவேற்போம். தனிப்பட்ட காழ்ப்புணர்ச்சிகளை வன்மையாக எதிர்ப்போம்.

எஸ். பொ. வினால் நையாண்டி செய்யப்பட்ட டானியலும், ஜீவாவும் ஏதோ ஒரு விதத்தில் தங்களை எழுத்தாளர்களாக (இலக்கிய ரீதியான விமர்சனங்களைத் தவிர்த்து) அறிமுகம் செய்துள்ளனர்.

ஜீவாவின் மல்லிகை சஞ்சிகையின் தொடர்ச்சியான வரவைப் பாராட்டும் அதேசமயம், ஒரு நண்பர் குறிப்பிட்டதுபோல்... ‘சிரித்திரன் சஞ்சிகை இல்லாத குறையை ஜீவா மல்லிகை மூலம் நிறைவு செய்கிறார்’ என்ற கூற்றை ஆழ்ந்து, நுட்பமாக உன்னிப்பாக கவனிக்கத் தான் வேண்டும்.

ஒரு காலம் பிரமிள் போன்றோர் மௌனியின் படைப்புகளைப் பற்றி அதீதமாக சிலாகித்த வேளையில் ‘மௌனி வழிபாடு’ எனும் கட்டுரையை சரஸ்வதியில் ஏ.ஜே.கனகரட்ணா எழுதினார். அதை ஒட்டியும், வெட்டியும் பலவிதமான வாதப்பிரதிவாதங்கள் எழுந்தன.

இதன் பின்னரான காலங்களில் தேசிய இலக்கியம் சம்பந்தமான கட்டுரைகள், மரபுவாதிகளுக்கும், முற்போக்காளர்களுக்குமிடையில் பெரும் சர்ச்சையாக முன்னெடுக்கப்பட்டது. சநாதனிகளுக்கு எதிரான முற்போக்காளர்கள் பக்கமே ஏ.ஜே. போன்றோரின் கருத்துகள் முன்வைக்கப்பட்டன.

இதேபோலவே, 'இழிசனர்' இலக்கியம் சம்பந்தமான மரபுவாதி களுக்கு எதிரான சர்ச்சைகள் முற்போக்காளர்களால் முன்வைக்கப் பட்டன.

எஸ்.பொ. முன்வைத்த 'நற்போக்கு இலக்கிய' சர்ச்சையையும் முற்போக்காளர் எதிர் கொண்டனர்.

மு.த. முன்வைத்த பிரச்சினைகளை முற்போக்காளர் எதிர் கொண்ட சம்பவங்களும் பின்னர் நிகழ்ந்தது.

ஒரு விதத்தில் வாதப்பிரதிவாதங்கள் தனி மனித தாக்குதலாக இல்லாது (ஒரு சிலரைத் தவிர) ஆரோக்கியமான திசை வழியில் முன்னெடுக்கப்பட்டமையை நாம் அவதானிக்கலாம்.

காலத்துக்கு காலம் முற்போக்காளர்கள் அவதூறுகளை எதிர் கொண்ட போதும் அவர்களது கொள்கைகளின் படி விமர்சனம், சுயவிமர்சனம், என்னும் கொள்கைத்துவத்துடன் தம் அணி சேர்ந்தோரின் தவறுகளை அங்கீகரிக்க முனையவில்லை எதிர்த்தார்கள். ஒட்டு மொத்தமாக முற்போக்காளர்களை விமர்சித்து ஒதுக்க சிலர் முயலும் வக்கிரத்தனத்தை இவர்கள் கண்டு கொள்வதில்லை என்பதும் ஒரு உண்மையாகும்.

'எதிரிக்கு எதிரி நண்பன்' என்பது போல் இவர்கள் முற்போக்காளரினை எதிர்ப்பதில் ஒன்றுபடலாம். ஆனால், சுவாரஸ்யமான விடயம். எதிர் தரப்பாரை விமர்சிக்கும் இவர்கள் தங்களுக்குள் பெரும் முரண்பாட்டையும், பகைமையையும், பொறாமையையும் கொண்டவர்களாக இருக்கிறார்கள். தனிப்பட்ட முறையில் அவன், இவன், அயோக்கியன், எனும் வசைச் சொற்களை தம் அணிசார்ந்தோர் மீது மிகவும் காட்டமாக பிரயோசிக்கின்றனர். இந்த இரட்டை முகம் எதற்காக என்பதுவே இப்போதுள்ள கேள்வி.

நாய்கள் குரைத்துக் கொண்டுதான் இருக்கும் வண்டிகள் ஓடிக்கொண்டிருக்கும் எனபதுவே இதற்கான பதில்.

தினக்குரல்

முன்னுரை – பின்னுரை

வி. கௌரிபாலனின் ''ஒப்பனை நிழல்'' சிறுகதைத் தொகுதி முன்னுரை

வெளிவந்தவையும்... வெளிவராதவையும்...

வாழ்வியலை அடையாளப்படுத்தும் ஒரு கருவியாக புனைக் கதைகள் இன்று தோற்றம் பெற்று விட்டன. அனுபவங்களைக் கதை களாக்கி தயாரித்துக் கொடுத்த காலம் போய் கதை சொல்லியை மீறி கதைகள் தம் போக்கில் நகரும் ஒரு கால கட்டத்தில் நாமிருக்கின்றோம்.

கதை என்றால் இதுதான் என்கின்ற சட்டகத்துக்குள் அடங்காதவையாக கதை இலக்கியம் மாற்றம் பெற்றுள்ள நிலையை நாம் அவதானிக்கிறோம்.

வ.வே.சு. ஐயர்ஏனும் கதை சொல்லி குளத்தங்கரை அரசமரத்தை எழுதிய பொழுது எந்தச் சட்டகத்தை அல்லது எந்த வழிமுறையைப் பின்பற்றினார்என்பதும், அதன் பிறகு வந்தவர்கள் எவ்வழியில் கதை சொல்லப் புகுந்தார்கள் என்பதும் உண்மையில் ஆராயப்பட வேண்டிய ஒரு விடயம்.

கதை சொல்லி தனது வாசிப்பனுபவத்தை வாழ்வியல் அனுபவத்துடன் இணைத்து தயாரித்து தந்த பிரதிகள், பின்னர்வந்த கதை சொல்லிகளுக்கு ஒரு வழிகாட்டலான அனுபவமாயிற்று.

புதுமைப்பித்தனுக்கு மாப்பாசனும், சிதம்பர ரகுநாதன், ஜெயகாந்தனுக்கு மார்க்சிம் கோர்க்கியும் வழிகாட்டிகளாகினர்.

இன்று எழுதும் பலருக்கு இன்னும் பிறகதை சொல்லிகள் ஆதர்சமாக இருக்கலாம். அவர்கள் பின் நவீனத்துவ வாதிகளாகவும், மரபை உடைப்பவர்களாகவும் கூட இருக்கலாம்.

ஆனாலும் இன்னும் பழைய மரபை மீறாது மரபுவழிக் கதை சொல்லிகள் இலங்கையிலும் இந்தியாவிலும் இருக்கவே செய்கிறார்கள்.

கதைத் தயாரிப்பில் வல்லபம் பெற்ற தொழில் நுட்பக் கதைஞர்கள் இருப்பது போல..., கதைத் தொழில் நுட்ப அறிவு வாய்க்கப் பெறாத கதை சொல்லிகள் பலர்நம்மத்தியில் இருக்கவே செய்கிறார்கள். முன்னையவர்களை விட பின்னையவர்களின் தொகை மிக அதிகம் என்பது கவலை தரக் கூடிய ஒரு விடயமாகும்.

சிறுகதை வல்லுனர்கள் என வரிசைப்படுத்தி வரும்போது 50பதுகள் தொடங்கி இந்த இரண்டாயிரத்து இரண்டு வரையில் விரல் விட்டு எண்ணக் கூடியவர்களே எஞ்சுகிறார்கள்.

படைப்பியலில் புதிய விடயங்களை அறிமுகப்படுத்தியவர்கள் தாமே எனும் அங்கீகாரத்துக்கலையும் போக்கு தமிழகத்தோடு ஒப்பிடுகையில் நம்மிடம் குறைவாகவே உள்ளது. என்பது ஒரு ஆறுதலான விடயமாகும்.

70 பதுகளில் தோன்றிய தலைமுறையின் கலைத்துவ வரட்சி நிலை 90களில் தோன்றிய தலைமுறையிடம் மிக அருகியே காணப்படுகிறது.

போர்ச் சூழலின்தாக்கம், புலப் பெயர்வு, வாழ்வு பற்றிய சந்தேகம் இவையே 90 களின் முக்கிய நிகழ்வாகவும் கதையை, நிகழ்த்துவதாகவும் வடக்கு கிழக்கு சார்ந்த படைப்புகளில் பெரும்பாலும் பிரதிபலித்தன. (இதன் காரணத்தினால் தென்னிலங்கை, மலையகத் தமிழ் எழுத்துக்களின் வரவு பின்னடைந்திருந்தமை, அல்லது தொய்ந்து போனமையை அவதானிக்க வேண்டும்) போர்ச்சூழல் எழுத்துக்களில் அவரவர் இனம் சார்ந்த அங்கலாய்ப்புக்கள், எதிர்பார்ப்புக்கள், கோபாவேசத்தோடு வெளிப்பட்ட நிலைமையே இருந்தது.

இந்தப் போர், இந்தப் போரின் விளைவு இதனால் அல்லல் படும் மனிதர்கள் இவை யாவுமே கதை நிகழ்வாக இளந்தலைமுறையால் சொல்லி வைக்கப்பட்டன. இவை ஒரு ஆவணமாக்கலாக பிறரால் கருதப்பட்ட போதும் விடுபட்டுப் போன பக்கத்தை பலர்தொட்டுக் காட்ட முனையவில்லை.

யாழ்ப்பாண எழுத்துக்கள், வன்னி எழுத்துக்கள், திருகோணமலை, மட்டகளப்பு, மற்றும் வடக்கு - கிழக்கு மாகாண எழுத்துக்கள் யாவற்றிலுமே ஒரு அவலத்தைக் கூறும் தன்மையையே பார்க்க முடிந்தது.

கதை நிகழும் இடம், பாத்திரங்கள் என்பன மாறுபட்டாலும், சொல்லப்பட்ட விடயங்கள் யாவுமே ஒரே வகைத்தனவாகவே விளங்கின. போரின் அவலம் துயரம் இவை மாற வேண்டும், மாறாதா என்ற அங்கலாய்ப்புக்களே கதைகளை ஆக்கிரமித்திருந்தது.

நந்தினி சேவியர்

தமிழர்மீதான அல்லது இஸ்லாமியர்மீதான நெருக்குவாரம் பற்றிக் கதைத்த கதைகள் - அந்த மனிதர்களின் புறவயத் தாக்கங்களைப் பற்றிக் கதைத்த கதைகள் அவர்களின் அகவய உணர்வுகளை கூறுவதற்கு முயலவில்லை.

இந்நிலையில் சற்று வித்தியாசமான ஒரு படைப்பாளியாக வி.கௌரிபாலன் 94ன் பின் கூற்றில் அறிமுகமானார்.

போர்க்கால வாழ்வின் புறத்தாக்கங்களுக்குட்பட்ட ஏராளமானவர்களில் ஒரு சிலரது அகவய உணர்வுகளையும் அவர்களது மனநிலைப் பிறள்வுகளையும் இவர்தமது கதைகளில் ஆவணப் படுத்தியமை ஒரு தற்செயலான நிகழ்வென புறந்தள்ள முடியாது. கதை சொல்லும் அந்தரமோ அல்லது கதை தயாரிக்கும் அவசரமோ கௌரிபாலனிடத்து இருப்பதை என்னால் அவதானிக்கமுடியவில்லை.

கதைகளை இஸ்டம் போல் முன் நிபந்தனைகள் ஏதுமற்று இவர் நகர விடுகிறார். கடந்து வந்த காலங்களில் தனதும் தனது சூழலின் மனிதர்களினதும் உண்மைத் தோற்றப்பாட்டை ஏதோ ஒரு வகையில் இவர்கூற முனைகிறார்.

கூறுவதற்கு நிறைய விடயங்கள் இவரிடம் இருப்பதை என்னால் உணர முடிகிறது. இக்கதை சொல்லியிடம் இன்னும் நிறைய கதைகள் இருக்கின்றன. அவற்றில் வெளிவந்தவைகளை விட வெளிவராதவை அதிகம் என எனக்குப்படுகிறது. அவை எழுதப்படாதவையாகவும் இருக்கக்கூடும்.

இக்கதைகள் இன்றைய சூழலில் போலித்தனமற்றவை. நாளை சூழல் மாறும் போது இக்கதாமாந்தர்களது மன நிலைகள் மாறிப்போகக்கூடும் அல்லது இன்னும் சீர்குலைந்து போகக்கூடும்... ஆனாலும் கௌரிபாலனின் கதை உலக மாந்தர்கள் எப்போதும் போல இப்படியே இருந்து விடக்கூடாது என்கின்ற விருப்பு வாசகர்களாகிய எமக்கு இருப்பது போலவே கதை சொல்லிக்கும் இருக்கும் என்பதும்.. அத்தகைய ஒரு நிலையில் வெளிவரயிருக்கும் அவரது படைப்புக்கள் பிறிதொரு வகையானவையாக அமையலாம் என்கின்ற எதிர்பார்ப்பும் என்னுள் இருக்கிறது. இவ் "ஒப்பனை நிழல்" தொகுப்பில் அடங்கியுள்ள 10 புனைவுகளும் தமிழ் சிறுகதைத் துறைக்கு ஒரு வித்தியாசமான புது வரவாகவும், புது வரைவாகவும் அமைந்துள்ளமையை வாசகர்கள் உணர்வார்கள். கௌரிபாலன் இன்னும் எழுத வேண்டும்...

அதுவே என் வாசக விருப்பு..................

நந்தினி சேவியர்

269, **என்.சி. வீதி, திருகோணமலை.** 20.04.2002

காத்தநகர் முகைதீன் சாலியின் "வாழ்தல் மீதான வன்முறைகள்" சிறுகதைத் தொகுதிக்கான முன்னுரை

ஒரு வாசக அவதானிப்பு...

ஒரு மாலை நேரம்...
என்னைத்தேடி ஒருவர் வந்தார்.

தான் ஒரு சிறுகதை எழுத்தாளன் என்றும் தனது தொகுதி ஒன்றை வெளியிட இருப்பதாகவும் 'மக்கத்துச்சால்வை' எஸ்.எல்.எம். ஹனிபா அத்தொகுப்புக்கு முன்னுரை ஒன்றை என்னிடம் வாங்குமாறு அனுப்பியதாகவும் கூறினார்.

தர்மசங்கடமான நிலை.

தினமுரசு, இடி போன்ற பத்திரிகைகளில் வெளிவந்த பல கதைகள் அடங்கிய தொகுப்பு அதுவென அவரே கூறினார்.

நான் அவரிடம் கூறினேன். 'உமது கதைகளை நான் வாசித்த பின்னரே முன்னுரை எழுதுவதா இல்லையா என்பதை தீர்மானிப்பேன்' என்று அவர் சம்மதித்தார்.

கிட்டத்தட்ட இருபத்தொரு கதைகள் அடங்கிய அத்தொகுப்பை ("வாழ்தல் மீதான வன்முறைகள்") நான் நிதானமாக வாசித்தேன்.

கிட்டத்தட்ட 50 வருடகால வாசிப்பனுபவமுள்ள எனக்கு காத்தநகர் முகைதின்சாலி ஏமாற்றத்தைத் தரவில்லை.

அறுபதுகளின் பிற்பகுதியில் எழுதத்தொடங்கிய எனக்கு ஆரம்பத்தில் இவ்வகைத்தனவான கதைகளே எழுத சித்தித்தன. பரந்த வாசிப்பின் மூலம் அந்த நிலையிலிருந்து நான் விடுபட்டேன். எனது கதைகளை நிராகரித்த பத்திரிகைகளும் சஞ்சிகைகளும் என்னைச் செப்பனிட்டன.

நந்தினி சேவியர்

இன்றைய எழுத்தாளர்களை ஆற்றுப்படுத்துவதில் பத்திரிகைகள் காட்டும் ஆர்வத்தைவிட பக்கம் நிரப்புவதிலேயே பத்திரிகைகள் அவசரம் காட்டுகின்றன. இதன் மூலம் இப்பத்திரிகைகளில் எழுதுவோர் ஒரு வித திருப்தியும் தன்னிறைவும் பெற்று விடுகின்றனர். இது ஒரு ஆரோக்கியமான சூழ்நிலை அல்ல.

படைப்பாளிகளே இத்தகைய சூழ்நிலையை விட்டு பலாத்காரமாக வெளிவர வேண்டியுள்ளது. இதற்கு முதல் படியாக தங்களது வாசிப்புத் தேர்வை இவர்கள் அகலிக்க வேண்டும். நூல் நிலையங்களைப் பயன் படுத்த வேண்டும். கதைத் தொழில்நுட்பம் மிக்கவர்களது கதைகளையும், அக்கதைகள் சொல்லப்பட்ட விதங்களையும் நன்றாக புரிந்து கொள்ள வேண்டும். சுய அனுபவத்தையும், பிறரது அனுபவங்களையும் உள் வாங்கி தமக்கென ஒரு பாணியை உருவாக்கிக் கொள்வதோடு, தம்மை ஒரு நல்ல முதல் வாசகனாகவோ, வாசகியாகவோ கருதிக்கொண்டு தமது படைப்புகளை ஆக்க வேண்டும்.

நண்பர் காத்தநகர் முகைதீன்சாலி ஒரு நல்ல எழுத்தாளராக வளர வேண்டியவர். இவரினை நான் ஒரு நல்ல கதை சொல்லியாக கூறக்கூடிய விதத்தில் இவரது கதைகள் விளங்குகின்றன.

இருபத்தொரு கதைகளில் பன்னிரண்டு கதைகளை நான் தொகுப்பிற் சேர்க்குமாறு கூறினேன். இப்பன்னிரண்டு கதைகளில் குறைந்தது ஆறு கதைகளாவது நல்ல கதைகள் என அடையாளப் படுத்தப்படக் கூடியவை. இவரது தொடர்வளர்ச்சியினை, எழுத்தின் முதிர்ச்சியினை கடைசி மூன்று கதைகளும் (மெழுகுவர்த்தி அணைகிறது, பன்பாயும் வேப்பமரமும், மாப்புள்ள விறகப் போறம்) வாசகர்களுக்கு உணர்த்தும் என நம்புகிறேன்.

முகைதீன்சாலி நல்ல எழுத்துக்களை நிறைய நிறைய வாசிக்க வேண்டும். அதன் மூலம் என் போன்ற வாசகர்களுக்கு திருப்தி தரும் கதைகளைப் படைக்க வேண்டும் என ஆசிக்கின்றேன். அதற்கான ஆர்வமும், வல்லமையும் அவரிடம் நிச்சயமாக இருக்கின்றன. இது எனது வாசக அவதானிப்பு. முகைதீன்சாலிக்கு எனது நல்வாழ்த்துக்கள்.

அன்புடன்

நந்தினி சேவியர்

2010.05.10

‘‘பேராசிரியர். க. கைலாசபதி சமூக மாற்றத்துக்கான இயங்காற்றல்’’

லெனின் மதிவானம் நூலுக்கான முன்னுரை

அறுபதுகள் தொடங்கி இன்று வரையில் ஆயிரக் கணக்கான கவிஞர்களும் சிறுகதை எழுத்தாளர்களும் நூற்றுக்கணக்கான நாவலாசிரியர்களும் தோன்றியுள்ள நமது நாட்டின் இலக்கிய சூழலில் விமர்சகர்களின் எண்ணிக்கையானது கைவிரல்களுக்குள் அடக்கிவிடக் விடக் கூடியதாகவே உள்ளது. இங்கே விமர்சனம் என நான் குறிப்பிடுவது ரசிக மணித்தனமான சிலாகிப்புக்களையோ, நயவுரைகளையோ, சம்பூரண நிராகரிப்புக்களையோ, தனிப்பட்ட விருப்பு, வெறுப்புக்களையோ அல்ல என்பதைக் கவனத்திற் கொள்க.

மக்கள் மட்டுமே உலக வரலாற்றை ஆக்குவதிலான உந்து சக்தியாவார்என்ற கூற்றுக்கமைய படைப்போரும், அப்படி படைப்போரை, உத்வேகத்துடன் படைக்கத்தூண்டும் விமர்சகர்களின் முன்னோடியாக, பேராசிரியர்க. கைலாசபதி அவர்களையே நாம் பெருமையுடன் நினைவு கூருகின்றோம்.

மக்கள் நலம் சார்ந்து எழுதுவோரும் சிந்திப்போரும் இந்தப் பூம்பந்தின் எந்த மூலையில் இருந்தாலும் முகமறியாத அந்த மனிதர்கள் எனது சொந்தக்காரர்களே.

தோழர்கள் கார்ல் மார்க்ஸ், ஏங்கல்ஸ், லெனின், ஸ்டாலின், மாஓ சேகுவேரா முதல் படைப்பாளிகளான மார்க்ஸிம் கோர்க்கி, மாயா கோவ்ஸ்கி, லூசூன், ஹோசி மின், பாப்லோ நெரூடா, இந்தியாவின் பாரதி, வைக்கம் முகம்மது பஸீர், திகம்பர கவிகள் இன்னும் இன்னும் நான் அறிமுகம் கொள்ளாத எண்ணிறைந்த படைப்பாளிகளும், விமர்சகர்களும் எனது உறவுகளும் நம்பிக்கைகளுமே ஆவார்.

நந்தினி சேவியர்

இப்படித் தான் 2000ஆம் ஆண்டுகளில் தோழர்லெனின் மதிவானம் தனது எழுத்தின் மூலம் எனக்கு அறிமுகமாகினார். லெனின் என்னும் பெயரின் ஆகர்ஸத்துடன் அவரை நான் வாசிக்க முனைந்தேன். எனக்கு நம்பிக்கையூட்டும் பல செய்திகளை அவரது எழுத்துக்கள் எனக்கு நல்கின.

தோழமை விமர்சனத்தின் தாத்பரியத்தை பேராசிரியர் க.கைலாசபதியின் பின் அவரிடம் நான் கண்டேன். ஸ்தாபன மயப்படுத்தப்பட்ட இலக்கிய, அரசியலை அவர் சார்ந்திருப்பதை என்னால் அறிய முடிந்தது. அதன் தேவையை வலியுறுத்தும் அவரை முன்னர் நான் குறிப்பிட்ட உறவுகளில் ஒன்றாக அடையாளம் கண்டேன். சமீபத்திலேயே அவரை நேரில் காணக்கிடைத்தது.

விமர்சன மூர்க்கத் தனத்தையும், வக்கிரத்தையும், இலக்கியக் கொமிசார்தனத்தையும் அவரிடம் என்னால் காணமுடியவில்லை. விமர்சனம், சுயவிமர்சனம் என்பதை அவர்ஏற்றுக் கொண்டவராக இருக்கிறார்.

அவரது எழுத்துக்களில் எளிமைத்தன்மை கூடியிருக்கிறது. பேராசிரியர்கைலாசபதி பற்றிய அவரது விமர்சனங்களும் மற்றும் பல்துறை சார்ந்த கட்டுரைகளும், பேச்சுக்களும் விதந்துரைக்கும்படி அமைந்துள்ளன.

என் போன்ற வாசகர்களுக்கு அவரது விமர்சன எழுத்துக்கள் உற்சாகமூட்டுகின்றன. தொடர்ந்தும் அவர் எமக்காக இன்னும் எழுத வேண்டும்.

தோழமையுடன்,
நந்தினி சேவியர்
2011

பின்னுரையாக...

க. கோபாலபிள்ளையின் ''யாரிலிகள்'' சிறுகதைத் தொகுப்பை முன்வைத்து வாசகனொருவனின் சிறுகுறிப்பு

என்னளவில் எனது எழுத்தனுபவத்தை விடவாசிப்பு அனுபவம் கூடுதலானது அநேகமான எழுத்தாளர்களுக்கும் இதுவேபொருந்தும். ஆயினும் இன்றைய இளம் தலைமுறையினர்சிலருக்கு வாசிப்பு அனுபவம் பூச்சியமாகவே உள்ளது. இதற்கு முதியஎழுத்தாளர்கள் சிலரும் உட்படுகின்றார்கள்.

சிறுகதைவரலாற்றைப் பேசுவோர் தாம் உச்சரிக்கும் மணிக் கொடிகாரர், ஈழத்து மறுமலர்ச்சிக்காரர் ஆகியோரின் படைப்புக்களைப் படிக்காது அவர்களைப் பற்றி பேச முனைகின்றனர்.

நாங்கள் எழுத்துத்துறைக்கு வருவதற்கு ஓரிரு தசாப்த காலத்துக்கு முந்தையநம் சிறுகதை மூலவர்களை நாம் தேடித்தேடிப் படித்தோம். தமிழகத்தின் படைப்பாளிகளில் எம்மை ஆகர்சித்த படைப்பாளிகளின் படைப்புக்களை மாத்திரமல்லாது சகலரையும் படித்து ஒரு சிலரை மட்டும் நாம் ஆதர்சமாகக் கொண்டோம்.

புதுமைப்பித்தன், சிதம்பரரகுநாதன், ஜெயகாந்தன் என வளர்ந்த பட்டியல் பா. செயப்பிரகாசம், பூமணி என வளர்ந்து சமீபத்தில் எழுதவந்த ஆதவன் தீட்சண்யா, சுதாகர்கத்தக் என தொடர்கிறது.

நமது ஈழத்தவர்கள் மத்தியில் ஜெயகாந்தனைத் தொடர்ந்து சுஜாதாவே முக்கிய எழுத்தாளராக கணிக்கப்படுகிறார்.

இளம் எழுத்தாளர்களும் சுஜாதா உபாசகர்களாக மாறியுள்ள நிலைமையை நான் அவதானிக்கிறேன்.

எம் விமர்சகர்கள் குறிப்பாக பேரா. சிவத்தம்பி போன்றவர்களின் விமர்சனங்கள் கேள்விக்குள்ளாக்கப்படும் நிலை தோன்றியுள்ளது. குறிப்பாக சிவத்தம்பி அவர்கள் இலுப்பை பூக்களைச் சர்க்கரை எனக் கூறியிருப்பதான விமர்சன உண்மைகள் வெளியாகி வருகின்றன. அறுபதுகளில் தோன்றிய எழுத்தாளர்கள் இரண்டு அணிகளாக செயல்பட்டார்கள். முற்போக்கு அணியிலிருந்து விலகி எஸ்.பொ. நற்போக்கு அணியை உருவாக்கும் வரை கலைமக்களுக்கானது, எனும் முற்போக்கு அணியும் கலைகலைக்காக எனும் அணியும் சர்ச்சையில் ஈடுபட்டன. இதற்குள் சற்று வித்தியாசமாக மு. தளையசிங்கம் பிரபஞ்ச யதார்த்தக் கோட்பாட்டோடு களமிறங்கி ''விமர்சன விக்கிரகங்கள்'', ''ஏழாண்டு இலக்கிய வளர்ச்சி'' என கட்டுரைகள் எழுதி சர்ச்சையைக் கிளப்பினார். போர்ப்பறை, மெய்யுள் என்பன அவரது கொள்கைப் பிரகடனங்களாகின. மு. தவின் மறைவின் பின் பேரா. கைலாசும் மறைய, மெய்யுள் அணியும், முற்போக்கு அணியும் சற்றுப் பின்னடைந்தன.

முற்போக்கு அல்லது மார்க்சிய அறிஞர்களின் கொள்கை விரோதிகளான சுந்தரராமசாமி, வெங்கட்சாமிநாதன் போன்றோர் தங்கள் ஆயுதமாக மு.த.வை தூக்கி முற்போக்கு எழுத்தாளர்களைச் சாடத்தொடங்கினர். மு.த.வின் தம்பி மு.பொ இவர்களை தமக்கும் தமது மெய்யுள் தத்துவத்திற்கும் ஆதாரமாகப் பயன்படுத்தி பரப்புரை யாளராக மாறினார். மு.பொவின் தன்னை முன்னிலைப்படுத்தும் போக்கினால் அவரோடு ஒன்று பட்டவர்கள் கூட கொஞ்சங் கொஞ்சமாக விலகத் தலைப்பட்டு, தற்போது தனிமைப்பட்டுப் போயுள்ள மு.பொ.வுக்கு எதிரான குரல்கள் மிகவலுவாகமேல் எழுந்துள்ளன.

தமிழகத்தை பொறுத்தவரையில், கைலாசபதி காலத்திலேயே தமிழவன், எஸ்.வி. ராசதுரை போனறவர்களினால் அமைப்பியல், அன்னியமாதல் போன்றவிடயங்கள் அறிமுகத்துக்கு வந்தன.

ஒருகாலம் உலக இலக்கியத்தைக் கேள்விக்குள்ளாக்கிய பின் நவீனத்துவ பார்வைகள் தமிழுக்கு அறிமுகமாகின. நீட்சே, பூக்கோ, தெரிதா, ரோலன்பார்த், லக்கான் எனும் பெயர்கள் தமிழ் இளம் படைப்பாளிகளிடம் பரிச்சயமாயின.

நந்தினி சேவியர் படைப்புகள்

பின் நவீனத்துவ கருத்துக்கள் மார்க்சியத்தின் போதாமையினால் உருவாகியதாக கருதப்பட்டபோதும் அது மார்க்சியத்திற்கு விரோதமானது தான் என இப்போது இனங்காணப்பட்டுள்ளது.

கட்டுடைத்தல், பிரதியாகப் பார்த்தல், படைப்பாளியின் மரணம், தட்டையாகத் தெரிதல், பெரும் கதையாடல் என சில சொற்களை வைத்துபின் நவீனத்துவ மேதைகளாகதம்மை நினைத்துக்கொண்ட பல படைப்பாளிகள் அதற்கு அமைவாக எழுதத் தலைப்பட்டனர். முடிவில் அவர்களது நாவல்களும், சிறுகதைகளும் பழைய நிலைக்கு திரும்பியுள்ளமையை தீராநதி, காலச்சுவடு, உயிர்மை போன்ற சஞ்சிகைக் கதைகள் தெளிவுபடுத்துகின்றன.

எஸ். இராமகிருஸ்ணன், சுரேஸ்குமார இந்திரஜித் ஆகியோரின் கதைகளை வாசித்தவர்களுக்கு அதுபுரியும்.

அ. மார்க்ஸ் போன்ற விமர்சகர்கள் பின் நவீனத்துவத்தை ஏற்றுக்கொண்டமைக்கு மார்க்சிய மறுதலிப்பு காரணமல்ல என ஒப்புதல் வாக்குமூலம் அளித்துள்ளனர்.

பின் நவீனத்துவப் படைப்பென சிலாகிக்கப்படும், ''ஒரு நூற்றாண்டுத் தனிமை'' (கபிரியேல் கார்சியாமார்க்குயிஸ்) ''சிலுவையில் தொங்கும் சாத்தான்'' (கூகிவாங் தியாகோ) போன்றவற்றிற்கு நிகரான படைப்புக்கள் தமிழில் வந்துள்ளனவா? கோணங்கி, தமிழவன், எம்.ஜி.சுரேஸ் யாராவது அப்படியான படைப்புக்களைச் செய்துள்ளார்களா என நோக்கினால் ஏமாற்றமே மீந்துள்ளது. முன்பு நான் குறிப்பிட்ட மொழிபெயர்ப்பு நாவல்களை ஒரு எளிமையான வாசகன் புரிந்து கொள்ளமுடியும். ஆனால் பின் நவீனத்துவத்தின் (அது மேற்குலகில் வழக்கொழிந்து விட்ட நிலையில்) உபாசகர்கள் வாசகனை குழப்பும் நிலைப் படைப்புக்களையே தந்தனர். ஆயினும் ஜோ.டி.குறுஸ் போன்றவர்களின் ''ஆழிசூழ் உலகு'' போன்ற படைப்புக்கள் இன்னும் வந்துகொண்டே இருக்கின்றன.

இந்த முன்வரைவுடன் கொடகே வெளியிடுகின்ற நண்பர்கள். கோபாலப் பிள்ளையின் (வித்தகன்) 'யாரிலிகள்' சிறுகதைத் தொகுப்பைப் பார்ப்போம்.

நான் ஏற்கனவே குறிப்பிட்டது போல் எழுத்தனுபவத்தை விட வாசிப்பனுபவம் கூடிய, இன்று வரை வாசிப்பை கைவிடாத எனக்கு இவரது கதைகளில் சமீபத்தில் எழுதவந்த அல்லது எழுதிக் கொண்டிருப்பவர்களை விட ஒரு வித்தியாசத்தை அனுபவிக்க முடிந்தது.

பாத்திரத் தேர்வு, எடுத்துரைப்புமுறை, அவதானம் என்பன முதிய, எமக்கு முந்திய தலைமுறையிடமிருந்து இவர் சுவீகரித்துள்ளார். இன்று எழுதும் அதிலும் நிறைய எழுதும் சில எழுத்தாளர்களின் வலிந்து கதை சொல்லும் முறைமைக்கு மாற்றீடாக க.கோபாலப் பிள்ளையின் கதைகள் விளங்குகின்றன. கோபாலப்பிள்ளையிடம் இடதுசாரிச் சிந்தனை உள்ளது. அவர் ஒரு மக்கள் இலக்கியவாதியென ஒரு சட்டத்தரணி வைத்து வாதிட வேண்டிய அவசியம் எனக்கில்லை. ஆனால் அவரது எழுத்தாக்கங்கள் வாழ்வின் ஒரு காலகட்ட வரலாற்று உண்மைகள் என்பதை நான் வலியுறுத்திக் கூறுவேன்.

ஒரு எழுத்தாளன் தன் படைப்புக்கள் மூலம் எதைச் சொல்ல வேண்டும். எப்படிச் சொல்ல வேண்டும் என்பதை அவர் நிச்சயம் அறிந்துள்ளார். தனது கதைகளின் குறைகளை அறிந்து திருத்திக் கொள்ள அவர் தயாராக உள்ளார். இந்த சுயவிமர்சன முறையை அவர் தொடர வேண்டும்.

க. கோபாலப்பிள்ளை 73 இன் கடைக்கூற்றில் கவிதையுடன் எழுத்துலகுக்கு அறிமுகமானவர். இன்று ஒரு நல்ல சிறுகதையாளராகப் பரிணமித்துள்ளார்.

தொழில்நுட்ப ரீதியான சில குறைபாடுகள் இக்கதைகளில் இருந்த போதிலும் கதைநிகழ்வுகள், கதைநிகழ்விடங்கள், பாத்திரத் தேர்வு என்பவற்றில் க. கோபாலப்பிள்ளை ஒரு வித்தகனாகவே உள்ளார்என்பதை இப்பத்துக் கதைகளும் உணர்த்தி நிற்கின்றன. பலிக்கதையில் வரும், கோவிந்தன், மாணிக்கன் தனிமரம் கதையில் வரும் வயல்கார ஆறுமுகத்தார், கனகம், கபளீகரம் கதையில் வரும் சூழ்க்காரநடேசர் பிரகடனத்தில் வரும் ஆறுகால் மடத்தடி செல்லையன், மேச்சல்கார மிளகாய் செல்லையா, யாரிலிகளில் வரும் சிறுவன் செந்தூரன் போன்ற பாத்திரங்கள் மறக்கமுடியாதவை. டானியலின் கொடும்பாவிச் சின்னான், சாக்காட்டுவள்ளி, டொமினிக் ஜீவாவின், சோக்கல்லோகந்தையா அண்ணன், படுமுடிச்சுக் கிழவி போன்ற நினைவு விட்ட கலா கதாபாத்திரங்கள் இவை.

ஒருகாலம் யாழ்ப்பாணச் சூழ்நிலையில் அவர்களது பண்பாட்டு நிகழ்வுகள் தொழில் முறைகள் எப்படி இருந்தவை என்பதை மீள நினைவுட்டும் ஆவணங்களாக இக்கதைகள் விளங்குகின்றன என்பதை நான் நிச்சயம் நம்புகிறேன். யாழ்ப்பாணத்தின் சிறுதெய்வ வழிபாட்டு வேள்விகள், கிடாய் வெட்டுக்கள், திருவிழாக்கள் பற்றியும்

விழிம்புநிலை மக்களின் தொழில்களான அருவிவெட்டு, வீட்டு மேச்சல், வண்டில் மாடுவைத்து தொழில் செய்தல் பற்றியும் உயர் சமூகத்தவர்களின் சாதித் திமிர்பற்றியும் பல விடயங்களை இவர் பேசுகின்றார்.

போர்காலத்துக்கு முந்திய யாழ்ப்பாணத்தை நம் கண்முன் நிறுத்துகின்றார். கொக்குவில், ஆறுகால் மடம் யாழப்பாணம், காக்கை தீவு என நம்மை பழைய நினைவுகளில் ஆழ்த்துகின்றார். டானியல் அன்ரனியின் ''வலை'' சிறுகதைத் தொகுதியின் பின்னர் மறக்கவொண்ணாப் பாத்திரங்கள் நடமாடும் தொகுதியாக நான் 'யாரிலிகள்' தொகுதியை பார்க்கிறேன். ஒரு வரலாற்றுத் தொடர்ச்சியையும் நான் அவதானிக்கிறேன். அது சிறுகதை வரலாறு மட்டுமல்ல தமிழ் வாழ்வின் வரலாறு என்பதும் ஒரு முக்கியமான சங்கதி. போரின் முடிவு யாரிலிகளை உருவாக்கிய விபரீதம், கொடுமை இத் தொகுதியில் சொல்லப்பட்டுள்ளது.

யாரிலிகளைத் தந்த ''வித்தகன்'' க. கோபாலபிள்ளைக்கு எனது வாழ்த்துக்கள். அவர்தொடர்ந்தும் எழுதட்டும்.

நந்தினி சேவியர்

2013

ஷெல்லிதாசனின் ''செம்மாதுளம்பூ'' கவிதைத் தொகுதியின் பின்னட்டைக்குறிப்பு

கவிஞர் ஷெல்லிதாசன்

1969 - 1970ம் ஆண்டுகளில் கொக்குவில் தொழில்நுட்பக் கல்லூரியின் மாணவன் நான் எனக்கு முந்தைய சிரேஷ்ட மாணவர்களில் கனகரத்தினமும் (ஷெல்லி தாசன்) ஒருவர் ''கன்னி'' எனும் றோனியோ சஞ்சிகையை ஷெல்லிதாசன் நடத்தி வந்தார். இவருடன் தே. பெனடிக்ற், ஆ.தா.சித்திரவேல், கீழ்க்கரவை பொன்னையன் ஆகியோர் செயலாற்றி வந்தனர். அத்துடன் 1969 - 1970ம் கழக ஆண்டுக்கான ''வணிகமலர்'' சஞ்சிகையின் ஆசிரியராகவும் விளங்கினார். நேரில் பழகாவிடினும் ஏலவே இலக்கிய ரீதியான அறிமுகம் ஷெல்லிதாசனுடன் நெருக்கமான உறவைப் பேண வைத்தது. பின் நாட்களில் புரட்சிகர அரசியல் தோழமையும் இந்நெருக்கத்தை உறுதி செய்தது. தோழர் கார்த்திகேசனின் அரசியல் வகுப்புகளை கலட்டிக் கிராமத்தில் ஒழுங்கு செய்து, பல தொழில்நுட்பக் கல்லூரி மாணவர்களை அதில் பங்கு பெறச் செய்தவர்.

புரட்சிக்கவிஞன் ஷெல்லியின் தாசனாக தன்னை ஆக்கிக் கொண்ட இவர்புரட்சிகர அரசியற் செயற்பாடுகளில் யாழ்ப்பாணப் பிரதேசத்தில் எமது தோழர்களுடன் தீவிர பங்கேற்றவர். தாயகம் சஞ்சிகையில் ஆரம்ப காலத்தில் கவிதை எழுதியவர்.

புதிய ஜனநாயகத்தை முன்னிறுத்தி திருகோணமலையில், முன்னோடிகள் தலைமையில் தேசிய கலை இலக்கியப் பேரவை மற்றும் கல்முனை, மன்னார்அமைப்புகள் சேர்ந்து நடத்திய

இலக்கிய மாநாட்டில் பங்குபற்றியவர். இக்காலகட்டத்தில் ஷெல்லிதாசனது மெல்லிசைப் பாடல்கள் பல இலங்கை வானொலியில் தினசரி ஒலித்து வந்தன.

தொழில் அவரை யாழ் மண்ணிலிருந்து பிடுங்கி திருகோண மலையில் நாட்டியது. அவருக்கு வாய்த்த மனைவியும் ஒரு கவிதாயினியாக இருந்த காரணத்தால் அவரது இலக்கியப் பணி தடங்கலின்றி தொடர்ந்தது.

40 வருடங்களின் பின்னர்தனது தொகுப்பொன்றை (செம்மாதுளம்பூ) வெளியிடும், இன்றுவரை தனது இடதசாரிச் சிந்தனையிலிருந்து தடம் புரளாது வாழும், ஷெல்லிதாசனது கலை இலக்கிய சமூகப்பணி தொடர என் மனப்பூர்வமான வாழ்த்துக்கள்.

தோழமையுடன்

நந்தினி சேவியர்

2010.05.05

புலோலியூர் ஆ. இரத்தினவேலோனின் "காவியமாய்... நெஞ்சின் ஓவியமாய்..."

சிறுகதைத் தொகுதியின் பின்னட்டைக்குறிப்பு

ஈழத்துப் புனைகதை வரலாற்றில் வடமாராட்சி பற்றிய பதிவுகள் மிக முக்கியமானவை. சிறந்த புனைவுகள் என விதந்துரைக்கப் பட்ட படைப்புகள் பல வடமராட்சியைக் கதைக்களமாகக் கொண்டவையாக அமைந்திருப்பதையும் அதனைப் படைத்தவர்களில் பலர் வடமராட்சிக்கு அப்பால் பிற பிரதேசத்தைச் சார்ந்தவர்களாக இருப்பதும் ஒரு தற்செயலான நிகழ்வே.

ஆயினும் வடமராட்சி மண்ணைச் சார்ந்த பல நல்ல கதைஞர்கள் அற்புதமான படைப்புக்களை கடந்த 5 தசாப்த காலமாக ஈழத்துப் புனைகதைத் துறைக்கு தந்துள்ளமையை எவரும் மறுத்துரைக்க மாட்டார் என்பது நிச்சயமான உண்மையாகும்.

எனது அரை நூற்றாண்டு வாசக அனுபவத்தில் என்னால் ஆகர்சிக்கப்பட்ட பல படைப்பாளிகளை - அதிலும் குறிப்பாக வடமராட்சிப் படைப்பாளிகளை - என்னால் பட்டியல் படுத்த முடியும். அவர்களில் பலர் காலமாகிவிட்டாலும் 70 பதுகளின் பிற்கூற்றிலிருந்து இன்று வரை சோர்வின்றி எழுதும் ஒருவராக நான் இரத்தினவேலோனை அடையாளம் காண்கிறேன்.

தயாரிப்பு அந்தரமெதுவும் இல்லாத - இயற்பண்புவாத கதை சொல்லும் முறமைக்கு உதாரணம் காட்டக்கூடிய அச்சொட்டான படைப்பாளியென இரத்தினவேலோனை நான் குறிப்பிட்டுக் கூறுவேன்.

நந்தினி சேவியர் படைப்புகள்

அவரது ஆரம்ப எழுத்திலிருந்து இறுதியாக அவர் எழுதிய இந்நூலின் மகுடக்கதை வரை அவரது நெஞ்சாங்கூட்டு நினைவுகளைப் பகிர்ந்து கொண்டவன் என்ற வகையில் ஓர் உண்மையை இங்கே அழுத்திக் கூறி வைக்கிறேன். போரின் ஆறா வடுக்களைச் சுமந்து நிற்கும் இத்தருணத்தில் இக்கூற்று சிலருக்கு அதிருப்தி தரக்கூடும் என்ற போதிலும் இக்கூற்று ஒரு பரந்துபட்ட வாசகன் என்ற முறையில் என்னால் மிகைப்படுத்தப்பட்ட ஒன்று அல்ல. கடந்த தசாப்த காலத்தில் ஈழத்தில் எழுதப்பட்ட தரமான சிறுகதைகளில் ஒரு பத்துச் சிறுகதைகளை ஒருவர்தொகுப்பதற்கு முனைந்தால் அக்கதைகளில் ஒன்று இரத்தினவேலோனின் கதையாக முதல் ஐந்து கதைகளுக்குள் நிச்சயம் இடம்பிடிக்கும் என நான் அறுதியிட்டுக் கூறுவேன். இதையிட்டு அவர் தன்னடக்கத்துடன் பெருமிதம் கொள்ளலாம். அவர்மேலும் வளர (எழுத்தில்) எனது வாழ்த்துக்கள்.

அன்புடன்
நந்தினி சேவியர்
2011.12.01

நேர்காணல்கள்

ஓடும்போது இருக்கும் 'சமத்துவம்' உணவு பரிமாறிக்கொள்வதில் இல்லை

நந்தினி சேவியர்

டானியலுக்குப் பிறகு இலங்கை தலித் படைப்பாளிகளில் முக்கியமான ஒருவராகக் கருதப்படும் நந்தினி சேவியர் 1967ல் படைப்புலகுக்கு அறிமுகமானவர்.

இலங்கை கம்யூனிஸ்ட் கட்சி (சீனச் சார்பு) வாலிப இயக்கத்தில் இணைந்து செயல்பட்டு அதன் தொடர்ச்சியாக "தீண்டாமை ஒழிப்பு வெகுசன இயக்கத்தில்" ஈடுபாடு கொண்டு மாவிட்டபுரம், பன்றித் தலைச்சி அம்மன் ஆலயப் பிரவேசப் போராட்டத்தில் பங்கெடுத்தவர்.

க. கைலாசபதி, சிவத்தம்பி போன்ற மார்க்சிய விமர்சகர்களின் தொடர்போ முற்போக்கு அணியினரின் தொடர்போ இன்றி சுயமாக இலக்கியத்தைப் பயின்ற நந்தினி சேவியர் "படைப்பு முதலில் படைப்பாக இருக்க வேண்டும்" என்பதில் தீவிரமான பிடிப்பு கொண்டவர்.

மல்லிகை, அலை, புதுசு, தாயகம், வாகை, சுதந்திரன் முதலிய பத்திரிகைகளின் எழுதியுள்ளார்.

1969ல் இவரது "மேகங்கள்" எனும் நாவல் ஈழநாடு பத்திரிகை நடத்திய போட்டியில் இரண்டாம் பரிசு பெற்றது. 1974ல் பேராதனைப் பல்கலைக் கழக தமிழ்ச் சங்க குறுநாவல் போட்டியில் முதல் பரிசாக தங்கப்பதக்கமும், 1993ல் தனது "அயல் கிராமத்தைச் சேர்ந்தவர்கள்" என்ற சிறுகதைத் தொகுதிக்காக முதற்பரிசும் பெற்றவர்.

குரலை உயர்த்தாமலேயே கொதிப்பை வாசகனுக்குக் கடத்த முடியும் என நிரூபிப்பவை இவரது சிறுகதைகள்.

வண்ணார், அம்பட்டர், பள்ளர், பறையர், நளவர் ஆகிய ஐந்து சாதிகளையும் சேர்த்து இலங்கையில் பஞ்சமர் எனக் குறிப்பிடுகின்றனர்.

பள்ளர், பறையர், நளவருக்கு - வண்ணார், அம்பட்டர் எனும் சாதியினர் தொழில் செய்வதில்லை. இவர்களுக்கு சலவைத் தொழில் செய்பவர்கள் துரும்பர் என்று குறிப்பிடப்படுகின்றனர். வெகுகாலம் வரை இந்த சாதியினருக்கு சவரம் செய்ய எவரும் இருந்ததில்லை.

இந்தியாவைக் காட்டிலும் சாதிப் பிடிமானம் அதிகமாக இருக்கும் ஈழத்தில் ஒடுக்கப்பட்ட மக்கள் இனிமேல் மேற்கொள்ள வேண்டிய போராட்டம் எப்படியிருக்கும் என்பதை காலம்தான் முடிவு செய்யும் என்கிறார் நந்தினி சேவியர். தற்போது திருக்கோணமலையில் அரசுப் பணியில் இருக்கும் அவரிடம் தலித் இதழுக்காக எடுக்கப்பட்ட நேர்காணல் இது. தமிழ் இனி 2000க்கு வந்திருந்தபோது பாண்டிச்சேரியில் பதிவுசெய்யப்பட்டது.

நேர்காணலும் குறிப்பும்: ரவிக்குமார்

யாழ்ப்பாண சமூகம் சாதிய இறுக்கம் கூடுதலாக உள்ள ஒரு சமூகம், ஆறுமுக நாவலர் வாழ்ந்த சமூகம் என நாங்கள் கேள்விப் பட்டிருக்கிறோம். அங்கிருந்து இடதுசாரிகள் தலைமையில் தீண்டாமையை எதிர்த்த ஒரு இயக்கம் வந்த பின்னணி என்ன?

பஞ்சமர்களுக்குள்ளாக இருக்கும், பள்ளர்களிலேயே நான்கு விதமான பள்ளர்கள் இருக்கிறார்கள். வேர்குத்திப் பள்ளர்கள் என்றொரு பிரிவு இருக்கிறது. அவர்கள் தோட்டம் செய்வது முதலான வேலை களைச் செய்வார்கள். திட்டிப் பள்ளர் என்று ஒரு பிரிவு உண்டு. அவர்களும் பள்ளர்கள்தான் என்றாலும் அடிமைகளைப் போலத்தான் வைத்திருப்பார்கள். செருப்பு தைக்கும் ஒரு பிரிவும் இன்னொரு பிரிவும் உண்டு.

வேர்க்குத்திப் பள்ளர் சமூகம் கிட்டத்தட்ட தங்களை ஒரு வெள்ளாள சமூகம் போலவே கருதிக் கொண்டது. கல்வியறிவும் இருந்ததால் மற்ற பிரிவினரைவிட தம்மை உயர்ந்தவர்களாக அவர்கள் கருதி வந்தனர்.

இதுபோலவே பறையர் சமூகத்திலும் இரு பிரிவுகள் உண்டு. மேளம் அடிப்பவர்கள் ஒரு சமூகமாகவும் நெசவு அடிப்பவர்கள் இன்னொரு பிரிவாகவும் அதில் இருந்தனர்.

நந்தினி சேவியர் படைப்புகள்

இதே போல நளவர்களுக்குள்ளும் சீவல் தொழில் செய்கிற - மரமேறிக்கள் இறக்குகிறவர்களும் வேறு பிரிவினரும் இருந்தனர.

இப்படி பஞ்சம சமூக சாதிகளுக்குள்ளாக பல பிரிவுகள் இருந்தபடியால் அவர்களுக்குள்ளே ஐக்கியம் என்பது இல்லை. இதனால் எம்.சி.சுப்ரமணியம் என்பவர் தலைமையில் சிறுபான்மைத் தமிழர் மகா சபை என ஒன்று உருவாகிறது. அவர் நளவர் சமூகத்தவரா யிருந்தாலும் எல்லா பஞ்சம சமூகத்தவரையும் சேர்த்தே அதை உருவாக்கினார்.

அதுதான் வில்லூன்றி மயானத்தில் முதலி சின்னத்தம்பி சுடப்பட்ட சம்பவத்தையடுத்துப் போராடியது. அதிலிருந்த பறையர்கள் திருவள்ளுவர் மகாசபை என ஒன்றை துவக்கினார்கள்.

இதற்கிடையே கம்யூனிஸ்டு கட்சியினர் இந்தப் பிரச்சனையை முன்னெடுத்து 1966ஆம் ஆண்டு அக்டோபர் 21ம் தேதி சுன்னாகத்தில் ஒரு ஊர்வலத்தை ஆரம்பித்தோம். சாதிய அமைப்பு தகரட்டும். சமத்துவ நீதி தழைக்கட்டும்'' என்ற முழக்கத்தோடு அந்த ஊர்வலம் நடத்தப்பட்டது.

சிறுபான்மைத் தமிழர் மகாசபை சாத்வீகப் போராட்டத்தை நடத்தியபோது கம்யூனிஸ்டுகளால் துவக்கப்பட்ட தீண்டாமை ஒழிப்பு வெகு சன இயக்கம் ஆயுதப் போராட்ட இயக்கமாக உருவானது. இந்த இயக்கம் தான் மாவிட்டபுரம் ஆலய நுழைவுப் போராட்டத்தை நடத்தியது. அந்த நேரத்திலிருந்த தமிழ் எம்.பி.மார்கள் எல்லாம் எம்.சி. சுப்ரமணியத்தைக் கொண்டு இந்த போராட்டம் பிழையென்று அறிக்கை யெல்லாம் விடுகிறார்கள்.

மாவிட்டபுரம் போராட்டம் கிராமங்களில் அலையாகப் பரவி பெரும் போராட்டமாக வெடிக்கிறது.

அதே கால கட்டத்தில்தான் இந்தியாவில் நக்ஸல்பாரிப் போராட்டம் நடந்தது. ஆனால் அது சாதிப் பிரச்சினையைக் கையிலெடுக்கவில்லை. மாவோயிசத்தை உயர்த்திப் பிடித்த நீங்களோ சாதிப் பிரச்சினையை எடுத்திருக்கிறீர்கள். இதற்கு அம்பேத்கரது சிந்தனைகளின் தாக்கம் ஏதாவது உங்களுக்கு இருந்ததா?

அம்பேத்கர் ஒடுக்கப்பட்ட சமூகத்தைச் சேர்ந்த ஒரு தலைவர் என்று கேள்விப்பட்டிருந்தோமே தவிர அவரது சிந்தனைகள் எதுவும் எங்களுக்குத் தெரியாது. எங்கள் மக்கள் படும் துன்பங்களைப் பார்த்துத்தான் நாங்கள் இந்த போராட்டத்தை மேற்கொண்டோம்.

நந்தினி சேவியர்

எங்களுக்கு பாட சாலைகளில் கல்வி கற்கும்போது ஏற்பட்ட தாக்குதல்களும் சாதி ரீதியாக உயர் சமூகத்தவரால் பட்ட கஷ்டங்களும் இப்படி நெருக்குவாரங்கள்தான் எங்களை போராட வைத்தன.

இலங்கை கம்யூனிஸ்ட் கட்சியில் பெரும் பகுதியாக தாழ்த்தப் பட்டவர்கள் இருந்தார்களா?

இலங்கை கம்யூனிஸ்ட் கட்சியின் யாழ்ப்பாணப் பிரதேச வரலாற்றைப் பார்த்தால் அதற்கு லேபிள் குத்தப்பட்டதே அது ஒடுக்கப்பட்டவர்களுடைய கட்சியென்றுதான்.

இந்த இடத்தில் கம்யூனிஸ்ட்டுகள் மீது வைக்கப்பட்ட குற்றச்சாட்டு பற்றிக் கூறவேண்டும். கம்யூனிஸ்டுகள் தமிழ்த் தேசியத்துக்கு ஆதரவாக இல்லை என்ற குற்றச்சாட்டு. நாங்கள் ஏன் அப்படி நின்றோமென்றால் எங்களுக்கு எதிராக இருந்தவர்கள் இந்த தமிழர் தலைவர்கள்தான்.

எங்கட ஆலயப் பிரவேச போராட்டத்துக்கு எதிராக நின்றவர் அடங்காத் தமிழன் என்று சொல்லப்பட்ட சுந்தரலிங்கம்தான். அது மாத்திரமல்ல அவர்கள் பாடுகிறார்கள்.

''ஆண்டபரம்பரை
மீண்டும் ஒருமுறை
ஆள நினைப்பதில்
என்ன குறை''

என்று. அந்த ஆண்ட பரம்பரை என்பது எங்களுக்கொரு பெரிய தாக்கத்தைக் கொடுத்தது. எங்களொட பிரச்சனையில் இவர்கள் மமதையோடு இருந்த காரணத்தால்தான் அந்த நிலைப்பாட்டை நாங்கள் ஆதரிக்க முடியாமல் போனது.

எங்களொட போராட்டத்தை கொச்சைப்படுத்திப் பேசியவர்கள் இவர்கள். ஒரு சிங்கள எம்.பியான எஸ்.டி. பண்டார நாயக்கா பார்லிமண்டில நிச்சாமத்தைப் பற்றிப் பேசியபொழுது, நிச்சாமம் ஒரு ஷங்காயாக மாறிவிட்டது. ஒரு வியட்நாமாக மாறிவிட்டது என்று பேசியவர் எங்களொட அமிர்தலிங்கம்.

எங்களுக்கு ஆதரவாகக் குரல் கொடுத்தவர் எஸ்.டி. பண்டார நாயகா என்ற சிங்களவர் எங்களுக்கு எதிராகக் குரலெழுப்பினவர் தமிழரான அமிர்தலிங்கம். இதனால் தமிழர்களுக்குத் தனிநாடு

கிடைத்தால் எங்களுக்குப் பிரச்சனை வருமென்கிற உணர்வு எங்களுக்கிருந்தது. ஆனால் சிங்களவர்கள் சாதியைப் பார்க்காமல் தமிழன் என்று இனத்தைப் பார்த்து அடிக்கக் கிளம்பிய பிறகு இன்று கூடுதலாக இந்தப் போராட்டங்களில் மரித்துக் கொண்டிருக்கிற போராளிகளில் நூற்றுக்கு எழுபத்தைந்து வீதமானவர்கள் ஒடுக்கப் பட்டவர்கள்தான்.

தீண்டாமை ஒழிப்பு வெகுசன இயக்கத்தில் ஈடுபட்டதில் உங்களுடைய குறிப்பான அனுபவங்களைச் சொல்ல முடியுமா?

பெருமைக்காக சொல்லவில்லை. நாங்கள் வயதில் சிறியவர்கள். அப்போது டானியல் போன்றவர்களுடைய பங்களிப்பு மிகவும் போற்றுதலுக்குரியதும் பாராட்டுதலுக்குரியதும் ஆகும். எஸ்.ரி. நாகரத்தினம் போன்ற தலைவர்கள் இதில் எவ்வளவு கஷ்டங்களை அனுபவித்திருப்பார்கள்.

ஆயுதப் போராட்ட இயக்கமாக எழுந்த அந்த இயக்கத்தில் விபத்துகளிலே பலியானவர்கள் பலபேர். இன்று மாவீரர்கள் என்று சொல்லப்படுகிறவர்களுக்கு முன்னே இந்த தீண்டாமை ஒழிப்பு இயக்கத்தில் ஆயுதம் சரிகட்டிக் கொண்டு இறந்தவர்களின் நீண்ட பட்டியல் எங்களிடம் இருக்கிறது. அவர்களுக்கு சிலைகூட நாங்கள் வைத்திருக்கிறோம்.

எங்களுடைய இயக்கத்தின் தாக்கத்தினால் உயர் சமூகத்தவரில் சிலரும் எங்களோடு சேர்ந்து ஒடுக்கப்பட்டவர்களாகவே கணிக்கப் பட்டார்கள்.

ஒரு சம்பவத்தைச் சொல்லுகிறேன். நெல்லியடியில், சாதி வெறியர்கள் நிரம்பியிருந்த அந்தப் பகுதியில் தாழ்த்தப்பட்டவர்களை மிகவும் கேவலமாக நடத்திய நிலைமை மாறி உயர் வகுப்பினர் தங்களுக்குள்ளே பிரச்சனை வந்தால் நான் சிவகுருவை கூப்பிடுவேன் என்று சொல்லி மிரட்டுகிற நிலை வந்தது.

எங்களுடைய இயக்கம் வலுவாக வளர்ந்ததாலே ஒடுக்கப்பட்ட சமூகத்தைச் சேர்ந்த அந்த சிவகுரு என்பவரைக் கூப்பிட்டுக் கொண்டு வந்துவிடுவேன் என்று மிரட்டுகிற நிலை உண்டானது.

அந்த நிலைமையை நாங்கள் தொடர்ந்து வளர்த்துக் கொண்டு வந்திருந்தோமென்றால் இன்று அது பெரியதொரு இயக்கமாக வளர்ந்திருக்கும்.

நந்தினி சேவியர்

எழுபத்தியோரம் ஆண்டு நடந்த விஜயவீரவின் கிளர்ச்சியின் காரணமாக டானியல் போன்ற எங்களொட தலைவர்களெல்லாம் கைது செய்யப் பட்டார்கள். நாங்கள் அவர்களது ஆதரவாளர்களல்ல என்றாலும் எங்கள் மீது ஒடுக்குமுறை ஏவப்பட்டு எங்களது இயக்கம் பின்னடைவுக்கு ஆளானது.

தேசிய இனப் பிரச்சனை கூர்மையடைந்த காரணத்தினாலே நீறு பூத்த நெருப்பாக சாதிப் பிரச்சனை உள்ளுக்கு அமுக்கப்பட்டிருக்கே தவிர இன்றும் அது பலவகையிலே வெளிப்பட்டுக்கொண்டுதான் இருக்கிறது.

இன்று புலம் பெயர் நாடுகளிலே போனவர்கள் பிரதேசம், சாதி ஆகியவற்றைப் பார்த்து குடியிருக்கிற நிலை வந்து விட்டது. இன்னும் கொஞ்ச காலத்திலே புலம் பெயர் தலித் இலக்கியம் என ஒன்று உருவாகி விடுமோ என்றுநான் நினைக்கிறேன்.

அந்த அளவுக்கு தலித்துகள் புலம்பெயர்ந்து போயிருக்கிறார்களா?

பிழைப்பு நிமித்தமாக புலம் பெயர்ந்துபோன ஒடுக்கப்பட்ட மக்கள் இருக்கிறார்கள். இன்றைய போராட்ட நெருக்கடி காரணமாகப் போனவர்களை விடவும் அப்படிப் போனவர்களில் ஒடுக்கப்பட்ட மக்கள் கணிசமாக இருக்கிறார்கள்.

டானியலின் பஞ்சமர் நாவலில் பின்னிணைப்பாக 1968க்கும் 69க்கும் இடையே நடந்த பல்வேறு போராட்டங்களைப் பதிவு செய்திருக்கிறார். அதற்குப் பிறகு இந்தப் போராட்டம் ஏன் தொய்வடைந்தது? அதற்கு ஜே. வி. பி. மீது கட்ட விழ்த்துவிடப்பட்ட வன்முறைதான் காரணமா?

ஜே.வி.பி. கால கட்டம் போனதும் புதியதொரு நிலைமை உருவானது. ஒடுக்கப்பட்டவர்கள் மத்தியிலிருந்து ஒருவரை அரசாங்கம் நியமன எம். பியாக போடுகிறது. இதைப் பார்த்து தமிழர் விடுதலைக் கூட்டணியும் உடுப்பிட்டி தொகுதியில் ஒரு ஒடுக்கப்பட்டவரை தன்னுடைய வேட்பாளராக நிறுத்தியது. ராசலிங்கம் என்ற அந்த வேட்பாளருக்கு உயர் சாதியினரும் வாக்களித்து எம்.பியாக்குகிறார்கள். இப்படி சிறு சிறு சலனங்கள் ஏற்பட்டதாலும், கிராமப் புறங்களிலே கோயில் நுழைவு, தேத்தண்ணிக் கடைக்குள் போகலாம் போன்ற மாற்றங்களை எங்கள் போராட்டம் உருவாக்கியதாலும் பெரிய போராட்டங்களைச் செய்ய வேண்டிய தேவையில்லாமல் போனது.

எங்கே பிரச்சனை இருந்ததோ அங்கேதான் இயக்கத்தினுடைய தேவை இருந்தது.

நாங்கள் தேசியம் பேசியவர்கள். எங்களுடைய பகுதியிலே பௌத்த மத குருமார்களாலே சில பாடசாலைகள் உருவாக்கப்பட்டன. 72, 73 காலகட்டத்திலே அவை உருவாக்கப்பட்டன. பௌத்த பாடசாலைகள் என்ற போதிலும் அவை தாழ்த்தப்பட்ட மக்களுக்கான பாடசாலைகள்தான். அங்கு தமிழில்தான் படிப்பிக்கப்படும். 77 ஆம் ஆண்டு கலவரம் ஏற்பட்ட பிறகு எங்கள் ஊரிலே ஒரு சம்பவம் நடந்தது. எங்கட தோழர் ஒருவர் அவரும் ஒடுக்கப்பட்ட சமூகத்தவர் தான். அவர் அந்தப் பாட சாலையை நெருப்பு வைத்து கொழுத்தினார். ஏனென்றால் அது அப்போது சிங்கள பாடசாலையாகத் தான் அவருக்குத் தெரிந்தது. இப்படித்தான் படிப் படியாக நாங்கள் தமிழ்த் தேசிய உணர்வுகளுக்குள் உள்வாங்கப்படுகிறோம்.

தமிழ்த் தேசிய போராட்டம் உங்களது போராட்டத்தை பின்னுக்குத் தள்ளிவிட்டது. அந்த உள்முரண்பாடுகள் இன்னும் தீர்க்கப்படவில்லை அப்படித்தானே?

அந்த உள்முரண்பாடுகளைத் தீர்க்க முடியாது. ஏனென்றால் இன்றைக்கும்கூட இயக்கப் பிளவுகளுக்கு காரணமாக இருப்பதும் சாதியம்தான். புளொட் இயக்கமென்பது வெள்ளாளர்களுடைய இயக்கமாகவும், விடுதலைப் புலிகள் இயக்கம் கரையார்கள் இயக்கமாகவும், கணிக்கப்பட்டது. ஈபிஆர்எல்எப் என்ற இயக்கம் ஒடுக்கப்பட்டவர்களுடைய இயக்கமாகவே இருந்தது. தலைமையில் இல்லாவிட்டாலும் பெரும் பான்மை அவர்கள்தான்.

இயக்க முரண்பாடுகள், உள்கட்சிப் படுகொலைகள் நடந்ததிலும் இந்த விஷயத்தை நாம் பார்க்க முடியும்.

இப்போது சாதிய முரண்பாடுகள் முன்னிலையில் இல்லை. ஏனென்றால் குண்டு விழும்போது அது எல்லோர் மீதும்தான் விழுகிறது. புலம் பெயரும் போது எல்லா சாதிக்காரர்களும்தான் போக வேண்டியுள்ளது.

ஆனால் அது எப்போது மேலே வருமென்று சொன்னால் அது மாகாணமோ, ஒரு அரசோ உருவாகும் போது அது வரும்.

புலம் பெயர்ந்த நாடுகளிலே வெள்ளாளனும் பாத்ரூம் கழுவுறான் தாழ்த்தப்பட்டவனும் பாத்ரூம் கழுவுறான். அப்படி

பாத்ரூம் கழுவிக் கொண்டே சாதி பார்க்கிற தன்மையும் இருக்கிறது. பெண் எடுக்கும் போது இங்கிருந்து சாதகம் பார்த்து சாதி பார்த்து தான் பெண் எடுக்கிறார்கள்.

அங்கே இருக்கிற வெள்ளைக்கார பொம்பளையை கல்யாணம் பண்ணிக்கொள்ள இந்த வெள்ளாளர்கள் தயார். ஆனால் அந்த நாடுகளில் இருக்கிற ஒடுக்கப்பட்ட சாதிப் பெண்களை திருமணம் செய்யத் தயாரில்லை. இந்த சாதி கலாச்சாரத்தை அங்கே கொண்டு போய்விட்டார்கள்.

இங்கே இருப்பது போலத்தான், இங்கே பேரினவாத நெருக்கடிக்குள் இருந்தாலும் சாதியை விடாமல் இருப்பது போல அங்கும் பல நெருக்குவாரங்களுக்கிடையேயும் சாதியைக் காப்பாற்றி வருகிறார்கள். ஒரு ஐக்கியத்தை ஏற்படுத்த ஒருத்தரும் தயாரில்லை. இதை மிகவும் மன வருத்தத்தோடு சொல்கின்றேன்.

டானியல் போல இலக்கியம், போராட்டம் என்ற இரண்டு தளங்களிலும் இதற்கு பங்களிப்பு செய்தவர்கள் வேறு யாரெல்லாம் இருக்கிறார்கள்?

உயர், சமூகத்தைச் சேர்ந்த சிலரும் கூட இதில் ஈடுபட்டிருக் கிறார்கள். கந்தன் கருணை என்ற நாடகத்தை என். கே.ரகுநாதன் எழுதினார். அதை இளையபத்மநாதனும் அவரது அம்பலத்தாடிகள் குழுவினரும் சேர்ந்து நடத்தினார்கள். அதில் முருகனாக நடித்தவர் தாழ்த்தப்பட்ட சமூகத்தவர். நாடகத்தில் தாழ்த்தப்பட்டவர்களாக வரும் பாத்திரங்களில் நடித்தவர்கள் அனைவருமே உயர்சமூகத்தைச் சேர்ந்தவர்கள். அந்த நாடகம் கிராமப் பகுதிகளில் நடக்கும் போது அதை நிறுத்த உயர் சமூகத்தவர் பகீரதப் பிரயத்தனங்களைச் செய்தார்கள் அதில் வரும் வேல் முதலான ஆயுதங்களுக்கு நாங்கள் உண்மையான ஆயுதங்களையே கொண்டு போனோம். ஏனென்றால் அந்த நாடகத்தை குழப்பம் செய்தால் அதைப்பாவிப்பதற்காக.

கிராமம் கிராமமாக அதை மேடையேற்றினோம். கவிஞர்கள் பலர் ஏராளமான கவிதைகளை எழுதியுள்ளனர். டானியல், என். கே.ரகுநாதன் போன்றவர்களை முன்னோடிகளாகக் கொள்ளலாம். டொமினிக் ஜீவாவைப் பொருத்தவரை அவர் டானியல் அளவுக்கு களத்தில் நின்றவரல்ல.

'அலை' பத்திரிகை சார்ந்து இயங்கியவர்கள் டானியலை சாதகமாக மதிப்பிட்டதில்லையே?

அலையில் எழுதியவன் நான்தான். டானியலோடு போராட்டத்தில் ஒன்றாக இருந்தாலும் அவரது படைப்புகளை விமர்சித்தவன் நான். அது தோழமை விமர்சனம். நான் அவரோடு இயக்கத்தில் இருந்தது மட்டுமல்ல அவர் என்னுடைய உறவினர். எனக்கு ஒன்றுவிட்ட சகோதரர். அவரது படைப்புகளை விமர்சித்தாலும் அவற்றை நான் நிராகரித்த தில்லை. என்னை வைத்து டானியலை விமர்சிக்க ''அலை'' காரர்கள் பயன்படுத்தியதாக ஒரு குற்றச்சாட்டு உண்டு. டானியலது படைப்பை எதிர்த்தவர்கள் என்னுடைய படைப்புகளைப் பிரசுரித்திருக்கிறார்கள். நான் அவர்களுக்கு சாதகமாக எழுதியதால் அல்ல.

என்னுடைய ''அயல்கிராமத்தைச் சேர்ந்தவர்கள்'' என்ற கதையை அதிகம் பாராட்டியவர் யேசுராசா. அந்தக் கதை மல்லிகையில் வந்தது.

டானியலுடைய வாரிசு என சிலர் தெணியானைக் குறிப்பிடு கிறார்கள். ஆனால் அது சரியல்ல. அவர் டொமினிக் ஜீவாவினுடைய வாரிசு என்றுதான் சொல்ல வேண்டும். ஜீவாவைப் போல சமரசப் போக்குள்ளவர் அவர்.

புலம் பெயர்ந்த எழுத்தாளர்களில் தலித்துகள் இருக்கிறார்களா?

அவர்களது எழுத்தை வைத்து, அதை நாம் சொல்ல முடியவில்லை. இனிமேல்தான் தெரியவரும். சாதி ரீதியாக ஒடுக்கப்படுகிறவர்கள் தான் அந்தப் பிரச்சனையைக் கூடுதலாக எடுக்கமுடியும். சக்ரவர்த்தி எழுதுகிறாரென்றால் அவரை நாங்கள் தலித்தாகக் கருதமுடியாது. ஆனால் தீண்டாமை ஒழிப்பு வெகுஜன இயக்கத்தில் உயர் சமூகத்தவர் ஈடுபட்டதாக சொன்னேனில்லையா அது போல இப்போதும் வரலாம். அது வரவேற்கப்பட வேண்டியதுதான்.

இப்போது தற்காலத்திலேயே அங்கு தீண்டாமை முதலிய கொடுமைகளை எதிர்க்கும் இயக்கம் சிறிய அளவிலாவது இருக்கிறதா?

அங்கு ஆயுதக் குழுக்களின் செயல்பாடு மேலோங்கி இருக்கின்ற காரணத்தாலும், இந்த கருத்துக்களை சொல்லுவதற்கான தேவையும் இப்போது இல்லாமலும், நெருக்கடியான பயமும் இருக்கின்ற காரணத்தினாலே தவிர்க்க முடியாதபடி அது பின்னுக்கு போயிருக்கிறது. ஏனென்றால் கஷ்டம் எல்லோருக்கும் இருக்கிறது.

ஒடுக்கப்பட்டவனும் கையேந்த வேண்டிய நிலையில்தான் இருக்கிறான் உயர் சமூகத்தவனும் கையேந்த வேண்டிய நிலையில் தான் இருக்கிறான். எனவே ஸ்தாபன ரீதியாக கட்டி வளர்த்து ஒரு போராட்டம் யாருக்கு எதிராக நடத்துவது என்ற கேள்வி எழுகிறது. எப்பொழுது குண்டு விழுமென்று ஓடிக் கொண்டிருக்கிற நேரத்தில் நாங்கள் இப்படி சண்டை பிடிக்க முடியாது. ஓடுவதிலும், போராடு வதிலும், இறப்பதிலும் சமத்துவம் இருக்கிறது. உணவுகளைப் பரிமாறிக் கொள்வதில் இருக்கிறதா என்பது வேறு விஷயம்.

பிரச்சனை வரும் என்பதில் எனக்கு உறுதியான நம்பிக்கை. போராடத்தான் வேண்டும். அது என்னவித போராட்டமாக இருக்கும் என்பது அப்போதுதான் தெரியும்.

பதவிக்கு வருகிறவர்கள் ஒடுக்கப்பட்ட மக்களுடைய பிரச்சனையைத் தீர்க்கக் கூடியவர்களாக இருக்கும் பட்சத்தில் நாங்கள் போராட வேண்டிய அவசியம் இருக்காது. அப்படிப்பட்ட கட்டம் வருமா என்பது எனக்கு கேள்விக்குறிதான்.

உங்களுடைய தீண்டாமை ஒழிப்பு வெகுசன இயக்கத்தில் பெண்களின் பங்கு இருந்ததா?

நிறைய இருந்தது. பன்றித் தலைச்சியம்மன் கோயில் போராட்டத்தில் செல்லக்கிளி என்ற பெண்ணின் பங்கு முக்கியமானது. நிச்சாமத்தில் போராட்டம் நடக்கும்போதும் அதேபோல பெண்களின் பங்கு இருந்தது. இன்று நடக்கக் கூடியவற்றுக்கு முன்னோடிகளாக எங்கள் பெண்கள்தான் இருந்தார்கள்.

அப்படியிருக்கும்போது டானியல் தனது படைப்புகளில் உயர் சாதிப் பெண்களைப் பாலியல் ரீதியாகக் கேவலப்படுத்தி எழுதியதாகக் குற்றம் சாட்டப்பட்டாரில்லையா?

அதுகளில் உண்மை இல்லாமல் இல்லை. அவர் கொஞ்சம் கூடுதலாகக் காட்டினார். கோபத்தைக் காட்டுவதற்காக. ஒரு ஆப்பிரிக்க எழுத்தாளர் இருந்தாராம் அவர் வெள்ளைக்கார பெண்கள் அனைவரையும் சோரம் போனவர்களாகவே காட்டினாராம். அந்த தன்மைதான் டானியலிடம் இருந்தது.

பஞ்சமர் நாவலில் சில குறைகள் உண்டு. அது எங்கே நடக்கிறது என்பது எவருக்கும் தெரியது. அந்த நாவலின் பிரதேசம் எதுவென்றே தெரியவில்லை.

அது அவருக்கு முதல் நாவல்தானே. பல இடங்களில் நடந்தவற்றை துண்டு துண்டாகக் கலந்து அவர் கொடுத்திருக்கிறார்.

வேறு யாராவது வித்தியாசமான முறையில் எழுதினால் அதை உன்னத இலக்கியமாகப் பார்ப்பீர்கள். ஆனால் மூன்றாம் கிளாஸ் படித்த டானியல் எழுதும்போது அதை கலைத்துவம் அற்ற படைப்பு என்று சொல்வீர்கள் என்ன இது நியாயம்?

ஒருத்தர் செய்தால் அது பரிசோதனை டானியல் செய்தால் அது நாவல் என்ற வகைக்குள் அடங்காது. இப்போது பின் நவீனத்துவம் என்று சொல்கிற விஷயம் டானியலின் அந்த நாவலுக்குள் இருக்கிறதே. அவர் மீதான விமர்சனங்கள் சாதிய ரீதியாக வைக்கப்பட்டன.

இரண்டுவிதமான விமர்சனங்கள் வந்தன ஒன்று. டானியல் எழுதியது போதாது, சிலவற்றைப் பிழையாக எழுதியிருக்கிறார் என்பது, இன்னொன்றுகூட எழுதிப் போட்டான் அதிகமாக எழுதிப் போட்டான் என்ற விமர்சனம். இவற்றில் கீழேயிருந்து வந்த விமர்சனம் வேறு மேலேயிருந்து வந்த விமர்சனம் வேறு.

நன்றி தலித் இதழ்
ஜூன் - 2003

எழுத்தாளர் நந்தினி சேவியருடன்

ஒரு நேர்காணல்

இன்பராஜன்

தங்களது இலக்கிய பிரவேசப் பின்னணிபற்றிக் கூறமுடியுமா?

கதை கேட்கும் பழக்கம் சிறுவயதிலேயே எனக்கு ஏற்பட்டு விட்டது. எங்களது உறவினரான மறியல்கார அப்பா எனும் ஒருவரிடம் நிறையக்கதைகள் கேட்டிருக்கிறேன். அதன் தாக்கமோ என்னவோ கதை ஆர்வம் மேலிட்டது. பாடசாலை நாட்களில் சுற்று வாசிப்பு முறையில் நல்ல இலக்கியங்களின் பரிச்சயம் எனக்கு ஏற்பட்டது. குமுதம், கல்கியிலிருந்து விடுபட அதுவே எனக்கு உதவியது எனலாம். பின்னர் கையெழுத்து சஞ்சிகைகளில் எழுத சந்தர்ப்பம் வாய்த்தது. சிலமனநெருடல்களின் வெளிப்பாடே எனது இலக்கிய எழுதுகைக்கான அடிப்படை. உண்மையும் அனுபவமும் என்னை எழுத வைத்தன. எழுத வைத்துக் கொண்டிருக்கின்றன.

நீங்கள் எழுதத் தொடங்கியமைக்கு உங்களது கல்விப் பின்னணி அல்லது... பரம்பரையாக வந்த ஆளுமைத் தொடர்ச்சியும் ஒரு காரணமாக இருந்ததா?

நான் ஏதோ பெரும் கல்விப்பாரம்பரியத்தில் வந்தவன் என்று கருதவேண்டாம். அதே நேரத்தில் கருவில் திருவுடையானாக வந்தவனும் அல்ல. எனது தாய் தகப்பன் மிகவும் கல்வியறிவு குறைந்தவர்கள். ஒரு சாதாரண தொழிலாளியின் மூன்றாவது மகன் நான். இளவயதில் நோய்வாய்ப்பட்டு நோஞ்சானாக இருந்த என்னைப் படிப்பிக்க வேண்டும். கடின வேலைக்கு இவனால் முடியாது என்ற நோக்கில் என்னைப் படிப்பிக்க முனைந்தார்கள். அவர்கள் எதிர்ப்பார்த்தது போல நானும் க.பொ.த (சா/த) வரை படித்தேன். மேற்கொண்டு

படிக்க என்னால் முடியவில்லை. அதற்குப்பிறகான எனது வாழ்வு அரசியல் மயப்பட்டதாக மாறிவிட்டது. எனது தகப்பனாரின் தொழிலை நான் பாடசாலை விட்டதும் தொடர்ந்திருக்கின்றேன். வாழ்வில் நெருக்கியழுத்தும் பாரச்சுமையிலிருந்து விடுபட வேண்டும் என்கின்ற ஆதங்கம் என்னை பீடித்துக்கொண்டது. பாராளுமன்ற அரசியலில் ஏற்பட்ட வெறுப்பு, இடதுசாரி சிந்தனை, தாழ்த்தப்பட்ட மக்களது ஆலய, தேநீர்க்கடைப் பிரவேசப் போராட்டங்கள் என்னை தம்பக்கம் ஈர்த்துக் கொண்டன. ஒரு சுயநலநோக்கோடு அல்லது பெரும் எதிர்பார்ப்போடு அல்லது பிறரது வற்புறுத்தல் காரணமாக நான் இடதுசாரி சிந்தனை வயப்படவில்லை. என்னை, சூழலின் தாக்கம் நிர்ப்பந்தமாக இடதுசாரி இயக்கத்தின் பக்கம் தள்ளிற்று. எனவே எனது எழுத்துப்பணியை நான் இவ்விதம் தேர்ந்துகொண்டேன்.

உங்கள் எழுத்துப்பணிக்கு உந்து சக்தியாக உதவி செய்தோராக யாரைக் கருதுகிறீர்கள்?

எனது முதல்கதை பிரசுரமாகிய நேரத்தில் நான் இடதுசாரி எழுத்தாளர்கள் யாரோடும் அவ்வளவு பரிச்சயமானவனாக இருக்க வில்லை. எனது பரிசு பெற்ற நாவலை நான் எழுதும்போது கூட இத்தகையவர்களின் தொடர்பு எனக்கு இருக்கவில்லை. நான் எனது சுயவாசிப்பின் மூலமே எழுத ஆரம்பித்தேன். பின்னர் செ.யோகநாதன் எனக்கு சில நல்ல எழுத்தாளர்களின் நூல்களை அறிமுகம் செய்தார் எனலாம். கட்சியைச் சேர்ந்தவர்கள் என்ற முறையில் என்.கே. ரகுநாதன், டானியல் போன்றவர்களின் தொடர்பு இருந்தது. இருந்தும் கூட அவர்களோடு விமர்சன ரீதியான முரண்பாடு எப்போதும் இருந்து கொண்டேயிருந்தது. 70களில் தோன்றிய படைப்பாளிகளிடம் இருந்த சில இலக்கிய அமைப்புக்கள் மூலம் பல நண்பர்களை நான் பெற்றுக் கொண்டேன். டானியல் அன்ரனி, வ.ஐ.ச.ஜெயபாலன், சசிகிருஸ்ணமூர்த்தி அ.யேசுராசா, ராதேயன், கேதாரநாதன் போன்றவர்கள் இதற்குள் அடங்குவார்கள். அவர்களிடமும் பலவிதத்தில் உடன்பாடும் முரண்பாடும் என்னளவில் இருந்தது.

எனவே வாசிப்பு அனுபவமே என்னை செழுமைப் படுத்திற்று என்று கூறுவேன். என்னிடம் பயங்கர வாசிப்பு வெறி இருந்தது. எனது ஊரிலிருந்து மூன்று மைல் தொலைவிலுள்ள பாடசாலைக்கு வெறுங்காலுடன் நடந்துபோய்ப் படித்தவன் நான். பஸ் போக்குவரத்து, மின்சாரம், நல்லபாதைகள், இல்லாத அக்காலத்தில் கைவிளக்கு

வெளிச்சத்தில் பாடநூல்களையும், கதைப் புத்தகங்களையும் படித்தேன். அத்தோடு நில்லாது நெல்லியடி, வல்வெட்டித்துறை, பருத்தித்துறை போன்ற இடங்களுக்கு நடந்து சென்று நூலகங் களிலிருந்து பசியைப் பாராது நெடுநேரம் வாசித்திருக்கிறேன். எஸ்.பொவிலிருந்து செ.கணேசலிங்கன், ஜெயகாந்தன் வரை தமிழிலும், மார்க்சிம் கோர்க்கியிலிருந்து எமிலிஜோலா, தகழிமுதல் நிரஞ்சனா வரையும் மொழி பெயர்ப்பின் மூலமும் வெறியுடன் வாசித்தேன். எழுதியதை விட வாசிப்பில் மகிழ்ச்சி கண்டவன் நான். அதனால்தான் எனது எழுத்தின் தொகை குறைவாக உள்ளது. வாசிப்பின் மூலம் நான் பெற்ற உந்துசக்தி இன்றுவரை என்னைவிட்டு அகலவில்லை. இன்னும் இன்னும் வாசித்த படியே உள்ளேன்.

உங்களது வாசிப்பனுபவத்தில் தங்களால் ஆகர்சிக்கப்பட்ட எழுத்துக்களென எவ் எவற்றை அடையாளப் படுத்துவீர்கள்?

ஆரம்பத்தில் நானும் சில கவிதைகள் எழுதியது உண்டு. பின்னர் பல கவியரங்குகளில் பங்குபற்றியுள்ளேன். பெரிதாக கவிதைகளில் ஆர்வமில்லாதவிடத்தும் சில்லையூர், முருகையன், சுபத்திரன் நுஃமான், சண்முகம் சிவலிங்கம் போன்றோரின் கவிதைகளில் பிடிப்பிருந்தது. பின்னாளில் புதுவையின் கவிதைகளிலும் அ.யோசுராசா சு.வி., வ.ஐ.ச.ஜெயபாலன் சேரனிலும் விருப்பு ஏற்பட்டது. சோலைக்கிளி, இளவாலை விஜயேந்திரன் போன்றோரிலும் ஒரு வித விருப்பு இருக்கிறது.

சிறுகதைத்துறையில் ஆரம்பகால டானியல், அ.முத்துலிங்கம், பின்னர் செ.கதிர்காமநாதன், யோகநாதன் பின்னர் M.L.M மன்சூர் சட்டநாதன், உமாவரதராஜன், ரஞ்சகுமார் எஸ்.எல்.எம் ஹனிபா இப்போது ஈழத்தில் எழுதும் புதிய தலைமுறையைப் புரிந்து கொள்ள முயற்சிக்கின்றேன். புலம்- பெயர்ந்த எழுத்தாளர்களில் ஷோபாசக்தி கருணாகரமூர்த்தி, சக்கரவர்த்தியை குறிப்பிடலாம். நாடகம் சார்ந்த வெளிப்பாடுகள் பற்றி சொல்லப்போனால் எப்போது பல்கலைக்கழகத்தில் ஒரு பாடமாக நாடகம் வைக்கப்பட்டதோ அப்போது நாடகம் என்பது செத்துப்போய்விட்டது என்பதே என் அபிப்பிரயாயம். சிறுகதை, நாவல், கவிதைக்கு இந்நிலை ஏற்படாது பாதுகாக்க நாம் உறுதியாக இருக்கவேண்டும் எனக் கூறுவேன். இன்றுவரை எனக்கு விருப்பமான படைப்புகளாக மேற்குறித்த கவிஞர்களின் சில கவிதைத் தொகுப்புகளும், எழுத்தாளர்களின்

சிறுகதைத் தொகுதிகளையும், நாவல்களையும் குறிக்கலாம். மொழி பெயர்ப்பின் மூலம் நான் வாசிக்க கிடைத்த ரூஸ்ய, பிரஞ்சு, லத்தீன், அமெரிக்க, எழுத்துக்களையும் இந்தியாவின் பிறமாநில எழுத்துக்களையும் குறிப்பிடலாம்.

தங்களது வாழ்வில் இலக்கிய பணியில் தாங்கள் எதிர் கொண்ட சவால்கள் அல்லது அங்கீகாரம் என்ன என்பதைக் கூறமுடியுமா?

எனது சிறுகதை ஒன்றுக்காக புலனாய்வுத்துறையினால் கடுமையான விசாரணைக்கு உட்படுத்தப்பட்டவன் நான். பலவிதமான நிராகரிப்புக்களைச் சந்தித்தவன். அதையிட்டு நான் அலட்டிக் கொள்ளா விட்டாலும், கண்டிப்பாக இதனைக் குறிப்பிட வேண்டியுள்ளது. ஈழநாடு 10ம் ஆண்டு நிறைவு சிறுகதைப்போட்டியில் எனக்கு பாராட்டுப் பரிசு கிடைத்தது. போட்டியில் பரிசு பெற்றவர்களுக்கு நடாத்தப்பட்ட தேநீர் விருந்துபசாரத்திற்கு எனக்கு அழைப்பு விடுக்கப் படவில்லை. அப்போது எனக்கு வயது 19. நெல்லியடி கட்டைவேலி ப.நோ.கூ. சங்கம் வடமராட்சி எழுத்தாளர்களின் எழுத்துக்களை ''உயிர்ப்புக்கள்'' எனும் பெயரில் வெளியிட்டது. வடமராட்சியைச் சேர்ந்தவனான எனது கதை அதில் சேர்க்கப்படவில்லை. எனது முதல் கதை சுதந்திரனில்தான் பிரசுரமானது. அதில் நான் நான்கு கதைகள் எழுதியிருந்தேன். சுதந்திரன் கதைகள் தொகுப்பில் எனது கதைஇடம்பெறவில்லை. இதே போல் அத்தொகுப்பாளர் தொகுத்த இன்னொரு சஞ்சிகையின் சிறுகதைத் தொகுப்பிலும் எனது கதை இடம்பெறவில்லை. இவ்வளவிற்கு அச்சஞ்சிகையில் வெளிவந்த எனது சிறுகதை அவ்வாண்டில் வந்த சிறுகதைகளில் தரமானது என ஒரு விமர்சகரால் பாராட்டப்பட்டு அச்சஞ்சிகையிலே எழுதப்பட்டிருந்தது. இப்படியான பல புறக்கணிப்புகளை நான் சந்தித்தேன். சந்தித்து வருகிறேன்.

1974ல் பேராதனை பல்கலைக்கழக தமிழ்ச்சங்கம் நடாத்திய குறுநாவல் போட்டியில் எனக்கு முதல்பரிசு தங்கப்பதக்கம் கிடைத்தது. அப்போது நான் ஒரு தொழிற்சாலையில் பயிலுனராக கடமையாற்றிக் கொண்டிருந்தேன். பிரயாணச் செலவுக்கு மிகுந்த சிரமத்துடன் ஒருவரிடம் கடன் வாங்கி பேராதனைக்கு சென்றேன். புதுவை இரத்தினதுரைக்கு கவிதைக்கான முதல் பரிசும், டானியல் அன்ரனிக்கு சிறுகதைக்கான முதல் பரிசும் கிடைத்திருந்தது. மிகுந்த கரகோசத்தின் மத்தியில் தங்கப்பதக்கம் பேராசிரியர் சு.வித்தியானந்தனால் எனக்கு அளிக்கப்பட்டது. அடுத்த நாள் காலை கண்டியில் ஒரு நகைக்கடையில்

அதனை ரூபா150/=க்கு விற்றேன். எனக்கு ஏற்பட்ட பயணச்செலவை ஈடுகட்டவும், கடனைத் திருப்பி அடைக்கவும் அதனை நான் பயன்படுத்தினேன். இன்று தமது விருதுகளையும், பொன்னாடைகளையும் காட்சிப்படுத்தி வைத்துள்ள படைப்பாளிகளுக்காக இதனைச் சொல்லவிளைந்தேன்.

இன்னுமொரு வேடிக்கை எனது ஈழநாடு நாவல் போட்டியில் பரிசு பெற்ற நாவலுக்காக பரிசுத்தொகை 250/= ரூபாவை நான் கிட்டத்தட்ட 3 வருடங்களின் பின்னர் மிகுந்த சிரமத்தின் மத்தியில் பெற்றுக்கொண்டேன். மாதா மாதம் 25/= ரூபா வீதம் 10 மாதங்களில் அது எனக்கு வழங்கப்பட்டது. கஸ்டம், துன்பம், வறுமை என்பவை பற்றி எனக்குத்தெரியும். அதிலிருந்து விடுபட வேண்டியே எனது எத்தனிப்புக்கள் எப்போதும் தொடர்ந்த வண்ணம் உள்ளது. அதீத கற்பனைகள், அற்புதமான மனிதர்கள், பற்றியெல்லாம் என்னால் சிந்திக்கமுடிவதில்லை. எனது ஜன்னல்களைச் சாத்துவதற்கு நான் துணியமாட்டேன். எனது ஜன்னல்களை அகலதிறந்து வைத்துள்ளேன். அதனால் என் கண்களில் சிக்குபவை நல்லனவும், கெட்டனவும் தான். துயரங்களின் விடிவு எனக்கும் என்னோடு கூட நடப்பவர்களுக்கும் தேவைப்படுகிறது. அதற்காக எனது பேனாவை நான் திறந்து வைத்திருக்கிறேன்.

1993ல் எனது சிறுகதைத்தொகுதி வெளிவந்தது. ஒரு நிர்ப்பந்தம் காரணமாக அதனை நான் வெளியிடக் கொடுத்தேன். விபவியின் அவ்வாண்டின் சிறந்த சிறுகதைத் தொகுதிக்கான விருதினை அது வென்றது. பல வித விமர்சனங்களையும் நான் பெற்றுக்கொண்டேன். வடபிரதேச உள்ளூராட்சித் திணைக்களம் நடத்திய போட்டியிலும் அந்தத் தொகுதிக்கு பரிசு கிடைத்தது. இது ஒன்றும் பெருமைக்காக சொல்லவில்லை. என்னையும் ஒரு நல்ல எழுத்தாளரென்று சிலர் ஏற்றிருக்கிறார்கள் என்பதற்காகச் சொல்லுகிறேன்.

உங்களது எழுத்துகள் அதிகமாக வெளி வருவதில்லை என்கிற குற்றச்சாட்டுக்கு தங்கள் பதில்?

அதிகம் எழுதுவதில் எனக்கு நாட்டமில்லை. 1983 கலவரத்தில் எனக்கேற்பட்ட சில அனுபவங்கள் 2003ல் தான் என்னால் எழுத முடிந்தது. தயாரிப்பு அந்தரம் எதுவும் எனக்கில்லை. ஒரு கதையை எழுதும்போது நான் பயத்துடன்தான் எழுதுகிறேன். இக்கதை நன்றாக வருமா என்கின்ற தயக்கமே அது. நான் முதல் கதை எழுதும்

போது என்ன மனநிலையோடு அக்கதையை எழுதினேனோ அதே மனநிலையுடன்தான் இப்போதும் ஒரு கதையை எழுதத் தொடங்குகிறேன். என்னைப் பொறுத்தவரையில் நான் இன்னும் ஒரு ஆரம்ப எழுத்தாளனாகவே என்னைக் கருதிக் கொள்ளுகிறேன்.

தற்போதைய சூழ்நிலையில் தங்களது அரசியல் இலக்கிய நிலைப்பாடு பற்றிக் கூறமுடியுமா?

இந்த நாட்டில் இப்போது ஏற்பட்டுள்ள நெருக்கடி சுலபமாக தீர்ந்துவிடக்கூடியதெனச் சொல்லமுடியாது.

பேரினவாத, குறுந்தேசியவாத சக்திகளின் ஆதிக்கத்துள் தம்மைப் பிணித்துக் கொண்டுள்ளவர்கள் தமது இலாப அரசியலைக் கொண்டு நடத்த எமது பிரச்சனைகளை ஒரு சாட்டுக்காக தூக்கி யிருக்கிறார்கள். எனவே இந்த நிலமையில் சாதுரியமாக நடந்து நமது இலக்கை அடைவது என்பது சாத்தியப்படுமா என்பதே இப்போதுள்ள பிரச்சனை. எனவே நாம் விலைபோகாத நிலைப்பாட்டில் நிதானமாகப் பயணிக்க வேண்டும். சர்வதேச பாடங்களை நாம் படிப்பினையாகக் கொண்டு, எமது வழி தொடரவேண்டும். பாராளுமன்ற அரசியலின் பங்கலோட்டுத்தனம் அம்பலமாகியுள்ளதை மீண்டும் ஒருமுறை நாம் கண்டிருக்கின்றோம். பிரதேச வாதத்தை தூண்டி நம்மை துண்டாடும் சக்திகளையும், இனங் கண்டுள்ளோம். இன, மத, மொழி, பிரிவினையை தூண்டும் சக்திகளும் இவையே தான். இவற்றிற் கெதிரான நல்ல சக்திகளை ஐக்கியப்படுத்தவும், போரிடவும் கூடிய இலக்கியங்களை நாம் படைக்கவேண்டும்.

இதுவரை காலம் வெளிவந்த இலக்கியங்களில் ஒடுக்கப்பட்ட மக்களின் பிரச்சனைகள் எடுத்தாளப்பட்ட முறைகளும், அவ்வகை இலக்கியங்களின் விளைவாக ஒடுக்கப்பட்ட மக்கள் மத்தியில் ஏற்பட்ட மாற்றங்களும்... பற்றி கூறமுடியுமா? இவ்வகை இலங்கியங்கள் ''தலித்'' இலக்கியமென இன்று வகைப்படுத்தப் படுகின்றனவே? இவை பற்றிய உங்களது கருத்துக்கள் என்ன?

ஒடுக்கப்பட்ட மக்கள் எனப்படும் போது சாதிரீதியாக ஒடுக்கப் பட்டோரைப் பற்றி நீங்கள் கேட்பதாக நான் கருதுகிறேன். வடபிரதேசத்தில் சாதிரீதியாக ஒடுக்கப்பட்டோர் பள்ளர், பறையர், நளவர், அம்பட்டர், வண்ணார் என ஐந்து சாதியாக ''பஞ்சமர்'' என அடைமொழியிட்டுக் கூறுவார்கள். பள்ளர் சமூகத்துள், பறையர் சமூகத்துள் அல்லது நளவர் சமூகத்துக்குள் பல பிரிவுகள் உண்டு, ஒரே இனமாக இருந்தாலும்... கலியாண உறவுகள், நன்மை தீமைகளில்

ஒரே சாதிக்குள் பல பிணக்குகளை அவர்கள் கொண்டிருந்தார்கள்; கொண்டிருக்கிறார்கள். பள்ளர், நளவர், பறையருள் ஆர் சாதியில் உயர்ந்தவர் என்ற பாகுபாடும் இப்போது இருக்கிறது. இவர்களுக்கு தலைமுடி வெட்டவோ, அல்லது துணி வெளுக்கவோ இந்த வண்ணார், அம்பட்டர் அனுமதிக்கப்படவில்லை, வெள்ளாளரிடம் குடிமைகளாக இருந்த இவ்வகை ஐந்துசாதியினரிடமும் ஒரு ஐக்கியம் பேணப் படவில்லை. பள்ளர், நளவர் பறையருக்கு துணிவெளுக்க தனியே ஒரு சாதி இருந்தது. அதனைத் துரும்பர் என்று சொல்வார்கள். இவர்கள் ஒரு விதத்தில் பள்ளர், நளவர், பறையரின் குடிமைகளாக இருந்தனர். நெடுங்காலம் நானறிந்த- வரையில் பள்ளர், பறையர், நளவருக்கு தலைமுடி வெட்ட ஆளில்லாதிருந்தது. அப்படி ஒரு நிலை வந்த போது இந்தியாவிருந்து வந்த அருந்ததியர் சமூகத்தவர்களில் ஒருசிலர் சவரத் தொழிலை செய்யத் தொடங்கினார்கள். வடமராட்சியில், பள்ளர் சமூகத்தில், மிகவும் பின் தங்கிய பிரிவாகிய ஒருபகுதியைச் சேர்ந்த ஒருவர், எதோ ஒரு குற்றத்திற்காக சிறை சென்றபோது அங்கு பழகிவந்த தலைமயிர் வெட்டும் கலையை ஊருக்குள் செய்யப் புகுந்து, அம்பட்டக்கந்தன் எனப் பெயர் பெற்று ஒதுக்கப்பட்டதை நானறிவேன். பின்னர் இந்த துரும்ப சமூகத்தவர்களில் பலர் சிகை அலங்கரிப்பு தொழிலைப் பயின்று இன்றுவரை தொடர்வதையும் நானறிவேன். இவைபற்றிக் கூறும் போது ஓர் உண்மையை நாம் மறக்க முடியாதுள்ளது.

சாதியில் குறைந்து படித்து முன்னேறிய சிலர் உத்தியோகம் பெற்று தம்மை வெள்ளாளராகப் பாவித்து, தமது சமூகத்தினரை ஒதுக்கி அல்லது தாம் ஒதுங்கி வாழ்கின்ற நிலையும் இருக்கிறது. ஆனால் அடிப்படையில் சமூக விடுதலை வேண்டியோர் இலங்கை கம்யூனிஸ்ட் கட்சியின் ஆகர்சத்தால் ஆரம்பத்தில் சிறுபான்மைத் தமிழர் மகாசபை என்ற ஒன்றை ஏற்படுத்தி ஆலய தேனீர்கடைப் பிரவேசத்தை செய்தனர். இந்த உத்வேகம் யாழ்ப்பாணத்தில் வில்லூன்றி மயானத்தில் நடந்த துப்பாக்கிச் சூட்டில் மரணமான முதலி சின்னத் தம்பியின் மரணத்தோடு பெரிதாக வளர்ந்தது. எம்.சி.சுப்பிரமணியம் போன்றோரும்... ஒடுக்கப்பட்டோர் மத்தியில் இருந்து இலக்கிய வாதிகளாக முகிழ்ந்த எஸ்.பொன்னுத்துரை, டானியல், டொமினிக் ஜீவா, என்.கே ரகுநாதன் போன்றோரும் இதற்குள் குறிப்பிடப்பட வேண்டியவர்கள்..

இந்த நிலையில் ஒரு மாற்றம் 1966களில் ஆரம்பிக்கிறது. ''சாதி அமைப்புத்தகரட்டும் சமத்துவ நீதி ஓங்கட்டும்'' என்ற

கோசத்துடன் அக்டோபர் 21ல் சுன்னாகத்தில் இருந்து புறப்பட்ட ஊர்வலம் அது தடுக்கப்பட்ட நிகழ்வுகளுக்கு பின்னர் தீண்டாமை ஒழிப்பு வெகுஜன இயக்கம் சீனசார்பு கம்யூனிஸ் கட்சியால் உருவாக்கப்பட்டது. 'அடிக்கு அடி' எனும் இலட்சியத்துடன் உருவான இவ்வியக்கம் பிரசித்தி பெற்ற மாவிட்ட புர, பன்றித்தலைச்சி அம்மன் ஆலயப்பிரவேச போராட்டங்களையும் நிச்சாமம், அச்சுவேலி, கொடிகாமம், கன்பொல்லை என சாதியத்திற்கெதிரான போராட்டங் களையும் நடத்தியது. பிரசித்தி பெற்ற கலை இலக்கியங்கள் இக்கால கட்டத்தில் உருவாகின. டானியலின் பஞ்சமர் வரிசை நாவல்கள் ''கந்தன் கருணை'' நாடகம், கவிஞர்கள் சுபத்திரன், கணேசவேல் போன்றோரின் கவிதைகள், பெனடிற்பாலன் போன்றோரின் சிறுகதைகள் பல வெளிவந்தன. ஒடுக்கப்பட்ட மக்களுக்காக தோளோடு தோள் கொடுத்துப் போராடிய உயர் சமுகத்தவர்களையும், முஸ்லீம் தோழர்களையும் தீண்டாமை ஒழிப்பு வெகுஜன இயக்கம் தன்னுள் கொண்டிருந்தது. இன்று தமிழ் பேசும் மக்களின் போராட்டங்களுக்கு முதல் அத்தியாயமாக அல்லது முன்னுரையாக அப்போராட்டங்களை இனங்காணமுடியும்.

ஆனால் இலக்கிய ரீதியாக எம்மால் செய்ய முடிந்தது பெரிதென கூறிக்கொள்ள அல்லது பெருமிதப்பட என்னால் முடியவில்லை. எங்கள் மத்தியில் புரையோடிப்போயுள்ள சாதிமுறை இன்னும் மிகவும் வலிமையோடு இருப்பதை நான் அனுபவ ரீதியாக உணர்கிறேன். இன்னும் வடபகுதியின் கோவில்களின் கதவுகள் அடைக்கப்பட்டே இருக்கின்றன. புலம் பெயர் நாடுகளில் கூட இந்தளவு ஒதுக்கப்படும் தன்மைகள் இருப்பதை அறிகிறேன். தொழில் ரீதியாக பிரிக்கப்பட்டு ஒதுக்கப்பட்டவர்கள் புலம் பெயர்ந்து ஒதுக்கப்பட்ட தொழில் செய்தாலும், சாதிபார்க்கும் ஒரு நிலை இருக்கிறது. இன்னும் சாதிக்குள் சாதி இருக்கிறது. இவற்றைப் பற்றி வெளிவந்த இலக்கியம் குறைவு.

டானியல் தனது சமூகத்தைப் பற்றி எழுதவில்லை என குற்றஞ்சாட்டப்படுகிறார். எஸ்.பொ தனது சாதியை விட்டு உயர் சமூகப் பெண்ணைத் திருமணம் செய்து பெரிய சாதிக்காரனாகி விட்டதாக ஒரு குற்றச்சாட்டு. டொமினிக்ஜீவா ''மல்லிகை'' ஆசிரியராக அறியப்பட்டதைவிட சமூகம் சார்ந்த எழுத்தால் அறியப்பட்டது மிகமிக குறைவு. என்னைப் பொறுத்தவரையில் சமூக உணர்வு, சமூக விடுதலை பற்றிய பிரக்ஞை எமது எழுத்தாளர்களுக்கு இப்போது அருகிவிட்டதாகப்படுகிறது. அங்கீகாரத்திற்கு, சமூக

அந்தஸ்துக்கு சாதியையும் இலக்கியத்தையும் பயன்படுத்தும் போக்குக்கு, நமது எழுத்தாளர்களும் ஆள்பட்டு விடக்கூடாதென்பதில் நான் ஒரு கடும் போக்காளனாக இருக்கிறேன். விடுதலை என்பது சாதி, இன, மத, வர்க்க ஒடுக்கு முறைகளுக்கும் எதிராக இருக்க வேண்டும். ஒரு உண்மையான மக்கள் இலக்கியப் படைப்பாளி இதனை ஏற்றுக் கொள்பவனாக இருக்கவேண்டும். தலித் இலக்கியம் என்று எமது எழுத்தாளர்கள் இலக்கியம் படைக்கவில்லை. ஒடுக்கப்பட்ட மக்களைப் பற்றி எழுதிய போது அவற்றை வர்க்க இலக்கியமாகவே அவர்கள் படைத்தார்கள். எனவே ஈழத்து இலக்கியம் ஒருகாலத்தில் ''இழிசனர் இலக்கியம்'' என்று சனாதனிகளால் பார்க்கப்பட்ட போதும் மக்கள் இலக்கியமாகவே இன்னும் பேசப்படுகிறது. அவற்றில் பெற்ற வெற்றி தோல்விகளுக்கு அப்பாற்பட்டு... இன்று தமிழ் பேசும் மக்களின் மீதான ஒடுக்கு முறை மிகைப்பட்டிருப்பதானால், சாதிப்பிரச்சனை வெளியே தெரியாது அமுக்கப்பட்டுள்ளது. ஆயினும் அது உள்ளூர புகைந்து கொண்டுதானிருக்கிறது. அனுபவ பூர்வமாக இதனை என்னால் கூறமுடியும் பகிரங்கமாக.

இறுதியாக இளம் எழுத்தாளர்களுக்கு நீங்கள் கூறும் அறிவுரைகள் ஆலோசனைகள் என்ன?

நான் அறிவுரை கூறுமளவுக்கு பெரும் அறிஞன் அல்ல. ஆயினும் கிட்டத்தட்ட 40 வருடங்களுக்கு மேற்பட்ட வாசிப்பு அனுபவ முடையவன் என்ற முறையில் சில விசயங்களைக் கூறமுடியும். நிறைய வாசியுங்கள், தேர்ந்து வாசியுங்கள், இலக்கியத்தில் புதிய உத்திகளை கையாளுங்கள். அவை மக்களுக்கு விளங்கக் கூடியதாக இருக்கட்டும். மேதமை மிக்கவர்களுக்காகவும், விமர்சகர்களுக்காகவும் படைப்பு முயற்சியில் ஈடுபடாதீர்கள். உங்களது படைப்பின் முதல் வாசகனாக, வாசகியாக நீங்களே இருங்கள், உங்களது படைப்புக்கள் உங்களுக்குப் புரிந்தால் அதுவே உமக்கு வெற்றி.

நல்ல திரைப்படங்கள், நல்ல சஞ்சிகைகளை, தொலைக்காட்சிப் படங்களைப் பாருங்கள். அவை பற்றி கருத்தாடுங்கள். முக்கியமாக எழுதுங்கள். திரும்பத் திரும்ப எழுதுங்கள். இதுவே உங்களுக்கு எனது அன்பான ஆலோசனையாகும்.

ரோம் நகரம் பற்றி எரிய பிடில் வாசித்துக் கொண்டிருந்த நீரோ மன்னனாக எம்மால் இருக்க முடியாது

நந்தினி சேவியர்

நந்தினி சேவியர் ஈழத்தின் சிறந்த சிறு கதையாளர்களில் ஒருவராகக் கருதப்படுபவர். 1960களின் நடுக்கூற்றில் எழுத்துலகில் பிரவேசித்த இவர், சிறுகதை, நாவல், விமர்சனம், கவிதை என பல்வகைசார் இயங்குதளத்தைக் கொண்டவராக இருப்பினும் இவரது பிரதான படைப்பியல் இயங்குதளம் சிறுகதையாகும்.

1993ல் இவரது 'அயல் கிராமத்தைச் சேர்ந்தவர்கள்' என்ற சிறுகதைத் தொகுதி வெளியானது. இத்தொகுப்பு அவ்வாண்டின் சிறந்த சிறுகதைத் தொகுப்புக்கான விபவி பரிசை வென்றது.

'மேகங்கள், 'கடற்கரையில் தென்னை மரங்களும் நிற்கின்றன' ஆகிய இரண்டு நாவல்களை ஆக்கியிருக்கின்றார். (நூலுருவில் பிரசுரமாகவில்லை)

மார்க்சிய நம்பிக்கையாளரான சேவியர் ஒரு படைப்பியல் இயங்கு தளத்திற்கு அப்பால் ஓர் இடதுசாரி அரசியல் செயற்பாட்டாளராகவும் இருந்திருக்கின்றார். ஈழத்தில் இடதுசாரி அரசியல் மேலோங்கி இருந்த காலத்தில் அதனால் ஈர்க்கப்பட்டு 1966ல் கொம்யூனிஸ்ட் கட்சியின் வாலிபர் சங்க சம்மேளனத்தில் இணைந்து கொண்டார். 1968 களில் இடம்பெற்ற தீண்டாமை ஒழிப்பு வெகுஜன நடவடிக்கைகளில் பங்கு கொண்டார்.

இப்பொழுதும் மார்க்சியத்தில் ஆழ்ந்த நம்பிக்கையுடையவராக இருக்கும் சேவியர் இலக்கியம் உண்மையையும், எளிமையையும் அடித்தளமாகக் கொண்டதாக இருக்க வேண்டும் என்பதிலும் ஆழ்ந்த நம்பிக்கையுடையவராக இருக்கின்றார்.

சந்திப்பு யதீந்திரா.

1) யதி :- நீங்கள் ஒரு எழுத்தாளராக உருவாகியதற்கு ஏதேனும் விசேச தூண்டுதல்கள் இருந்தனவா அவை பற்றிக் கூறமுடியுமா?

சேவியர் :- கல்விச் செழுமை சற்றேனும் இல்லாத ஒரு கிராமிய மனிதனுக்கும், மனிசிக்கும் மகனாகப் பிறந்த எனக்கு, சிறுவயதில் ஏற்பட்ட பல்வேறு வகையான நெருக்கடிகளின் தாக்கமே எழுதத் தூண்டியிருக்க வேண்டுமென்று நினைக்கின்றேன்'. சிறுவயதிலேயே எனக்கு கதை கேட்கும் ஆர்வம் இருந்தது. எமது உறவினரான 'மறியல்கார அப்பா' என என்னாலும் பிறராலும் அழைக்கப்பட்ட, ஒரு கண்பார்வையற்ற மனிதனிடம் நான் உபகதைகள் நிறையக் கேட்டிருக்கின்றேன். அக்கதை சொல்லியிடமிருந்தே கதை கூறும் லாவகம் எனக்குக் கிட்டியிருக்க வேண்டும். இராசா, இராணிக கதைகளிடமிருந்து விடுபட்டு மொழிபெயர்ப்பின் மூலம் உலகப்பிரசித்தி பெற்ற ஏராளம் நாவல்களை அவை பற்றிய அறிவு கொஞ்சமும் இல்லாத 13 வயதிலேயே படிக்கத் தொடங்கினேன். டால்ஸ்டாயின் அன்னாகரினினா முதல்.... எமிலிஜோலாவின் சுரங்கம், நாநா வரை படித்தேன். இவ்வாறான பரந்த வாசிப்பிற்கு எனது மூத்த அண்ணனின் புத்தக சேமிப்பும் ஒரு காரணமாகும். நான் முதன் முதலில் வாசித்த இலங்கை எழுத்து எஸ் பொவின் 'தீ' அதன்பிறகு செ. கணேசலிங்கனின் சிறுகதைகளை படித்தேன். பாடசாலையில் 7ம் ஆண்டு படிக்கும் போதே கையெழுத்து சஞ்சிகையில் எழுதியிருக்கின்றேன். இலக்கிய பிரக்ஞையற்ற மிகச் சாதாரண கதைகளே அவை. எனக்குள் ஏற்பட்ட வாசிப்பார்வம் மேலும் வளர நெல்லியடி பட்டினசபை நூல்நிலையம் நிறைய உதவியிருக்கின்றது. விடுமுறைநாட்களில் காலையில் எழுந்து மூன்று நான்கு மைல் தூரத்திலுள்ள நூல் நிலையங்களுக்கு கால் நடையில் சென்று ஓர் ஆவேசத்துடன் வாசிப்பேன். நான் எதிர்கொண்ட நெருக்கடிகள், அதீத தேடல் எல்லாமும் இணைந்துதான் என்னை எழுத்தின் பக்கமாக நகர்த்தியிருக்க வேண்டும். உண்மையில் நான் வாசிக்கத் தொடங்கியது. எழுத்தாளராக வரவேண்டுமென்ற விருப்பத்தில் அல்ல. ஒரு சுவாரஷ்யமான விசயத்தையும் சொல்கிறேன். எந்நேரமும்

படித்துக் கொண்டிருக்கிறான் விளையாடப்போவதில்லை என என் தகப்பனரால் கண்டிக்கப்ட்ட மகனாக நான் இருந்திருக்கின்றேன். எந்நேரமும் விளையாடிக் கொண்டிருக்கிறான் படிப்பதில்லை என கண்டிக்கப்படும் எனது சக மாணவர்கள் மத்தியில் எனது தொடக்கமே வித்தியாசமாக இருந்திருக்கின்றது.

2) யதி :- இந்த தூண்டுதல்கள் நீங்கள் முற்போக்கு இலக்கியத்தின் பக்கமாக நகர்வதற்கு உங்களை எந்தவகையில் ஆற்றுப்படுத்தியது?

சேவியர் :- எனது 'பாரம்' என்ற முதல் கதை சுதந்திரனில் 1967ல் பிரசுரமானது இதில் வேடிக்கை என்னவென்றால் அக்கதையை நான் 'நந்தினி' என்ற பெண் பெயரிலேயே எழுதியிருந்தேன். ஆண் பெயரில் நான் எழுதிய சில கதைகள் பிரசுரமாகாமல் திரும்பிய நிலையில் ஒரு பெண் பெயரில் எழுதிப்பார்ப்போம் சிலவேளை பிரசுரமாகலாம் என்ற நம்பிக்கையில் எழுதினேன். எனது நம்பிக்கை வீண்போகவில்லை. உண்மையில் நான் எழுதத் தொடங்கிய காலத்தில் முற்போக்கு பிற்போக்கு பற்றிய பிரக்ஞை எனக்கிருக்கவில்லை. கலை மக்களுக்காக, கலை கலைக்காக என்ற கோட்பாட்டுப் பிரச்சினைகள் பற்றியெல்லாம் எனக்குத் தெரியாது. எழுதவேண்டுமென்ற ஆர்வம் மட்டுமே மேலோங்கியிருந்த காலமது. எனது முதல் கதையே எனக்கு ஏற்பட்ட ஒரு தாக்கத்தின் விளைவாக உருவாகியதுதான். எனக்குத் தெரிந்தவற்றைக் கொண்டு நான் எழுதத் தலைப்பட்டேன். 1966 அக்டோபர் 21ல் சீன சார்பு கம்யூனிஸ் கட்சியினால் ஒழுங்கு செய்யப்பட்ட சுன்னாகம் ஊர்வலமும், சாதியமைப்பு தகரட்டும் சமத்துவ நீதி ஓங்கட்டும் என்ற கோஷமும் என்னைப் போன்ற இளைய தலை முறையினரை ஈர்த்தது. இந்த தாக்கத்தினால் இலங்கை சீனசார்பு கம்யூனிஸ் கட்சியின் வாலிபர் சங்க சம்மேளத்தின் அல்வாய் கிளையில் யாருடைய நிர்ப்பந்தமும் இன்றி இணைந்து கொண்டேன். அதிகமான அரசியல் இலக்கிய கருத்தாடலுக்கு ஆட்பட்டேன். மக்கள் இலக்கியம் என்றால் என்ன? என்பதில் தெளிவு ஏற்பட்டது. மாவோவின் கலை இலக்கியம் பற்றிய யெனான் கருத்தரங்கு உரை எனக்கு பெரிய ஆதர்ஷமாக இருந்தது. இக்காலத்திலேயே செ.யோகநாதனுடன் கடிதத்தொடர்பு ஏற்பட்டது. அவர் மூலமே டானியல்; என்.கே.ரகுநாதன், நீர்வை பொன்னையன், பெனடிக்பாலன், இளங்கீரன் போன்றோரை வாசிக்கக்கிடைத்தது. 1966 அக்டோபர் 21ன், எழுச்சியின் தாக்கத்தினால் உருவான தீண்டாமை ஒழிப்பு வெகுஜன இயக்க உருவாக்கம், பிரசித்தி பெற்ற மாவிட்டபுரம், பன்றித்தலைச்சி அம்மன் கோவில் போராட்டங்களும், நிச்சாமம், அச்சுவேலி மட்டுவில்,

கன்பொல்லைப் போராட்டங்களும் அவை சம்பந்தமான நேரடி அனுபவங்களும், கவியரங்கங்களும் கருத்தரங்குகளும் பல எழுத்தாளர்களைச் சந்தித்து கலந்துரையாட உதவியது. டானியல், என்.கே. ரகுநாதன் போன்றோருடன் ஒரே ஸ்தாபனத்தைச் சேர்ந்தவன் என்ற வகையில் மிகுந்த ஈடுபாடும் நெருக்கமும் இருந்தது. ஆனால் பரந்தளவில் இலக்கிய வாதிகளுடனோ விமர்சகர்களுடனோ எனக்கு தொடர்பு இருக்கவில்லை. வாசிப்பு மட்டுமே உறவாக இருந்தது. ஆனால் இடதுசாரி அரசியல் ஈடுபாடு அதனடிப்படையில் ஏற்பட்ட புறச்சூழல் அனுபவங்கள். மக்கள் இலக்கியம் நோக்கிய தேடுதல் எல்லாவற்றினதும் இணைவுதான் நான் முற்போக்கு இலக்கியத்தில் வேர் கொள்வதற்கான காரணமாக இருக்கவேண்டும்.

3) யதி :- நீங்கள் முனைப்புடன் எழுத்துலகில் இயங்கிக் கொண்டிருந்த காலமே இலக்கியத்தை மையப்படுத்தி முற்போக்கு, நற்போக்கு, மெய்முதல் வாதம் போன்ற தத்துவார்த்த விவாதங்கள் மேலெழுந்த காலமாகவும் இருந்தது. குறிப்பாக நற்போக்கு, மெய்முதல் வாதம் என்பவை முற்போக்கு அணிசார்ந்த இலக்கியத்தரப்பினரின் வரட்டுத்தனமான பார்வைகளை அம்பலப்படுத்தும் நோக்கிலேயே முன்வைக்கப்பட்டதாகவும் சொல்லப்படுகின்றது. இதுபற்றி முற்போக்கு சார்ந்தவர் என்ற வகையில் உங்களது எதிர்வினை என்ன?

சேவியர் :- நான் எழுதத்தொடங்கிய காலத்தில் கலை மக்களுக்காக, கலை கலைக்காக என்ற இருவிதமான இலக்கியப் போக்குகளே உச்சமாக இருந்தன. இவ்விரு நிலைகளையும் அடித் தளமாகக் கொண்டுதான் தத்துவார்த்த விவாதங்கள் மேலெழுந்தன. மனித வாழ்வில் துன்பமும் துயரமும் இருந்தது. அதிலிருந்து விடுபட வேண்டும் என்கின்ற ஆதங்கமும், நிர்ப்பந்தமும் எமக்கு இருந்ததை நான் உணர்ந்து கொண்டேன். கலை இலக்கியங்கள் இதற்கு உதவவேண்டுமென்பதே யதார்த்தமாக இருந்தது. நூல்நிலையத்தினுள் வாசகனாக இருந்து விட்டு வெளியில் வந்ததும் சூழலின் துன்பமும், துயரமும், வறுமையும்- தான் என்னை எதிர்கொண்டன. இதிலிருந்து விலகி ஓர் தந்த கோபுரத்தில் ஓடி ஒழிய என்னால் இயலவில்லை. கனவுலகில் சஞ்சரித்து மகிழ நான் விரும்பவில்லை. எந்த சூழல் என்னை எதிர்கொண்டதோ அதுவே எனது பேசு பொருளாயிற்று. இலக்கியம் என்பதே வாழ்நிலையிலிருந்து தானே தோற்றம் பெறுகின்றது. வாழ்நிலைமைகளே உணர்வுகளை தீர்மானிக்கின்றன என்ற பேராசான் மார்க்சின் வார்த்தைகளில் எனக்கு ஆழ்ந்த நம்பிக்கையுண்டு. நான் மாத்திரமல்ல சிறந்த முற்போக்கு எழுத்தாளர்கள்

அனைவருமே.... இந்த வாழ்வியலையே மையப் பொருளாகக் கொள்கிறார்கள். இந்த வாழ்வியல்தான் ஒவ்வொரு படைப்பாளிக்கும் நல்ல வளங்களைக் கொடுக்கின்றது. இதில் காலூன்றி நிற்பவர்கள் எப்படி வரட்டுத்தனமானவர்களாக இருக்க முடியும். இதை விடுத்து அதிமானிடனைத் தேடுபவர்களும், தான் எதிர் கொண்ட யதார்த்தத்திலிருந்து தப்பி ஓடுபவர்களும்தான் வரட்டு வாதிகளாவர் என்பேன்.

எஸ்.பொ.வின் நற்போக்குவாதம் அக்காலத்தில் பெரிதாக எடுபடவில்லை. இப்பொழுது அதைப்பற்றி பேசுவதற்கே யாருமில்லை. எஸ்.பொ.விடம் இருந்த நேர்மையீனம் பற்றி எனக்கு பல தகவல்கள் அப்போதே தெரியும். இன்னும் அவர் தன்னையொரு மார்க்சிய வாதியாகவே கூறிக் கொள்கிறார். ஜீவா, டானியல் போன்றோருக்கு கதைகள் எழுதிக் கொடுத்ததாகவும் ஜீவாவின் 'தண்ணீரும் கண்ணீரும்' தொகுதியில் வெளிவந்த கதைகள் தான் எழுதியவை என்றும் அதற்கே சாகித்திய மண்டலப் பரிசு கிடைத்ததாகவும் பகிரங்கமாகவே திட்டித் திரிந்தார். அவருடைய 'வீ' தொகுதியில் இடம்பெற்ற 'இத்தா' என்னும் கதையை மருதூர் கொத்தன் எழுதியதாக பின்நாளில் அவர் விமர்சிக்கப்பட்டமையை யாவரும் அறிவர். எனவே நற்போக்கு என்னும் கொள்கை எடுபடமுடியாமல் முற்போக்குவாதமே முன்னுக்கு வந்தது. இதற்கு வலுச்சேர்ப்பது போல் இந்தியாவிலிருந்து பரிணாமம், மனிதன், தேன்மழை, படிகள், மார்க்சியம் இன்று என்று பல முற்போக்கு சஞ்சிகைகள் எமது கைகளை எட்டின. மு. தளையசிங்கத்தின் மெய்முதல்வாதத்தைப் பொறுத்தவரையில் அவர் எழுதிய மெய்யுள். போர்ப்பறை போன்றவற்றை நாம் புரிந்து கொள்ள சிரமப்பட்டோம். எனவே அதனோடு எமக்கு உடன்பாடு ஏற்படவில்லை. மு.தவின் தீண்டாமைக்கெதிரான செயற்பாடுகளும் அவர் புங்குடுதீவில் ஒடுக்கப்பட்ட மக்களுக்காக ஆற்றிய பங்களிப்புக்காக தாக்கப்பட்டமையும், அவர்பால் எனக்கொரு ஈர்ப்பைக் கொடுத்தது. அவரோடு நெருங்கிப் பழக வாய்ப்பு ஏற்படா விட்டாலும் அவர் என்மீது தனிப்பட்டவகையில் பிரியம் கொண்டிருந்தமையை நானறிவேன். பல கூட்டங்களில் அவரையயும் மு.பொவையும், சு.வியையும் நான் சந்தித்திருக்கின்றேன். கொள்கைகளுக்கு அப்பால் ஒரு வகையில் எமது நட்பு நிலைத்திருந்தது. அவர்கள் வெளியிட்ட பூரணி சஞ்சிகையின் வாசகனாக நானிருந்தேன். ஆயினும் இவர்களது இலக்கியப் போக்கோடு என்னால் உடன்பட முடியவில்லை. சு.வியின் கவிதைகளில் அப்போதே எனக்கு ஈடுபாடு இருந்தது. இப்பொழுதும் இருக்கிறது. அவரது சமீபத்திய கவிதைகள் வரை மு.தவின் பார்வைக்குரிய தத்துவத்திற்குட்பட்டவையாக

அவற்றை என்னால் இனம்காண முடியவில்லை. விடியல் பதிப்பகம் அவரது முழுக்கவிதைகளையும் ஒரே தொகுப்பாக வெளியிட்டமைக்கு அவர் சொல்லும் தத்துவமல்ல காரணம். சு.வியின் காலம் பற்றிய பிரக்ஞை பூர்வமான வெளிப்பாடே காரணமென நினைக்கின்றேன். அவர் சிலவேளை இதில் உடன் படாமல் விடலாம்.

4) யதி :- நீண்டகாலமாக இலக்கியத்தில் ஈடுபட்டும், எழுதியும் வருபவர் என்ற முறையில் சமகால இலக்கியப் போக்கை எவ்வாறு பார்க்கின்றீர்கள்?

சேவியர் :- ஈழத்தைப் பொறுத்த வரையில் சாதியத்திற்கு எதிரான போராட்ட காலகட்டத்தில் பல படைப்புக்கள் அவை சார்ந்து வெளிவந்தன. இன்றைய புறச்சூழல் நிலமையின் அடிப்படையில் போர்க்கால இலக்கியங்கள் என்ற வகையில் இலக்கியங்கள் படைக்கப்படுகின்றன. இதே நேரத்தில் புலம்பெயர் இலக்கியம் என்ற ஒன்றும் உருவாகியுள்ளது. புலம்பெயர் இலக்கியத்தில் தலித்தியம், பெண்ணியம் என பல்வகைத்தனவான இலக்கியங்கள் தோன்றியுள்ளன. அவைசார்ந்து நல்ல இலக்கியங்கள் வெளிவந்து கொண்டிருக்கின்றன என்பதை மறுப்பதற்கில்லை. ஈழத்தைப் பொறுத்தவரையில் நாம் வகைமாதிரிக்குள் இலக்கியம் படைக்கத் தொடங்கவில்லை. எமது இலக்கியப் படைப்புக்களை விமர்சகர்களும், வாசகர்களுமே வகைப்படுத்தினர். இன்று தமிழகத்தில் புதுப்புது தத்துவ வகைகளும் இசங்களும் அறிமுகப்படுத்தப்படுகின்றன. அவற்றை அறிமுகப்படுத்தியவர்களே அவற்றுக்கு அமைவாகவும் எழுதுகின்றனர். அமைப்பியல், பின் அமைப்பியல், மெஜிக்கல்ரியலிசம், பின்நவீனத்துவம் என இசங்களுக்காக படைக்கும் ஒரு நிலை இப்போது முனைப்புப் பெற்றிருக்கின்றது. இத்தகைய போக்குக் குரியவர்கள் தனிப்பட தமது படைப்புக்களை வெளியிடுவதுடன் தமது படைப்புக்களை வெளியிடுவதற்கென தனியான சஞ்சிகை களையும் வெளியிடுகின்றனர். இவ்வாறானவர்களது தாக்கத்திற் குட்பட்டு ஈழத்திலும் சில எழுத்தாளர்கள் எழுத முனைகின்றனர். உதாரணமாக கௌரிபாலன். அம்ரிதா எயெம், திசேரா போன்றோரும், புலம் பெயர்ந்த எழுத்தாளரான அருள் சின்னையா, சித்தார்த்த சேகுவேரா போன்றோரும் குறிப்பிடத்தக்கவர்களாவர் இவர்களோடு வன்னியிலிருந்து எழுதும் முல்லைக்கோணேஸ், சு.மகேந்திரன் போன்றோர்களின் படைப்புக்களை ஒப்பிடும்போது ஏற்படும் புரிதல் தன்மையும் உடன்பாடும் அதிகமானவை. போர்க்கால இலக்கியங்கள் பற்றிய விமர்சனத்தை மேலெழுந்தவாரியாக செய்பவர்கள்

இங்கிருந்து நல்ல இலக்கியங்கள் வரவில்லையென காட்டமான விமர்சனங்களைச் செய்கிறார்கள். எனக்கு அவ்வித விமர்சனங்களோடு ஒத்துப்போக முடியவில்லை. தமிழ் தலித் இலக்கிய முன்னோடிகளாக ஈழத்தவர்கள் இருப்பது போல... வருங்காலத்தில் தமிழ்ச்சூழலில் போர்க்கால இலக்கியத்தின் முன்னோடிகளாக ஈழத்தவர்களே இருக்கப் போகிறார்கள் என்பதை வரலாறு நிரூபிக்கும்.

5) யதி :- நீங்கள் காத்திரமான இலக்கிய வருகை பற்றிப் பேசுகிறீர்கள். ஆனால் தமிழக இலக்கியச் சூழலில் தன்னையொரு கம்பீரமான எழுத்தளராக அடையாளப் படுத்த முயலும் ஜெயமோகன் ஈழத்து இலக்கியம் வெறும் தட்டைத் தன்மையானது என்று கூறுகின்றாரே?

சேவியர் :- ஜெயமோகனது குற்றச்சாட்டுக்கு ஈழத்து இலக்கியங்கள் மட்டுமல்ல தமிழகத்து இலக்கியங்களும் உள்ளடங்குகின்றன. இதில் அவரது எழுத்துக்களும் அடங்கும். ஒரு வகையில்பார்த்தால் பன்முகத் தன்மையைஎம்மால் பேண முடியாமைக்கு எமது நாட்டுச் சூழலும் ஒரு காரணமாகும். போர்ச்சூழல் எமக்கு வேறான சிந்தனைக்கு இடமளிப்பதில்லை. தட்டைத்தன்மையானவை என்ற அவரது குற்றச்சாட்டு என்ன வகையில் வெளிபடுத்தப் படுகின்றது என்பதை நாம் பார்க்க வேண்டும். முன்னர் பகீரதன் கூறியது போல ஈழத்து இலக்கியம் 10 வருடங்கள் தமிழக எழுத்துக்களுக்கு பின்நிற்கிறது என்பது போலவும், கி.வா.ஜா கூறியது போல் ஈழத்து இலக்கியத்திற்கு அடிக்குறிப்பு வேண்டும் என்பது போலவும் மமதையின் குரலாக இருக்குமாக இருந்தால் உண்மையில் அவரது கூற்று பற்றி நாம் அலட்டிக் கொள்ள வேண்டியதில்லை. 'ரோம் நகரம் பற்றி எரிய பிடில் வாசித்துக் கொண்டிருந்த நீரோ மன்னனாக எம்மால் இருக்க முடியாது. ஜெயமோகன் போன்ற பிரச்சனை இல்லாதவர்களுக்கு வேண்டுமானால் அது சாத்தியப்படலாம். உன்னதமான இலக்கியங்கள் இங்கு படைக்கப்படவேண்டும் அவை உண்மைகளை பேச வேண்டும் என்பதே எமது எதிர்பார்ப்பு.

6) யதி :- ஈழத்து விமர்சன நகர்வை அவதானிக்கும் ஒருவர் எமது விமர்சனப் போக்கானது ஆழமற்ற விமர்சனப்பார்வைகள். ரசிகமணித் தன்மையான வாதங்கள் என்பவற்றுக்கு ஆட்பட்டதென சலித்துக் கொண்டால் ஆச்சரியப் படுவதற்கில்லை. ஒரு படைப்பாளி என்ற வகையில் இது பற்றி உங்களது அவதானம் எத்தகையது?

சேவியர் :- சில விமசகர்களது ரசனை மாற்றம் வயது. அனுபவம் சார்ந்தும், அரசியல், சமூக, தனிப்பட்ட உறவுகள் சார்ந்தும்

காலத்திற்கு காலம் மாறுபாடடைகின்றது. ஒரு காலத்தில் தரமான படைப்பாகத் தெரிந்தது பிற்காலத்தில் தரமற்றவையாகத் தெரியலாம். விமசகர்கள் அன்று சொல்லிய கருத்துக்களையும் இன்று சொல்லும் கருத்துக்களையும் ஒப்பிட்டு நோக்கின் இது யாவருக்கும் விளங்கும். என்னளவில் நல்ல இலக்கியம் என்பது எப்பொழுதும் நல்ல இலக்கியமாகவே இருக்கும். ஒரு காலத்தில் தரமற்ற படைப்பாளிகளாக சிலரால் குறிப்பிடப்பட்டவர்கள் இன்றைய அவர்களது அரசியல் நிலைப்பாடு காரணமாக சிறந்த படைப்பாளிகளாகப் போற்றப் படுகின்றார்கள். இதை அவர்களது குறைபாடாக நான் கருதவில்லை. ஆனானப்பட்ட கார்ல் மார்க்சையே தனது இளமைக் காலத்தில் ஒரு கருத்தையும் முதிய காலத்தில் வேறு ஒரு கருத்தையும் கூறியதாகச் சொல்கின்றார்கள். அன்று எனது படைப்புகளை சிலாகித்தவர்கள். இன்று தூக்கியெறியலாம் எனவே இவை பற்றி நான் அதிகம் அலட்டிக் கொள்வதில்லை.

7) யதி :- விமர்சனம் என்றவுடன்தான் நினைவுக்கு வருகின்றது உங்களது சிறுகதைத் தொகுப்பை விமர்சித்த பேராசிரியர் நுஃமான் முற்போக்கு எழுத்தாளர்கள் எல்லோருமே இப்பொழுது தமிழ் தேதியவாதிகளாக மாறிவிட்டார்கள் இந்தப் போக்கு நந்தினி சேவியரையும் விட்டுவைக்கவில்லை எனக் கூறியிருந்தார். இந்தக் கருத்து பற்றி தாங்கள் என்ன நினைக்கிறீர்கள்?

சேவியர் :- புத்தரின் படுகொலையை எழுதிய நுஃமான் பின்னர் ஒரு முஸ்லிம் தேசியவாதியாக மாறியுள்ளமையின் வெளிப்பாடே இதுவாகும். பேராசிரியர் கைலாசபதியின் மாணவனாக.... மாவோவுக்கு அஞ்சலிக் கவிதை எழுதியவராக. தாத்தாமாரும் பேரர்களும் கவிதைத் தொகுதிக்காரராக தன்னை ஒரு இடது சாரியாக அடையாளப்படுத்திக் கொண்டவரான நுஃமான் இப்படிக்கூறுவது எனக்கு ஆச்சரியம் தரவில்லை. எமது தோழர்கள் பலர் யாழிலிருந்து வெளியேற்றப்பட்ட பின்னர், முஸ்லிம்களாக தம்மை இனம் காட்டி தேர்தலில் நின்றது மாதிரமல்ல... அரச உத்தியோகங் களிலும் நுழைந்துள்ளனர். ஒரு மனிதன் தன் இனம் சார்ந்து சிந்திப்பது தவறல்ல. ஒரு இடதுசாரி ஒடுக்குமுறை எந்த வகையில் வந்தாலும் அதனை எதிர்க்க வேண்டும் அது இனம் சார்ந்ததாக மொழிசார்ந்ததாக அல்லது சாதி சார்ந்ததாக எந்த வகையில் இருந்தாலும் எதிர்த்தே தீர வேண்டும். இவ்வகையில் எனது படைப்பு பேரினவாதத்திற்கு எதிரான கருத்தை பிரதிபலித் திருக்கலாம். ஆயினும் நான் இப்போதும் ஒரு இடதுசாரியாகவே

இருக்கிறேன். நுஃமான் என்னவாக இருக்கிறார் என்பதை அவரது விமர்சனங்களும் படைப்புக்களும் சொல்லட்டும். ஒரு உண்மை முஸ்லிம்கள் வெளியேற்றப்பட்டமை பற்றி அவர் ஒரு கவிதை தானும் எழுதவில்லை என்ற ஆதங்கம் பல முஸ்லிம் நண்பர்கள் மத்தியில் இருப்பதை நானறிவேன்.

8) யதி :- தமிழகச் சூழலில் இன்று தலித் இலக்கியம் அதிகம் சிலாகிக்கப்படுகின்றது. இனிவரும் காலத்தில் தமிழ் இலக்கியம் என்பதே தலித் இலக்கியம்தான் என்று கூறுமளவிற்கு அதன் முக்கியத்துவம் உணரப்படுகின்றது. ஆனால் ஈழச்சூழலில் சாதியம் குறித்து எழுதப் பட்டிருப்பினும் அவை தலித் இலக்கியம் என்ற தனி அடையாளத்தால் சுட்டப்படவில்லை. பொதுவான இலக்கியப் போக்கின் ஒரு கூறாகவே பார்க்கப்படுகிறது. சாதிய விடுதலை குறித்து ஆழமான பார்வை உடையவர் என்ற வகையில் இந்த வேறுபாடான நிலை தொடர்பில் உங்களது புரிதல் என்ன?

சேவியர் :- ஈழத்தைப் பொறுத்தவரையில் சாதி எதிர்ப்புக்கான வகை மாதிரிக்குள் அடங்கும் இலக்கியங்கள் எழுதப்பட்ட காலத்தில் அவை 'இழிசனர்' இலக்கியங்களாகவே பார்க்கப்பட்டன. அவற்றை எழுதியவர்கள் கம்யூனிஸ்ட் கட்சி சார்ந்தவர்களாகவும் இருந்தனர். டானியல் பஞ்சமர் வகை இலக்கியங்களை எழுதும்போது கூட சாதிப் பிரச்சனையை ஒரு வர்க்கப் பிரச்சினையாகவே கருதியிருந்தார். இங்கு நடைபெற்ற சாதியத்திற்கு எதிரான போராட்டங்களில் கணிசமான அளவுக்கு உயர் சாதியினர் மத்தியில் உள்ள உழைக்கும் வர்க்கத்தினரது ஒத்துழைப்பும் இருந்தது. எனவே அவற்றுக்கு சாதகமான படைப்புக்கள் மக்கள் இலக்கியங்களாக இருந்தனவே தவிர ஒரு சாதிய வட்டத்துக்குள் இருக்கவில்லை. 'தலித்' எனும் சொல் மராட்டிய மொழியில் சாதி குறைந்த மக்கள் பிரிவினரை சுட்டும் ஒரு சொல்லாகும். அது தமிழக சூழலிற்கு அறிமுகமாகிய போது சாதியம் சார்ந்த படைப்புக்கள் யாவும் தலித் இலக்கியம் என்ற வகை மாதிரிக்குள் சேர்த்துக் கொள்ளப்பட்டன. இன்று தாழ்த்தப்பட்ட மக்கள் மத்தியில் இருந்து வெளிவரும் படைப்புக்கள் யாவும் தலித் இலக்கியங்களாக பார்க்கப் படுகின்றன. தமது அடிமைத்தனங்களை, நெருக்குவாரங்களை போலித்தனமற்று உண்மையோடு இரத்தமும் சதையுமாக அவர்கள் எழுதுகின்றனர். எனவே எமது சாதியம் குறித்த ஈழத்துப் படைப்புக்கள் தலித் இலக்கியம் என்ற அடையாளப்படுத்தலை பெறமுடியாமல் போனமைக்கு ஈழத்து நிலமைகளே காரணமெனலாம்.

9) யதி :- நீங்கள் ஒரு படைப்பாளி என்பதற்கு அப்பால் ஒரு இடதுசாரி அரசியல் செயற்பாட்டாளராகவும் இருந்திருக்கின்றீர்கள் பொதுவாக தமிழ் இடதுசாரிகள் தொடர்பில் வைக்கப்படும் ஒரு குற்றச்சாட்டு இடதுசாரிகள் தமிழர் தேசியப் பிரச்சினையில் தவறு இழைத்து விட்டார்கள் என்பது குறிப்பாக மு.த. தரப்பினரால் இக் குற்றச்சாட்டு முன் வைக்கப்படுவது பலரும் அறிந்தது. அக்காலகட்ட இடது சாரி அரசியலோடு இணைந்திருந்தவர் என்ற வகையில் இக்குற்றச்சாட்டு தொடர்பாக உங்களது எதிர்வினை என்ன?

சேவியர் :- தீண்டாமைக்கு எதிரான போராட்டகாலத்தில் எமது இயக்கம் செய்த பங்களிப்பை தமிழ்த் தேசியபிரச்சினையில் நாம் செய்யவில்லை என்பது ஒரு நியாயமான குற்றச்சாட்டுத்தான் அதற்கு காரணமும் இருக்கின்றது. எமது கட்சியின் பொதுச்செயலாளர் ஸ்டாலினுடைய தேசியம் தொடர்பான கொள்கையை மையப்படுத்தி ஒரு பொதுவான பொருளாதாரம் இல்லாத தமிழ் மக்களை ஒரு தேசிய இனமாக அங்கீகரிக்க முடியாது என பல கூட்டங்களில் பேசி வந்தார். இவ்வாதம் புரட்சிகர இளம் தலைமுறையினர் எமது அமைப்பு நோக்கி வருவதற்கு தடையாக அமைந்தது. இது தொடர்பில் எமது கட்சியின் உள்ளேயே உட்கட்சி விவாதங்கள் பலவற்றை நாம் மேற்கொண்டோம். தமிழரது தேசியப்பிரச்சினை தொடர்பில் சாதகமான தீர்மானங்களை எடுப்பதற்கு முன் கட்சி பிளவுபட்டுவிட்டது. ஆயினும் தோழர் சண் தீர்க்கமான கருத்துக்களைப் பின்வரும் காலத்தில் வைத்ததை யாரும் மறுக்க மாட்டார்கள். இடதுசாரிகள் தேசியபிரச்சினையில் பிழைவிட்டு விட்டார்கள் என்று கூறுபவர்கள் வரலாற்றை மறைக்க முயல்கிறார்கள் அல்லது அவர்களுக்கு வரலாறே தெரியாது என்றுதான் நான் கூறுவேன். பாராளுமன்ற சந்தர்ப்பவாதங்களுக்கு ஆட்பட்ட கொல்வின், என். எம். பெரேரா, பீட்டர் கெனமன் போன்றோர்தாம் பேசிய தத்துவங்களுக்கு மாறாக நடந்து கொண்டது உண்மை. ஆனால் எமது மிதவாத தமிழ் தலைவர்கள் காலத்திற்கு காலம் செய்த திருகுதாள அரசியல் இதற்கு சற்றும் குறைந்ததில்லை. இனவெறியோடு கண்டி யாத்திரை சென்ற ஜே. ஆரின் ஊர்வலத்தை கம்பகாவில் வைத்து அடித்து விரட்டிய எஸ்.டி பண்டாரநாயக்கா ஒரு இடதுசாரி. இவர் தான் வடபிரதேச சாதிப்பிரச்சினையை பாராளுமன்றத்தில் பேசியவர். அப்பொழுது அதனை எதிர்த்து பேசியவர் தமிழர் தளபதி அமிர்தலிங்கம். அதே போல் அடங்காத் தமிழன் சுந்தரலிங்கம் சாதி வெறியோடு மாவிட்டபுரத்தில் நடந்து கொண்டமை எல்லாம் வடபிரதேசத்தில் தமிழுணர்வை சாதிகுறைந்தவர்கள் அடைவதற்கு தடையாகவே இருந்தது. இந்நிலமைகள் இடது சாரிகளாகிய எம்மை சற்று

பின்வாங்கச் செய்தது. தவறு இரு பகுதிகளிலும் உண்டு என்பதை நாம் ஒப்புக்கொள்ள வேண்டும். சமீபத்தில் கொழும்பில் நடைபெற்ற கலைஞர்கள் ஒன்றுகூடலில் இரத்தம் சிந்தியவர்கள் இடதுசாரிகள் தான். இடதுசாரிகளை காட்டமாக விமர்சிக்கும் மு.பொ. போன்றவர்கள் சிறிலங்கா சுதந்திரக் கட்சியுடன் இணைந்ததும், காலியில் கூட்டத்தில் பேசியதும் ஒரு பழைய வரலாறு. எனவே இடதுசாரிகள் பங்களிப்பை முழுமையாக மறுதலித்து அவர்களை ஒட்டுமொத்தமாக ஓரங்கட்ட முயல்வது அறியாமை அல்ல அது ஒரு எதிர்ப்புணர்வு. கொள்கை ரீதியில் முரண்பாடுகள் இருப்பினும் வாசுதேவா, விக்கிரமபாகு கருணாரத்தினா போன்றோர்கள் தமிழர் பிரச்சினையில் வைக்கும் கருத்துக்கள் இடதுசாரிசார்பான கருத்துக்களே என்பது எல்லோருக்கும் தெரிந்த உண்மை.

நன்றி – சுட்டும் விழி – 3

கடிதங்கள்

திருகோணமலை

04-04-1994

அன்பு நண்பர் முருகபூபதி அவர்களுக்கு,

நலம் என்னைப் பற்றிய அறிமுகம் தங்களுக்கு இருக்குமென நான் கருதுகிறேன்.

ஈழத்து இலக்கிய உலகில் மிக மிக குறைவாக எழுதியவர்களில் நானும் ஒருவன்.

ஒரு காலத்தில் மிக மிக உக்கிரமாக மக்கள் இலக்கியத்திற்கான சண்டையில் ஈடுபட்டவர்களில் நானும் ஒருவன்.

நண்பன் டானியல் அன்ரனி - நந்தினி சேவியர் என்ற பெயர்கள் யாழ்ப்பாணத்தில் டானியல் - ஜீவா போல் பேசப்பட்டதுண்டு.

இன்று அன்ரனி இறந்துவிட்டான். இந்தச் செய்தி 2-ஆம் தேதியில் வீரகேசரியில் அறிந்து கொண்டேன்.

31-மார்ச், 1-ஏப்ரல் இந்நாட்களில் கோமல் சுவாமிநாதன் திருமலை வந்திருந்தார். பயனுள்ள கலந்துரையாடல்கள் நடைபெற்றன.

அந்தச் சந்தோசங்களுடன் இருக்கும்போது, அன்ரனியின் இழப்புச் செய்தி பெரிய இடியாக என்னைத் தாக்கியுள்ளது.

அவனைப் பற்றி எழுதக்கூடிய உரிமையும் கடமையும் தேவையும் எனக்கிருக்கிறது. நாங்களிருவரும் இருட்டடிப்புக்கு ஆளாகியவர்கள்.

இன்று பெரிதாக சவடாலடிக்கும் ஈழத்து பெரிய தலைமுறை எம்மை 'புதுச்சிவப்புக் கூட்டமாகப்' பார்த்தது. இந்த நிலையில் தான் அவனின் 'வலை' சிறுகதைத் தொகுப்பு 85-இல் வெளிவந்தது. அது உண்மையில் நல்லதொரு தொகுப்பு.

அதைப்பற்றி எந்த விமர்சகர்கள் எழுதினார்கள்?

நந்தினி சேவியர்

இன்று அவன் இறந்த பிறகு இரங்கலுரைக்குப் போயிருக்கும் இந்த இலக்கிய சநாதனிகள், அவனை அப்போது ஒரு நல்ல எழுத்தாளனாக அங்கீகரிக்கவில்லை. அதற்காக முதுகு சொறியவும் அவன் தயாராக இருக்கவில்லை.

நண்ப, உணர்ச்சி வசப்பட்ட நிலையில் நான் எழுதுகிறேன். உலகச் சிறுகதைத் தொகுப்பு பற்றி உமது முகவரியுடன் கூடிய செய்தியைத் தினகரனில் பார்த்தேன்.

அன்ரனி பற்றிய செய்தியை நீரும் அறிந்திருக்கலாம். மக்களை நேசித்த அந்த நல்ல மனிதனின் படைப்பு ஏதாவது இந்த (உலக) சிறுகதைத் தொகுப்பில் இடம் பெறவேண்டும்.

'வலை' தொகுதி உம்மிடம் இருக்கலாம். எனவே அவனது ஒரு கதையை பிரசுரிக்குமாறு கண்ணீர்மல்கும் கண்களுடன் இக்கடிதம் எழுதுகிறேன்.

எனது தொகுப்பு ஒன்றும் சமீபத்தில் வெளிவந்துள்ளது. அதன் ஒரு பிரதி இத்துடன் அனுப்புகின்றேன்.

தயவு செய்து எனது சிறுகதைத் தொகுப்பு பற்றிய ஒரு நல்ல காரசாரமான விமர்சனத்தை எனக்கு எழுதவும்.

நன்றி — **அன்புடன்**

முருகபூபதி கடிதங்கள் — **நந்தினி சேவியர்**

புனைவின் மீதி – ஓர் எதிர்வினை...

269, N.C வீதி
திருகோணமலை.
30.06.2010.

ந.சுசீந்திரன்/லக்ஷ்மி
தொகுப்பாசிரியர்கள்
உயிர் நிழல்
பிரான்ஸ்.

அன்பு நண்பர் சுசீந்திரன் மற்றும் லக்ஷ்மி ஆகியோருக்கு..!

எனது அன்பு நண்பர் த.மலர்ச்செல்வன் என்னையும் மற்றும் எனது சக ஊழியர்களான குணபாலா, ஸ்ரீதேவி, சு.வில்வரத்தினம் ஆகியோரையும் பெயர் குறிப்பிட்டெழுதிய 'மனக்கால்' புதினத்தை 'உயிர் நிழல்' ஏப் - ஜூன் 2010 இதழில் கண்ணுற்றேன். (இப்பொழுது நான் சேவையிலிருந்து ஓய்வு பெற்று விட்டேன்)

தனது கவிதைத் தொகுதி ''தனித்துத் திரிதல்'' (அவரே புதினத்தில் குறிப்பிட்டது போல் ''சும்மா முஸ்பாத்திக்கு எழுதியதை புத்தகம் போட்ட) பரிசு கெட்ட 'விடயத்தைப் பற்றி எழுதியிருந்தார். சுவடியின் தவறு காரணமாக,

முதல் பதிப்பு : ஜூலை 2004.

இரண்டாம் பதிப்பு மே - 2005

என அச்சிடப்பட்டு பின்னர் ஸ்டிக்கர் ஒட்டி அனுப்பி என்னிடம் திட்டு வாங்கியதை ஒப்புக் கொண்டு புதினத்தை வரைந்திருந்தார். கணினி, எழுத்துப்பிழை. வசன இடமாற்றங்களைச் செய்வதை நான்

அறிந்துள்ளேன். ஆனால் முதல் பதிப்பு, இரண்டாம் பதிப்பு என்று தன்னிச்சையாக விடயங்களைச் சேர்ப்பதைப் பற்றி நான் இதுவரை அறிந்ததில்லை. கவிதை நூலின் படைப்பாளி என்ற வகையிலும் அதன் பதிப்பாளர் என்ற வகையிலும் நண்பர் த.மலர்ச்செல்வன் அறியாமல் இச்செயல் நிகழவில்லை. தனது தொகுதி முதல் பதிப்பு ஜுலை 2004 ல் வெளியிடப்பட்டு ஒரு வருடத்திற்குள் விற்றுத் தீர்ந்து இரண்டாம் பதிப்பு போடப்பட்டதாக ''பீற்றிக் கொள்வதற்காக அவரால் திட்டமிட்டுச் செய்யப்பட்ட ஒரு மிக மோசமான நீசச் செயல் இது. அவர் குறிப்பிட்டது போல் ''இந்தியாவில் விற்பனை செய்யப்பட்ட புத்தகம் உட்பட இலங்கைக்கு அனுப்பி வைக்கப்பட்ட சகல புத்தகங்களிலும் இம்மாற்றம் செய்யப்பட்டதாக (ஸ்டிக்கர் ஒட்டப் பட்டதாக) கூறப்படுவதும் மிக அப்பட்டமான பொய் கொள்வனவுக்காகவும் போட்டிக்காகவும் அனுப்பப்பட்ட சில புத்தகங்களில் மட்டுமே ஸ்டிக்கர் ஒட்டப்பட்டிருந்தது. ஸ்டிக்கர் ஒட்டப்படாத புத்தகங்களை வாங்கியவர்களினாலேயே புத்தகப் பரிசுக்கான ஆட்சேபனை எமக்குத் தெரியப்படுத்தப்பட்டிருந்தது என்பதை இவ்விடத்தில் சுட்டிக் காட்ட விளைகின்றேன். (மாதிரிக்காக ஸ்டிக்கர் ஒட்டப்படாத புத்தகங்களில் ஒன்றின் விபரப்பக்கத்தை அனுப்புகிறேன்)

மறுகா, மலர்ச்செல்வன் புனைந்திருப்பது போல திணைக்கள 'பேச்சசிங்' குழுவில் நான் உறுப்பினர் அல்ல. நான் குண்டுகளை வீசியதாக கூறப்படும் (அன்றைய நாளைக் கழிப்பதற்காகக் கூடிய) கூட்டத்திற்கு நான் அழைக்கப்படவும் இல்லை (கூட்டம் நடைபெற்றதோ நானறியேன். இதுவும் மலர்ச்செல்வனின் புனைவு என்றே நினைக்கிறேன்)

புனைவின் இறுதியில் அவர் குறிப்பிட்டுள்ள 'எனினும் அவன் பரிசு பெறச் சென்றானா செல்லவில்லையா? என்பது பற்றி எந்தப் பதிவையும் காணவில்லை என்ற விடயம் குறித்து புனைவற்ற பதிவொன்றினை இங்கு தருகின்றேன். 2005க்கான கவிதைத் தொகுதிக்குரிய பரிசினைப் பெறுவதற்காக ''செல்வன்'' என்கின்ற த.மலர்ச்செல்வன் திருகோணமலைக்கு வந்திருந்தார். தனது தவறான செயலால் பரிசு கெட்டுப் போயிருந்த அவருக்கு சக எழுத்தாளர்களை சந்திக்க கூச்சமாக இருந்திருக்க வேண்டும். அதனால் விழா நிகழ்ச்சிகளில் முழுமையாக கலந்து கொள்ளாமல் 'தனித்துத்திரியத்' தொடங்கினார். விழா முடியும் வரை அவரது பொழுதுகள் பெரும்பாலும் என்னுடனேயே கழிந்தன. இதனை த.மலர்ச்செல்வனுக்கு நான் நினைவூட்ட விரும்புகிறேன்.

மொழி, கலாச்சாரம் என்பவற்றை கட்டிக்காக்க வேண்டிய, பேணவேண்டிய முன்மாதிரிகையாக விளங்கவேண்டிய ஒரு கலாச்சார அலுவலர், இப்படி நடந்து கொண்டமையை எப்படி அவரால் நியாயப்படுத்த முடிகிறது என்பது எனக்கு இன்னமும் ஆச்சரியமாகவே உள்ளது.

எமது திணைக்களத்தால் வேதனம் வழங்கப்பட்டு மட்டக்களப்பு பிரதேசச் செயலகத்தில் கடமையாற்றும் த.மலர்ச்செல்வன் அவர்களுக்கு நாம் பக்கச்சார்பாக நடந்து பரிசு வழங்கியதாக குற்றம் சாட்டப் படக்கூடாது என்பதில் நான் மிகவும் கவனமாக இருந்தேன். நிதானமாக தொலைபேசியில் பேசினேன்.

அவர் இதனை ஏற்றுக் கொண்டதால்தான் தொடர்ந்தும் என்னுடன் நட்பைப் பாராட்டினார்.

முதல் பதிப்பு, இரண்டாம் பதிப்பு என அச்சிடப்பட்டது தவறு அதனை ஸ்டிக்கர் ஒட்டி மறைத்தது மற்றொரு தவறு. பிறகு தனது தவறை தன்னிலை விளக்கமென்ற பெயரில் நியாயப்படுத்தியது தவறு (சட்டப்படி ஒரு புத்தகத்தில் அச்சிடப்பட்ட விடயமே கவனத்தில் கொள்ளப்பட வேண்டும். ஸ்டிக்கர் ஒட்டுதல், டிபெக்சினால் மாற்றம் செய்தல், பேனாவினால் எழுதுதல் என்பன போட்டிகளிலோ மற்றைய நேர்முக எழுத்துப் பரீட்சைகளிலோ சான்றாதாரத்துக்கு எடுத்துக் கொள்வதில்லை என்பது ஒரு விதியாகும்). இதனை இன்று வரை - ஏன் இனியும் கூட வன்மையாகக் கண்டிக்க வேண்டுமெனத் தெரிவித்துக்கொள்ளுகிறேன். சரி ''சுவடிப் பதிப்பகம்'' தவறு விட்டதெனக் குறிப்பிட்டாலும் அதனைத் திருத்தி அனுப்பும் போது முதல் பதிப்பு - மே 2005 எனவே திருத்தப்பட்டிருக்க வேண்டும். ஆனால் ஸ்டிக்கர் ஒட்டி முதல் பதிப்பு ஜூலை - 2005 என மலர்ச்செல்வனால் மாற்றப்பட்டுள்ளது. 2004ல் உள்ள 4 பேனாவினால் 5 ஆக மாற்றப்பட்டுள்ளது. (ஆதாரத்திற்காக மட்டக்களப்பு மாநகர சபை நூல்நிலையத்தில் உள்ள 'தனித்துத்திரிதல்' கவிதைத்தொகுதியின் விபரப்பக்கத்தை அனுப்புகிறேன்)

'தனித்துத் திரிதல்' 2005ம் ஆண்டு அச்சிடப்பட்டது தான். என்பதில் எனக்கு எந்த விதமான ஐயப்பாடுமில்லை. ஆனால் புகழுக்காகவும், அங்கீகாரத்துக்காகவும் மிக மோசமாக மலர்ச்செல்வன் நடந்து கொண்டமையை என்னால் ஜீரணிக்க முடியவில்லை. அவரை நான் கண்டித்தேன். இனியும் கண்டிப்பேன்.

எனது நிலைப்பாட்டை இலக்கிய உலகம் நன்கு அறியும். முதுகில் குத்தவேண்டிய அவசியம் எனக்கில்லை இதனை மலர்ச்செல்வனும் அறிவார். அதனால் தான் 2007ல் தாம் எழுதி வெளியிட்ட "பெரிய எழுத்து" சிறுகதைத் தொகுதியை 9.12.2007 எனத் திகதியிட்டு நண்பர் நந்தினிசேவியருக்கு நட்புடன் த.மலர்ச்செல்வன் எனக் கையொப்பமிட்டு வழங்கியிருந்தார். அதன் புகைப்படப் பிரதியை ஆதாரத்திற்காக இத்துடன் இணைத்- துள்ளேன். **(ஆகா... எத்தகைய இலக்கிய நட்பப்பா... இது....?)**

மற்றுமொரு முக்கிய விடயத்தை இங்கு பதிவாக்குகிறேன்.

2007 ம்ஆண்டு இலக்கியநூல் தெரிவு (கிழக்கு மாகாணம்) சிறுகதை / நாவல் நடுவர்களில் நானும் ஒருவன். எனது தெரிவின்படி வந்த சிறுகதைத் தொகுதிகளில் எம்.எஸ். அமானுல்லா எழுதிய "வரால்மீன்கள்" முதலிடத்திற்கு தகுதி பெற்றது. த.மலர்ச்செல்வன் எழுதிய "பெரிய எழுத்து" ஐந்தாம் இடத்திற்கே வந்தது. மற்றைய நடுவர்களின் தெரிவு பற்றி நான் அறியேன் ஆனால் "வரால் மீன்கள் 2007க்கான கிழக்கு மாகாண சிறுகதை இலக்கியப் பரிசினைப் பெற்றது. பின்னர் 2007ம் ஆண்டுக்கான மத்திய சாகித்திய விருதையும், இலங்கை இலக்கியப்பேரவை விருதையும் அத்தொகுப்பே பெற்றுக் கொண்டது. இவை ஒன்றும் தற்செயலான நிகழ்வுகள் அல்ல

பரிசுகளுக்கோ, விருதுகளுக்கோ நாட்டமில்லாத எவருக்கும் இயக்ககாரரை வைத்து திணைக்கள அதிகாரிகளைப் பயமுறுத்தவோ, எச்சரிக்கவேண்டிய அவசியமோ இல்லை. அல்லது ஒரு புதினம் என்ற பெயரில் (2005 ல் பரிசு கெட்ட ஒரு விடயத்தை 2010 ல்) தமது மனக்கிலேசத்தை (மனக்கால்) பெயர் குறிப்பிட்டோ பெயர் குறிப்பிடாமலோ எழுத வேண்டிய அவசியமும் இல்லை (எல்லோருடைய பெயரையும் குறிப்பிட்ட மலர்ச்செல்வன் A.K.யின் முழுப் பெயரையோ சரியான இனிசியலையோ குறிப்பிடாததின் மர்மமென்ன....? அடிக்குப் பயந்தா?)

மலர்ச்செல்வனது திருகுதாளங்கள், பம்மாத்துக்கள், குளறுபடிகள் பற்றி நவீனத்துவ கதையாடல் (புனைவுகள் அல்ல) பல என் செவிகளில் விழுந்துள்ளன. ஆயினும் அவற்றை நான் இங்கு பதியவில்லை. ஆனால் அங்கீகாரத்துக்கு அவர் அலைந்த ஒரு நிகழ்வை – பரகசியமான ஒரு விடயத்தை இங்கு பதிவு செய்கிறேன்

சுந்தர ராமசாமியால் பாராட்டப்பட்டதாக தன்னைப்பற்றி எழுதும் த.மலர்ச்செல்வனுக்கு ஜெயமோகன் ஒரு கடிதம்

எழுதியிருந்தார். அந்தக்கடிதம் மட்டக்களப்பு பஸ் ஸ்ராண்டில் நின்ற இலக்கியம் தெரிந்த தெரியாத பலருக்கும் காண்பிக்கப் பட்டதோடு அக்கரைப்பற்று, பொத்துவில் வரை ''ஜெயமோகன் எனக்கு கடிதம் எழுதியிருக்கிறார்'' என மலர்ச்செல்வனால் விரட்டி விரட்டிக் காண்பிக்கப்பட்டதாக நான் அறிந்திருந்தேன். பின்னர் மறுகா இதழொன்றில் அக்கடிதம் பிரசுரமாகியிருந்தது என்னே மலர்ச் செல்வனின் புகழாசை ....?

''அம்பிக்கு தன்னுடைய நண்பனின் புத்தகம் பரிசு பெற வேண்டும் அதுதான் அவனுடைய கனவு, அதற்காக அவன் எதுவும் செய்வான் எதுவும் கேட்பான்''

என மனக்காலில் அவர் எழுதுகிறார் இங்கு 'அம்பி' எனும் இடத்தில் மலர்ச்செல்வனை வைத்து புனைவை வாசிப்புச் செய்யும் எவருக்கும் மலர்ச்செல்வனின் சுயம் புலப்படும் (அடிக்கோடு என்னால் இடப்பட்டது)

அப்புதினத்தில் ஒரு இடத்தில் நான் தொலைபேசியில் பேசியதான உரையாடல் இடம்பெறுகிறது.

''ஹலோ நான் நந்தினிசேவியர் கதைக்கிறன். என்ன வேலை பார்த்திருக்கா இலக்கிய உலகத்திற்கே பெரிய அவமானச் செயல் கிரிமினல் வேல இப்படிச்செய்யிறதா அது.........''

இவ்வுரையாடலின் சாரம் உண்மையானது ஆனால் நான் மலர்ச்செல்வனை ஏக வசனத்தில் அழைக்கவில்லை. இது ஒரு அபத்தமான கூற்று. என்னுடன் நேரில் கதைக்கிற தொலைபேசியில் பேசுகிற பலரும் எனது உரையாடற் தன்மையினை நன்கு அறிந்திருப்பர் (தமிழினி மாநாட்டுக்கு ந. சுசீந்திரன் தமிழ்நாட்டுக்கு வந்திருந்த போது என்னுடன் குறைந்த நேரமே பழகினாலும் எனது உரையாடலை அவதானித்திருப்பார்)

அவர் எழுதியிருக்கும் மிகுதி உரையாடலை அவதானியுங்கள் ''சேவியர் விசயம் விளங்காம விசர் கத கதைக்காத..... நீ புத்தகத்தைப் பாக்காம உளறாத.... நீயும் தானே .... பேச்சசிங் குழுவில் இருக்கா ..... வெய்போன...'' (நீளம் கருதி இடையிட்ட வசனங்களை விட்டுள்ளேன். அடிக்கோடு என்னால் இடப்பட்டது.

எனது வயது இப்போது 62, அப்போது 57, வயது வித்தியாசம் பாராமல் இளைய தலைமுறையோடு நட்பாக பழகும் என்னை ஒரு

M.A பட்டதாரி, ஒரு நவீன இலக்கிய கர்த்தாவாக தன்னைக்கருதும் ஒருவர் நீ என விளிப்பதும், வெய்போனை என்பதும் நாகரீகமாகவா படுகிறது.

(07 ல் நண்பர் ..... 05 ல் நீ..... ஏன் அப்போதும் நண்பன் என எழுதிருக்கலாமே)

இன்று வரை விட்டுக்கொடுக்காத, விலை போகாத ஒரு மனிதனாக, ஒரு வாசகனாக வாழ்ந்து வரும் எனக்கு காற்று வீசிய போது அந்தந்தப் பக்கமாக கொடிகளைப்பறக்க விடுபவர்களுக்கு பதிலிறுக்க வேண்டிய ஒரு துர்ப்பாக்கிய நிலை ஏற்பட்டதையிட்டு மிக மிக விசனமும் வெட்கமும் ஏற்படுகிறது.

நண்ப ... 'சு.வி இன்று உயிருடன் இல்லை இருந்திருந்தால் இந்த எதிர்வினையை அவரே ஆற்றியிருப்பார் 2007 க்கான இலக்கியப் பரிசளிப்பு விழா 2008 ல் கல்முனையில் நடைபெற்றபோது வெளிவந்த (அவசரமாக) ''மறுகா'' இதழின் தலையங்கமோ, ஒரு கட்டுரையோ நூல் பரிசளிப்பும் நடுவர்களும் எனும் விடயம் குறித்து அமைந்திருந்தது இதனை நீங்களும் அறிந்திருப்பீர்கள் ''மறுகா' சஞ்சிகையின் ஆசிரியர் த.மலர்ச்செல்வன் என்பது எனது புனைவு அல்ல....

அன்புடன்

நந்தினி சேவியர்

எனது முகவரி

Nanthiny Xavier
269, N.C Road
Trincomalee
Srilanka
T.P-0094 77 1495629

நன்றி

உயிர் நிழல் – பிரான்ஸ்

அஞ்சலிகள்

அமரர்.சி.பற்குணம்
அவர்களுக்கான அஞ்சலி

மனிதர்களைப் பிடிப்பவன்

நீங்கள் என்னைப்
பின் செல்லுங்கள்
உங்களை நான்
மனிதர்களைப் பிடிப்பவன்
ஆக்குவேன்

    சபிக்கப்பட்ட
    பட்டினத் தெருக்களில்
    உரத்துஒலித்த
    குரலினைக் கேட்டதால்
    ஆயக்காரனும்
    வலைஞனும்....அன்று
    மனிதரைப் பிடிக்கத்
    தொடங்கினர்
    தொடங்கினர்

இந்த மனிதன்
அவர் போல் ஆனது
குரலொலி கேட்டல்ல
குரலொலி கேட்டல்ல

அனுபவம் என்ற
பாடத்தினால் கற்ற
அறிவினைக் கொண்டே
மனிதரைப் பிடித்தான்

எந்தன் வார்த்தைகள்
மக்களின் பக்கம்
எந்தன் செயல்கள்
மக்களின் பக்கம்
என்று வாழ்ந்தவன்
இந்தமனிதன்

மனித நேயம்
என்ற கொள்கையை
மரணம் வரையில்
உயர்த்திப் பிடித்தவன்
மனித குலத்தின்
விடுதலை ஒன்றே
மார்க்கமாக ஏற்று
நடந்தவன்.

மனிதனாக வாழ்தல்
முறையினை
மற்றவர்க்கெல்லாம்
கற்றுத்தந்தவன்
இந்த மனிதனால்
பிடிக்கப்பட்டவர்
எண்ணிறைந்தவர்
எண்ணிறைந்தவர்

அத்தனை பேரும்
அவனை மறக்கிலோம்
அத்தனை பேரும்
அவனை மறக்கிலோம்

நந்தினி சேவியர்

நந்தினி சேவியர்

அமரர்.காசிநாதர் மணிமேகலை

அவர்களுக்கான அஞ்சலி

தாய்

மார்க்சியத்தின் பரிச்சயம்
கிட்டிய அறுபதுகளின்
பின் கூறு
சைவம், நான், அருள், காத்தார் என
இன்னும்... இன்னும் தோழர்கள்
திருவிழா எனச் சாட்டுக்கூறி
சினிமாப் பார்த்த காலம்போய்
சினிமா எனச் சாட்டுக்கூறி
கூட்டம் பார்த்த காலம்...
மா ஓவின் சிந்தனைகள்
ஆர்ப்பாட்ட ஊர்வலங்கள்
தீண்டாமைக்கெதிரான
போராட்டங்கள்...
வாட்சன் பெர்னாண்டோ
ஹிக்கொட தர்மசேன
வி.ஏ. கந்தசாமி...
கே.ஏ. சுப்பிரமணியம்
இளங்கீரன்
டானியல்...

நா. சண்முகதாசன் என
இன்னும்... இன்னும்... எத்தனையோ
தோழர்கள்...
கன்பொல்லை...
நிச்சாமம்...
மந்துவில்...
மட்டுவில்...
மாவிட்டபுரம் என....
எத்தனையோ போராட்டப்
பிரதேசங்கள்...
அகாலத்தில் வருவோம்
குப்பி விளக்கோடு தாய்
விழிப்போடு காத்திருப்பார்
சலிப்பே இல்லாத
பரிவு... பாசம்....
அன்பு... தோழமை
நோய்கார...
எனக்கு...
தாயின் கரிசனை...
மருந்து... உணவு...
குறையே தெரியாதிருந்தது.
மே தின ஊர்வலத்தின்
முன்னணியில் இந்தத்தாய்...
கூட்ட முன்வரிசையில்
இந்தத்தாய்...
வறுமையிலும் சோராத
உறுதிமிக்க தாய்...
எத்தனை இழப்புகள்
சோகங்கள்...
இறக்கும் வரை

நந்தினி சேவியர்

தளரா உறுதி
தாயே... உம்மை
நான் என்றும்
மறக்கிலேன்.
தொய்வு...
நீரிழிவு...
இரத்த அழுத்தம்...
கொள்கைப் பிடிப்பு.
வைராக்கியம்!
நம்பிக்கை!
என
இத்தோடு வாழும்

                              நந்தினி சேவியர்

அமரர்.கே.ஜீ.மகாலிங்கம்
அவர்களுக்கான அஞ்சலி

கலகக்கார வாத்தியார்

எனக்கு விபரம் தெரிந்த காலத்தில் எங்களூரில் ஒரு வித்தியாசமான மாஸ்ரரை நான் அறிந்து கொள்ளக் கிடைத்தது.

எமது ஊர் மேடைகளில் ஆணித்தரமான சில விடயங்களை அவர் பேசுவது எனக்குள் சில சலனங்களை ஏற்படுத்தி இருந்தது. ஒடுக்கப்பட்ட மக்களின் பிரச்சனைகளில் முன்னின்று உழைத்தவராக அவரை நான் பின்னர் அறிந்து கொண்டேன்.

எங்கள் ஊரின் முதல் மாஸ்ரராக அவரைத்தான் குறிப்பிட வேண்டும்.

சிறுபான்மைத் தமிழர் மகாசபை என்கின்ற அமைப்பில் எம்.சி. சுப்பிரமணியம் அவர்களின் தலைமையின் கீழ் மாஸ்ரரும் இருந்திருப்பதை பின்னர் தான் நான் அறிந்து கொண்டேன்.

டானியல், டொமினிக் ஜீவா, என்.கே. ரகுநாதன், பசுபதி. எஸ்.பொ... என நான் அறிந்த பலரும் அதில் ஆரம்பகால பங்காளிகள் என்பதை என்னால் பின்னர் அறிந்து கொள்ள முடிந்தது.

வில்லூன்றிச்சுடலை பற்றியும், ''முதலிசின்னத்தம்பி'' என்பவர் பற்றியும், தேனீர் கடைப்பிரவேசம், ஆலயப்பிரவேசம் பற்றியும்... ஒரு வரலாற்றை நான் அறிந்த காலத்தில்...... வாத்தியாரும் அதில் ஒரு அங்கமாகி இருந்திருக்கின்றார் என்பதை என்னால் அறிய முடிந்தது. தீண்டாமை ஒழிப்பு, வெகுஜன இயக்கத்தின் போராட்ட வரலாற்று சாதனைகளுக்கு முன்னர்........ சிறுபான்மைத் தமிழர் மகாசபையே ஒடுக்கப்பட்ட மக்களினது ஒரு முக்கிய ஸ்தாபனமாக விளங்கியது.

தேவரையாளி சமூகம் பற்றி ஆராய்வோர் சூரனை மறந்து விட முடியாது. கவிஞர் மு.செல்லையா, முருகேசு வாத்தியார், ஆ.மா.செல்லத்துரை என பின்னர் முகிழ்ந்து வந்த ஆசிரிய பரம்பரையின் ஒரு அங்கமே மகாலிங்கம் மாஸ்ரர்.

நந்தினி சேவியர்

மாஸ்ரர் ஒரு கலகக்காரன் சத்தியாக்கிரக காலத்தில் தமிழ் பேசும் மக்களின் பிரச்சனையில் சிறுபான்மைத் தமிழர் மகாசபை, அசமந்தப் போக்காக நடந்து கொண்டதாக குற்றம் சாட்டியதால் பல எதிர்ப்புக்களை அவர் சந்திக்க நேர்ந்தது. தனது விடா முயற்சியால் முன்னேறிய அவருக்கு அவரது மனைவி திருமதி. புண்ணியவதியின் உந்துதலும் ஒரு சாதகமான சூழலை ஏற்படுத்தியிருந்தது.

அவர் ஹாட்லி கல்லூரியில் ஆசிரியராகியமையும், அதிபர் பூரணம்பிள்ளையின் அபிமானத்தைப் பெற்றமையும் பாராட்டுதலுக்கு அப்பாற்பட்டதான சம்பவங்களாகும்.

விளையாட்டுத்துறையில் எமது ஊர் பெயர் பெற மகாலிங்கம் மாஸ்ரரும் ஒரு காரணம். "மக்னற்" என்ற ஒரு கால்பந்தாட்ட அணியை உருவாக்கி பல வெற்றிகளை அணி குவிக்க காரணமாய் இருந்தார்.

தன்னை இன்னார் என அடையாளம் காட்டத்தயங்கும் ஒரு சூழலில் பட்டவர்த்தனமாக தன்னையும் தன் சமூகத்தையும் பற்றிப் பேசியவர் அவர். அவரிடம் ஒரு இலக்கியக் காரன் இருந்திருக்கிறார். அவர் ஒரு நாவல் எழுதியிருப்பதாக தனிப்பட்ட கதையில் என்னிடம் கூறியிருக்கின்றார்.

தனிமனித பலவீனங்களையும் மீறியதான ஒரு மனிதாபிமானம் மிக்க ஒரு மனிதனாக அவரைப் பலர் அடையாளம் கண்டுள்ளமையை நானறிவேன்.

ஊர்முன்னேற்றம், சமூகமுன்னேற்றம் சரியென்று கூறும் ஒன்றுக்காக சகல வழிகளிலும் போராடும் மனோபலம், இவையே மகாலிங்கம் மாஸ்ரர் வெள்ளைவேட்டி, வெள்ளைச்சட்டை, சுவெற்றர் மப்ளர், தீட்சண்யம் மிக்க கண்ணாடியுடன் கூடிய பார்வை இவையே மாகாலிங்கம் மாஸ்ரர்.

மகாகவி பாரதியின் கவிதையில் குறிப்பிட்டது போல் பிறர் ஈனநிலை கண்டு துள்ளிய உள்ளம் அவரது. அந்த கலகக்கார உளப்பாங்கு அவரது கடைசிக்காலம்வரை தொடர்ந்தது.

மகாலிங்கம் மாஸ்ரர் விமர்சனத்திற்கு அப்பாற்பட்ட ஒருவர் அல்லர். அவரது பலவீனங்களை விட பலமே........ எம் போன்றோருக்கு ஆதர்சமாக இருந்தது. இனியும் இருக்கும். அவருக்கு எனது உளப்பூர்வமான அஞ்சலிகள்.

நந்தினி சேவியர்

போய்வா மச்சான்...!
என் இனிய நண்பனே...!

நண்ப,

நின்னை நினைவுகொள எப்படி முடியும்?
மறந்தால் அல்லவோ நினைவுகொள,
மச்சான் எனும் வார்த்தையில் உலகத்து
உறவுகள் அனைத்தையும் ஒருசேர திரட்டித்தரும்
அந்த உரிமையை எனக்குத் தந்தவன் நீ...
கவிஞன், பேச்சாளன், கொள்கைப் பற்றாளன்,
பாடகன் என எத்தனை பல்பரிமாணங்கள்.
நீ... ஆன்மீகன்... நான் மார்க்சியத்தை நேசிப்பவன்...
இரு துருவங்களின் இணைவு எப்படிச்சாத்தியமாயிற்று...!
புரியவில்லையே... மச்சான்?
40 வருடத் தொடர்பு... எப்படி... எப்படி...
விகசித்து கடந்த பதினாறு வருடங்களாக
சடைத்துப் பருத்த நிலையில்
உனது முதற் கவிதைபோல் பொசுக்கி எரிக்கப்பட்டுவிட்டதே...
"சடைத்துப் பருத்து நிற்கும்
அந்த ஆலமரத்தை பொசுக்கி எரியுங்கள்"

என மல்லிகையில் முதற்கவிதை எழுதினாய். அன்றிலிருந்து உன் ரசிகன் நான்...

நந்தினி சேவியர்

பண்ணைப் பாலத்தில்... காதை வருடும் இளம் தென்றலோடு பிறை நிலவு மறையும் வரை நீ பாடும் நீலாவணனின் ''ஓ! வண்டிக்காரா... ஓட்டு வண்டியை ஓட்டு'' எனும் பாடல் இன்னும் என் காதில் ஒலிக்கிறதே.... வண்டியோடு சேர்த்து நீயும் வேகமாக ஓடி மறைந்ததேனோ....!

இடதுசாரிச் சிந்தனை வசப்பட்ட என்னிடம் இடதுசாரிகள் பற்றி நீ கடும் விமர்சனம் வைத்தபோதெல்லாம் உன்னோடு முரண் பட்டவன் நான். போலி இடதுசாரிகள் பற்றிய எனது விளக்கத்தை நீ அங்கீகரித்தாய், அதற்காக உன்னைப் பற்றிய பெருமிதம் என்னுள் எப்போதும் இருந்தது.

'அகங்களும் முகங்களும்' தொகுப்பு வெளிவந்த காலத்தில் நாம் இவ்வளவு நெருக்கமுற்றிருக்கவில்லை. ஆயினும் அதில் வந்த கவிதைகளில் பலவற்றைப்பற்றி உன்னிடம் பிரஸ்தாபித்துள்ளேன். எனது விமர்சனத்தை ஏற்றுள்ளாய்.

'காலத்துயர்' முன்னர் வெளிவந்திருக்க வேண்டியது. ஆயினும் 'காற்றுவழிக் கிராமம்' அதனை முந்திற்று. இரண்டினதும் முதல் வாசகன் நானே. நீ ஒரு கவிஞன் என்பதை விட ஒரு கதை சொல்லி என அடையாளங் கண்டவன் நான். 'நெற்றி மண்' தொகுப்பின் முன்னுரையை நான் சிலாகித்தபோது நீ கூறினாய் ''உன் ஒருவனின் கருத்துப் போதும் நான் எழுதும் அனைத்தினதும் வெளிப்பாட்டிற்கு'' என்று.

உனது 'உயிர்த்தெழும் காலத்திற்காய்' தொகுப்பானபோது உன்னுடன் உடனிருந்தவன் நான், உனது கவிவரிகள் பிழையாக அச்சிடப்படக்கூடாது என்பதில் உன்னை விட அக்கறையாக இருந்தவன். ஆயினும் அப்பெருந் தொகுப்பில் சில பிழைகள் நேர்ந்துவிட்டமை உனக்கும் எனக்கும் வருத்தம்.

நீ உனது படைப்புகளை மட்டும் வெளியிட முனைந்தவனில்லை. இளம் கவிஞை கிருசாந்தியின் கவிதைத் தொகுதியை வெளிக் கொணர்ந்தவன். ஏ. மஜீத்தின் தொகுதி, நிலாந்தனின் 'மண்பட்டினங்கள்' முதலியவற்றை வெளிக்கொணர உழைத்தவன். மு.த.வின் படைப்புகளை வெளியிட பெருமுயற்சி செய்தவன். வெளியிட்டவன், கூடல் பதிப்பகத்தையும், கூடல் அமைப்பையும் உருவாக்கி இளந்தலைமுறையை ஊக்கிவித்தவன்.

கெங்கேஸ், சத்தியன், துஸ்யந்தன், சுரேஸ் இன்னும் பலர் என ஒரு வளமான இளந் தலைமுறையை உருவாக்கிட முன்னின்றவன். உன் மீது பொறாமை கொண்டோருடனும் நட்பைப் பேணியவன், சிரிப்பு, பாட்டு என நோயின் கடுமையிலும் இயல்பாய் இருந்தவன்.

ஒரு நல்ல மகனாய், ஒரு நல்ல தகப்பனாய், ஒரு நல்ல சகோதரனாய், ஒரு நல்ல கணவனாய், ஒரு நல்ல மருமகனாய், ஒரு நல்ல மைத்துனனாய் உனது உறவுகளுடன் வாழ்ந்தவன். உறவுக்கும் அப்பால்... ஒரு நல்ல நண்பனாக எல்லோருடனும் வாழ்ந்தவன்.

மைத்துனா...! என் மீதான உன் பிரியம் எத்தகையது? என் மீதான உனது கரிசனம் எத்தகையது? எனக்கு ஏதாவது செய்ய வேண்டும் எனக்கு உரிய இடம் வழங்கப்படவில்லை என ஆதங்கப் பட்ட உன் மன வேதனையை நீ வாய்விட்டுச் சொல்லவில்லை. உனது செயல் அதனை எனக்கு எப்போதும் உணர்த்தியபடி இருந்தது.

உனது அந்தரங்கம் புனிதமானது. அதனுள் இருந்த உண்மைகள் பலவற்றை நீ எனக்குக் கூறியுள்ளாய்... நீ என்னிடம் எதையும் மறைக்கவில்லை என்று நான் நிச்சயம் நம்புகிறேன். என் வாயைக் கட்டுப்படுத்தும் அந்த அஸ்திரத்தை நீ பிரயோகிக்கவில்லை. ஆயினும் உனது மரணம் என்மீது அந்த அஸ்திரத்தைப் பிரயோகித்துள்ளது. என்வாய் இப்போது அடைத்துப்போயுள்ளது.

உன்பிரிவு மேகலாவுக்கு, ரட்சகிக்கு, சசிபவனுக்கு மாத்திரமல்ல உனது மார்க்சியத்தை நேசிக்கும் நண்பனான எனக்கும் ஈடு செய்ய முடியாத இழப்பு.

போய் வா மச்சான்....! என் இனிய நண்பனே...!

நந்தினி சேவியர்

''ஞானம்'' – ஜன.2007

[கவிஞர் சு.வில்வரத்தினம் நினைவுக்குறிப்பு]

வெகுஜன போராளி அமரர். க. கிருஷ்ணபிள்ளையின் மறைவு குறித்து

"**சா**தி ஒடுக்கு முறையால் பின்தள்ளப்பட்ட வடமராட்சியின் கிராமங்களில் ஒன்றான மாயக்கையின் முக்கிய மனிதராக கிருஸ்ண பிள்ளை இருந்திருக்கிறார். (எனது "அயல் கிராமத்தைச் சேர்ந்தவர்கள்" சிறுகதையில் அக்கிராமத்தை அடையாளப் படுத்தியிருக்கின்றேன்.)

அவரை நான் அல்வாய் ஸ்ரீலங்கா வித்தியாசாலையில் ஒரு ஆசிரியராக அடையாளம் கண்டேன். இன்னொரு கிருஷ்ணபிள்ளை அங்கு ஆசிரியராக இருந்தமையால், இவர் 'மாயக்கை கிருஷ்ண பிள்ளையென ஊர்ப்பெயரால் அழைக்கப்பட்டார். பாரதியாரின் தலைப்பாகை கட்டுடன் கம்பீரமாக சைக்கிளில் வருவது எனக்குத் தெரியும். கவிஞர் அல்வாய் மு.செல்லையாவுடன் கவியரங்குகளில் அவர் கவிதை பாடியதை நான் அறிவேன். பின் நாட்களில் திருமண பந்தத்தினால் தொண்டைமானாறு வாசியாகினார்.

தீண்டாமை ஒழிப்பு வெகுஜன இயக்க நடவடிக்கைகளில் தீவிரமாக ஈடுபட்ட நாட்களில் அவருடன் நெருக்கமாக பழகும் வாய்ப்பு கிட்டியது. எஸ்.ரி.என்.நாகரத்தினத்திற்கு பின்னர் தீண்டாமை ஒழிப்பு வெகுஜன இயக்கத்தின் தலைவராக அவர் இருந்தார்.

எழுத்தாளர். கே. டானியலுடன் அவருக்கு நெருங்கிய தொடர்பு இருந்தது. அவர் ஒரு இடதுசாரியாக இல்லாதிருந்த பொழுதும், சாதியத்துக்கெதிரான போராட்டங்களில் முன்னணி பங்காளராக

முழு மனதுடன் ஈடுபட்டார். சாதிரீதியான ஒடுக்கு முறைகளை அனுபவித்ததன் வெளிப்பாடே அவரைத் தீண்டாமை ஒழிப்பு வெகுஜன இயக்கத்தின் பால் ஈர்த்தது என்பது மறுக்க முடியாத உண்மை.

சாதியம் மீண்டும் தலை தூக்க விளையும் இந்த நேரத்தில் அவரது இழப்பு மிக வருத்தத்துக்குரியது. அவருக்கு எம் தோழமை நிறைந்த அஞ்சலிகள்.

நந்தினி சேவியர்

(அமரர். க. கிருஷ்ணபிள்ளை அவர்கள் காலமாகிய அன்றே இணையதளத்தில் இவ் அஞ்சலிக் குறிப்பு வெளியாகியுள்ளது.)

தோழர் சிவம் அஞ்சலிக்குறிப்பு
தோழமை என்றொரு சொல்

தொடுப்பு – 1

20.03.2010 சனி காலை 9.30 மணி

:- ஹலோ

:- ஹலோ சேவியர் நான் கனடாவிலை இருந்து அருள்

:- சொல்லுங்கோ

:- எப்பிடி சுகமாய் இருக்கிறியளோ?

:- அருள், நான் பஸ்ஸிலை ஒருடத்துக்குப் போறன் கதைக்கிறது விளங்கயில்லை

:- அப்ப சரி நான் பிறகு எடுக்கிறன்

தொடுப்பு – 2

24.03.2010 புதன் இரவு 9.00 மணி

:- ஹலோ

:- ஹலோ நான் அருள் கனடாவிலை இருந்து

:- சொல்லுங்கோ

:- எப்படி இருக்கிறியள்

:- ஏதோ இருக்கிறம்

:- சிலர் நினைக்கிறது போல நாங்களும் இஞ்சை வசதியாய் வாழிறது இல்லை.... எல்லோருக்கும் கஷ்டம் தான்

:- அது எனக்கு விளங்குந்தானே என்ன விஷயம்

:- நாங்கள் சிவத்துக்கு ஒரு மலர் வெளியிட இருக்கிறம். அவரைப் பற்றி நீங்கள் எழுதவேணும்

:- அருள் நான் இன்னும் தேறவில்லை. இந்த மாதம் 31 ம் திகதி மகன்ர 1 ம் ஆண்டு நினைவு வருகுது அதுக்குப்பிறகு பாப்பம்

:- அவசரமில்லை ஆறுதலாய் எழுதுங்கோ. என்ரை ஈமெயில் அட்ரஸ் தெரியுந்தானே இப்ப கனக்க கதைக்கேலாது பிறகு கதைக்கிறன்.

தொடுப்பு – 3

12.04.2010 திங்கள் மாலை 6.00 மணி

:- ஹலோ

:- ஹலோ நான் அருள் கனடாவிலை இருந்து

:- சொல்லுங்கோ

:- எப்பிடி இருக்கிறியள், பவானந்தத்திட்டையும் சொல்லி இருக்கிறன்.

:- பவானந்தம் எனக்குச் சொன்னவர்

:- சிவம், டானியலின்ரை புத்தகத்துக்கு ஒரு முன்னுரை எழுதி யிருக்குது, சிலபேர் சிவத்துக்கு இங்கை அஞ்சலி நோட்டீஸ் அடிச்சவை. சிவஞானத்தின்ரை நினைவு மலரைப் பார்த்திருப்பியள். எனவே நல்ல ஒரு கட்டுரை எதிர்பார்க்கிறன்

:- அருள் சிவத்தைப்பற்றி என்ன எழுதவேணும் எப்படி எழுத வேணும் எண்ணிற சிந்தனையோடைதான் நான் இருக்கிறன். மனநிலை குழம்பிப்போயிருக்கு எதையும் கோர்வையாக்க முடியேல்லை. விரும்பினால் அந்த அஞ்சலிகளை எனக்கு அனுப்புங்கோ ஒரு உசாத்துணையாக அதை நான் பார்க்கிறன்.

:- இண்டைக்கே உங்கடை அட்ரசுக்கு அனுப்புறன் என்.சி.றோட் தானே.....

:- ஓம்

தொடுப்பு – 4

23.04.2010 வெள்ளி மாலை 4.30 மணி

:- ஹலோ

:- ஹலோ நான் அருள் கனடாவிலை இருந்து

:- சொல்லுங்கோ

:- எப்படி இருக்கிறியள்

:- ஏதோ இருக்கிறம், வாழ்வு கடந்து போகிறது

:- நாங்களும் இஞ்சை கஸ்டத்தோடதானே இருக்கிறம். அது சரி நான் அனுப்பினதுகள் கிடைச்சுதே

:- கிடைக்கேல்லை. ஐஸ்லாந்து எரிமலை குமுறலாலை பிளேன்களும் ஓடேல்லை வருந்தானே....

:- தங்கவடிவேல் மாஸ்டரிட்டையும் கேட்டிருக்கிறம்.... சிவஞானத்தின்ரை மலரை ஒருக்கால் பாரும் .... உம்மட கட்டுரை மே 15 ம் திகதிக்குள்ள கிடைச்சால் நல்லது.

:- அருள் .... சிவத்தைப்பற்றி அவர் கனடாவுக்கு வந்த பிறகு அவரது நடவடிக்கைகள பற்றி உங்களுக்கு சகலதும் தெரியும். அதுகள் எனக்குத் தெரியாது. நான் இலங்கையிலிருந்த சிவத்தைப்பற்றி என்னுடைய தொண்டை அடைச்ச சிவத்தைப் பற்றி எழுதுவன். அது சிலருக்குப் பிடிக்காமல் போகலாம். என்னால ஒன்றையும் சரியாக் கோர்க்க முடியேல்ல.... ஆனாலும் சிவத்தைப்பற்றி கண்டிப்பாக எழுதுவன்.

:- இப்ப கதைக்க முடியேல்லை. பிறகு கதைக்கிறன் OK....

24.04.2010 சனி மு.ப 11.00 மணி

சிவபுராணம் – பெரிய எழுத்து

43 வருடங்களுக்கு முன் வடமராட்சியின் கம்யூனிஸ்ட் கட்சி வாலிபர் சங்க சம்மேளன அல்வாய்க்கிளையின் மாநாட்டில் நானும் சிவமும் அறிமுகமாகினோம். நெல்லியடி வாலிபர் சங்கத்தைச் சேர்ந்த தோழர் அவர், 1967 ன் பிற்கூற்று செ.கணேசலிங்கனின் நாவல்கள் பற்றிய காரசாரமான விவாதத் துடன் எமது சந்திப்பு நிகழ்ந்தது. பராளுமன்றத் தேர்தலைப் பகிஸ்கரிக்கும் முடிவை எமது கட்சி எடுத்திருந்த காலம், "செவ்வானம்" நாவல் பற்றிய விமர்சனத்தோடு

பேராசிரியர் க.கைலாசபதியின் முன்னுரை பற்றியும் விமர்சன பூர்வமாக அணுகினோம். பின்வரும் நாட்களில் தரையும் தாரகையும் ''போர்க்கோலம்'', ''மண்ணும் மக்களும்'', நாவல்களை நாம் விமர்சித்தமையின் முதற்படியாக அவ்விமர்சனத்தை நான் குறிப்பிடுவேன். நமது உறவு தோழமை என்றொரு சொல்லால் அளவிட முடியாதது. சின்னாம்பியின் பேக்கறி வாசலில் எத்தனை தடவைகள் அது உயிர்ப்புற்றது என்பதை நான் சொல்லாது விட்டால் கொடுமைக் காரனாவேன்.

தீண்டாமை ஒழிப்பு வெகுஜன இயக்கப் போராட்டங்களின் கள பூமியாக நிச்சாமம் விளங்கிய அதே கால கட்டத்தில் நெல்லியடி - கன்பொல்லை, வடமராட்சியின் தளப்பிரதேசம் சாதி, வெறியர்களின் அட்டகாசத்திற்கு பதிலடியாக கன்பொல்லை கொதித்தெழுந்தமைக்கு நெல்லியடி கம்யூனிஸ்ட் (சீனசார்பு) கட்சி தோழர்களின் பங்களிப்பும் ஒரு காரணம். சிவராசா, சிவஞானம், சிவம் - அயராத சலியாத தீவிர நடவடிக்கை. அம்பலத்தாடிகளின் ''கந்தன் கருணை' காத்தான் கூத்துப் பாணியில் அமைந்த நாடகம் கிராமம் கிராமமாக மேடையேறி போராட்டத் தீயை வளர்த்த காலம். சிவமும் அம்பலத்தாடிகளோடு கிராமம் கிராமமாக சென்றமை மறக்கற்பாலது. ஆனந்தனின் ''ஐயா மேடைக்கு வருகிறார்'' நாடகத்தின் ஊக்குவிப்பாளன் சிவம். கலை இலக்கியத்தின் பங்களிப்பு பற்றி ''மாஓவின்'' ஜெனான் கருத்தரங்கு உரையினை வைத்துக் கொண்டு நீண்ட கருத்தாடல்கள் ''தாயகம்'' தேசிய கலை இலக்கியப் பேரவையின் வெளியீடாக வருவதற்கு முன்னரே பலவித வாதப் பிரதிவாதங்கள்.

ரோகண விஜயவீரவின் ஏப்ரல் கிளர்ச்சியின் பின்னர் தோழர் சண்முகதாசன் கைது. வட பிரதேசத்தில் டானியல், தீ.ஒ.வெ. இயக்கத் தலைவர் எஸ்.ரி. என் ஆகியோரும் சிறையில். ''சண்'' வெளியால் வருவதற்கு முன்னரே திட்டமிட்ட முறையில் வீ.ஏ.கந்தசாமி, மு.கார்த்திகேசன், வாட்சன்பெர்னாண்டோ, நீர்வை பொன்னையன், இளங்கீரன் குமாரசாமி போன்றவர்கள் கட்சியைப் பிளவு படுத்த முனைந்தனர். கே.ஏ.சுப்பிரமணியம், காந்திஒபய சேகரா, ரத்னாயக்கா, சீ.கா.செந்திவேல், சிவராசா, சிவஞானம், ஆகியோரின் அயராத முயற்சியால் நிச்சாமம், நெல்லியடி, கன்பொல்லை, பொலிகண்டி, அல்வாய், இருபாலை போன்ற கிளைகள் உடைக்கப்படவில்லை. கிராமம் எங்கும் சிறுசிறு இரகசியக் கூட்டங்கள் அவற்றில் ஒரு அங்கமாக சிவமும்.

தோழர் சண்முகதாசனின் கட்சி தனது பணியைத் தொடர்ந்தது. கலை இலக்கியத்துறையில் தேசிய கலை இலக்கியப் பேரவை உருவாகியது. அதன் வெளியீடாக ''தாயகம்'' 1974 இல் முதல் இதழ். போராட்ட உணர்வுடன் கூடிய எழுச்சிமிகு படைப்பாளர்கள் இணைந்து திருகோணமலையில் நடாத்திய இலக்கிய மாநாட்டில் புதிய ஜனநாயகத்தை முன்னிறுத்தும் தீர்மானங்கள் நிறைவேற்றப்பட்டன. அதில் முன்னனித் தோழராக எங்கள் சிவம். ''ஆற்றல் மிகு கரத்தில் ஆயுதங்கள் ஏந்துதலே மாற்றத்திற்கான வழி மாற்றுவழி ஏதுமில்லை'' என்ற எஸ்.ஜி. கணேசவேலின் கவிவரிகளுடன் எத்தனையோ கவியரங்குகள், சுபத்திரன், எஸ்.ஜி.கணேசவேல் புதுவை இரத்தினதுரை, முருகுகந்தராசா, நந்தினிசேவியர் ஆகியோர் படித்த கவிதைகள் எல்லாம் வீறுடன் ஒலித்தகாலம் நெல்லியடியில் சித்திரைப்புத்தாண்டு தினத்தில் நடக்கும் இலக்கிய நிகழ்வுகளில் இயல், இசை, நாடகங்கள் என புரட்சிகர அறை கூவல்களை முன்னெடுத்தோம். அதிலும் சிவராசா சிவஞானம் ஆகியோருடன் எங்கள் தோழர் சிவமும்.

வட்டுக்கோட்டைத் தீர்மானம் தனிநாடு எனத் தமிழரசுக்கட்சி தீர்மானித்த காலம் தனிநாடு சாத்தியமா? சாத்தியமில்லையா? என பகிரங்க விவாதம். தனிநாடு சாத்தியமில்லை எனும் அணியில் சி.கா செந்திவேல் தலைமையில் நானும் வன்னியசிங்கமும் சாத்தியம் எனும் அணியில் ஈழவேந்தன் தலைமையில் மாவை சேனாதிராஜா மற்றும் ஒருவர் தனிநாடு சாத்தியமில்லை எனும் எமது அணி ஈழவேந்தன் அணியை ஆனைக்கோட்டையில் நடந்த அந்த விவாதத்தில் வென்றது. எனது வாதத்துக்கு பல தரவுகளைத் தந்து பின்னின்று ஊக்குவித்தவர் தோழர் சிவம்.

எழுதுவதில் மிகவும் சோம்பலானவனான என்னை பலவந்தமாக எழுதப்பண்ணிய பெரும்பொறுப்பு சிவத்தைச் சார்ந்தது ''ஒரு பகற் பொழுது'', ''நீண்ட இரவுக்குப் பின்'', ஆகிய கதைகளின் உருவாக்கத்தில் சிவத்தின் விமர்சனம் கூடிய பங்களிப்பைச் செய்துள்ளது. தாயகத்தில் ''மானுடன்'', ''பாமரன்'' எனும் பெயரில் சிவம் சில கவிதைகள் எழுதியமைக்கு எனது தூண்டுதலும் ஒரு காரணமாக இருக்கலாம். ''ஏதோ எழுதுகிறேன். ஒருக்கால் பாரும்'' என தான் எழுதிய கவிதையை என்னிடம் காட்டுவார். சிலநேரம் எனது விமர்சனம் அவரை எழுதாமல் பண்ணியதோ என்று நான் பலதடவை யோசித்திருக்கின்றேன். பின்னாளில் அவர் ''மானிடன்'' எனும் பெயரில் கட்டுரைகள் எழுதியதாக அறிகிறேன்.

ஏலவே "பாராளுமன்றம் கள்வர்குகை" என்ற எஸ்.டி. பண்டார நாயக்காவின் பேச்சுடன் தேர்தலைப் பகிஸ்கரிக்கும் இயக்கமாக நாம் மாறியிருந்தோம். அக்காலத்தில் தொழிலாளர் தினத்தில் (மே தினம்) வெசாக் தினம் வந்த போது நமது உறுதியான நிலைப்பாட்டுடன் மேதினத்தை முன்னெடுத்து முன்மாதிரிகையை நாம் காட்டினோம்.

இன்று தேர்தல் பகிஸ்கரிப்பையும், மேதின நிகழ்வையும் தவறானவையென பேசக்கூடிய அளவுக்கு முன் வந்துள்ளவர்கள் நமது கட்சியை உடைத்து பின்னாளில் "புதிய ஜனநாயககட்சியை" உருவாக்கியதோடு கடந்த தேர்தலில் பங்குபற்றி படுதோல்வியைத் தழுவி மக்களால் நிராகரிக்கப்பட்டதும் கூட வேடிக்கை அல்ல மூன்று உலகக்கோட்பாடு தவறானது. சீனா முதலாளித்துவப் பாதைக்குச் செல்கிறது என்ற எமது கட்சியின் கூற்றை நிராகரித்த- வர்கள், சகல குற்றச்சாட்டுக்களையும் புத்தகவாத சண்முகதாசன் தான் செய்தார் என்று பகிரங்கமாக எழுதியும் பேசியும் வந்தவர்கள், இன்று தவிர்க்க முடியாதபடி சண்முக தாசனைக் கூறி தமது கட்சிக் கொள்கைகளை விளக்க வேண்டிய நிலைக்கு பரிதாபமாகத் தள்ளப்பட்டுள்ளனர். கே.ஏ.சுப்பிரமணியம் சி.கா.செந்திவேல், சிவசேகரம் (இவர் தான் சண்முகதாசன் பற்றி வி.ஏ கந்தசாமியுடன் சேர்ந்து முழு விமர்சனம் செய்தவர். யாழ்ப்பாணத்தில் வி.ஏ கந்தசாமிக்கு விசுவாசமான இயக்கச்சி மணியம் போன்றோருடன் சேர்ந்து பிரசாரம் செய்தவர்). இன்று இவர்கள் சண்முகதாசனை ஒரு விட்டுக் கொடுக்காத விலைபோகாத தலைவராகக் காட்ட வேண்டிய தேவை எழுந்துள்ளது.

கிளிநொச்சியில் சண்முகதாசனின் ஒரு பகிரங்க சொற்பொழிவு நடைபெற்ற போது சிவமும் நானும் இன்னும் சில தோழர்களும் கைது செய்யப்பட்டு லொக்கப்பில் வைக்கப்பட்ட போது தோழர் சிவஞானம் எங்களை பிணையில் எடுத்த சம்பவம் எனக்கு நினைவு வருகிறது. அச்சம்பவத்திற்குப் பின்னர் எம்மால் சிலரை அடையாளம் காண முடிந்தது நாம் "சண்"ணின் கொள்கையில் அசையாத நம்பிக்கையுடன் இருந்தோம். உரும்பிராய் சிவகுமாரனின் மரணத்தின் பின் தமிழ் இளைஞர் பேரவையில் இருந்து வரதராஜப்பெருமாளை விலக வைத்தமையில் நானும் சிவமும் கூடிய பங்கு வகித்தமையை நான் நினைவு கூருகின்றேன். இன்று சுயவிமர்சனம் செய்து சண்ணை ஏற்றுக்கொள்பவர்கள் அன்று இந்த நிலையை எடுத்திருந்தால் கட்சியை பாதுகாத்திருக்க முடியும். இந்த ஆதங்கம் சிவத்திடமும் இருந்தது.

நந்தினி சேவியர்

தமிழ் இயக்கங்கள் தலையெடுத்த காலத்தில் கம்யூனிஸ்ட் இயக்கம் பாரிய பின்னடைவுகளைக் கண்டது கம்யூனிஸ்டுக்கள் மாற்று இயக்கங்களின் பக்கம் சரியத்தொடங்கினர்.

வி.ஏ. கந்தசாமி	-	E.P.R.L.F	
சிவதாசன்	-	E.P.R.L.F	- E.P.D.P
மட்டுவில் சுப்பையா	-	E.P.R.L.F	- E.P.D.P
கரவைக் கந்தசாமி	-	PLOTE	
கிளிநொச்சி மூர்த்தி	-	L.T.T.E	
யோகேந்திரநாதன்	-	LTTE	
M.A.C இக்பால்	-	முஸ்லிம் காங்கிரஸ்	

ஆனால் நாங்களோ மாறவில்லை.

L.T.T.E வடமராட்சியில் மிகவும் பின்நிற்க TELO இயக்கம் வடமராட்சியில் துரித வளர்ச்சி கண்டது. துரோகிகளுக்கு தண்டனை வழங்குவதில் TELO தீவிரமாக இருந்தது.

வடமராட்சியின் ''தாஸ்'' கொஞ்சம் கொஞ்சமாக சிவம், சிவராசா, இரத்தினம் போன்றோரின் கொள்கையைப் புரிந்துணர்வுடன் ஏற்றுக் கொள்ளும் நிலை தோன்றிவந்தது. யாழ்ப்பாணப் பிரதேசத்தில் ''பொபியும்'' வடமராட்சியில் ''தாஸும்'' தீர்க்கமான சக்திகளாகப் பரிணமித்திருந்தனர்.

தமிழகத்திலிருந்த ஸ்ரீசபாரத்தினத்தின் கட்டளைகளை பொபியும், தாஸும் நிறைவேற்ற வேண்டும். தமிழர் விடுதலைக் கூட்டணியைச் சேர்ந்த உடுவில் தர்மலிங்கம், ஆலாலசுந்தரம், க.துரைரத்தினம், இராசலிங்கம் ஆகியோரை போட்டுத் தள்ளும்படி பொபிக்கும் தாஸுக்கும் சபாரத்தினத்தால் உத்தரவு பிறப்பிக்கப்பட்டு மேற்படி நால்வரும் சுடப்பட்டதாக இந்திய வானொலிச் செய்தியிலும் அறிவிக்கப்பட்டிருந்தது. ஆனால் பொபி தனது உத்தரவை நிறைவேற்றியது போல் தாஸ் நிறைவேற்றவில்லை. பின்னர் தாஸ் துரோகத்தனமாக யாழ் மருத்துவமனைக்கு அழைக்கப்பட்டு கொடூரமாகக் கொலை செய்யப்பட்ட பின்னர் TELO வெளியிட்ட துண்டுப் பிரசுரத்தில் சிவம், சிவராசா, இரத்தினம் ஆகியோருடன் சேர்ந்து தமிழீழ போராட்டத்துக்கு துரோகமிழைத்தமைக்காக தாஸ் தண்டிக்கப் பட்டதாக குறிப்பிடப்பட்டிருந்தது.

சிவம் இறக்கும் வரை தமிழ் பேசும் மக்களின் சுயநிர்ணய உரிமைக்காக குரல் கொடுத்ததுடன் L.T.T.Eன் தவறான நடவடிக்கைகளை வன்மையாகக் கண்டித்து வந்துள்ளார். பேரினவாத அரசின் போர் நடவடிக்கை முற்போக்கானதல்ல. சிறுபான்மை இனம் மீதான ஒடுக்கு முறையே இப்போர். இதற்கெதிராக சிறுபான்மை இனம் போராட வேண்டும். அதற்கான தேவை இப்போது உள்ளது. உலகளவில் இதனை மையமாக வைத்து போராட்டங்கள் தொடர வேண்டும் என்ற கருத்தை வெளிப்படுத்தியவர் இதன் மூலம் தேடகத்தின் மீது L.T.T.E முத்திரை குத்தப்பட்டது. முஸ்லிம் மக்கள் L.T.T.Eயால் வடபிரதேசத்தில் இருந்து வெளியேற்றப்பட்ட போது முஸ்லிம்களுக்காக குரல் கொடுத்ததும் தேடகம் தான்.

தவறானவை எங்கிருந்து வந்தாலும் எதிர்ப்பதும், சரியானதிற்காக விட்டுக்கொடுக்காது. போராட்டத்தை நிகழ்த்துவதும் ஓர் உண்மையான மார்க்சிஸ்டின் கடமை. சிவம் ஓர் உண்மையான மார்க்சிஸ்ட்.

சுயபுராணம் – சிறிய எழுத்து

தோழா, நான் இழப்பினால் சோர்ந்து போயுள்ளேன். உன் இழப்பு என்னை பலவிதத்தில் பாதித்துள்ளது. பல தடவைகளில் என் பசிக்கு உணவு இட்டவன் நீ. உனது கிட்னி இரண்டும் பாதிக்கப்பட்ட போதும் கலங்காதவன் நீ. எனது பைபாஸ் சத்திரசிகிச்சைக்கு நிதி உதவியவன் நீ. உன்னை நீண்ட நெடுவருடங்களின் பின் அஞ்சலித் துண்டுப் பிரசுரத்தில் தான் கண்டேன். தொண்டை அடைத்த சிவமென அன்போடு என்னால் அழைக்கப்படும் தோழனே உனது குரல் தொலைபேசியில் கடைசியாக ஒலித்த போது தேடலுக்கு படைப்புக்கள் அனுப்பும் படி கூறினாய். செ.கதிர்காமநாதனின் படைப்புக்களை முழுமையாக வெளியிட வேண்டுமென்றாய். ஏதேதோ எதிர்பார்ப்புக்கள், விருப்புக்கள். ஆயினும் பெரும் இழப்புக்கள் அடுத்தடுத்து நிகழ்ந்து விட்டன. உன் மனைவி பிள்ளைகளை நான் அறியேன். உன் இழப்பினால் அவர்கள் அடையும் துயரினை நான் உணர்கிறேன். உன்னை என் மகன் அறிவான். சிவம் மாமாவின் முகத்தை அவன் அறியான்.

உன் குடும்பத்தாருக்கு ஆழ்ந்த அனுதாபங்களை நான் கண்ணீருடன் சமர்ப்பிக்கின்றேன்.

என்னால் எதையும் தொகுத்து எழுத முடியவில்லை தோழா. உனது ஆறுதல் வார்த்தைக்காக 24 நாட்கள் நான் காத்திருந்தேன்.

உன் இழப்பே செய்தியாகக் கிடைத்தது

தோழா, எதை எழுத, எதை எழுதாமல் விட

போய் வா தோழா

அன்றும் இன்றும் என்றும் தோழமையுடன்

உன்

நந்தினி சேவியர்

முடிப்பு - 01.05.2010 சனி 11.30 மு.ப. மேதினம்.

அருள் அஞ்சலிப்பிரசுரங்கள் கிடைத்தன. உமது E- Mail ற்கு இதனை அனுப்புகிறேன். எதுவித மாற்றமும் செய்யாது பிரசுரிக்கவும். பேசாப்பொருளை பேச நான் முனையவில்லை. எழுத வேண்டிய விடயத்தைத்தான் எழுதியுள்ளேன். மேற்கொண்டு என்னால் எழுத முடியவில்லை............... தோழா

சிவம் நினைவு மலர்.

கவிஞர் சண்முகம் சிவலிங்கம்

அஞ்சலிக்குறிப்பு

“இருந்தாலும் அவர் என் இதயத்துக்கு மிகவும் நெருக்கமானவர் என்பதைச் சொல்லியாக வேண்டும். பழைய மார்க்சீய, லெனினிய மா-ஓ-வோ சித்தாந்தவாதிகளுக்குமிடையே உள்ள பாசம் இன்னும் எங்களுக்கிடையே இருக்கிறது. எல்லோரையும் விட நான் ஒரு கம்யூனிஸ்டை ஒரு கம்யூனிஸ்ட் அனுதாபியை அதிகம் நேசிப்பேன். எல்லாவற்றையும் எல்லா வகையிலும் இழந்து சோர்ந்து போன எனக்கு, இன்று பற்றுக்கேடாக இருப்பது பழைய தோழர்களின் பாசம்தான். அன்புடீனுக்கு புதிய சித்தாந்தங்கள் ஏதாவது இருந்தாலும் ஒரு பழைய தோழராகவே நான் அவரைப் பார்க்கிறேன். ஏன் பழைய தோழர் என்கிறேன்? எல்லாமே பொய்யாய், கனவாய், பழங்கதையாய் மெல்ல போயிற்றே அதனால்”

மேற்குறித்த சசியின் வாக்குமூலம் அன்புடீனின் ‘நெருப்புவாசல்’ சிறுகதைத் தொகுதிக்கு ‘விலகல்’ என்னும் தலைப்பில் எழுதிய முன்னுரையில் நான்காவது பந்தியாக அமைந்துள்ளது. ஏதோ ஒருவகையில் எனக்கு உடன்பாடானவரான சசியின் ‘விலகல்’ முன்னுரையின் மேற்போந்த கூற்று என்னை ஒருகணம் திணறடித்தது உண்மை. எனக்கும் இன்று பற்றுக்கோடாக இருப்பது தோழர்களின் பாசம்தான்.

பழைய தோழமையை பசுமை மாறாமல் பேணும் அவரது படைப்புக்களை மீளவும் மீளவும் நான் நினைவு கூருவேன். சமீப நாட்களாக எனது உரையாடல்களில் சண்முகம் சிவலிங்கம் அடிக்கடி வந்து கொண்டிருந்தார்.

அவரது 'வெளியார் வருகை', 'ஆக்காண்டி' முதலிய கவிதைகளும் 'நீர்வளையங்கள்' கவிதைத் தொகுதியும், தேசிய ஒருமைப்பாட்டு மாநாட்டில் அதிர்ச்சியூட்டிய அவரது கவிதையும் நண்பர்களோடு அடிக்கடி பகிரப்பட்டுக் கொண்டிருந்தன.

எனது 'நெல்லிமரப்பள்ளிக்கூடம்' தொகுதியை அவருக்கு வழங்கவென நண்பர் வி.கௌரிபாலனுடன் பாண்டிருப்புக்குச் சென்றும் அது சாத்தியமாகவில்லை. உமா வரதராஜன் மூலம் அதனை அவரிடம் சேர்ப்பித்தேன். தனது இறுதிச்சந்திப்பு எனது தொகுதியை அவரிடம் சேர்ப்பித்தபோதே நிகழ்ந்ததாக உமா என்னிடம் கூறினார்.

சசித்தோழரே நாம் இருவரும் நெருங்கிப் பழகவில்லைத் தான். ஆயினும் உம்மீதான எனது பிரியம் உமது இலக்கிய அரசியல் நோக்குக் காரணமானது. உமது கதைகளை, குறுநாவல்களை, கவிதைத் தொகுப்புகளை வாசிக்கத் தூண்டுதலே உம்மை நேசிக்கும் எனது வாசகக்கடமைகளில் ஒன்றெனக் கருதுகிறேன். போய் வாரும்.

தோழமையுடன்

நந்தினி சேவியர்
தெறிகதிர் - *11*
செங்கதிர் ஆனி - *2012*

பகுதி நான்கு

பின்னிணைப்பு

அயல் கிராமத்தைச் சேர்ந்தவர்கள் பற்றிய பார்வைகள்

முன்னுரை

இ. முருகையன்

நந்தினி சேவியரின் சிறுகதைகளைத் தொகுத்து ஒரு நூலாக காணும் வாய்ப்பு இப்பொழுது நமக்குக் கிட்டியுள்ளது. ஏறத்தாழ இருபது ஆண்டுகளுக்கு முன்பிருந்தே அவர் கதை எழுதும் பணியில் ஈடுபட்டு வந்துள்ளார். அவரது கதைகள் இலங்கைத் தமிழகத்தின் இலக்கிய ஏடுகளான 'அலை', 'தாயகம்', 'புதுசு', 'மல்லிகை', 'வாகை' என்பவற்றிலும், 'ஈழநாடு', 'ஈழமுரசு' ஆகிய பத்திரிகைகளிலும் இடம் பெற்றுள்ளன.

சேவியரின் கதைகளையிட்டு நாம் கவனிக்க வேண்டிய அம்சங்களை எடுத்து நோக்குமுன், தமிழ்ச் சிறு கதைகளின் வரலாற்று வளர்ச்சிப் போக்கில் முகங்காட்டி நின்ற இரண்டொரு பண்புகளை நினைவு கூறுதல் நன்று. வ.வே.சு. ஐயருடன் தொடங்கி 'மணிக்கொடி' காலத்திலேயே 'வயசுக்கு வந்து விட்ட' தமிழ்ச் சிறுகதை உலகில், புதுமைப்பித்தன், கு. ப. ராஜகோபாலன், ரகுநாதன், லா. ச. ராமாமிருதம், மௌனி என்னும் பெயர்கள் அடிக்கடி பேசப்படும் தகுதியைப் பெற்றன. இவர்களுள்ளும் புதுமைப்பித்தனும் ரகுநாதனும் ராமா மிருதமும் மொழியாட்சித் திறனில் தனித்திறம் வாய்ந்த சாதனைச் சிகரங்களை எட்டியிருந்தனர். அவர்களின் மொழியாட்சியிலே கவிதையின் இயல்புகள் சில அழுத்தம் பெற்று முன் நின்றன. ஆற்றல் வாய்ந்த சொற்களைப் தெரிந்தெடுத்து, அவற்றின் சகல சாத்தியப் பாடுகளையும் கடைந்து திரட்டிச் செறிவான சித்திரங்களை அவர்கள் தீட்டலாயினர். தொ. மு. சி. ரகுநாதனின் தொடக்ககாலச் சிறுகதைகள் பல இந்த வகையில் விதந்து கூறத்தக்கன. 'ஞானோதயம்', 'சுருதிபேதம்' 'ஆனைத்தீ' ஆகிய கதைகளை இன்றும்கூட எடுத்துப் படித்தால், அவற்றின் மொழியாட்சிச் செறிவும் செம்மையும் துலக்கமும் தெளிவாய்

விளங்கும். இந்தச் செறிவுடனும் செம்மையுடனும் தவிர்க்க இயலாத விதத்திலே, காட்சிப் படிமங்களும் கருத்துப் படிவங்களும் நிறைந்த கலைவளம் வெளிப்படலாயிற்று. லா.ச.ரா.இன் கைகளில், அபூர்வமான உணர்ச்சிப் பீறல்களையும் சுழிப்புகளையும் ஏந்தும் படிமக் கோவைகளாகச் சிறு கதைகள் உருவெடுத்தன. தமிழ் மொழி மூலம் எவை எவற்றையெல்லாம் எடுத்துரைக்கலாம் - உணர்த்தி வைக்கலாம் - புலப்படுத்தலாம் என்பதன் உதாரண பூர்வமான விளக்கங்களை மேற்படி படைப்புகள் அமைத்தன என்று கூறலாம்.

ஒரு விதத்திலே பார்க்கப்போனால், காவிய காலத்து மொழிப் பயன்பாட்டு நோக்கின் ஒரு நீட்சி என்றும் இதனை விவரிக்கலாம். கம்பனையும் சயங்கொண்டானையும் பிற இடைக்காலப் புலவர்களையும் பயின்று நயந்த ஓர் ஈடுபாட்டின் அடியாகவும் சில எழுத்தாளர்கள் இவ்வாறு எழுதலாயினர். இவ்வித எழுத்தாக்கங்கள் சில வேளைகளிலே வாசகர்களை மிரட்டி முக்குளிக்க வைத்து மூச்சுத் திணறலை உண்டாக்குவனவாயும் இருந்ததுண்டு. அதனால், சிறு சிறு வாசகர் வட்டங்களை ஊக்குவிக்கும் சிறுபான்மை இலக்கியங்களாகவும் இவை அமைந்து விட்டன.

ஆயினும் இந்தப் போக்கு, தமிழ் எழுத்துலகின் பொதுவான போக்கு என்று நாம் கருதலாகாது. மேலும் மேலும் விரிந்த வாசகர் வட்டங்களை அடையும் தேவைகளும் ஆவல்களும் அதிகரித்த போது, புதிய புதிய கலை நோக்குகள் தொடங்கலாயின. அப்பொழுது காவிய நினைவுகளிலிருந்து விலகிய மொழி நடையும் விரிவானதொரு மக்கள் கூட்டத்தில் அக்கறை கொண்ட உள்ளடக்க அம்சங்களும் இடம் பிடித்துக் கொண்டன. பிற்பட்ட காலங்களில் எழுதப்பட்ட கதைகளில் ரகுநாதனே இவ்வித மாற்றத்தின் உதாரண சாட்சியாக விளங்கினார்.

மக்கள் நல நோக்குக் கொண்ட இந்த விரிவான பார்வையின் அடியாக வேறொரு விதமான அணுகுமுறை தலையெடுத்தது. அதிக ஆர்ப்பாட்டஞ் செய்து பெரிது பண்ணிப் பிரமாதப் படுத்தாமல், மிகவும் இயல்பான சொற்களைக் கொண்ட, இயல்பான ஒரு மொழி நடை செல்வாக்குப் பெற்றது. உள்ளதை அப்படியே பதிவு செய்வதைப் போலத் தோற்றமளிக்கும் ஒரு கலையாக்க நெறி தலை தூக்கிற்று. நடப்பியலின் அச்சுப் பதிவு போலத் தோற்றமளித்தாலும், இது வெறும் அப்பாவித்தனமான ஆவணப்படுத்தல் என்று கருதி விடுதல் கூடாது. நடப்பியலின் எந்தெந்த அம்சங்களைப் படப்பிடிப்பின் பொருட்டுத் தெரிந்தெடுப்பது என்பதிலும், அவற்றுள்ளும் எவை

எவற்றுக்கு எந்த எந்த அளவு அழுத்தம் தருவது என்பதிலும் கலைஞர்களின் கவனம் சிறப்பாக ஈடுபட்டது. இதன் பயனாக நுணுக்கமான கலை நயங்கள் பிறப்பதற்கான வாய்ப்புகள் கிடைத்தன.

இவ்வகையான எழுத்தாக்க நெறியின் சாயல்களையே நந்தினி சேவியரின் படைப்புகளில் நாம் இனங்கண்டு கொள்ளுகிறோம். அவரது கதைகளில், கருத்து முழக்கங்களையோ உணர்ச்சிமயமான சன்னதங்களையோ நாம் எதிர்பார்க்க முடியாது. அதே வேளை வெறும் கிளுகிளுப்புகளுக்கும் புளிச்சல் ஏவறைகளுக்கும் கொட்டாவிகளுக்கும் சேவியரின் கதை உலகிலே சற்றேனும் இடமில்லை. அவரது கதைகளைப் படிக்கும்போது நாம் இதனை ஐயந்திரிபின்றி உணர்ந்து கொள்ளுகிறோம்.

இனி, சேவியர் கதைகளில் வரும் உலகம் வெறும் கற்பனையில் உதித்த பொய்ம்மை அன்று; இட்டுக்கட்டப்பட்ட புனைவுகள் அங்கு இல்லை. அத்துடன் அவருடைய கதைக் களங்களிலே ஒருவித பன்முகத் தன்மையையும் நாம் பார்க்கிறோம். யாழ்ப்பாணத்து நவீன சந்தை, முனியப்பர் கோயில், மூதூரின் தென்னை மரச்சோலை, வாசிகசாலை, கபடி விளையாடும் மணற்பரப்பு, கிட்டியடிக்கும் மைதானம், சேர்ச். செபஸ்தியார் தேவாலயம், திருவடி நிலையின் கடற்கரை, பம்பலப்பிட்டி ரயில்வே ஸ்ரேசன் பாலத்துப் படிக்கட்டு என்று கதை நிகழிடங்கள் பலதரப்பட்டு அமைவதை மாத்திரம் நாம் இங்கு கருதவில்லை. இதில் வரும் கதை மாந்தர்கள் பெரும்பாலும் வளரிளம் பருவத்தினராக இருக்கிறார்கள் என்பது உண்மையேயாயினும், வேட்டையாடுதல், மில்லிலே வேலை பார்த்தல், கிணறு வெட்டுதல், கல்லுடைத்தல், சயிக்கிள் ஓட்டுதல் என்று பல்வேறு தொழில்களிலும் ஈடுபட்டு, பல்வேறு வாழ்நிலைகளிலும் உழல்கிறவர்களின் செயற்பாடுகளை நெருக்கமாகத் தெரிந்து ஒன்றித்துப் போன ஈடுபாட்டுடன் சித்திரமாக்கி யுள்ளார் சேவியர். சகல தரப்பு மாந்தரையும் அக்கறையுடன் பரிவாக நோக்கும் ஒரு மனப்பான்மை இந்தக் கதைகளில் எல்லாம் இழையோடி நிற்கின்றது: இதனை நாம் கவனத்திற் கொள்ளுதல் வேண்டும். சேவியரின் தனித்தன்மையே இங்குதான் இருக்கிறது என்று சொல்லலாம்.

கால ஓட்டத்தில் மனிதர்களுக்கு நிகழும் மாற்றங்களையும் எதிர்பாராத திருப்பங்களையும், அவர் அவதானிப்பது மிகவும் சுவையான வகையில் ஒரு கதையிலே பதிவாகி உள்ளது.

'தொலைந்து போனவர்கள்' என்னும் கதையில் இந்த அவதானிப்புகளை நாம் சந்திக்கிறோம்.

''அவனோடு படித்த ஒரு மக்குப் பையன் எங்கோ ஒரு வங்கியில் வேலையாக இருப்பதுவும், அடிக்கடி மரபுக் கவிதைகள் பாடும் ஒரு கவிதைப் பற்றுடைய நண்பன் பொலிஸ்காரனாக இருப்பதுவும், வகுப்பிலேயே 'இனி இல்லை' என்கின்ற கெட்டிக்காரனாக இருந்த சினேகிதன் ஒருவன் வள்ளத்தில் தொழிலுக்கு போவதுவும், இன்னும் இன்னும் நண்பர்கள் ஏதேதோ தொழில்களைப் பார்க்க முனைவதும் இவனுக்குத் தெரியும்.''

வாழ்நிலைகள் மாறிக் கொண்டு போவதை எவ்வளவு அநாயாசமாகப் புலப்படுத்திவிடுகிறார், ஆசிரியர். இந்த மாற்றங்கள் பற்றிய அவதானிப்புகள், குறிப்பிட்ட கதையின் உள்ளடக்கத்துக்கு மிகவும் இன்றியமையாத கூறுகளாக அமைகின்றன.

''பொலிவு கொண்ட நகரம் இடம் பெயர்ந்து தெற்கே நகரத் தொடங்கி விட்டது. பஸ் தரிப்பு நிலையங்கள், தேநீர்கடைகள், மரக்கறிக் கடைகள், பலகாரம் விற்கும் அந்த நடுத்தர வயதுக்காரப் பெண்கள்... அனைவரும் இடம் மாறிப் போனார்கள்.

இந்த நகரத்திலும் வேறு கிராமங்களிலும் காணாமற் போனவர்கள் புதிய தோற்றங்களில், இறுகிய உடற்கட்டுக்களுடன் மனிதர்களுக்குத் தரிசனையாக ஆரம்பித்தார்கள். இவனிடம் படித்த மாணவர்களில் இரண்டொருவரை நகரத்துத் தெரு வீதிச் சுவர்களில் கலர்ப்படமாகக் கண்டு இவன் ஆச்சரியம் கொண்டான்.

படிக்கும் காலத்தில் சாதுக்களாக இருந்த இவர்களுக்கு இது எப்படிச் சாத்தியமாயிற்றென அவன் அர்த்தமற்றுச் சிந்தித்தான். போராட்டத்துடன் இணைந்து கொண்டவர்கள் பற்றிக் குறிப்பாக உணர்த்துவதுதான் இங்கு ஆசிரியரது நோக்கம். இதை அவர் எவ்வளவு 'நாசூக்காக' நசுக்கிடாமல், எந்தவித ஆர்ப்பாட்டமோ, ஆரவாரமோ இல்லாமல், இலேசாகச் செய்து விடுகிறார்.

பட்டறையில் உளியும் கையுமாக நிற்கும் சச்சிதானந்தர், தொலைந்து போன அந்த இளைஞர்களைச் சிலாகித்துப் பேசுவதாகக் காட்டி வேறு எந்த 'ஆசிரியர் கூற்றும்' இன்றித் தமது கதையைப் பூர்த்தி செய்யும் நேர்த்தி மிகவும் நாகரிகமாக உள்ளது. அறுபத்தைந்து வயதான அந்தக் கிழவர் மகிழ்ச்சியடையக் கூடியவாறு சில சங்கதிகளை அவருடன் பரிமாறிக் கொள்ளும் விருப்பத்தின் அடியிலே புதைந்திருக்கும் உட்குறிப்பை நாமும் உணர்ந்து கொள்ளுகிறோம்.

இலாவகமான மொழிப் பிரயோகத்தின் பின்னணிப் பரிமாணங்களே சேவியருடைய கலையாக்க நெறியின் உள்ளியல்பும் உயிர் நிலையுமாக விளங்குகின்றன. இந்த உண்மையை, சேவியரின் ஏனைய கதை யாக்கங்களிலும் நாம் அடையாளங் கண்டு கொள்ளலாம்.

'வேட்டை' என்னும் கதை வேறு விதமானது. அது ஒரு தனியுலகம். தம்பர் என்ற முதியவரும், அவர் வளர்க்கும் வெள்ளையன் என்னும் வேட்டை நாயும்தான் அதில் வரும் பாத்திரங்கள்.

"தம்பரும் நாயும் ஒரே மாதிரி. அந்த நாய்க்கும் வயது கடந்து விட்டது. மெலிந்து எலும்புகள் உடலைப் புடைத்துக் கொண்டு வெளியில் தெரிய, முன்னங்கால் ஒரு பக்கம் சாய்ந்து தம்பரைப் போலக் கம்பீரமாக நடக்கும் ஒரு அலாதி... நாய்தான் தம்பர்... தம்பர்தான் நாய்.''

> "வாலைக் குழைத்து வரும் நாய்தான் - அது
> மனிதருக்குத் தோழனடி பாப்பா''

என்று பாடிய அந்தப் பாரதிப் புலவனை நாங்கள் ஒரு கணம் நினைத்துக் கொள்ளுகிறோம். ஆனால் தம்பருக்கும் வெள்ளையனுக்கு மிடையிலுள்ள உறவை - அந்தத் தோழமையை - சேவியர் படம் பிடித்துக் காட்டும் நயம் தனிவிதமானது. இச்சிறுகதையில் கதை நிகழ்வு என்று ஒன்றுமே இல்லை என்றுகூடச் சொல்லி விடலாம். முயல் வேட்டையும் உடும்பு வேட்டையும்தான் கதை முழுவதிலும் நடந்தேறுகிறது. ஒரு நாய்க்கும் மனிதனுக்கு மிடையிலுள்ள உறவின் மீது நமது கவனத்தையெல்லாம் குவியப்படுத்தும் சேவியர், மனிதருக்கும் மனிதருக்குமிடையே நிலவும் உறவுகளையும் நமக்கு இறுதியிலே நினைவூட்டி வைக்கிறார்.

"தம்பர் கதறினார். அவரது தாயும் தகப்பனும் இறந்தபோதும், மனைவி மக்கள் வீடு விழுந்து மடிந்த போதும் எப்படி அழுதாரோ அதே போல... இது அவரது கடைசி நஷ்டம். அவரது உணவுக்கு வழி செய்யும் அந்த உயிரின் நாடித் துடிப்பு மெதுவாக அடங்கிக் கொண்டிருந்தது.''

நாயின் முடிவே கதையின் முடிவாகவும் அமைந்து விடுகிறது.

ஒவ்வொரு கதையையும் எடுத்துப் பகுப்பாய்வு செய்வது இங்கு நமது நோக்கம் அன்று. நந்தினி சேவியரின் கலை நுணுக்கங் களுக்குச் சில வகைமாதிரிகளைக் காட்டினோம். கதைகள் அனைத்தையும்

முழுமையாகப் படிக்கும் போது அவர் காட்டும் மனித உறவுகளையும் வாழ் நிலைகளையும் சுட்டிப்பாகவும் திடமாகவும் நாம் அறிந்து கொள்ளலாம். அவரது பார்வையின் திசை நோக்கையும் விளங்கிக் கொள்ளலாம்.

இந்த இடத்திலே ஓர் உண்மையை அழுத்திக் கூறி வைத்தல் பொருத்தமாயிருக்கும். நந்தினி சேவியரின் கதைகள் ஆயிரத்தில் ஒருவரான அற்புதத் தனியாள் ஒருவரைப் பற்றியோ, அவருடைய விசித்திர குணாதிசயங்களைப் பற்றியோ பேசி விட்டு நிறுத்திக் கொள்ளும் தன்மையை உடையன அல்ல. கால ஓட்டத்திலே இடையீடின்றி மாறிக் கொண்டிருக்கும் வாழ்நிலைகளின் இயக்கத் திசைகளை நுணுக்கமாக நோக்குவதற்கு நமக்கு உதவி செய்யும் வல்லமை வாய்ந்த கலைக் கருவிகள் அவை. அதனாலே தான், இந்தக் கதைகளை வியக்கவைக்கும் சாதனைகளாக நாம் இனங்காண்பதில்லை. நமது அநுபவ விரிவுக்கும் வாழ்க்கை விளக்கத்துக்கும் துணைபோகும் திறன் கொண்ட - நயந்து திளைப்பதற்கு ஏற்ற ஏதுக்களை நிறையவே கொண்டுள்ள - சீரிய படைப்புகளென உணர்ந்து போற்றுகிறோம்.

நந்தினி சேவியரின் இந்தப் பண்புகளை ஏனைய கதைகளிற் போலவே, 'ஆண்டவருடைய சித்தம்', 'அயல் கிராமத்தைச் சேர்ந்தவர்கள்', 'பயணத்தின் முடிவில்', 'மத்தியானத்திற்குச் சற்றுப் பின்பாக' ஆகிய கதைகளிலும் நாம் காணுகிறோம்.

குறிப்பாக, 'வேட்டை', 'ஒரு பகற்பொழுது', 'நீண்ட இரவுக்குப் பின்' என்னும் கதைகள் நந்தினி சேவியர் என்ற கதைக் கலைஞரின் வளர்ச்சிப் படிகளை எடுத்துக் காட்டும் வரலாற்றுத் துணைகளாகவும் அமைகின்றன.

நீர்வேலி தெற்கு
நீர்வேலி
இலங்கை.
20-04-1993

நந்தினி சேவியரின் கதைகள்

கருத்தியல்களின் பதிவுகள்

ஏ.டபிள்யூ. முஹ்சீன்

கால நகர்வினூடாக, சமூக நிகழ்வுகளிலும் கருத்துக்களிலும் சிந்தனைகளிலும் கண்ணோட்டங்களிலும் மாற்றங்கள் ஏற்படு கின்றன. இத்தகைய மாற்றங்கள் புதியவற்றின் உருவாக்கத்திற்கு வழி அமைக்கின்றன; அதேவேளை முன்னையவற்றை பிற்பரிசீலிப் பிற்குட்படுத்தவும், புதிதாய் மதிப்பிடவும் தூண்டுகின்றன. தத்துவம், கருத்தியல், கலை, இலக்கியம், அரசியல் என சகல தளங்களிலும் தூய்மையாகவும் பெரும் கிளர்ச்சிக்குரிய வகையிலும் தாக்கங்கள் நிகழ்கின்றன: பழையவை நிராகரிக்கப்படுகின்றன, அல்லது மேலும் உயர்ந்த நிலைக்குக் கொண்டு செல்லப்படுகின்றன; புதியவை மிகுந்த வலுவுடன் தம்மை நிலை நிறுத்துகின்றன, அல்லது பெரும் ஆரவாரத்துடன் வெளிப்பட்டு, பின் அடங்கி, மறைந்து விடுகின்றன. ஒருகால எழுச்சிக்கும் பாய்ச்சல்களுக்கும் காரணமாக அமைந்தவை, பின்னொரு காலத்தில் கடும் விமர்சனத்திற்குள்ளாக்கப்படுகின்றன.

இத்தகைய மாற்றநிலை தமிழ் இலக்கியத் தளத்திலும் நிகழ்ந்து வந்திருக்கின்றது. இன்றைய நம் காலத்தில், அமைப்பியல், பின் அமைப்பியல், பின் நவீனத்துவம் போன்ற கொள்கைகள் முன்னைய பிரதிகளை மீள்வாசிப்பிற்கும் மறுமதிப்பீட்டிற்கும் உட்படுத்துவதை அவசியமாக்கி வந்துள்ளன. இவை நவீன பிரதிகள் தொடங்கி, நூற்றாண்டு கால பழமைகள் கொண்ட பிரதிகள் மீதும் புதிய வெளிச்சங்களைப் பாய்ச்சியுள்ளன. பிரதிகளுக்குள் மறைந்தும் அவற்றை மூடிப் போர்த்தியுமிருந்த கருத்தியல்கள், அதிகாரங்கள் போன்றவற்றை பிரித்தெடுத்து அவை கட்டமைக்கப்பட்டுள்ள முறைகளை அடையாளம் காட்டியுள்ளன.

இலக்கியம் பிரதி என்பது ஒரு தனிநபரின் மேதமைக்கான நிரூபணம் என்பதை ஒதுக்கி, அதன் சமூகச் சார்புநிலை வெகுதுல்லியமாக இப்போது வெளிப்படுத்தப்படுகின்றது. ஒரு பிரதிக்குள் உரத்தும் சன்னமாகவும் ஒலிக்கின்ற கருத்தியல் மற்றும் அரசியல் அம்சங்களை மட்டுமின்றி அதற்குள் உறைந்து, படிந்துள்ள ஆழ்ந்த மௌனங்களையும் நேர்த்தியாகப் பிரித்தெடுப்பதன் மூலமாக அப்பிரதி கட்டவிழ்க்கப் படுகின்றது. இத்தகைய கட்டவிழ்ப்பானது, ஒரு பிரதியைக் கட்டமைப்பதில் பங்கேற்ற பல்வேறு கூறுகளையும் அடையாளம் காண உதவுகின்றது.

இலக்கியப் பிரதியைக் கட்டமைப்பதில் கதை சொல்லி கொண்டுள்ள வரையறைகளைப் புரிந்து கொள்ளும்போது, அக்கட்டமைப்பில் பங்கேற்கின்ற ஏனைய காரணிகள் மீது கூடுதல் அக்கறையும் ஆர்வமும் கொள்வது அவசியமாகின்றது. இது, ஒரு பிரதியின் கட்டமைப்பில் கதைசொல்லியின் தனிப்பட்ட ஆற்றலோடு, மொழி, தொன்மங்கள், கருத்தியல், நம்பிக்கைகள், அரசியல், கூட்டுணர்வுகள் என பல்வேறு காரணிகளின் நேரடியான மற்றும் மறைமுகமான தாக்கங்களை வெளிப்படுத்துகின்றது. இவை எவ்வாறு ஒரு பிரதிக்குள் இணைந்திருக்கின்றன அல்லது இணைக்கப் பட்டிருக்கின்றன என்பதை கட்டவிழ்க்கும் போது, அப்பிரதிக்குள் செயற்படுகின்ற கருத்தியல், கூட்டுணர்வுகள், ஆதிக்கக் கூறுகள் அல்லது கலகக் குரல்கள்....போன்றவை வெகுதுல்லியமாக வெளிப்படுகின்றன.

எட்டு சிறுகதைப் பிரதிகளைக் கொண்ட ஒரு சிறிய தொகுதியான நந்தினி சேவியரின் 'அயல் கிராமத்தைச் சேர்ந்தவர்கள்' என்ற இந்த நூல் இப்போது மீள்வாசிப்பிற்கும் மறுமதிப்பீட்டிற்கும் உட்படுத்தப் படுகின்றது. 1969ம் ஆண்டு தொடக்கம் 1986ம் ஆண்டுவரை எழுதப் பட்ட இக்கதைகள், கிட்டத்தட்ட 20 வருட கால இடைவெளிகளைக் கொண்டிருக்கின்றன. **20 வருடங்கள் என்பது ஒரு சமூகத்தில் ஒரு தலைமுறை மாற்றத்தைக் குறிக்கின்றது** என்ற உண்மையைக் கவனத்தில் கொள்ளும் போது, இக்கதைகளில் அத்தகைய தலைமுறை மாற்றத்தின் பதிவுகளையும் அடையாளம் காண முயற்சிக்கலாம்.

இக்கட்டுரையானது, இத்தொகுப்பை பின்வரும் மூன்று தளங்களில் பரிசீலிக்கின்றது:

I   இப்பிரதிகள் பிரதிநிதித்துவப்படுத்துகின்ற விளிம்புநிலை எழுத்து

II இப்பிரதிகளின் அரசியல் சார்பு நிலை

III இப்பிரதிகள் வெளிப்படுத்துகின்ற ஆணாதிக்கப் பண்புகள்

(1) விளிம்புநிலை எழுத்து

இத்தொகுப்பிலுள்ள அனைத்துக் கதைகளும் விளிம்புநிலை மக்கள் பற்றியே பேசுகின்றன. சமூகக் கட்டமைப்பில் ஓரப்படுத்தப் பட்டவர்களாகவும் அடக்கப்படுகின்றவர்களாகவும் வாய்ப்புகள் மறுக்கப்படுகின்றவர்களாகவும் குரலற்றவர்களாகவும் ஆக்கப் பட்டுள்ள பிரிவினர்களே இக்கதைகளின் மாந்தர்களாக விளங்கு கின்றார்கள். சாதி, பொருளாதாரம், பால், இனம், மதம் என்பவை சார்ந்து விளிம்புநிலையிலுள்ள பிரிவினர்கள் மீது, திரண்ட பரிவுணர்ச்சியும் ஆழ்ந்த நம்பிக்கையும் இக்கதைகள் அனைத்திலும் வெளிப்படுகின்றன. 'வேட்டை' தம்பர் தொடங்கி, 'தொலைந்து போனவர்கள்' சச்சிதானந்தம் வரை, விளிம்புநிலையிலுள்ள வெவ்வேறு மக்கள் பிரிவினர்களின் உணர்வுகளும் துயரங்களும் எதிர்பார்ப்புக் களும் நம்பிக்கைகளும் பண்பும் ஐக்கியமும் போர்க்குணாம்சமும் சிறப்பாகச் சொல்லப் பட்டுள்ளன.

'வேட்டை' கதையில் கிழவர் தம்பரின் உற்சாகமான வாழ்க்கையையும் தனது நாயுடனான அவரது ஆத்மார்த்த பிணைப்பையும் காண்கிறோம். அவர் தனிமையாக வாழ்கின்றாரே தவிர, தனித்து வாழவில்லை. யாருக்காவது முயல் தின்ன ஆசை ஏற்பட்டால் அதை எப்படியும் நிறைவேற்றுகின்ற ஆர்வம் கொண்ட சமூகத்தன்மை மிக்கவராக அவர் இருக்கின்றார். 'அயல்கிராமத்தைச் சேர்ந்தவர்கள்' என்ற கதையில், ஒரு கிராமமும் முழுமையாக மாற்றத்திற் குட்படுகின்றது தம்மீதான இழிவுபடுத்தல்களையும் அடக்குமுறை களையும் மறுத்து தமக்கென சுயமரியாதையும் சுதந்திரமும் கொண்ட வாழ்வைப் படைப்பதற்காக ஒரு கிராமத்திலுள்ள முழுமக்களுமே ஒன்றிணைந்து செயற்படுகின்றார்கள். அவர்களின் இத்தகைய உணர்வும் செயற்பாடுகளும் தம் கிராமத்திற்குள் மட்டும் எல்லைப்பட்டு விடாமல், அயல்கிராமத்தைச் சேர்ந்த தம்மையொத்த மக்களுக்கும் துணிவுடன் உதவுகின்ற போர்க்குணாம்சம் கொண்டவையாக பூரண வலிவு கொண்டிருக்கின்றன.

'ஒரு பகற் பொழுது' என்ற கதையில், கடனைத் திருப்பிக் கொடுக்க முடியாததால் தனது கணவருக்கும் தனது குடும்பத்திற்கும் ஏற்பட்ட அவமானத்தால் குறுகி, கிளர்கின்ற செல்லம்மாளின் உணர்வுகளையும் குமுறல்களையும் காண்கிறோம். அந்தக் குடும்பத்தின் ஒரு நேரச் சாப்பாட்டிற்கு உதவுகின்ற வள்ளியாச்சிக் கிழவியின் பரிவும்,

சமத்துவமான அரசு அமைக்கப்பட வேண்டும் என்பதில் அம்மாது கொண்டிருக்கின்ற ஆர்வமும் விளிம்புநிலை மக்களுக்கிடையே நிலவுகின்ற ஐக்கியத்தையும் நம்பிக்கையையும் வெளிப்படுத்துகின்றன.

இவ்வாறு குலம், அரசரத்தினம், ரத்னபால, வரதன், தங்கராசா, காந்தன், தேவா, சச்சிதானந்தம் மற்றும் பெயரில்லாத ஏனைய பாத்திரங்களும் விளிம்புநிலை மக்களின் பல்வேறு ப ாதிரிகளாகவும் உயிர்த்துடிப்பும் மானிடப் பண்புகளும் நிறைந்தவர்களாகவும் காட்சி தருகின்றார்கள். இவர்கள் அனைவர் மீதும் துயரம் என்பது தாழ்ந்த புகார் போன்று கவிந்திருக்கின்ற போதிலும் வாழ்வை எதிர்கொள்வதிலும் புதிய வாழ்வை படைப்பதிலும் அவர்கள் ஓர்மமும் நம்பிக்கையும் நிறைந்தவர்களாக இருக்கின்றார்கள்.

அதிகாரமும் செல்வாக்கும் 'நாகரீகமும்' நளினமும் 'அறிவும்' கொண்ட மையநிலை மாந்தர்களே, தமிழ் இலக்கியத் தளத்தின் கதை நாயகர்கள், மற்றும் நாயகிகளாக நிறைந்திருந்த சூழலில், விளிம்புநிலை மக்களும் அவர்களின் வாழ்வும் கதைகளாக்கபட்டமை பெரும் திருப்பமாக அமைகின்றது. இது தற்செயலாக நிகழவில்லை. மாறாக ஈழத்தமிழர்களின் சமூக மற்றும் அரசியல் இயக்கங்களில் ஏற்பட்ட மாற்றங்களின் கிளர்ச்சிமிக்க வெளிப்பாடுகளாக அமைந்திருக்கின்றது. 1960 - 70 காலப் பகுதிகளில் வடக்கில் சாதி ரீதியாக அடக்கப்பட்ட மக்களினால் முன்னெடுக்கப்பட்ட சாதிய அடக்குமுறைகளுக்கும், இழிவுபடுத்தல்களுக்கும் எதிரான தொடர் போராட்டங்களும் அப்போராட்டங்களில் இடதுசாரிகள் வகித்த முக்கிய பாத்திரமும் அவற்றின் விளைவுகளும் இக்கதைகளுக்கான ஒரு உயிர்ச்சாரம் கொண்ட சமூகப் பின்புலத்தைச் செப்பனிட் டிருக்கின்றன. இக்கதைகளின் மாந்தர்கள் தனிநபர்களாக உலவ வில்லை, மாறாக இவர்கள் தாம் சார்ந்திருந்த சமூகப் பிரிவின் கூறாகவும் முழு சமூக அமைப்பையும் மாற்றுவதற்கான ஆர்வத்தையும் நம்பிக்கையையும் கொண்டவர்களாகவும் விளங்குகின்றார்கள். இவ்வாறு இவர்கள் சமூகநபர்களாக மிளிர்வதற்கு, அன்றைய போராட்டங்களும் அவற்றின் சமூக அரசியல் விளைவுகளும் அடிப்படைகளாக அமைந்திருக்கின்றன.

[2] இடதுசாரிக் கருத்தியல்

1970களில், ஈழத்தமிழர்களின் இலக்கியப் பிரதிகளில் விளிம்பு நிலை மக்களும் புதிய சமூகத்தைப் படைப்பதற்கான அவர்களின் நம்பிக்கையும் ஆற்றல்களும் சொல்லப்பட்டன. ஒருபுறம்

இச்சிறுகதைப் பிரதிகளின் தனித்துவச் சிறப்பாகவும், மறுபுறம் அதுவே அவற்றின் பலவீனமாகவும் அமைந்திருக்கின்றன. இத்தகைய பிரதிகள் விளிம்புநிலை மக்களின் துயரங்களையும் அவர்கள் மீதான அடக்குமுறைகளையும் பதிவு செய்பவைகளாக மட்டும் அமைய வில்லை; கூடவே, இம்மக்கள் தம்மையும் தாம் வாழ்கின்ற சமூக அமைப்பையும் முழுநாட்டையும் மாற்றியமைப் பதற்கான புரட்சிகர சக்திகளாகவும் இப்பிரதிகளினூடாக அடையாளப்படுத்தப்பட்டுள்ளார்கள்.

இவ்வித அடையாளப்படுத்தல் கற்பனையில் இருந்து எழவில்லை. மாறாக 1960-70 வரை அம்மக்களினால் முன்னெடுக்கப் பட்ட போராட்டங்கள் என்ற நிஜமான பின்புலத்தில் எழுந்திருக்கின்றது. சாதிய அடக்குமுறைகளுக்கும் இழிவுபடுத்தல் களுக்கும் எதிராக அமைந்த இவர்களின் போராட்டமும் அதில் அவர்கள் அடைந்த குறிப்பிடத்தக்க வெற்றிகளும் அன்றைய இடதுசாரிகளின் பார்வையிலும் இடதுசாரி கொள்கைகளை ஏற்றுக் கொண்ட இலக்கியவாதிகளின் பார்வையிலும் இப்பிரிவினரை, புரட்சிகரசக்திகளாக மதிப்பிடுகிற நிலைக்கு இட்டுச் சென்றன. இத்தகைய மதிப்பீடே இச்சிறுகதைப் பிரதிகளின் *சிறப்பம்சத்திற்குக்* காரணமாகின்றது.

எனினும் இவ்வாறு இந்த விளிம்புநிலை மக்கள், புரட்சிகர சக்திகளாகவும் சமூகமாற்றத்தை முன்னெடுத்துச் செல்பவர்களாகவும் மதிப்பிடப்பட்டதால் அவர்களின் தனிநபர் பண்புகளோ, தனிமனித துயரங்களோ, எதிர்பார்ப்புகளோ அல்லது அவர்களது பன்முக வாழ்வியல் அம்சங்களோ இப்பிரதிகளின் மையத்து கூறுகளாக அமையவில்லை. பதிலாக, சமூகமாற்றம் குறித்த அவர்களின் நம்பிக்கைகளும் உறுதிப்பாடுகளுமே பிரதான அதிகாரத்திற்குரிய வைகளாக விளங்குகின்றன.

இத்தகைய போக்கு, இந்த விளிம்புநிலை மக்களின் வாழ் நிலைமைகள் தேவைகள், எதிர்பார்ப்புக்கள், உணர்ச்சிகள்... போன்றவற்றை தற்காலிகமானவைகளாகவும் இவை விரைவில் அகற்றப்பட்டு விடும் என்ற நம்பிக்கையையும் வெளிப்படுத்து கின்றது. இதனால் இம்மக்களின் வாழ்வியல், கருத்தியல் மற்றும் உளவியல் எதார்த்தங்கள் அவற்றின் முழு ஆழத்துடனும் பல்பரிமாண தளங்களிலும் பதிவு செய்யப்பட முடியாத நிலை ஏற்படுகின்றது. இம்மக்களின் பன்முக அனுபவங்களை பிரதிகளாக்குவதினூடாக அவர்கள் பற்றி அரசியல் ரீதியான அக்கறையையும் கேள்விகளையும் எழுப்புவதற்குப் பதிலாக கதைசொல்லி தான் வலித்துக் கொண்ட அரசியல் கொள்கைகளை நிறுவுவதற்கான ஒரு பகைப்புலமாக

இம்மக்களின் அனுபவங்கள் பிரதிகளாக்கப்பட்டுள்ளன. இதன் விளைவாக, இப்பிரதிகளின் இலக்கியத்தன்மை குறைந்து, அரசியல் தன்மை முதன்மை பெற்றுள்ளது. இவை வாசகர்களுக்குள் இலக்கிய அனுபவத்தைக் கிளர்த்துவதற்குப் பதிலாக அரசியல் செய்தியைப் போதிப்பதிலேயே பெரும் அக்கறை கொண்டுள்ளன. இதனால் இவை விளிம்புநிலை மக்களைப் பற்றிய இலக்கியப் பிரதிகள் என்பதை விட, இடதுசாரி அரசியலை முன்மொழிகின்ற பிரதிகள் என்ற கூடுதல் அழுத்தத்திற்குட்படுகின்றன. இத்தகைய அழுத்தம் இப்பிரதிகளின் பலவீனமாக படர்ந்து நிற்கின்றது.

இத்தொகுப்பில் உள்ள, 1974 தொடக்கம் 1982 வரையிலான காலப்பகுதியில் எழுதப்பட்டுள்ள ஆறு சிறுகதைப் பிரதிகளிலும் இந்தப் பண்புகள் தெளிவாகத் தெரிகின்றன. பல்வேறு விளிம்புநிலை மக்கள் பிரிவினரின் வாழ்க்கை அனுபவங்களைக் குறிப்பிடுகின்ற இக்கதைப் பிரதிகள், சோஷலிசப் புரட்சி, சோஷலிச அரசு என்பவற்றை தீர்வுகளாகவும் நம்பிக்கைக்குரிய எதிர்பார்ப்புகளாகவும் முன்வைக்கின்றன. தமது வாழ்வின் அழுத்தங்களும் அவற்றின் சிக்கலான தன்மைகளும் சமூகமாற்றத்தினூடாக அகன்று விடும் என்று கதை மாந்தர்கள் பரிபூரண நம்பிக்கை கொள்கின்றார்கள். பெரிதும் கதை சொல்லியின் நேரடியான தலையீட்டின் ஊடாக சொல்லப்படுகின்ற இக்கதைகளின் பிரச்சினைகளும், சம்பவங்களும் அவை கட்டமைக்கப்பட்டுள்ள விதங்களும் சோஷலிசப் புரட்சி சோஷலிச அரசு என்ற இலக்குகளை நோக்கி குவிக்கப்பட்டுள்ளன.

எனினும் ஒரு சுவாரசியமான அவதானம் என்றவகையில் இடதுசாரி அரசியலை முன்மொழிகின்ற இந்த ஆறு கதைகளினூடாகவுமே இடதுசாரி அரசியல் பலவீனமாக்குவதையும், அதற்கு மாறாக தேசிய இயக்கம் வலிமை பெறுவதையும் அறிய முடிகின்றது. 'அயல் கிராமத்தைச் சேர்ந்தவர்கள்' கதையில் சமூக மாற்றம் ஒன்று உறுதியாக நடைபெற்றுக் கொண்டிருக்கின்றது என்ற விடயம் சொல்லப்படுகின்றது. ஆனால் இறுதிக் கதையான தொலைந்து போனவர்கள் மிகத் தெளிவாக தேசிய அரசியலைப் பற்றிப் பேசுகின்ற நிலையைப் பெற்று விடுகின்றது.

1972 ல் எழுதப்பட்ட 'அயல் கிராமத்தைச் சேர்ந்தவர்கள்' என்ற கதையில் முழுக்கிராம மக்களுமே 'மாற்றத்திற்கான' போராட்டத்தில் பங்கேற்கின்றார்கள். எனினும் 1974 - 1982 வரையிலான காலப் பகுதியில் எழுதப்பட்டுள்ள ஏனைய ஐந்து கதைகளிலும் இந்த நிலையில் மாற்றம் தெரிகின்றது. முழுக்கிராம மக்களுக்குப் பதிலாக,

கட்சி உறுப்பினர்கள், தனிநபர்கள் என்ற அளவில் புரட்சிக்காக செயற்படுகின்றவர்களின் எண்ணிக்கை சுருங்கிச் செல்கின்றது. காட்டிக் கொடுப்பவர்கள், வாழ்வின் அழுத்தங்களினால் ஒதுங்குபவர்கள்... என புரட்சிகரச் செயற்பாடுகளில் பங்கேற்பவர்கள் குறைந்து செல்கின்றார்கள். சமூக அளவில் கூட, இவ்வாறு எஞ்சியிருப்போரின் செயற்பாடுகள் ஏற்படுத்துகின்ற தாக்கங்கள் வலுவற்றதாக மாறுகின்றன. 'ஒரு பகற் பொழுது' கதையில் செல்லமும், அவளது கணவனும் புரட்சி குறித்து 'பயந்து சாகிறார்கள்! ஏனைய கதைகளில் புரட்சிக்காகச் செயற்படுகின்றவர்களுக்குரிய சமூக அளவிலான ஆதரவு முற்றாகவே அகன்று விடுகின்றது. தமது குடும்ப உறுப்பினர்களினால் உத்தியோகம் பார்க்கும்படியும் திருமணம் செய்து கொள்ளும்படியும் நிர்ப்பந்திக்கப் படுகின்ற நிலைக்கு இவர்கள் ஆளாகின்றார்கள். 1960 - 1970 காலப் பகுதியில் கிளர்ந்தெழுந்த விளிம்புநிலை மக்களின் போராட்ட அலைகள், அவற்றுக்குக் கிடைத்த குறிப்பிடத்தக்க வெற்றியின் பின்னர் படிப்படியே தணிந்து, அடங்கிப் போனதன் குறியீடுகளாக, இந்தக் கதை மாந்தர்களின் புரட்சிகர செயற்பாடுகளிலும் அவற்றிற்குரிய சமூக அளவிலான ஆதரவிலும் ஏற்பட்டு வந்திருக்கின்ற தளர்வுகள் அமைந்திருக்கின்றன.

இறுதிக் கதையான 'தொலைந்து போனவர்கள்' புதியதொரு அரசியலின் பின்னணியைக் கூறுகின்றது. இதில் சோஷலிசப் புரட்சி, சோஷலிச அரசு என்பவை இடம்பெயர்க்கப்பட்டு, தேசியப் போராட்டமும் தேசிய விடுதலையும் முதன்மை நிலை அடைகின்றன. 1986 ல் - ஈழத்தமிழர்களின் தேசிய விடுதலைப் போராட்டம் ஆயுதப் போராட்டமாக பரிணாமம் பெற்ற அந்த ஆரம்பக் கட்டத்தில் எழுதப் பட்டுள்ள இக்கதை, அன்றைய எதார்த்த நிலையின் துல்லியமான பதிவாக அமைந்திருக்கின்றது. ஈழத்தமிழ் சமூகத்தைச் சேர்ந்த இளைஞர்களும் யுவதிகளும் தங்கள் சாதிய, வர்க்க, பால், பிரதேச, கல்வி.... வேறுபாடுகளைக் கடந்து, ஆயுதப் போராட்டத்தில் திரள் திரளாக கலந்து கொண்ட நிகழ்வுகள் இக்கதையில் சித்திரமாக்கப் பட்டுள்ளன.

இவ்வாறு ஒரு தலைமுறை மாற்றத்தினூடாக, ஈழத்தமிழ் சமூகத்தின், சமூக, அரசியல் இயக்கங்களில் ஏற்பட்டு வந்திருக்கின்ற மாற்றங்களைப் பதிவு செய்துள்ள கதைகளாக இத்தொகுப்பில் உள்ள சிறுகதைப் பிரதிகள் அமைந்துள்ளன. அத்தோடு இந்த மாற்றங்கள் தமிழ் இடதுசாரிகள் மீது ஏற்படுத்தி வந்துள்ள தாக்கங்களின் பதிவு

களாகவும் இப்பிரதிகள் விளங்குகின்றன. சாதிரீதியாக அடக்கப்பட்டுள்ள மக்களின் போராட்டக் கட்டத்தில் தலைமைப் பாத்திரம் வகித்த தமிழ் இடதுசாரிகள், பின்னர் ஈழத்தமிழர்களின் சமூக, அரசியல் இயக்கங்களிலிருந்து படிப்படியே வெளியேற்றப்பட்டிருக்கின்றார்கள். 1970 களிலிருந்து ஈழத்தமிழர்கள் மத்தியில் எழுச்சி பெற்று வந்த தேசிய இயக்கத்திற்குள் இணைய முடியாமலும் அதில் தாக்கங்களை நிகழ்த்த முடியாதவர்களாகவும் இவர்கள் மாறியிருக்கின்றார்கள்.

'அயல் கிராமத்தைச் சேர்ந்தவர்கள்' தொடங்கி, 'ஆண்டவரின் சித்தம்' வரையிலான ஆறு கதைகளிலும், புரட்சிகரச் செயற்பாடுகளில் பங்கேற்பவர்கள் மற்றும் புரட்சிக்காகச் செயற்படுபவர்களில் ஏற்பட்டு வந்திருக்கின்ற அளவு ரீதியான மாற்றங்களை அறிய முடிகின்றது. இது, தமிழ் இடதுசாரிகளின் அரசியல் பாத்திரத்தில் ஏற்பட்டு வந்திருக்கின்ற பண்புரீதியான பலவீனங்களைக் குறிப்பிடுபவைகளாக அமைந்திருக்கின்றன. இறுதிக் கதையான 'தொலைந்து போனவர்கள்' இந்தப் பலவீனத்தை மிகவும் எடுப்பாகவும், துல்லியமாகவும் வெளிப்படுத்துகின்றது.

இக்கதையின் பிரதான பாத்திரமான மணியம், முன்னைய ஆறு கதைகளிலும் இடதுசாரி அரசியலில் ஈடுபட்டவர்களின் தொடர்ச்சியாகவே விளங்குகின்றார். இப்போது இவரால் தான் ஏற்றுக் கொண்ட அரசியலுக்காக செயற்பட முடியவில்லை; அவ்வாறு செயற்படக் கூடிய சாத்தியங்களும் தென்படவில்லை. இத்தகைய சூழலில், தனது சமூகத்தில் வெள்ளமெனப் பிரவகித்த தேசிய எழுச்சியை அவர் அங்கீகரிக்கின்றார் தன்னிடம் படித்த மாணவர்கள், உறவுப் பிள்ளைகள், பெண்கள், பல்கலைக்கழக மாணவர்கள்... என பலர் ஆயுதப் போராட்ட இயக்கங்களில் இணைவதற்காகத் 'தொலைந்து போவதை' இவர் வியப்புடனும் மகிழ்வுடனும் அவதானிக்கின்றார்.

ஆயினும் இவரால் அவர்களுடன் இணைய முடியவில்லை. தேசியப் போராட்டத்தில் நேரடியாகப் பங்கேற்க முடியவில்லை. அவர் ஊனமுற்றவராகி விட்டார். இங்கு இந்த ஊனம் அழுத்தமான குறியீடாக எழுந்து நிற்கின்றது. அவரின் காலில் ஏற்பட்ட ஊனம், அவரின் இயக்கத்தை கடுமையாகப் பாதித்து விட்டது; அவர் ஏனையவர்களிலிருந்து பின்தங்கி விட்டார். இது கதாபாத்திரத்திற்கு ஏற்பட்ட ஊனம் அல்ல; மாறாக தமிழ் இடதுசாரிகளுக்கு ஏற்பட்டுள்ள ஊனம். அவர்கள் இப்போது இயங்க முடியாதவர்களாகிவிட்டார்கள்; தமிழ்த் தேசிய இயக்கத்தில் பங்கேற்க முடியாமல் அவர்கள் பின்தங்கி விட்டார்கள்.

இந்த இறுதிக் கதையில், ஒரு தமிழ் இடதுசாரியின் மனநிலையை தெளிவாக அடையாளம் காண முடியும். ஒரு தேசிய இனம் என்ற வகையில் தனது சமூகத்தின் அரசியல் ரீதியான விடுதலையை அவர் பரிபூரணமாக விரும்புகின்றார். இந்த விருப்பத்தில் எந்தச் சுவரும் இல்லை. எனினும் இப்போராட்டத்தில் அவரால் நேரடியாகக் கலந்து கொள்ள முடியவில்லை. ஏற்கனவே அவருக்குள் ஆழப் பதிந்து விட்ட இடதுசாரி அரசியல் கொள்கைகளை மீறிச் செல்ல அவரால் முடியவில்லை. எனவே அவர், தேசிய விடுதலைப் போராட்டம் வெற்றியடைய வேண்டும் என்று விரும்புகின்றார். இந்த விருப்பம், தேசிய விடுதலைப் போராட்டமானது, புதிய சமூகத்தைப் படைக்கும் என்ற நம்பிக்கையினால் எழுந்தது அல்ல; பதிலாக இப்போராட்டம், முன்பு போன்று, காக்கிச் சட்டைகளும் அழிவுகளும் இல்லாத ஒரு சூழலையும், முன்னைய மாந்தர்களையும் எவ்வித மாற்றமுமின்றி மீண்டும் பெற்றுத் தரும் என்ற எதிர்பார்ப்பினால் எழுந்தது. இதுவே அவர் ஆயுதப் போராட்டத்தை ஆதரிப்பதற்கான காரணமாக அமைகின்றது. ஆமாம்! பழைய சட்டி பானைக் கடை, தோசைக் கடை, இரவு நேரப் படக்காட்சி, திருவிழாக்கள்.... என அந்த ஊரின் முன்னைய அச்சாக மீண்டும் அந்த ஊர் உயிர்பெற வேண்டும் என்பதே அவரின் எதிர்பார்ப்பு.

தமிழ் இடதுசாரிக்குள் நிறைந்திருக்கின்ற இந்த எதிர்பார்ப்பு மாற்றத்தை எதிர்த்து எழவில்லை. பதிலாக தேசிய விடுதலைப் போராட்டம் சமூக மாற்றத்தை ஏற்படுத்தாது என்று நம்புவதாலும், எனவே சமூக மாற்றத்திற்கான போராட்டத்தை மீண்டும் ஆரம்பிப்பதற்கும் முன்னைய சூழலை அதே வடிவில் அவர் எதிர்பார்க்கின்றார். தேசிய விடுதலைப் போராட்டத்தில் இடதுசாரிகளுக்குப் பங்கில்லை அல்லது பங்கேற்பது தவறு என்ற கருத்தியல் உறுதியின் விளைவு இது. தேசிய அடக்குமுறையிலிருந்து தனது சமூகம் விடுதலை பெற வேண்டும்; ஆனால் அந்த விடுதலைக்காகத் தாம் பங்கேற்க முடியாது என்ற தர்க்கத்தின் வெளிப்பாடு இது.

[3] ஆணாதிக்கக் கருத்தியல்

ஆணாதிக்கம் என்பது எங்கும் நிறைந்துள்ள அதிகார முறைமை என்று பெண்ணிய ஆய்வுகளினால் நிரூபிக்கப்பட்டுள்ளன. சமூக இயக்கத்தினூடாக தன்னைப் புதுப்பித்து ஆணாதிக்க முறைமையானது, ஒவ்வொரு சமூகக் கட்டமைப்பிலும் தன்னை உறுதியாக நிறுவிக்

கொள்கின்றது. சமூகத்தை மாற்றியமைப்பதற்காக பிரக்ஞைபூர்வமாக செயற்படுகின்ற இடதுசாரி நிறுவனங்களிலும் கூட, ஆணாதிக்கத்தின் வெவ்வேறு வடிவங்கள் நிலவுவது துல்லியமாக வெளிப்படுத்தப் பட்டுள்ளது.

இந்தச் சிறுகதைத் தொகுப்பிலும் ஆணாதிக்கப் பண்புகள் இழையோடியிருப்பதை வெளிப்படுத்த முடியும். இதற்காக, 'மத்தியானத்திற்குச் சற்றுப் பின்பாக', 'ஆண்டவருடைய சித்தம்' ஆகிய இரண்டு கதைகளையும் இங்கு பரிசீலிக்கலாம்.

'மத்தியானத்திற்குச் சற்றுப் பின்பாக' கதையில் காந்தனின் திருமணம் பற்றிய உரையாடலில் 'எத்தினை நாளைக்கு கடைச் சாப்பாடு சாப்பிடப்போறீர்' என்று, காந்தனின் திருமணத்தை அங்கீகரிக்கும் வகையில் தேவா கூறுகின்றார். மேலும் காந்தன் அந்தப் பெண்ணை தனது பக்கத்திற்கு 'வென்றெடுக்க' வேண்டும் என்றும் தேவா ஆலோசனை கூறுகிறார் இங்கு திருமணமும், வீட்டுச் சாப்பாடும் அதைச் சமைப்பதற்காக ஒரு மனைவியின் அவசியம் ஒன்றிணைக்கப்படுகின்றன.

குடும்ப வாழ்வில் பெண்ணுக்கும் ஆணுக்கும் என விதிக்கப் பட்டுள்ள வேலைப் பிரிவினையை, கேள்விக்கிடமின்றி ஏற்றுக் கொள்கின்ற மரபு அப்படியே இங்கு பின்பற்றப்படுகின்றது. மறுபுறம் ஒரு பெண்ணுக்குரிய தேர்வுச் சுதந்திரம் இங்கு மீறப்படுகின்றது. அரசியல் என்பது, முற்றிலும் ஒருவரின் சுயதேர்வு சார்ந்த விடயம். ஒருவரை அரசியல் ரீதியாக 'வென்றெடுப்பது' எனும்போது, அங்கு ஒருவகை அதிகாரப் பண்பு ஊடுருவி விடுகின்றது. குறிப்பாக திருமணம் என்பது பெண்ணுக்கு பாதகமாக அமைந்திருக்கின்ற ஒரு சமூகத்தில், தனக்கு வாழ்க்கைத் துணையாக வரவிருக்கின்ற ஒரு பெண்ணை, அரசியல் ரீதியாக வென்றெடுப்பது என ஒரு இடதுசாரி செயற்பாட்டாளர் முடிவெடுக்கும்போது, அங்கு ஆணாதிக்கத் தன்மை மேலோங்கி விடுகின்றது. தனக்கேற்ற விதத்தில் ஒரு ஆணை பெற்றெடுப்பதற்கு ஒரு பெண்ணுக்கும் உரிமை இருக்கின்றது என கொள்வோமாயின், ஒரு சமத்துவமான உரையாடல் மட்டுமே இவ்விடயத்தில் பொருத்தமானது அதை உணர்ந்து கொள்ள முடியும். ஒரு இடதுசாரி ஆண், தனது அரசியலின் சரியான தன்மையைக் கொண்டோ அல்லது அதன் உயர்ந்த, முற்போக்கைக் காரணமாக்கியோ பெண்ணுக்கிருக்கின்ற இத்தகைய உரிமையை மறுத்து விட முடியாது.

நந்தினி சேவியர் படைப்புகள்

'ஆண்டவருடைய சித்தம்' என்ற கதையின் பிரதான பாத்திரம், தனது அண்ணனின் நிர்ப்பந்தத்தின் காரணமாக, சிஸ்டர் மடத்தில் வளர்ந்து வருகின்ற தனது உறவுக்காரப் பெண்ணை திருமணம் செய்ய முடிவெடுக்கின்றான். எனினும் அந்தப் பெண்ணைச் சந்தித்து, ஒரு வார்த்தை கூடப் பேசாமல், ஒரு கடிதத்தின் மூலமாக, தனது புரட்சிகர இலட்சியத்தை அவன் வெளிப்படுத்த, இறுதியில் அந்தத் திருமணப் பேச்சு நின்று விடுகின்றது.

இங்கு ஆணின் உயர்நிலையும் அவனது அகங்காரமும் தீர்மானம் செய்வதற்கான உரிமையும் எந்தவித ஒளிவும் இன்றி பட்டவர்த்தனமாக வெளிப்பட்டிருக்கின்றது. பெண்ணைப் பொறுத்தவரை, திருமணம் என்பது ஒரு கடமை தடைகள் தாண்டும் நிகழ்வாகவும், பெரிதும் ஆண்களினால் தீர்மானிக்கப்படுவதாகவும் அமைகின்ற ஒரு சமூகத்தில், திருமணம் தொடர்பாக ஒரு ஆண் எடுக்கின்ற 'மனிதாபிமான' முடிவுகள், உயர்ந்த, இலட்சியத்தன்மை கொண்ட விடயமாகக் கருதப் படுகின்றது; ஆதரவற்ற அல்லது வசதிகள் அற்ற ஒரு பெண்ணை திருமணம் செய்ய தனக்கு விருப்பம் என்று ஒரு ஆண் கூறுவது, முற்போக்கான விடயமாகக் கருதப்படுகின்றது. இங்கு பெண்ணின் கருத்தோ, முடிவோ அக்கறைக்குட்படுத்தப்படாமல், ஒரு ஆணின் 'மனிதாபிமான' முடிவு மட்டும் தீர்மானிக்கும் தன்மையை பெறுவதில் அடங்கியுள்ள ஆணாதிக்கப் பண்பு அடையாளம் காணப்படுவதில்லை.

ஆதரவற்ற ஒரு பெண்ணுக்கு 'வாழ்வளிப்பது' என்பது மனிதாபிமான அடிப்படையில் 'சிறந்த' விடயமாக இருக்கலாம். ஆனால் கம்யூனிசத்தையும் புரட்சியையும் நம்புகின்ற ஒருவருக்கு, அவற்றுக்காகத் தன்னை அர்ப்பணித்துப் போராட விரும்புகின்ற ஒருவருக்கு இது வெறுமனே மனிதாபிமானம் சார்ந்த பிரச்சினை அல்ல. பெண்ணுக்கும் ஆணுக்கும் இடையிலான திருமண உறவானது, எத்தகைய நிர்ப்பந்தம் இன்றி இயல்பாகவே வேண்டும் என்பதோடு, அதில் அவ்விருவருக்கும் இடையே பூரண சமத்துவம் நிலவ வேண்டும் என்பதும் மார்க்ஸியம் கூறுகின்ற அவசிய நிபந்தனைகளாக உள்ளன.

ஆனால் இக்கதையில், திருமணத்திற்கு முன்பே அதற்கான விருப்பத்தைப் பெறுகின்ற விடயத்திலேயே பெண்ணின் கருத்து குறித்து எந்த அக்கறையையும் அவன் கொண்டிருக்கவில்லை. அப்பெண்ணை நேரடியாகச் சந்தித்து, சமத்துவமான உரையாடலை நிகழ்த்த வேண்டிய வாய்ப்பைக் கூட அவன் வழங்கவில்லை, அதை அவன் புரிந்து கொள்ளவும் இல்லை. தன்னுடையதும், அந்தப் பெண்ணினதும் இனிவரும் வாழ்க்கை முழுவதையும் பாதிக்கக் கூடியதாக உள்ள

திருமண விடயம் தொடர்பாக பேசுவதற்காக, சிஸ்டர் மடத்திற்கு வந்திருந்த போதிலும், அவனுடைய எண்ணம் முழுவதும் அரிசி ஆலையில் தனக்குள்ள வேலையைப் பற்றியும் தன்னால் அங்கு உடனடியாகப் போக முடியாதிருப்பது பற்றியுமே கவலை கொண்டிருக்கின்றது.

இது சகதொழிலாளர்கள் தொடர்பாகவும் தனக்குரிய வேலை குறித்தும் அவனுக்குள்ள கரிசனையை மட்டும் வெளிப்படுத்த வில்லை, கூடவே தான் மணப்பதற்கு முடிவு செய்துள்ள பெண்ணின் விருப்பம், எதிர்பார்ப்புக்கள் என்பவை குறித்து அவன் கொண்டிருக்கின்ற உதாசீனம் மற்றும் அக்கறையின்மையையும் வெளிப்படுத்துகின்றது. ஒரு சிஸ்டர் மடத்தின் ஆதரவில் வாழ்ந்து வருகின்ற ஒரு பெண்ணிடம் நேரடியாகப் பேசி, முடிவெடுப்பதற்குப் பதிலாக, அந்தப் பெண் இன்னமும் அந்த மடத்தின் கட்டுப்பாட்டிலேயே இருக்கின்ற நிலையில், அந்த மடத்திற்கு தன்னுடைய இலட்சியத்தை அந்த மடத்திற்கு முற்றிலும் எதிரான இலட்சியத்தை - கடிதத்தின் மூலமாக வெளிப் படுத்தியதன் மூலம், அவன் நிரூபிக்க நினைத்தது தனது புரட்சிகர நோக்கத்தை அல்ல, மாறாக, அந்தப் பெண்ணின் மீதான தனது அதிகாரத்தை, ஆண் என்ற தனது அகங்காரத்தைத் தான்.

எனினும் கதையின் இறுதிப்பகுதியில், அந்தப் பெண் அவனின் ஆதிக்க உணர்வின் மீது கடுமையாகவும் ஏளனத்துடனும் தாக்குதல் நடத்தியிருக்கின்றாள். அவனுடைய கொள்கையுடன் ஒத்துப் போக தாயராக இல்லை என்றும் இந்தக் கல்யாணத்தில் இஷ்டமில்லை என்றும் பதிலளித்ததன் மூலம், முடிவெடுப்பதற்கு தனக்குள்ள உரிமையை அப்பெண் மிகச் சரியாகவும் மிக உறுதியாகவும் வெளிப்படுத்தியிருக்கின்றாள்.

பெண்ணை 'வென்றெடுத்தல்' குடும்பத்தில் நிலவுகின்ற மரபுவழியான உழைப்புப் பிரிவினையை ஏற்றுக் கொள்ளுதல், காதல், திருமணம், பாலுறவு போன்ற விடயங்களைப் பேசாப் பொருளாக்குதல், பெண்களின் பிரச்சினைகளுக்கு சோவுலிசத்தை இறுதித் தீர்வாக்குதல்... என்பன மரபுவழி இடதுசாரிகளிடமும் இடதுசாலி அரசியலிலும் நிலவுகின்ற பொதுப் பண்புகளாக அமைகின்றன. அவற்றின் வகை மாதிரிகளாக நந்தினி சேவியரின் இவ்விரு கதைகளும் விளங்குகின்றன.

2003

வாழ்வியலின் யதார்த்த நிலையினை சிறுகதையாக்கும் நந்தினி சேவியர்

அயல் கிராமத்தைச் சேர்ந்தவர்கள் மீதான வாசகப் பார்வை

காத்தநகர் முகைதீன்சாலி

நந்தினி சேவியரின் 'அயல் கிராமத்தைச் சேர்ந்தவர்கள்' சிறுகதைத் தொகுப்பை ஆற அமர இருந்து வாசித்தேன். எட்டுச் சிறுகதைகள் அடங்கிய அத்தொகுப்பில் ஆறு சிறுகதைகள் என்னை விட மூத்தவை. நான் பிறப்பதற்கு முற்பட்டவை. ஏனைய இரு கதைகளும் என் மழலைப் பருவக் காலத்திற்குரியவை. இச்சிறுகதைத் தொகுப்பை வாசித்து அதற்கு விமர்சனம் எழுதுமளவிற்கு எனக்கு ஆற்றலோ அனுபவமோ கிடையாது.

நந்தினி சேவியர் நன்கு வேர்விட்டு விழுதுவிட்டு கிளைபரப்பி பரந்து நிற்கும் ஆல விருட்சம். நானோ அதன் கீழ் முளை விட்டு வளரத்துடிக்கும் சிறுசெடி.

விருட்சத்தை விமர்சிக்க செடியினால் முடியாது பார்த்து இரசித்து இன்புற முடியும்.

நந்தினி சேவியரின் அயல் கிராமத்திற்குள் நுழையுமுன்பாக முன்னுரைக்குள் மூழ்கிப்போனேன்.

முதுபெரும் எழுத்தாளர் முருகையன் எழுதிய முன்னுரைக்கு முத்தாய்ப்பாக நந்தினி சேவியரின் எழுத்தாற்றல் பற்றி குறிப்பிடும் பின்வரும் பந்தி அமைந்து விடுகிறது.

'அவரது கதைகளில், கருத்து முழக்கங்களையோ உணர்ச்சி மயமான சன்னதங்களையோ நாம் எதிர்பார்க்க முடியாது. அதேவேளை வெறும் கிளுகிளுப்புக்கும் புளிச்சல் ஏவறைகளுக்கும் கொட்டாவிகளுக்கும் சேவியரின் கதை உலகிலே சற்றேனும் இடமில்லை'

ஆனால் இன்றைய நவீன எழுத்தாளர்கள் மேற்படி பண்புகளினின்றும் வெளியேற முடியாது. அவற்றுள் கட்டுண்டு கிடப்பது வேறு விடயம்.

நந்தினி சேவியரை நான் அறிந்தது சில மாதங்களுக்கு முன்பதாகத் தான். நான் அவரை முதலில் சந்திக்கையில் அவரை ஒரு எழுத்தாளராகவோ விமர்சகராகவோ கண்டு கொள்ளவில்லை. அவரையொரு மனிதம் பொதிந்த மனிதராகவே கண்டுகொண்டேன். பின்னர் அவரோடு உரையாடியபோது அவரது நாவிலிருந்து வெளிப்பட்ட ஒவ்வொரு வார்த்தையும் இலக்கியத் தரம் பொதிந்த இனியதேனாக என் காதுகளைக் குளிர்வித்தன.

பழம் தின்று கொட்டை போட்ட இலக்கியவாதியான அவர் தன்னை எப்போதும் ஒரு வாசகன் என்று அறிமுகப்படுத்தும் பண்பு அவரைப் பற்றியதான எனது பார்வையைக் கூர்மையாக்கின.

இளம் படைப்பாளிகளை புடம் போடுகின்ற அவரது ஆவல், அவர்களை மதித்து அவர்களுடன் சமமாகப் பழகும் பண்பு, தமிழ்த் தாய்க்கு அணி சேர்க்க அவர் கொண்டுள்ள ஆவல், இலக்கிய உலகில் அவர் இன்றும் என் வயதோடு ஒத்திருக்கும் அதிசயம் எண்ணிப் பார்க்கையில் என்னால் வியக்காமல் இருக்க முடியவில்லை.

திருகோணமலையில் இருந்து கொண்டே இத்தனை காலமாய் நந்தினி சேவியர் என்னும் இலக்கியப் புத்தகத்தை படிக்காமல் விட்டுவிட்டோமே என்ற ஏக்கம் என்னை குடைகிறது.

நந்தினி சேவியரின் 'வேட்டை' என்ற சிறுகதையைச் சற்றுச் சத்தமாகவே வீட்டிலிருந்து உரக்க வாசித்தேன்.

'பாற்றா... பாற்றா... கிடக்காடா... கிடக்காடா... வெள்ளையா உதுக்குள்ளான் கிடக்கு... விட்டிடாதை... கிடக்கிடா... கிடக்கிடா... விட்டிடாதை... விட்டிடாதை... எழுப்பு... எழுப்பு...'

மேற்படி வசனத்தை நான் சத்தமாக வாசித்தபோது என் இரு மழலைச் செல்வங்களும் மேற்படி வசனத்தைத் திரும்பத் திரும்ப

என்னை வாசிக்க வற்புறுத்தியபோது நான் வியந்து போனேன். நந்தினி சேவியரின் எழுத்தின் பால் மழலைகளுக்கும் ஈடுபாடு உண்டே என்று. இது ஒரு எழுத்தாளனின் மிகப்பெரிய வெற்றியல்லவா!

'வேட்டை' கதையினை திரும்பத் திரும்ப வாசித்த போது நான் ஒரு சிறுகதை வாசிக்கின்றேன் என்ற எண்ணத்திலிருந்து விடுபட்டு ஒரு நேரடி வேட்டைக் காட்சியினை காண்பது போன்ற உணர்வுக்குள் தள்ளப்பட்டுப் போனேன். என் கண் முன்னால் தம்பரும் அவரின் வெள்ளையனும் உயிரோடு இருப்பதான ஒரு பிரம்மை ஏற்பட்டுப் போகிறது. இது அக்கதையின் உயிரோட்டத்தை உணர்த்தி நிற்கிறது. இதுதான் ஒரு சிறுகதையின் உண்மையான பண்பு என என்னை உணர வைத்த கதை அது.

மேற்படி கதையினூடாக இளம் தலைமுறையினர் அறியாத பல விடயங்களை நந்தினி சேவியர் சொல்லித் தருகிறார். வேட்டையாடும் முறை, உடும்பை எடுத்து அதை உடும்புக்கட்டுக் கட்டுகின்ற முறை, வேட்டைக்குப் பயன்படுத்தும் பொருட்கள் இவைகளெல்லாம் எமக்கு ஆவணங்களாக அமைந்து விடுகின்றன.

மொத்தத்தில் 'வேட்டை' நம் வாசிப்புப் பசிக்கு நல்லதொரு வேட்டை.

மேற்படி 'வேட்டை' கதையானது ஒரு நிகழ்ச்சிக்கதையாக அமைந்திருக்கிறது.

அமெரிக்க எழுத்தாளர்களான எட்கர் ஆலன்போ, ஹெமிங்வே இங்கிலாந்து எழுத்தாளரான ஜாக்கப்ஸ் போன்றவர்கள் கதையம்சம் இல்லாது நிகழ்ச்சியை மட்டும் அடிப்படையாகக் கொண்டு கதைகள் படைத்துப் புகழ் பெற்றது போன்று நந்தினி சேவியரும் 'வேட்டை' கதையினூடாக புகழ் பெறுகிறார்.

'வேட்டை' கதையினூடாக இரண்டு நாள் வேட்டைக்காட்சி விவரிக்கப்படுகிறது. இது புதுமைப்பித்தனின் 'நினைவுப்பாதை' சிறுகதை போல, இழவு வீட்டில் இரண்டாவது நாள் விடிவெள்ளி கிளம்பும் நேரத்தில் தொடங்கி சுமார் இரண்டே நாழிகைக்குள் நடக்கும் நிகழ்ச்சிகளை புதுமைப்பித்தன் சொல்லி முடிப்பது போல், நந்தினி சேவியரும் வேட்டையை நடாத்தி முடிக்கிறார். இக்கதை திடீரென்று தொடங்கி திடீரென்று முடிவது போல் தோன்றினாலும் ஆழ்ந்து நோக்கினால் படிப்பவரின் உள்ளத்தில் நிகழ்ச்சிகளுக்குப் பின்னால் உள்ள மறைமுகமான கதை படிப்பவரின் உள்ளத்தில் வளர்ந்து கொண்டே போகும்.

தலையும் காலும் இல்லாத முண்டம் போன்ற ஓர் ஓவியத்தை வரைந்து அதற்கு முன்னும் பின்னும் உள்ள அழகுகளைக் கற்பனையால் கண்டு மகிழச்செய்வதே இவ்வகைத்தனவான கதைகளின் நோக்காகும்.

வேட்டையை முடித்துவிட்டு 'அயல் கிராமத்தைச் சேர்ந்தவர்கள்' சிறுகதைக்குள் நுழைகிறேன். ஆரம்பம் முதல் முடிவு வரை கதை பன்மையிலேயே சொல்லப்பட்டிருக்கிறது. இங்கு நந்தினி சேவியர் மாத்திரம் கதை சொல்லவில்லை. தன்னுடைய நண்பர்களையும் சேர்த்து பக்கத்தில் அமர்த்திக்கொண்டு கதை சொல்வது போல மேற்படி சிறுகதை அமைந்திருக்கிறது.

இச்சிறுகதை வெறும் கற்பனையில் முளைத்ததாக எனக்குத் தெரியவில்லை. இது நேரடியாக களத்தில் நின்று அனுபவித்த ஒருவர் சாட்சிக்காக நண்பர்களையும் அழைத்துக்கொண்டு சொன்ன கதையாகவே நான் பார்க்கிறேன்.

கதை இடம்பெற்ற தளமும் கதை மாந்தர்களும் என் காலத்திற்கு முற்பட்டவை என்பதினால் இக்கதை மூலம் கதாசிரியர் சொல்ல வந்த விடயம் முழுமையாக புரியாது போனாலும் இக்கதை எழுதப் பட்ட காலத்தில் வாழ்ந்த மனிதர்களிடத்தில் இக்கதை ஒரு தாக்கத்தை ஏற்படுத்தியிருக்கும் என்பது எனது கணிப்பு.

இக்கதை எந்த நோக்கத்திற்காக அக்காலத்தில் எழுதப்பட்டதோ அந்நோக்கம் இக்கதையினூடாக நிச்சயம் நிறைவேறியிருக்கும்.

நான் இதுவரை வாசித்த சிறுகதைகளுள் பன்மையாக சொல்லப் பட்டு லாவகமாக நகர்த்திச் செல்லப்பட்ட முதற்சிறுகதை இதுவெனக் கூறுவேன்.

வெளியூர் சென்று திரும்பிய பாட்டன் பிரயாணச் செய்திகளை பாட்டியிடம் சொல்லி ஆறுவது போல. நந்தினி சேவியர் மேற்படி சிறுகதையை நகர்த்திச் சென்றிருக்கும் லாவகம் அலாதியானது.

அயல் கிராமத்திலிருந்து 'ஒரு பகற்பொழுது' க்குள் நுழைகிறேன். பல சிறுகதைப் பண்புகளை தன்னகத்தே கொண்டு தலை நிமிர்ந்து நிற்கிறது இச்சிறுகதை.

புதுமைப்பித்தனின் 'ஒரு நாள் கழிந்தது' சிறுகதையோடு மேற்படி கதையினை ஒப்பு நோக்குகிறேன். இரண்டு கதைகளிலும் கருவாக வறுமை அமைந்திருப்பதைக் காணலாம். ஆனால் இரண்டு

கதைகளின் களங்களும் வெவ்வேறு தளங்களில் நடந்திருப்பதை அவதானிக்க முடிகிறது. 'ஒருநாள் கழிந்தது' நகர வாழ்க்கையின் வறுமை பற்றியும் ஒருபகற்பொழுது கிராம வாழ்க்கையின் வறுமை பற்றியும் பேசுகின்றன.

'ஒருநாள் கழிந்தது' ஏழை எழுத்தாளரான முருகதாசர் என்ற பாத்திரத்தின் ஒரு நாள் வாழ்க்கையை மையமாகக் கொண்டு படைக்கப் பட்டுள்ளது.

'ஒரு பகற்பொழுது' செல்லம் என்கின்ற கிராமிய குடும்பத் தலைவி பாத்திரத்தை மையமாகக் கொண்டு படைக்கப்பட்டுள்ளது.

'ஒருநாள் கழிந்தது' கதையில் படுக்க வைத்திருக்கும் கோரைப் பாயினை வர்ணிப்பதன் மூலம் அங்குள்ள ஏழ்மை நிலையினை நமக்கு உணர்த்தி விடுகிறார் புதுமைப்பித்தன். 'கையில் இருக்கும் கோரைப் பாயை விரிப்பதே ஒரு ஜாலவித்தை. நெடுநாள் உண்மையாக உழைத்தும் பென்'ன் கொடுக்கப்படாததால் அது நடு மத்தியில் இரண்டாக கிழிந்து ஒரு கோடியில் மட்டும் ஒட்டிக்கொண்டிருந்தது. அதை விரிப்பது என்றால் முதலில் உதறித் தரையில் போட்டுவிட்டு கிழிந்து கிடக்கும் இரண்டு துண்டுகளையும் சேர்த்துப் பொருத்த வேண்டும். அதுதான் புர்வாங்க வேலை. பின்பு விடுதலை பெற முயற்சிக்கும் அதன் கோரைக் கீற்றுகள் முதுகில் குத்தாமல் இருக்க ஒரு துண்டையோ அல்லது மனைவியின் புடவையையோ அல்லது குழந்தையின் பாவாடையையோ எதையாவது எடுத்து மேலே விரிக்க வேண்டும்.

நந்தினி சேவியர் தனது கதையில் செல்லத்தின் ஏழ்மை நிலையினை, ஆட்டுக்கு அவள் திட்டும் ஒற்றை வாசகத்தினூடாக புரியவைக்கிறார்.

'உனக்கு மட்டுமே... பசி... எல்லாருக்குந்தான்... உன்னையும் வித்துத் துலைச்சிட்டால்?

புதுமைப்பித்தனின் முருகதாசர் என்ற பாத்திரம், ஏழ்மை நிலை காரணமாக சாகாவரம் பெற்ற கதைகளை எழுதுவதை விட்டுவிட்டு தனது எழுத்தாற்றலை விளம்பர நிறுவனம் கொடுக்கும் முப்பது ரூபாய்க்கு விற்று விடுகிறார். நந்தினி சேவியரின் செல்லம் பாத்திரம் கடைக்காரன் மார்க்கண்டுவின் ஏச்சில் ரோசமுற்று தன் காதில் கிடந்த தோட்டை அறுபத்தைந்து ரூபா அறாவிலைக்கு விற்று கடன் அடைக்கிறாள்.

புதுமைப்பித்தன் 'ஒருநாள் கழிந்தது' முருகதாசரின் வறுமை நிலையோடு மாத்திரம் நகர்ந்து விட்டாலும் நந்தினி சேவியரின் 'ஒரு பகற்பொழுது' அதற்கும் அப்பால் சென்று செல்லையா என்ற பாத்திரத்தின் ஊடாக பொதுவுடைமைப் பார்வையை வெளிக் கொணர்கிறது.

'மாறி மாறி ஆண்டாலும் ஏழையள் வாழ்வு கண்ணீரிலே' என்ற கோசத்தினூடாக ஆட்சியாளர்களை கேள்வி கேட்கிறார்.

கு. அழகிரிசாமியின் திரிவுரம், ராஜா வந்திருக்கிறார், அழகம்மாள், பாலம்மாள் போன்ற சிறுகதைகளினூடாக பொதுவுடைமைக் கருத்துக்கள் வெளிப்பட்டு நின்றது போல நந்தினி சேவியரின் 'ஒரு பகற்பொழுது' கதையினூடாகவும் முதலாளித்துவத்திற்கு எதிரான போக்கு காணப்படுவதை உணர்ந்து கொள்ளலாம்.

புதுமைப்பித்தனின் முருகதாசர் பாத்திரத்தின் ஒரு நாள் கழிந்து விட்டாலும் கூட திங்கட்கிழமை சம்பளம் கிடைக்கும் என்ற உறுதியான நம்பிக்கையுடன் காத்திருக்கிறார்.

நந்தினி சேவியரின் செல்லம்மா பாத்திரம் வள்ளியாச்சி கொடுத்த மண்ணப்பிய மரவள்ளிக் கிழங்கோடும் ஒடியலோடும் ஒரு பகற்பொழுதை கழித்து விட்டாலும் நாளைப் பொழுதிற்கு?

2002ம் ஆண்டு கொழும்பில் நடைபெற்ற உலக இஸ்லாமிய தமிழ் இலக்கிய மாநாட்டில் வெளியிடப்பட்ட ஆய்வரங்கக் கோவையில் கலாநிதி செ. யோகராசா சமர்ப்பித்த ஆய்வுக் கட்டுரையில் பின்வருமாறு குறிப்பிடுகிறார்.

'ஈழத்துச் சிறுகதைகளில் ஆரம்ப காலம் தொடக்கம் ஏறத்தாழ 1980 வரை வறுமை நிலைச் சித்தரிப்பு முதன்மை இடம்பெற்று வந்துள்ளது. சி. வைத்தியலிங்கத்தின் பாற்கஞ்சி தொடக்கம் நந்தினி சேவியரின் 'ஒரு பகற்பொழுது' வரை இதற்குச் சான்றுகளாகின்றன.'

மேற்படி கூற்றினூடாக ஈழத்து சிறுகதைப் பரப்பில் நந்தினி சேவியரின் இடத்தை புரிய முடிவதோடு 'ஒரு பகற்பொழுது' சிறுகதையின் வெற்றியையும் உணரமுடிகிறது.

ஒரு பகற்பொழுதின் வெயிலின் கொடுமையினால் மனமுருகி ஆறுதல் கொள்வதற்காக 'நீண்ட இரவுக்குப் பின்' நுழைகிறேன்.

'நீண்ட இரவுக்குப் பின்' சிறுகதை திரும்பத்திரும்ப வாசிக்கத் தூண்டும் கதை. 'அரசு' என்ற பாத்திரத்தின் ஊடாக 1974ம் ஆண்டு

காலகட்டத்தின் இளைஞர்களின் நிலையினை படம்பிடித்துக் காட்டுகிறார் நந்தினி சேவியர். ஆனால் அந்தநிலை கிட்டத்தட்ட முப்பத்தாறு ஆண்டுகள் கழிந்துவிட்ட இக்காலகட்டத்திலும் தொடர்வதானது சங்கடத்திற்குரியது.

சாகாவரம் பெற்ற கதைகள் என்று கூறுவார்கள் அதற்கு உதாரணமாக நந்தினி சேவியரின் 'நீண்ட இரவுக்குப் பின்' சிறுகதை அமைகிறது.

தமிழ், சிங்களம் என்ற இன வேறுபாடுகளுக்கு அப்பால் வறுமை என்பதும், வேலையில்லாத் திண்டாட்டம் என்பதும் மனிதர்கள் என்ற வகையில் சமமானதே என்பதை மேற்படி சிறுகதையில் 'ரத்னபால' என்ற பாத்திரத்தை புகுத்துவதின் ஊடாக புரியவைக்கிறார் நந்தினி சேவியர்.

இன்றைய சமுதாய வாழ்வில் காணப்படும் பொருளாதாரப் போராட்டத்தையும், வறுமையின் கொடுமையையும், அதனால் மக்கள் அனுபவிக்கின்ற துயரங்களையும் பல கதைகள் பேசுகின்றன. அந்த வகையில் அகிலனின் 'பசி' ஆர். சூடாமணியின் 'மறுபுறம்' ஜெயகாந்தனின் 'ஒருபிடி சோறு' புதுமைப்பித்தனின் 'தனி ஒருவனுக்கு' எம்.ஏ. அப்பாசின் 'கஞ்சி' இந்த வரிசையில் நந்தினி சேவியரின் 'நீண்ட இரவுக்குப்பின்' சிறுகதையும் இணைந்து கொள்கிறது.

மேற்படி சிறுகதையில் 'வரதன்' என்ற பாத்திரத்தின் ஊடாக தன்னுடைய மனதில் புதைந்து கிடக்கும் போராட்ட வேட்கையினை வெளிப்படுத்துகிறார் நந்தினி சேவியர். 'இந்த நிலமைகள் மாறவேண்டுமென்றால் தேர்தலினாலோ அரசுகள் மாறுவதினாலோ முடியாது என்றும், இந்த நிலமைகளைக் கட்டிக்காக்கின்ற அரசு அமைப்பை உடைத்து அதிலை எங்களைப்போல உழைக்கின்ற மக்களின்ரை அரசைப் போராடி அமர்த்தாத வரையில் இது தீராது' என்கிறார். இதிலே 'உடைத்து' என்ற சொற்பதத்தின் ஊடாக போராட்டத்தின் வலுவான தன்மையை வெளிப்படுத்துகிறார். இதற்கான போராட்ட ஆயுதமாக கட்சி அரசியலை அறிமுகப் படுத்துகிறார். கட்சி அரசியலுக்கான வழிமுறையாக இனமத பேதமின்றி தொழிலாளர் வர்க்கத்தினரை ஒன்றிணைக்கும் செயற் பாட்டினையும் அறிமுகப்படுத்துகிறார். ஆயுதங்களால் செய்ய முடியாத வேலைகளை பேனையினால் செய்ய முடியும் என்பதை உணர வைக்கிறார் நந்தினி சேவியர். வாழ்வியலின் யதார்த்த

நிலையினை சிறுகதையாக்கும் நந்தினி சேவியரின் மேற்படி சிறுகதை சரியாக புரியப்பட்டிருந்தால் தமிழரின் போராட்ட வரலாறு வேறு விதமாக அமைந்திருக்கும். இன்றைய சூழ்நிலைக்கும் தக்கவாறு மேற்படி சிறுகதை அமைந்திருப்பது அதன் வெற்றிக்கான அறிகுறியாகும்.

நந்தினி சேவியர் அறிமுகப்படுத்தும் இந்தப் போராட்டம் தனி இனத்திற்குரியதில்லை என்பதனை வரதனைப் போன்றே அவனது அலுவலக நண்பன் விமலரத்தினவும் இவனோடு பல விடயங்களில் உடன்பட்டிருந்தான் என்ற வசனத்தின் ஊடாக புரியவைக்கின்றார்.

கருத்துக்களை தன்னிலை வாதங்களாக வெறுங்கோசங்களாக வாசகர் மனதில் திணிக்காமல் கதையின் போக்கோடு விபரிக்கும் பாங்கானது நந்தினி சேவியரின் தனிப்புலமையாகும்.

இருப்பதை விட்டுவிட்டு பறப்பதற்கு ஆசைப்படும் அப்பாவித் தகப்பனுக்கு தனக்கு இனி வேலை கிடைக்காது என்பதை புரிய வைத்தது. இருக்கின்ற தொழிலை சந்தோசமாக ஏற்று அதில் வருகின்ற இடர்களை சந்தோசமாக ஏற்கத் துணிவு கொள்ளும் ரத்னபால பாத்திரத்தினூடாக மற்றுமொரு பரிமாணத்தை உணர வைக்கிறார் நந்தினி சேவியர்.

மொத்தத்தில் 'நீண்ட இரவுக்குப்பின்' என்ற ஒரு சிறுகதையின் ஊடாக பல விடயங்களை உணரவைத்தது மட்டுமில்லாது இளந் தலைமுறையினருக்கான ஒரு சிறந்த வழிகாட்டியாகவும் மேற்படி சிறுகதையை தீட்டியிருக்கிறார் நந்தினி சேவியர்.

'நீண்ட இரவுக்குப்பின்' 'பயணத்தின் முடிவில்' என் பார்வையைச் செலுத்துகிறேன்.

ஏழைகள் ஒடுக்கப்பட்டவர்கள் அவர்களின் வாழ்விடங்கள் சேரிப்புறங்கள் போன்றவற்றை தங்கள் கதைகளினூடாக மிக நுணுக்கமாக அழகுணர்ச்சியுடன் விபரிக்கின்றபோது அல்லது வர்ணிக்கின்றபோது அவ்வர்ணனைகள் வாசகர் மனதில் எதிர் விளைவினை ஏற்படுத்தும் என்பது நந்தினி சேவியரின் வாதமாகும்.

அதீத வர்ணிப்பானது அவ் அவல நிலைகளை வாசகர் மனதில் பதியவைப்பதற்குப் பதிலாக வாசகர் மனதில் அந்நிலை சம்மந்தமான அழகியலை மேலுணர்த்தும் என்பது நந்தினி சேவியரின் மாற்றுக் கருத்தாக உள்ளது.

இந்த அடிப்படையில் 'பயணத்தின் முடிவில்' சிறுகதையில் தமயனின் வண்ணான் தொழிலை மிக எளிமையாக விளங்க வைப்பதைக் காணலாம்.

'விடியலில் எழுந்து துறைக்குப் போய்' சீலையோடு மாரடித்து மருந்து நனைத்து நீலம் தோய்த்துக் கஞ்சி முறுக்கிக் காயவைத்து பிறகு இஸ்திரிகைப் பெட்டியோடு மல்லாடும் தனது தமையனைப்பற்றி அவன் நினைவுக்கு வந்தது. ஒரு எழுத்தாளனின் பேச்சும் செயலும் ஒன்றாக இருக்க வேண்டுமென்பதை இதனூடாக உணரமுடிகிறது.

'பயணத்தின் முடிவில்' சிறுகதையை வாசித்து முடிக்கையில் மணிரத்தினத்தின் ஒரு சிறந்த சினிமாவை பார்த்து முடித்த பிரமிப்பு ஏற்பட்டுப்போகிறது. மனதில் ஒரு நெருடல் நிலைபெறுகின்றது. தங்கனை வாயாரப் புகழ வேண்டுமென்று, இது சிறுகதை என்று கூட உணராமல் மனம் வெம்புகிறது. இது கதையின் வெற்றிதானே?

'பயணத்தின் முடிவில்' சிறுகதையின் வெற்றி அக்கதையின் முடிவில்தான் தங்கியிருக்கிறது.

அவர் கொடுத்த சாமான்களை 'தங்கன்' எடுத்துச் செல்லவில்லை என்பதனை கதாசிரியர்சொல்லுகின்ற விதம் என்னை பிரமிக்க வைக்கிறது. ஒற்றை வசனத்தினூடாக அதை உணர்த்துகிறார்.

'சாமானையும் றஹீமையும் மூதூரையும் பின் தள்ளி வேகமாக நகர்ந்தது லோஞ்சி'

மேற்படி முடிவினூடாக நந்தினி சேவியர் மனிதனுக்கு இருக்க வேண்டிய சுய கௌரவத்தையும், தன்மானத்தையும் புரிய வைப்பதோடு, உயர்அதிகாரிகள் தங்கள் சுய நோக்கத்திற்காக அப்பாவி ஏழைகளை சுரண்ட நினைக்கும் மனோபாவத்தையும் சுட்டிக் காட்டுகின்றார்.

தன் கௌரவத்தை இழந்து அதிகாரியின் வீட்டில் வேலை பார்த்து அந்த வேலையைப் பெறுவதை விட துறையோடும், இஸ்திரிக்கையோடும், லோன்றியோடும் காலத்தை கடத்துவது மேலானது என்று தங்கன் துணிவு கொள்வதாக 'எதையும் எதற்கும் தயாரான ஒரு ஓர்மம் அவனுள் படிந்து இறுகியது' என்ற வசனத்தின் ஊடாக உணர்த்துகிறார் நந்தினி சேவியர்.

'பயணத்தின் முடிவில்' இருந்து 'மத்தியானத்திற்கு சற்றுப் பின்பாக' வுக்கு வருகிறேன்.

'மத்தியானத்திற்கு சற்றுப்பின்பாக' கதையினை மீண்டும் மீண்டும் வாசிக்கின்றேன். சில விடயங்கள் புரிகிறது சில விடயங்கள் புரியவில்லை. இருவரின் உரையாடலாக இக்கதை இருந்தாலும் இதில் வெவ்வேறு குணாதிசயங்கள் கொண்ட பல மனிதர்கள் வந்து போகிறார்கள். இவர்கள் 1977 ஆம் ஆண்டுகளில் நந்தினி சேவியரோடு வாழ்ந்து பழகிய மனிதர்கள். அவர்களைத் தனக்குள் உள்வாங்கி இச்சித்திரத்தை தீட்டியிருக்கிறார் நந்தினி சேவியர்.

முன்னதாக வந்த கதைகள் எளிமையாக சுதந்திரமாக எழுதப் பட்ட கதைகளாகவும் மேற்படி கதை உயர்ந்த இலக்கியத் தரத்தோடு புறத்தாக்கங்களை உள்வாங்கி கடின போக்கில் எழுதப்பட்ட கதையாகவும் நான் உணர்கிறேன். ஆங்காங்கே இக்கதையில் பொதுவுடமைக் கருத்துக்களும், இயக்கம் சார்ந்த நடைமுறைகளும் இடம்பெற்றிருப்பதை உணர முடிகிறது.

ஏட்டுச்சுரைக்காய் கறிக்குதவாது என்பது போல, தொழில் நுட்பக் கல்லூரிகளின் சான்றிதழ்களும் பரீட்சைப்பெறுபேறுகளும் வறுமைக்கும் பசிக்கும் விடையளிக்கவில்லை என்கிறார் நந்தினி சேவியர்.

இக்கதை எழுதப்பட்ட கால கட்டத்தில் வாழ்ந்தவர்கள் இக்கதையினை இலேசாகப் புரிந்து கொண்டிருப்பார்கள். ஏனெனில் அவர்களின் அன்றைய வாழ்வியல் பற்றியதான பார்வைதான் இக்கதை. இதை இன்று புரிந்து கொள்வது சற்று கடினமாகத்தான் இருக்கிறது.

உத்தியோகம், வசதிகள் வந்து விட்டால் உறவு நட்பு யாவும் போலிதானா என கேள்வி எழுப்புகிறார் நந்தினி சேவியர். அவ்வாறு வசதி வந்தவர்கள் வசதிக்காக நண்பர்களை மிதிக்கு முன்பாக நட்புக்கு முற்றுப்புள்ளியிடச் சொல்கிறார். ஹெச்.இ.பேட்ஸ் என்பவர் குறிப்பிடுவது போல, எழுதும் ஆசிரியரின் எண்ணத்துணிவு சிறுகதையில் எவ்வாறு வேண்டுமானாலும் வெளிப்படலாம் என்பது போல நந்தினி சேவியரின் 'மத்தியானத்திற்கு சற்றுப்பின்பாக' சிறுகதை அமைந்திருக்கிறது.

'ஆண்டவருடைய சித்தம்' சிறுகதை தடையில்லாது ஓடி கடலில் சங்கமிக்கும் ஆற்றைப்போல தொய்வில்லாமல் பயணிக்கிறது.

1982 காலப்பகுதியில் கம்யூனிச சிந்தனையாளர்கள் அனுபவித்த துயரங்களில் ஒன்றை சுட்டி இக்கதை புனையப்பட்டுள்ளது.

அநாதரவாக மடத்தில் இருக்கின்ற பிள்ளை கூட சுயமாக சம்பாதிக்கும் திறமையுள்ள ஒருவனை கம்யூனிசக் கொள்கை யுடையவன் என்ற காரணத்தினால் திருமணம் செய்ய வெறுப்பதாக மேற்படி கதையினூடாக உணர்த்துகிறார் நந்தினி சேவியர்.

கடைசியாக 'தொலைந்து போனவர்கள்' கதையில் கண் பதிக்கிறேன்.

1987 கால கட்ட இலங்கைச் சூழலை எண்ணிப்பார்க்கிறேன். துப்பாக்கிகள் கோலோச்சிய காலகட்டம். பேனைகள் எழுதுகின்ற தன் தொழிலை இடைநிறுத்தி வெறும் பார்வையாளராய்ப் பரிணமித்த காலகட்டம்.

'தொலைந்து போனவர்கள்' கதையினூடாக தன் துணிவை வெளிப்படுத்துகிறார் நந்தினி சேவியர். எளிமையான எழுத்து வடிவத்தினூடாக கால சூழலுக்குத்தக்கவாறு சொல்ல வேண்டிய விடயங்களைத் தெளிவாகவும் அதேவேளை நேரடியாகச் சுட்ட முடியாத விடயங்களை மறைமுகமாகவும் கையாண்டு வாசகர் உணரும் விதத்தில் லாவகமாக கதையினை நகர்த்திச் செல்கிறார் நந்தினி சேவியர்.

'சுப்பர்மடம்' என்கின்ற அந்தச் சிறு கிராமத்தை நந்தினி சேவியர் விபரிக்கும் அழகு அலாதியானது. அந்தக்கிராமம் அழிவுற்றதை விபரிக்கையில் ஒரு அழகான கனவு கலைந்தது போல இருக்கிறது.

மொத்தத்தில் 'தொலைந்து போனவர்கள்' கதை உள்ளத்தில் ஒரு நெருடலை ஏற்படுத்திச் செல்கிறது.

இன்று இலங்கையின் கோர யுத்தத்தின் விளைவாக தொலைந்து போன தமிழ், முஸ்லிம் கிராமங்களையும் மனிதர்களையும் இக்கதை யினூடாக ஞாபகமூட்டிச் செல்கிறார் நந்தினி சேவியர்.

'அதே பச்சை நிறச் சீருடை... சப்பாத்துக்கள்...தலைப்பாகை மட்டுமே சற்று வித்தியாசமாய்..'' என்ற வாசகத்தின் ஊடாக ஒரு வரலாற்றுச் சான்றினை வெகு எளிமையாக புரியவைக்கும் பாங்கு அலாதியானது.

'தொலைந்து போனவர்கள்' சிறுகதை, எழுதப்பட்ட காலச்சூழல் எவ்வாறான கடினத் தன்மை உடையது என்பதனையும் பேனா பற்றியதான வெளிப்புறத் தாக்கத்தின் கடினத் தன்மையினையும்

புலப்படுத்தி நிற்கிறது. இவ்வாறான சிறுகதைகள் இறுக்கமில்லா சுதந்திரமான சூழல்களில் இதைவிட எளிமையாக வெளிப்படலாம் என்பது எனது இலக்கிய நோக்கு.

கருதினாலும் ஆசிரியர் அவர் வாழ்ந்த காலத்தின் செல்வாக்கிற்கு உட்பட்டிருப்பதை மறுக்க இயலாது. காலத்தின் சிந்தனைகள், எண்ணங்கள் அவற்றை வெளியிடும் பேச்சுமொழி, எழுத்து மொழி இவ்வளவையும் ஜீரணித்துக் கொண்டுதான் படைப்பாளரும் தம்முடைய சொந்த நடையில் படைப்பை வெளியிடுகின்றார். எனவே நடைக்கு ஆசிரியர் மட்டும் காரணமாவதில்லை. அவர் வாழும் காலமும் காரணமாகிறது' என்ற அகிலனின் கூற்றுக்கு இணங்க நந்தினி சேவியரின் சிறுகதை 'நடை' அமைந்திருப்பதைக் காணலாம். நந்தினி சேவியரின் 'நடை' தனித்துவமானது. யாழ்ப்பாண மண்வாசனைச் சொற்களை தன்னுடைய கதைகளில் எளிமையாக கையாள்வதைக் காணலாம். அவ்வாறான சொற்கள் யாழ் மண்ணுக்கு மட்டும் சொந்தமானவை. உதாரணமாக உதுக்குள்ளான், விழுந்திட்டுதே, ஆரேனும் வாங்கிப் போடுவியள், இருக்கே, கேட்டியளே, அறாவிலை, என்னணை செய்யிறது.

ஜெயகாந்தன் சென்னைத் தமிழில் பல கதைகளை எழுதியது போல நந்தினி சேவியர் தான் பிறந்த மண் வாசனையை தன்னுடைய சிறுகதைகள் மூலம் நுகரவைப்பதை உணர்ந்து கொள்ளலாம்.

ஸ்டீவன்சன் என்ற அறிஞர், சிறுகதைகளை மூன்றாக வகைப் படுத்துகிறார். கருவால் வந்த கதை, பாத்திரத்தால் அதன் குணநலன்களால் உருவான கதை, பாத்திரங்களின் உணர்வுகளை மட்டும் முக்கியப் படுத்தும் கதை. இதைவிட நிகழ்ச்சியால் சிறக்கும் கதை என்ற வகையினையும் இணைத்துக் கொள்ளலாம்.

மேற்படி சிறுகதை வகைகளில் நிகழ்ச்சியால் சிறக்கும் கதை என்ற வடிவத்தை நந்தினி சேவியர் கையாண்டிருந்தாலும், அவரின் ஏனைய சிறுகதைகள் மேற்படி வகையறாக்களையும் தாண்டி ஒரு புது இலக்கணத்துக்குள் உள்வாங்கக் கூடியதான வகையில் அமைந்திருப்பதை அவதானிக்கலாம். அந்த புது வகையாக 'வாழ்வியல் சார்ந்த அன்றாட நடைமுறை' என்ற வகைக்குள் நந்தினி சேவியரின் சிறுகதைகளை உள்ளடக்க முடியும் என்பது என்னுடைய கருத்து.

நந்தினி சேவியரின் ஒவ்வொரு சிறுகதைகளும் வெவ்வேறு விடயங்களைப் பேசிய போதிலும் அக்கதைகளில் எங்கேனும் ஓரிடத்தில் கொம்யூனிச சித்தாந்தம் எட்டிப் பார்ப்பதை உணர்ந்து கொள்ளலாம்.

இந்த வகையில் நந்தினி சேவியர் வாழ்க்கையைச் சிறுகதை யாக்கும் ஒரு வித்தகர். நந்தினி சேவியரின் எழுத்துக்களை வாசிப்பதன் ஊடாக இளம் தலைமுறையினர் தம்மை புடம்போட முடியும். நந்தினி சேவியரின் எழுத்துக்கள் மட்டுமல்ல அவரும் வாசிக்கப்பட வேண்டிய ஒரு புத்தகம்தான். ஏனெனில் அவருடன் உரையாடும் போதெல்லாம் ஓர் உயர்ரக இலக்கியப் புத்தகத்தை வாசித்த சுகானுபவத்தை உணரமுடியுமென்பதை அவருடன் உரையாடுவதன் மூலமே உணரமுடியும்.

மகுடம் இதழ் – 01

ஜனவரி – மார்ச் – 2012

....

நந்தினி சேவியர் ஈழத்தின் ஆளுமைமிக்க ஒரு சிறுகதைப் படைப்பாளி, அயல் கிராமத்தைச் சேர்ந்தவர்கள் அவரது முதலாவது சிறுகதைத் தொகுதி. 2012ம் ஆண்டு பத்தாம் ஆண்டு தமிழ் பாடநூலில் 'நந்தினி சேவியர் சிறுகதைகள்' என்ற தலைப்பில் ஒரு பாடம் இடம்பெற்றுள்ளதே இவரது சிறுகதைகள் தொடர்பான மதிப்பீட்டுக்கு பலம் சேர்க்கும். மிக அண்மையில் இவரது நெல்லிமரப் பள்ளிக்கூடம் என்ற இரண்டாவது சிறுகதைத் தொகுப்பும் வெளிவந்துள்ளது குறிப்பிடத்தக்கது.

ஆசிரியர் – மகுடம் – 01

நந்தினி சேவியர்

நந்தினி சேவியர் – எதிர் நீச்சல் போடும் படைப்பாளி

– லெனின் மதிவானம்

கடந்த சில நாட்களுக்கு முன்னர் எமது அலுவலக பணிக்காகத் திருக்கோணமலை சென்றிருந்தேன். என்னை எதிர்பாராத விதமாகச் சந்தித்த ''நீங்களும் எழுதலாம்'' சஞ்சிகையின் ஆசிரியர் எஸ்.ஆர். தனபாலசிங்கம், ஈழத்தின் முதுபெரும் எழுத்தாளராகிய நந்தினி சேவியரின் வீட்டிற்கு அழைத்துச் சென்றார். நந்தினி சேவியரின் சிறுகதைகளை, கட்டுரைகளை சுமார் 20 ஆண்டுகளுக்கு முன்னரே வாசித்திருக்கின்றேன். அவரது எழுத்தில் முனைப்புற்றிருந்த சத்திய வேட்கையும் உண்மைத்தேடலும் இயல்பாகவே அவரது எழுத்தின் மீதான தொற்றை ஏற்படுத்தியிருந்தன. எதிர்பாராத விதமான சந்திப்பாக இருப்பினும், எமது உரையாடல்கள் மகிழ்ச்சியையும் நம்பிக்கையையும் தருவனவாய் அமைந்திருந்தன. தமிழ் இலக்கியத்தின் இன்றைய செல்நெறி, அதன் வளர்ச்சி, தொய்வு குறித்தும் இன்றைய இடதுசாரி இயக்கத்தின் போக்குகள், எதிர்காலத்தில் செய்யக் கூடியவை - செய்ய வேண்டியவை என்பன குறித்தும் பலவாறாக எமது உரையாடல்கள் பரந்து சென்றன. ஓர் உண்மைக் கலைஞனுக்கு இருக்கக் கூடிய மனிதாபிமானத்தைப் பெற்றவர் நந்தினி சேவியர். இளம் எழுத்தாளர்கள்பால் மிகுந்த அன்பும், பரிவும் கொண்டு, அவர்களது ஆக்கங்களைப் படித்து முன்னேற ஊக்கமளிக்கின்ற உயரிய தார்மீகத்தை அவரிடத்தே அவதானிக்க முடிந்தது. இத்தகைய தன்னலமற்ற தொண்டின் விளைவாக, திருக்கோணமலை பிரதேசத்தில் பல அருமையான இளம் எழுத்தாளர்கள் உருவாகிவந்துள்ளதை அவதானிக்க முடிந்தது. வளரும் முற்போக்கு இலக்கியத்திற்கு

நந்தினி சேவியர் ஆற்றி வரும் தலைசிறந்த பணிகளில் இதுவும் ஒன்றாகும். இவையாவும் விவரித்து விளக்கப்பட வேண்டியதொன்று என்ற போதிலும் இந்த சந்தர்ப்பம் அதற்கு ஏற்றதன்று.

சந்திப்பு ஏற்படுத்திய உந்துதல் மீண்டும் நந்தினி சேவியரின் கதைகளை வாசிக்க வேண்டும் என்ற அவாவை ஏற்படுத்தியிருந்தது. மிகுந்த சிரமத்திற்கு மத்தியில் அவரது 'அயல் கிராமத்தைச் சேர்ந்தவர்கள்' என்ற சிறுகதைத் தொகுப்பைத் தேடிப் பெற்றேன். அத்தொகுப்பை மீண்டுமொருமுறை வாசித்த போது ஏற்பட்ட வாசக அனுபவத்தை பதிவாக்க முனைவதே இக்கட்டுரையின் நோக்கமாகும்.

நந்தினிசேவியர் தமது இளமைப்பருவ முதலே தமது சிந்தனை செயற்பாடு, நடைமுறை என்பவற்றை பொதுவுடமை இயக்கத்துடன் இணைத்துக் கொண்டவர். அந்தவகையில் அத்தகைய இயக்கத்தின் பின்னணியிலிருந்தே தமது படைப்புகளையும் வெளிப்படுத்தி யிருக்கின்றார்.

நந்தினி சேவியரின் படைப்புகள் தெளிவான பார்வையுடன் இன்னும் சரியாக மதிப்பிடப்படவில்லை என்றே தோன்றுகின்றது. அதற்கு அன்னாரின் எழுத்துக்கள் யாவும் முழுமையாக தொகுக்கப் படாமையும் ஒரு காரணமாகும். குறுக்கு வழித் திறனாய்வு முறையும், ஆழ்ந்த தேடலின்மையும் இந்நிலையை மேலும் வலுவாக்கியுள்ளது. இன்னொரு புறத்தில் குழு நிலைப்பட்ட இலக்கியகாரர்களின் இழுபறி நிலைகளும் நந்தினி சேவியரின் கலைப்படைப்பின் பெறுமானத்தைப் புரிந்து கொண்டு தொடரத் தெரியாமையை தோற்றுவித்திருக்கின்றது. இந்நிலையில் நந்தினி சேவியரின் கலைப்படைப்பின் ஆளுமையை நேர்மையை இன்றைய விமர்சகர்கள் முழுமையாக வெளிக்கொணரத் தவறிவிட்டனர்.

இவ்வாறான சூழலில் நந்தினி சேவியரின் அயல் கிராமத்தைச் சேர்ந்தவர்கள் என்ற சிறுகதைத் தொகுப்பின் ஊடாக அவரது கலை அனுபவம்-நேர்மை குறித்து சிந்திக்க வேண்டியுள்ளது. இதற்கு பிறிதொரு காரணமும் முக்கியமானதொன்றாகிறது. தமிழ் இலக்கிய உலகில் நந்தினி சேவியர் கட்டுரையாளர், நாவலாசிரியர், கவிஞர் என வேறு பல ஆளுமைகளைத் தம் எழுத்தின் ஊடாக வெளிக்கொணர்ந்த போதும் சிறுகதைகளே அவரை கணிப்புக்குரியவராக்கியது.

நிலவுடமைச் சமூகவமைப்பு சிதைவுண்டு முதலாளித்துவ சமூகவமைப்பு தோற்றம் பெற்றது. இந்தச் சூழலில் நிலபிரபுத்துவத்தின் உண்மை முகம் எப்படியிருக்கின்றது என்பதை, அதன் கொடூரத்தை

எடுத்துக் கூறுவதற்காக தோற்றம் பெற்ற இலக்கிய வடிவமே நாவலாகும். அவ்வாறே, முதலாளித்துவ சமூகவமைப்பில் அது தோற்றுவிக்கக் கூடிய தனி.மனித அவலங்கள், நெரிசல்கள், சலனங்கள் என்பனவற்றினை வெளிப்படுத்தக் கூடிய இலக்கிய வடிவமாக சிறுகதை தோற்றம் பெற்றது. நாவல் வாழ்க்கையை எடுத்துக் காட்ட சிறுகதை அதன் மறக்க முடியாத பாத்திரங்களை நிகழ்வுகளை எடுத்துக் காட்டுகின்றது. நாவலுக்கும் சிறுகதைக்கும் இடையிலான பாரிய வேறுபாடு இதுவாகும்.

சிறுகதை சமூகவுறவுகளில் வெளிப்படும் மனித நிலைகளை பின்புல உறைப்புடன் எடுத்துக் காட்டுகின்றது. இன்றைய உலகில் சிறுகதை பற்றிய சிந்தனைகளும் போக்குகளும் பல புதிய பரிமாணங்களைத் தோற்றுவித்திருக்கின்றது. தமிழ்ச் சிறுகதை வரலாற்றிலும் இதன் பாதிப்பு நிகழாமல் இல்லை. வ.வே.சு. ஐயரின் குளத்தங்கரை அரச மரத்தில் ஆரம்பித்து நமது யுகத்து ஆற்றல் மிக்க சிறுகதையாசிரியரான நீர்வைப் பொன்னையனின் ''காலவெள்ளம்'' சிறுகதைத் தொகுப்பு வரை பலரும் பலவழிகளில் சோதனைகள் செய்து பார்த்துத் தான் இந்தப் புதிய திசை வழியைக் கண்டடைந்துள்ளனர். புதிய திசை வழி என்பதன் அர்த்தம் மக்களால் மக்களுக்கான இலக்கியம் என்ற அம்சத்தைச் சுட்டி நிற்கின்றது. பல ஆண்டுகளாக வளர்ந்த இயக்கம், போராட்டம், செயல் என்பனவற்றின் ஊடாக வளர்ந்து வந்ததொரு இலக்கியச் செல்நெறியாகும். இந்தப் பின்னணியில் சிறுகதை பற்றி நோக்குகின்ற போது அது வாழ்க்கையின் அவலங்களை துன்பங்களை எடுத்துக் காட்டுகின்றது. தனி மனித வாழ்வில் ஏற்படும் அவலங்கள் துன்பங்கள் வெளிக்கொணரப்படாவிட்டால் அவற்றினை அழித்து விட முடியாது. எனவே சிறுகதை மக்களின் வாழ்க்கை அவலங்களை துன்பங்களை மட்டும் சித்தரிப்பதாக அன்றி அதனைத் தீர்ப்பதற்கான உந்துதலையும் வழங்குகின்றது என்பதை சிறுகதை வரலாற்றினை ஊன்றிக் கவனிப்பவர்களால் உணர முடியும்.

நந்தினி சேவியர் தமது இளமைக் காலத்தில் யாழ்ப்பாண கிராமச் சூழலில் சந்திக்க நேர்ந்த சமூகப் பிரச்சினைகள் தொடக்கம் பின்னாட்களில் இடதுசாரி சிந்தனையாளராக செயற்பாட்டாளராக வளர்ந்த காலத்தில் தாம் சந்தித்த அனைத்து சமூகப் பிரச்சினை களையும் சிறுகதைகளாக்கியுள்ளார்.

இத்தொகுப்பில் இடம்பெறுகின்ற ''வேட்டை'' என்ற கதை தம்பர் என்ற முதியவருக்கும் அவர் வளர்க்கும் வெள்ளயன் என்ற

நாய்க்கும் இடையிலான உறவு குறித்து சித்திரிக்கின்றது. இது தொடர்பில் நந்தினி சேவியரின் உணர்வுகள் இவ்வாறு பிரவாகம் கொள்கின்றது.

''தம்பரும் நாயும் ஒரே மாதிரி. அந்த நாய்க்கும் வயது கடந்து விட்டது. மெலிந்து எலும்புகள் உடலைப் புடைத்துக் கொண்டு வெளியில் தெரிய, முன்னங்கால் ஒரு பக்கம் சாய்ந்து தம்பரைப் போலக் கம்பீரமாக நடக்கும் ஒரு அலாதி.... நாய்தான் தம்பர்... தம்பர்தான் நாய்'' என தம்பருக்கும் நாய்க்கும் இடையிலான உறவைக் காட்டும் நந்தினிசேவியர் ஒரு படி மேலே சென்று நாய் இறந்த போது தம்பர் அடைந்த வேதனையை அவர் இவ்வாறு தீட்டுகின்றார்.

''தம்பர் கதறினார். அவரது தாயும் தகப்பனும் இறந்த போதும், மனைவி மக்கள் வீடு விழுந்து மடிந்த போதும் எப்படி அழுதாரோ அதேபோல...இது அவரது கடைசி நஷ்டம். அவரது உணவுக்கு வழி செய்யும் அந்த உயிரின் நாடித் துடிப்பு மெதுவாக அடங்கிக் கொண்டிருந்தது.''

மானுட நேயம் என்பது அர்த்தமுள்ளதாக மாறுகின்றபோது, இந்த நேயம் சக மனிதனில் மட்டுமல்ல தனக்குப் பிரியமான விலங்குகள், பறவைகள் மரங்கள் மீதாகவும் படர்ந்து விரிகின்றது. இந்த நாகரிகத்தின் பின்னணியில் தான் பாரதியும் ''காக்கை குருவி எங்கள் ஜாதி'', ''வாலைக் குழைத்து வரும் நாய்தான் - அது மனிதனுக்கு தோழனடி பாப்பா'' என்றும் பாடினார். பாரதி வழி வந்த நந்தினி சேவியரிலும் இந்த நாகரிகம் துளிர்விட்டு கிளைபரப்புகின்றது. கிராம வாழ்க்கையின் உன்னதங்களை அழகுற எடுத்துக்காட்டிய சிறுகதையாசிரியர், தன் கண் எதிரே உறுத்திக் கொண்டிருக்கும் வாழ்க்கையின் குரூரங்களையும் அவலங்களையும் மனதைப் பிழியும் துன்பக் காட்சிகளையும் கண்டு தூர விலக்கிக் காட்டியவரல்லர். ஆண் பெண் காமவேட்டையிலும் இருபாலரின் சதைப் பசியையும் இலக்கியமாக்கி அதனூடே தமது வயிற்றுப் பிழைப்பிற்கும் கம்பீரத்திற்கும் வழித் தேடிக் கொண்ட நாளில், நந்தினி சேவியர் அத்தகைய வாழ்க்கைக்குள் காணப்படுகின்ற இன்னல்கள் முரண்பாடுகள் மோதல்கள் என்பனவற்றினை எடுத்துக் காட்டுகின்றார். அவரது தொகுப்பில் அடங்கியுள்ள அனைத்துக் கதைகளிலும் வேட்டையாடுதல், மில்லில்வேலை செய்தல், கிணறு வெட்டுதல், கல்லுடைத்தல், சைக்கில் ஓட்டுதல், பட்டறையில் உளியும் கையுமாக இருக்கும் கொல்லர் என பல கிராம தொழில்களின் மேன்மையை காட்டுகின்றார்.

அதே சமயம் கிராமப்புறத்து வாழ்க்கை இன்பலோகமாக மட்டும் அமைந்துவிடவில்லை. வாழ்க்கை அங்கும் போராட்டந் தான். இந்த அடிப்படையை உணராதவர்கள் தமக்குப் பிடித்தமான இன்பமான வாழ்க்கையை தந்தனர். சமுதாயத்தில் முரண்பாடுகளும் மோதல்களும் தோன்றி மாற்றத்தை வேண்டி இலக்கிய கர்த்தாக்கள் சமுதாயத்தில் உள்ள இன்னல்களையும் முரண்பாடுகளையும் அதனடியாக எழும் கருத்தோட்டங்களையும் சித்தரித்துக் காட்டத் தவறவில்லை. இந்த புதிய பார்வையை, ஆழமான விசாலமிக்க நாகரீகத்தை நந்தினி சேவியரின் சிறுகதைகளில் காணமுடிகின்றது.

நந்தினி சேவியரின் தனித்துவங்களில் ஒன்று தான் கட்சி இலக்கியம் பற்றிய அவரது படைப்புகளாகும். கட்சி இலக்கியம் என்பது மனிதனை அவனது ஆக்கபூர்வமான செயலுக்கு இட்டுச் செல்லக் கூடியது. மனிதர் உணவை மனிதர் பறிக்கும் சமுதாயத்தை மாற்றுவதற்கான இயக்கமொன்றினை அடிப்படையாக கொண்டு படைக்கப்படும் இலக்கியமாகும். அவ்விலக்கியமானது மக்களை அமைப்பாக்கம் செய்வதுடன் அது சமூகமாற்றத்திற்கான ஸ்தாபன மயப்படுத்தப்பட்ட போராட்டங்களையும் வலியுறுத்தி நிற்கின்றது. தேசிய-பாலின-வர்க்க-சாதி ஏற்றத்தாழ்வுகளைத் தகர்த்துப் பொதுவுடைமைப் புத்துலகம் படைக்கும் பாட்டாளி வர்க்கக் கட்சியின் போராட்டங்களைச் சரியான திசைமார்க்கத்தில் முன்னெடுத்துச் செல்வதற்கான தளம் ஒழுங்கமைக்கப்பட வேண்டும். இதுவே கட்சி இலக்கியத்தின் அடிப்படை இலட்சியமாகும்.

இதற்கு மாறாக, கட்சி இலக்கியம் கட்சியை உச்சமாகக் கொண்டு கட்சி உறுப்பினர்களைப் புனிதர்களாக காட்டுவது அல்ல. அவ்வாறே கட்சிக்குள் நடைபெறக் கூடிய விவாதங்களை யெல்லாம் வெகுசன தளத்திற்குக் கொண்டு வந்து அவ்அமைப்பின் மீது அவநம்பிக்கையை ஏற்படுத்துவதும் கட்சி இலக்கியமாகா. அது எதிர்புரட்சிகரமான செயலாகும். மாஓ, கட்சி உறுப்பினர்களிடையேயான முரண்பாடுகள் குறித்தும் மக்கள் மத்தியிலான முரண்பாடுகள் குறித்தும் தெளிவானதோர் நிலைப்பாட்டினை முன்வைத்தார். தமிழ் சூழலில் கட்சி இலக்கியம் என்பது தமது அமைப்பு சார்ந்தவர்களை உச்சமாக காட்டுவதற்கும் தமது அமைப்பு சாராதவர்களை எல்லாம் எதிரியாக காட்டவும் பயன்படுகின்ற இலக்கியப் போக்காகவே வளர்ந்து வந்துள்ளதைக் காணலாம். பலர் புனைபெயர்களை தமக்குச் சாதகமான வகையில் பயன்படுத்திக் கொள்கின்றனர். புரட்சிகரமான சமுதாய மாற்றங்களை விரும்பும் எழுத்தாளர்களையும் கலைஞர்களையும் இந்த அறிவு

ஜீவிகள் குழப்பவும் செயலற்றவர்களாகக் காட்டவும் முனைகின்றனர். முதலாளித்துவ சித்தாந்தத்திற்கும் தொழிலாளி வர்க்க சித்தாந்தத்திற்கும் இடையிலான போராட்டத்தில் இவர்கள் முதலாளித்துவத்துடன் கைகோர்த்து நிற்பவர்களாவார். இந்த முழக்கங்களின் பின்னணியில் வாசகர்களையும் பொது மக்களையும் ஏமாற்ற முயல்கின்றனர்.

மார்க்சியர் என்ற வகையில் நோக்குகின்ற போது அவர்கள் இரு விதங்களில் சுரண்டல், அதிகாரம், ஒடுக்குமுறைகளுக்கு எதிரானவர் களாகவும் சமூக செயற்பாட்டாளர்களாகவும் காணப் படுகின்றனர். ஒன்று கட்சி அமைப்பைச் சார்ந்த மார்க்சியர்கள். இவர்கள் அமைப்பு சார்ந்த செயற்பாடுகளை முன்னெடுப்பவர்களாக காணப்படுவர். அமைப்பு சாராத மார்க்சியர்கள் மக்களை விழிப்படைய செய்வதுடன் அவர்களை ஒடுக்கு முறைகளுக்கு எதிரான போர்க்குணம் கொண்டவர்களாக மாற்றுவர். சீன இலக்கிய முன்னோடி லூசுன் இதற்குத் தக்க எடுத்துக் காட்டாகும். நமது சூழலில் சிலர் தமது தத்துவத் தெளிவின்மை காரணமாக இதனைக் கண்டு கொள்ளத் தவறியுள்ளனர். தமிழில் கட்சி இலக்கியம் சார்ந்த படைப்புகளை படைப்பாளுமையுடனும் நேர்மையுடனும் வெளிக் கொணர்ந்த படைப்பாளிகளில் நந்தினி சேவியர் முக்கியமானவொருவர். அவரது ''நீண்ட இரவுக்கு பின், ''மத்தியானத்திற்குச் சற்றுப் பின்பாக'', ''ஆண்டவருடைய சித்தம்'' ஆகிய சிறுகதைகள் இதற்குத் தக்க எடுத்துக்காட்டுகளாகும். அவரது கட்சி இலக்கிய படைப்புத்திறனுக்கு உதாரணமாக நீண்ட இரவுக்கு பின் என்ற கதையில் வரும் பின்வரும் பந்தியை எடுத்துக் காட்டலாம்:

'மச்சான் பாத்தியே ரத்தினபாலாவைப் போலையும் உன்னைப் போலையும் எத்தினை தமிழ் சிங்களச் சீவன்கள் கஷ்டப்பட்டு வந்ததோ தெரியாது, நாங்கள் கதைச்சதாலை எங்களுக்குப் பிரச்சினை விளங்கிச்சுது... மற்றதுகள்?''

''குலம் உத்தியோகம் கிடைக்காது என்கிறதாலை மட்டும் நான் இந்த முடிவுக்கு வரயில்லை. நீங்கள் படுகிற கஷ்டத்தைப் பார்த்த பிறகும் இந்த நாட்டிலை இருக்கிற பிரச்சினையைத் தீர்க்கிறதுக்கு நீங்கள் சொல்கிற மார்க்கந்தான் சரி எண்டு எனக்கு விளங்கி விட்டது. நானும் வரதனோடை சேர்ந்து உழைக்க வேணும். இண்டைய நிலையில் அது கூடக் கிடைக்குமோ தெரியாது. ரத்தினபாலா போல நானும் விடிவுக்கான மார்க்கத்தைக் காண உழைக்கப் போகிறேன். அந்த நிலை வந்தால்தான் விடிவும் இந்த நிலைக்கு முடிவும் வரும். என்னை நம்பு நான் திருந்தியிட்டன்.''

நந்தினி சேவியரின் கதைகளில் இனம் மதம் மொழி சாதி கடந்த மானுட விடுதலைக்கான சிந்தனையும் அதனை அடைவதற்கான அமைப்பாக்க சிந்தனையும் முனைப்படைந் திருப்பதைக் காணலாம். இவ்வுறவுகள் கோட்பாடாக விவரிக்கப்படாமல் பாத்திர படைப்புகளின் ஊடாக, அதன் அழகியல் குன்றாத வகையில் சித்திரித்துள்ளமை அவரது தனித்துவமாகும்.

பிரெஞ்சுப் புரட்சியின் போது, புரட்சிக்காரர்களை அரசு கில்.லட்டனில் வைத்து ஈவிரக்கமற்ற நிலையில் கொன்று குவித்தது. இதனைப் பார்த்துப் பார்த்து மரத்துப் போன மனித உள்ளங்கள் - சில வேளைகளில் அதனைப்பார்த்துக் கொண்டே பெண்கள் எம்பிராய்ட் செய்தார்களாம். இன்று எமது சூழலில் - நகர வாழ்க்கையின் அவலங் களையும் இன்னல்களையும் பார்த்துப் பார்த்து மரத்துப் போன மக்கள் எவருக்காகவும் உதவ முன்வராத பண்பு வளர்ந்து வருவதைக் காணலாம். இதன் தாக்கம் கிராம புறங்களையும் பாதிக்காமல் இல்லை என்ற போதிலும் ஆங்காங்கே மனித நேயம் குடி கொண்டிருப்பதை அவரது ''ஒரு பகற் பொழுது'' என்ற சிறுகதை சித்திரிக்கின்றது.

இந்நாட்டிலே இனவாதம் குமிழ்விட்டு மேற்கிளம்பிய போது அது தோற்றுவிக்கக் கூடிய பரிமாணங்கள், வாழ்க்கை கோலங்கள் சமுதாய அவலங்கள் அதன் பின்னணில் காணாமல் போகும் மனிதர்கள் பற்றி கூறுவதாக ''தொலைந்து போனவர்கள்'' என்ற சிறுகதை அமைந்திருக்கின்றது. இக்கதை இன்றுவரை காணாமல் போனவர்களை ஞாபகப்படுத்துகின்றது.

இவ்விடத்தில் முக்கியமான பிறிதொரு விடயம் பற்றிய தெளிவும் அவசியமனதாகும். அதாவது நந்தினி சேவியர் இலக்கிய உலகில் காலடி வைத்த காலத்தில் தான் இலங்கையின் வடக்கில் சாதிய எதிர்ப்புப் போராட்டம் துளிர் விட்டு உச்சத்தை அடைந்திருந்தது. டானியல் இப்போராட்டம் சார்ந்த இயக்கத்திலும் போராட்டங்களிலும் பங்கு பற்றிய காலங்களில் எழுதிய சிறுகதைகளில் சாதியம் கடந்த வர்க்க உணர்வே முனைப்புற் றிருந்தது. இடதுசாரி கட்சியிலிருந்தும் இப்போராட்டங்களிலிருந்தும் அவர் தூர விலகிய பின்னர் வர்க்க சிந்தனையை விட சாதி தீவிரமே அவரது படைப்புகளில்முதன்மைப் படுத்தப்பட்டது. அந்தவகையில் டானியல் ஊடாக தாழ்த்தப்பட்ட மக்களின் வாழ்வும் போராட்ட உணர்வுகளும் வெளிக்கொணரப்பட்டன என்ற போதிலும், மக்கள் இயக்கங்களையும் இலக்கியங்களைத் தாக்குவதற்கும் தகர்ப்பதற்கும்கூட அத்தகைய படைப்புகள் காரணமாக அமைந்தன. இவ்வகையில் நந்தினி சேவியரின் படைப்புகளை

நோக்குகின்ற போது தேசிய ஜனநாயக சக்திகளின் குரலாகவே அவரது படைப்புகள் அமைந்து காணப்படுகின்றன. இறுதி வரை நந்தினி சேவியர் இத்தகைய இயக்கத்தோடு இணைந்திருந்தமை இதற்கான அடிப்படையெனக் கூறுவது தவறாகாது.

இத்தொகுப்பில் அடங்கியுள்ள கதைகளை ஒட்டு மொத்தமாக நோக்குகின்ற போது முக்கியமானதொரு விடயம் பற்றிய கவனம் செலுத்துதல் அவசியமானதாகும். அதாவது நமது சிறுகதை எழுத்தாளர்கள் படைப்பாளிகள் திரும்பத் திரும்ப ஒன்றையே கூறுவதற்கான காரணம் அவர்களது சமூக தரிசனம் பற்றிய தெளிவின்மையாகும். நமது சிறுகதைப் படைப்பாளர்கள் சிலர் தத்துவார்த்த தெளிவு அல்லது அறிவு பெற்றிருப்பினும் அவர் அதனை கதை நிகழ் சூழலுக்கேற்ப தமிழ் மரபிற்கேற்ப பொருத்திப்பார்ப்பதில் இடறுகின்றனர். இந்த சமூக அனுபவம் விஸ்தரிக்கப்படாமையால் கலைப்படைப்புகளில் காலத்திற்கேற்ற உள்ளடக்கத்தினை அதன் வடிவம் சிதையாதவகையில் வெளிக் கொணரத் தவறிவிட்டனர். அந்தவகையில் நந்தினி சேவியரின் கதைகள் மனிதாபிமானமுள்ளவர்களின் இதயத்தை நெருடும் சக்தியாக பொலிந்து கிடக்கின்றது. கதையில் வரும் பாத்திரங்கள் உயிருள்ள ஜீவன்களாக இருக்கின்றன. அவை மனிதாபிமானமுள்ளவர்களின் ஆத்மாவை உலுக்கும் சக்தியாக பொலிந்து கிடக்கின்றன. ஈழத்து தமிழ் மரபை பேணி உலக இலக்கியத்தில் இடம்பெறத்தக்க சிறுகதைகளைப் படைக்க நமது நாட்டு எழுத்தாளர்களாலும் முடியும் என்ற நம்பிக்கையை ஏற்படுத்துவனவாக நந்தினி சேவியரின் சிறுகதைகள் அமைந்து காணப்படுகின்றன.

தேசியம், மண்வாசனை என்ற கோட்பாட்டுப் போராட்டங்கள் இயக்க ரீதியாக முன்னெடுக்கப்பட்ட போது மக்களின சமகால வாழ்க்கை இலக்கியமாக்கப்பட்டன. பிரதேசம் சார்ந்த மொழிநடை பழக்க வழக்கங்கள் புதிய அழுத்தங்களுடன் இலக்கிய உலகில் சஞ்சரித்தன. இந்த இலக்கியப் போக்கினை நந்தினி சேவியர் கடைப்பிடித்திருந்தார் என்பதை இத்தொகுப்பில் அடங்கியிருக்கின்ற சிறுகதைகள் எடுத்துக் காட்டுகின்றன. கவிஞர் இ.முருகையன் வழங்கியுள்ள முன்னுரையும் நந்தினி சேவியரின் படைப்பாளுமையை சிறப்பான முறையில் மக்களுக்கு அறிமுகம் செய்கின்றது.

'அயல் கிராமத்தைச் சேர்ந்தவர்கள்' என்ற தொகுப்பை சவுத் ஏசியன் புக்ஸ் நிறுவனத்தார் தேசிய கலை இலக்கிய பேரவையுடன் இணைந்து வெளியிட்டுள்ளனர்(1993). விலை - 12ரூ. (இந்திய விலை)

நன்றி: இனியொரு.கொம். [2010 – டிசம்பர்]

நெல்லிமரப் பள்ளிக்கூடம் பற்றிய பார்வைகள்

நெல்லிமரப் பள்ளிக்கூடம்

இதயராசன்

முன்னுரை:

சுரண்டல், இனபேதம், சமூக ஒடுக்குமுறை ஆகியவற்றினை சமூக வாழ்நிலை மாந்தர்கள் ஊடாட்டத்தின் மூலம் நெல்லிமரப் பள்ளிக்கூடம் சிறுகதைகளில் வெளிப்படுத்தியுள்ளார்மூத்த எழுத்தாளர் நந்தினி சேவியர்.

மேய்ப்பன், ஒற்றைத்தென்னை, கடலோரத்துக் குடிசைகள், மனிதம், நெல்லிமரப் பள்ளிக்கூடம், தவனம், எதிர்வு, விருட்சம் ஆகிய எட்டுக்கதைகளும் வறுமை, இனம், சாதி ஆகிய மூன்று சமூகப்பிரச்சினைகளையும் உயிர்ப்புடன் நம்முன் பேசுகின்றன.

அயல்கிராமத்தைச் சேர்ந்தவர்கள் என்ற சிறுகதைத் தொகுதிக்கு அடுத்ததாக இச்சிறுகதைத் தொகுதி, கொடகே நிறுவனத்தினரால் வெளியிடப்பட்டுள்ளது. இந்நூலாசிரியர் கதையை நீட்டி முடக்காமல் தேவைக்கேற்ப அச்சொட்டாகச் சொல்வதில் வல்லவர். கூடவே எள்ளல் உணர்வுடன் வாசிக்கத் தூண்டுகிறவர். இக்கதைகள் எட்டினையும் விமர்சனம் என்றில்லாமல் ஒரு வாசக அனுபவத்துடன், ஏனைய வாசகர்களும் வாசிக்கவும் யோசிக்கவும் வைக்கும் நோக்கில் இரசனைக் குறிப்பாக எழுத முற்படுகின்றேன்.

முதலாவது சிறுகதை – மேய்ப்பன்

கடலோரத்துச் சிறுகிராமத்தில் தேவாலயம் அமைத்து, தொழிலும் தேவாலயமுமே உலகமாய் வாழ்கின்ற சங்கிலித்தாம் கிறகோரி என்னும் கிழவர், தனது மகன் காணாமல் போன போது, மருமகள் தெரேசாவை கந்தசாமிக்கு தவிர்க்கமுடியாத காரணத்திற்காக மறுமணம் செய்து கொடுக்கின்றார். இதனை எதிர்த்த ஊர்மக்கள்,

உறவினர்கள் அவருடன் சேர்த்து தேவாலயத்தையும் ஒதுக்கி விடுகின்றனர். தேவாலயமும் கிழவர் மனதும் பாழ்பட்டுப் போகின்றன. இறுதியில் சிதைவுறும் தேவாலயத்தைச் சீர்செய்வதற்காய் மீன்பிடிக்கக் கடலுக்குப்போய், புயலில் சிக்குண்டு உயிர்துறக்கின்றார்.

இங்கு மறுமணம், மதமாற்றம் என்னும் முரண்நிலை யதார்த்தம், தேவாலயத்துடன் பிணைக்கப்பட்ட வாழ்வின் ஊடாக, வாழைப் பழத்தில் ஊசியேற்றுவதுபோல் நெருடலின்றி சொல்லப்படுகின்றது. பிரதான பகை முரண்பாடு பின்தள்ளப்பட்டு, உள்முரண்பாடுகள் தோண்டி எடுக்கப்பட்டு மக்களை மோதவிடுவதன் மூலம் பகை முரண்பாடு நேசசக்தியாய்த் தோன்றும் மாயைமயக்கம் இக்கதைவாயிலாக ஆசிரியர்சொல்வது வாசகரைச் சிந்திக்கத் தூண்டுவனவாய் உள்ளது.

இரண்டாவது கதை – ஒற்றைத்தென்னை

அந்த மீனவக்கிராமத்தில் இரு கிழவர்கள் வசிக்கின்றார்கள். இருவரும் சம வயதினர். அதிரியாரின் மகன் பாலைதீவு படகு விபத்தில் இறந்துபோகின்றான். அச்சோகத்தினைத் தாங்கமுடியாமல் தவிக்கும் போது, சந்தியாக் கிழவர்அவரைத் தேற்றுகிறார். இதில் உள்ள முரண் யாதெனில், சந்தியாக் கிழவர்தம் குடும்பமே அவ்விபத்தில் இறந்துபோன சோகத்தை வைத்துக்கொண்டே தேற்றுவதுதான். ஒரே வாழ்க்கை முறையில் ஒருவரின் மனம் வைரித்துப் போகின்றது, மற்றது நொந்துபோகின்றது.

கதை இவ்வாறு முற்றுப்பெறுகிறது.

குருநகரில் எதற்குமே அசையாத இரண்டு தென்னைகள்.....!
ஒன்று அது. மற்றது....?
சந்தியாக் கிழவன்!
அவளுக்கு உடல் சிலிர்க்கிறது.

வாழிடமும் தொழில் முறையும் அதனூடு பெறுகின்ற பட்டறிவும் தனியாளுக்குத் தனியாள் வேறுபடுவது தவிர்க்கமுடியாது. இறப்பு என்பது யதார்த்தமான போதிலும் ஜீவனையே உலுக்குகின்ற சாவு அவனைத் தும்பாக்கிப் போடுகின்ற சோகத்தினையும் அதனைத் தைரியத்துடன் எதிர்கொள்ளும் இன்னொருவரும் காட்டப்படுவதன் மூலம் சிறுசிறு ஏமாற்றங்களுக்காய்த் துவண்டுபோய் தற்கொலை செய்ய அலைபவர்களை விழிப்பூட்டுவதாய் உள்ளது. இதனைக் கற்பனையில் காட்டாமல் அவர்களின் வாழ்வின் மூலமே காட்டுவது, கதாசிரியரின் கருத்தியல் தளத்தின் பலத்தினைக் காட்டுகிறது.

மூன்றாவது கதை – கடலோரத்துக் குடிசைகள்

மீனவக்கிராமத்தில் பிறந்து வளர்ந்த இரு சகோதரர்கள் ஒருவர் மரியசேவியர், மற்றவர் எட்வேட். மரியசேவியர், சுவாமியார் மேற்படிப்புப் படிக்க வெளிநாடு சென்று, வெகுகாலத்தின் பின்னர் கிராமத்துத் தேவாலயத்திற்குப் பங்குத்தந்தையாக வருகின்றார். தம்பி தனது மச்சாளைத் திருமணம் புரிந்து, கடற்றொழிலாளியாக வறுமையில் வாடுகின்றான். தமது உழைப்பினைச் சுரண்டும் சம்மாட்டியாருக்கு எதிராகக் கலகம் செய்கின்றான். சுரண்டலை ஆதரிக்கும் அத்தனையையும் கேள்விக்கு உட்படுத்துகின்றான். கோவிலும் சுரண்டல் வர்க்கத்திற்குச் சார்பாக இருப்பதால் அப்பக்கமே போகாமல் விடுகின்றான். அண்ணன் பங்குத்தந்தை - தம்பி புரட்சிக்காரன், அண்ணனுக்கு வசதியான வாழ்க்கை விதவிதமான உணவுகள் ஆனால் பசியில்லை. தம்பியின் குடும்பம் பசியுடன் உணவில்லை. இதற்கான காரணத்தைத் தேடுவதாய்க் கதை இயல்பாக நகர்கிறது.

"நீங்கள் செத்தபிறகு வாற சொர்க்கத்தைப் பற்றிப் பேசிறியள்... நாங்கள் இப்ப இருக்கிற நரகத்தைப் பற்றிப் பேசிறம்.. அதை மாத்தப்பார்க்கிறம்..."

"உதுகளைப் பேசிறதாலைதான் உங்கட வீட்டிலை வறுமை பஞ்சம்"

சுவாமியார் இடைமறித்தார். எட்வேட் சிரித்தான்.

"ஒவ்வொரு நாளும் கோயில்லையே பழிகிடக்கிற சந்தியா அண்ணை, பேதுறு அம்மான்... எல்லோருக்கும் இதனாலேயே வறுமையும் கஷ்டமும்...?"

"மரங்களின் வேர்களினருகே கோடரிகள் போடப்பட்டிருக்கின்றன... நற்கனி கெடாத மரங்கள் அத்தனையும் வெட்டுண்டு அக்கினியில் போடப்படும்..."

எட்டுக்கதைகளிலும் முதன்நிலையில் வைத்துப் பேசப்பட வேண்டிய கதை இது. மதம், அரசியல், வறுமை, சுரண்டல் என்பன பற்றி வாசகரைக் கட்டுடைத்துச் சிந்திக்கத் தூண்டுகின்ற வகையில் முக்கியத்துவம் பெறுகின்றது.

நான்காவது கதை – மனிதம்

இவரது கதைகளில் இக்கதை இரு பக்கங்களைக் கொண்டதாகும். ஷெல் வீச்சில் முத்தனும் மனைவியும் செத்துப் போயினர். அவர்களது கைக்குழந்தையும் மலையகத்துச் சிறுவனும் மட்டுமே தப்பியுள்ளனர். ஊரே சிதைக்கப்பட்ட நிலையில் யார்யாரைப் பார்ப்பது. ஒரு வயோதிபர் வெளியே வந்து கைக்குழந்தையைக் கையேற்கிறார். சிறுவன் தாய் தந்தையரின் உடலத்தை விட்டுச்செல்ல மனமின்றி அங்கேயே இருக்கின்றான்.

''எனக்குப் பசிக்குதுதான்... நானும் உங்களோட வந்துட்டாக்கா ஐயாவையும் அம்மாவையும் காகம் கொத்திப்போடும்... நீங்க தங்கச்சியைக் கொண்டு போங்க...''

யுத்தத்தின் கொடுமையினை சிறுகச் சொல்லி, பெருக உரைக்கும் கதை - மனிதம் மரிக்கவில்லை என்பதை சாட்சி பகரும் கதை.

ஐந்தாவது கதை – நெல்லிமரப் பள்ளிக்கூடம்

நெடுத்து வளர்ந்த நெல்லிமரத்தடியில் உள்ள பள்ளிக்கூடம். அதில் கல்விகற்ற சமூகரீதியாக ஒடுக்கப்பட்ட சிறுவர்களுக்கு ஏனைய சிறுவர்களுக்கான உரிமைகள் மறுக்கப்பட்டன. கிணற்றில் தண்ணீர் அள்ளியதற்காக ஒரு சிறுவன் ஆசிரியரால் கடுமையாகத் தண்டிக்கப் படுகிறான். அதன் விளைவு அக்கிராமத்துச் சிறுவர்கள் பாடசாலை செல்லாமல், பின்னர்தங்கள் கிராமத்தில் பாடசாலையை நிறுவி பள்ளிக்குச் செல்வதே கதை.

''வாத்தியார்! இவன் கிணற்றுக்கட்டில ஏறி துலாக்கயிற்றைப் பிடிச்சவன்''

ஜீவகாருண்யம் என்ற பெயரை மட்டுமே சூடியிருந்த மாணவன் முட்டுக்காய்த் தலையரிடம் போட்டுக் கொடுத்தமைதான் கதையின் முக்கிய திருப்புமுனையாக அமைகிறது.

இக்கதையில் பொன்னையா வாத்தியார் எனும் அன்புள்ளங் கொண்ட, மாணவர்களால் நேசிக்கப்படுபவரும், முட்டுக்காயர் எனும் பட்டப்பெயர்கொண்ட பஞ்சாட்சரம் வாத்தியார்- இவருக்கு நேர்விரோதமான சாதித் திமிர்கொண்டவராகச் சித்தரிக்கப்படுகின்றார். அமைதியான மாணவர்அநீதிக்கு எதிராக தமது எதிர்ப்பினைப் புலப்படுத்துவதும் அதன் மூலம் ஒடுக்கப்படும் கிராமம் ஒன்று

விழிப்புறுவதும் இயல்பாகவே சொல்லப்படுகின்ற போதிலும், சொல்ல வேண்டியவை நிறையவேயுண்டு என்பதை கதையில் சொல்லப்படும் தகவல்கள் மூலம் அறிய முடிகின்றது. இது ஒரு நாவலுக்கான நகர்வைக் கொண்டுள்ளது எனலாம்.

ஆறாவது கதை – தவனம்

83 யூலைக் கலவரத்தின் போது புறக்கோட்டையில் இறால் ஏற்றுமதி செய்யும் நிறுவனத்தில் வேலை பார்க்கும் தமிழர். சக சிங்கள ஊழியர்களால் காப்பாற்றப்பட்டுப் போஷிக்கப்படுவதையும் கலவரத்தின் அவலமும் சொல்லப்படும் கதை இது. அந்தத் துன்பியல் நிகழ்வில் நாமும் அகப்பட்டது போன்ற உணர்வைத் தருகிறது.

ஏழாவது கதை – எதிர்வு

யாழ்ப்பாணத்தில் யுத்தச் சூழ்நிலையில் தமது மாமனாரின் மரணச் சடங்கினை திட்டமிட்டபடி சமயசாரப்படி நடாத்த முடியாமல் சவுக்குத் தோப்பில் புதைத்தமையும் மரண வீட்டில் குண்டுவீச்சு நிகழ்ந்த போது தப்பிப் பிழைக்க ஓடிய உறவினர்கள் பின்பு நிஜத்தினை மறந்து, "அவன் கொமியூனிஸ்ட்காரன் அதுதான் கோயில் சடங்கு செய்யாமல் மாமனைச் சவுக்குமரக் காட்டுக்குள்ள தாட்டுப்போட்டான்" என்று கூறும் முரண்நிலை யதார்த்தத்தினை இலாவகமாக சிறப்பான கதை கூறல் மூலம் சொல்வது இக்கதையின் வெற்றியாகும்.

எட்டாவது கதை – விருட்சம்

இலங்கை இனப்பிரச்சினையின் வெளிப்பாடே மதங்கள் மோதிக் கொள்வது. சாதாரண மக்களின் உணர்வினைத் தூண்டுவதும், இதில் புத்தரும் - பிள்ளையாரும் அரச மரத்துக்கு உரிமை கோருவது இலங்கைக்கே உரித்தான பண்பாகும். இதனை மரங்களை நேசிக்கும் ஒரு உள்ளத்தின் மூலம் யதார்த்தத்துடன் இணைத்து, பண்பாட்டுத் தளத்தில் விபரிப்பது அற்புதமாக வாய்த்துள்ளது. இக்கதை நிச்சயமாக சிங்களத்திலும் பிற மொழிகளிலும் மொழிபெயர்க்கப்பட வேண்டியதாகும்.

"போர்க்காலத்துக்கு முன்னர் ஊரின் பெருவிருட்சங்கள் பல சிறு கோவில்களாக சூலங்களுடன் நின்ற நிலைமாறி ஆக்கிரமிப்பின் இன அடையாளங்களாக அரச மரங்களும் அதன் கீழ் புத்தர்களும் உருவாகிவிட்டமையை இவன் அடிக்கடி நினைத்துப் பார்ப்பதுண்டு"

விருட்சங்களே இன அடையாளங்களா.....?

நந்தினி சேவியர்

பெரு விருட்சங்களின் கீழ் தெய்வங்களை வைத்துப் பூசிப்பதன் மூலம் விருட்சமும் அச்சூழலும் புனிதம் பெறுவதோடு சூழலும் பேணப்படுகிறது என்பது ஏதோ உண்மைதான். ஆனால் சகோதரர்கள் போல வாழவேண்டியவர்கள் அந்தத் தெய்வத்திற்காக ஒருவரை ஒருவர்வெட்டி வீழ்த்துவதுதான் அவலத்திலும் அவலம். இதனை நந்தனி சேவியர்சிறப்பாகவே பதிவுசெய்துள்ளார்.

முடிவுரை:

எனவே இச்சிறுகதைகள் எட்டும், எட்ட முற்படும் எல்லைகளை விட்டுவிலகாதபடியே எம்மையும் ஈர்க்கின்றன. அனைத்து விதமான அவலங்களிடையேயும் மனிதம் மரிக்காமல் இன்னும் உயிர்ப்புடன் உள்ளதையே இக்கதைகள் சொல்லாமல் சொல்லி நிற்கின்றன என்ற வகையில் இச்சிறுகதைத் தொகுதிக்கு 'மனிதம்' என்ற தலைப்பிட்டிருப்பினும் பொருந்தும் என்று கூறி, நந்தினி சேவியரிடமிருந்து இன்னமும் துடிப்பான, துல்லியமான கதைகளை எதிர்பார்த்து, தளரா மனத்துடன் முதிர்ந்த கதைகளை இன்னும் இன்னும் வேண்டி நிற்கின்றோம்.

முச்சந்தி.கொம் – 2012

மல்லிகை – 2012

நோக்கல்

இரண்டாம் விசுவாமித்திரன்

நாளுக்கொன்றும் வாரத்துக்கொன்றுமாக ஏதாவதொரு புனைகதைத் தொகுதி வெளிவந்து வாசகனின் கலைத்துவ நுகர்ச்சியை மழுங்கச் செய்துவிடுமோ என்ற அச்சம் ஏற்பட்டிருக்கின்ற காலம் இது. 1875ம் ஆண்டிலிருந்து இன்றுவரை பதினையாயிரத்திலும் கூடுதலான சிறுகதைகளும் ஐந்நூறுக்கு மேற்பட்ட தொகுதிகளும் வெளிவந்திருக்கலாம் என்று ஊகிக்கப்படுகின்றது. ஆனாலும் நமது ஈழத்து எழுத்துலக மரியாதையைக் காப்பாற்றும் வகையிலும் வாசிக்கத் தொடங்கினால் கீழே வைக்க வெண்ணாமல் ஒரே மூச்சில் வாசிக்கத் தூண்டும் தன்மையிலும் விரல்விட்டு எண்ணக்கூடிய அளவிலான புனைகதைத் தொகுதிகள் வெளிவந்து கொண்டுதான் உள்ளன. இந்தச் சூழ்நிலையில்தான் நந்தினி சேவியர் எழுதிய 'நெல்லிமரப் பள்ளிக்கூடம்' என்ற சிறுகதைத் தொகுதி எமது பார்வைக்குக் கிடைத்துள்ளது.

'நெல்லிமரப் பள்ளிக்கூடம்' என்ற இச்சிறுகதைத் தொகுதியை எஸ்.கொடகே சகோதரர்கள் என்ற நிறுவனம் வெளியிட்டுள்ளது. மேமன்கவியின் அட்டைப்படத்துடன் 104 பக்கங்களில் பிரசுரமாகியுள்ள இத் தொகுதியில் ஏற்கனவே பல்வேறு சந்தர்ப்பங்களில் வெளியான எட்டுச் சிறுகதைகள் உள்ளடக்கம்.

1

நந்தினி சேவியர் சாதாரண தொழிலாளி ஒருவரின் மகனாக 1949 இல் மட்டுவிலில் பிறந்தவர். இலங்கை சீனச் சார்பு கம்யூனிசக் கட்சியின் வாலிபப் போராளியாக இருந்தவர். மாவிட்டபுரம் பன்றித் தலைச்சி அம்மன் ஆலயப் போராட்டத்தில் பங்கெடுத்தவர். திருக்கோணமலை மாகாணக்கல்வி அமைச்சில் முகாமைத்துவ உதவியாளராகக் கடமையாற்றி அண்மையில் ஓய்வு பெற்றவர்.

'பாரம்' என்ற இவரது முதலாவது சிறுகதை 1967 இல் சுதந்திரனில் பிரசுரமானது. அலை, மல்லிகை, புதிசு, தாயகம், சுட்டும்விழி, பெயர், தூண்டில், கண்ணில் தெரியுது வானம் போன்றவற்றில் இவரது ஆக்கங்கள் பிரசுரமாகியுள்ளன. கவிதை, கட்டுரை, நாவல், சிறுகதை என பல்முகம் கொண்டவர். ஆனாலும் சிறுகதைகளின் மூலமே அடையாளம் காணப்பட்டவர். முப்பதுக்கு மேற்பட்ட சிறுகதைகள் இவரால் எழுதப்பட்டுள்ளன. ஈழநாடு நடத்திய நாவல் போட்டியில் 'மேகங்கள்' என்ற நாவலுக்கு இரண்டாம் இடத்தையும் பேராதனைப் பல்கலைக்கழகத் தமிழ்ச்சங்க குறுநாவல்போட்டியில் முதல் பரிசாகத் தங்கப் பதக்கத்தையும் வென்றவர். 1993 இல் இவரது 'அயல் கிராமத்தைச் சேர்ந்தவர்கள்' என்ற சிறுகதைத் தொகுதி வெளியானது. தனது சொந்தப் பெயரில் ஆக்கங்களை அனுப்பி அவை உரிய காலத்தில் பிரசுரமாகாத நிலையில் 'நந்தினி' என்ற பெண் பெயரில் எழுதி பிரசுரிப்பு ரீதியில் வெற்றி பெற்றமையால் 'நந்தினி சேவியர்' என்ற பெயரில் தொடர்ந்து எழுதத் தொடங்கினார். 'சகாயபுத்திரன்', தாவீது கிறிஸ்ரோ' ஆகிய புனைப் பெயர்களிலும் எழுதியதுண்டு.

2

சிறுகதைத் தொகுதியில் 'மேய்ப்பன்', 'ஒற்றைத்தென்னை', 'கடலோரத்துக்குடிசைகள்', 'மனிதம்', 'நெல்லிமரப் பள்ளிக்கூடம்', 'தவணம்', 'எதிர்வு', 'விருட்சம்' ஆகிய எட்டுக்கதைகள் உள்ளன. வாலிபப் பருவத்தில் தான் வரித்துக் கொண்ட இயக்கம் சார்ந்த கோட்பாட்டில் தன்னை இணைத்துக்கொண்டு சமூக அக்கறைகளுக்காகப் போராடிய நந்தினி சேவியரின் மன உணர்வுகளின் வெளிப்பாடு இக்கதைகளில் மெல்லிய வர்ணத்தைப் பூசுகின்றதாயினும் ஏனைய கதை சொல்லிகளில் இருந்து முற்றிலும் வேறுபட்டதான தனது எழுத்தாளுமையை வெளிப்படுத்துவனவாகவே எல்லாக் கதைகளும் உள்ளன. மேய்ப்பன், ஒற்றைத்தென்னை ஆகியன தொகுதியின் முதலிரண்டு கதைகள். இரண்டு கதைகளிலும் இரண்டு சமூக ஆளுமைகள் அறிமுகமாகின்றனர். 'மேய்ப்பன்' என்ற கதையில் 'சங்கிலித்தாம் கிறகோரி' என்ற பெயருடைய தொட்டையாவும் 'ஒற்றைத் தென்னை' என்ற கதையில் சந்தியாக் கிழவனும் அறிமுகம்.

''கோயிலின் வளர்ச்சிக்கும் ஒழுங்குக்கும் பொறுப்பாளி அவர் தான். இதனால் அவருக்கு ஊரில் நல்ல மரியாதையும் இருந்தது.''

''சங்கிலித்தாம் கிறகோரி நல்ல தேகக் கட்டுடையவர். வயது சுமார் அறுபதுக்கு மேல் இருக்கும். ஆனால் இன்றுகூட தனியே கடலுக்குப் போக அஞ்சாதவர்''

'கரைவலை', 'விடுவலை', 'கொண்டோடி வலை', 'தூண்டி வலை', 'படகு வலை',... இப்படி எத்தனையோ நுணுக்கமான தொழிற்பாடுகளை அறிந்தவர்'

'ஒற்றைத் தென்னை' என்ற கதையில் சந்தியாக் கிழவன் அறிமுகம். ''சந்தியாவுக்கு அறுபத்தைந்து வயது இருக்கும். ஆனாலும் கட்டுமஸ்தான தேகமும் வலிமைமிக்க மனஉறுதியும் அவனை இன்னும் உசுப்பவில்லை.'' ''இன்றுவரை அவன் யாருக்குமே பயந்ததுமில்லை. இனியும் பணியப் போவதுமில்லை.''

''நெஞ்சுரம் பெற்றவன் சந்தியாக் கிழவன்.'' இப்படியாக இரண்டு கதைகளிலும் இரண்டு கிழங்களை அறிமுகஞ் செய்கிறார் ஆசிரியர். இந்த இரண்டு பாத்திரங்களையும் கதையின் லாவகமான பாத்திர வார்ப்பு என்பதைவிட யதார்த்தமான சூழ்நிலையின் குறியீடுகளாகவே அவற்றைப் பார்க்க முடிகின்றது.

'மனிதம்', 'தவனம்' ஆகிய இரண்டு கதைகளும் தொகுதிகளும் சேவியருக்கும் பெருமை சேர்க்கும் கதைகள். 'மனிதம்' நாற்பது வரிகளுக்குள் அடங்கிய கதை. பாதரசம் போல குறைந்த இடத்துள் கூடுதல் திணிவைச் சுமந்து வரும் கதை. யுத்தகால கோரங்களை தோலுரித்துக் காட்டுகின்றன. சீறிப் பாய்ந்துவரும் குண்டுகளுக்குத் தப்பும் நோக்கத்தில் புகலிடம் தேடி ஓடியபோது வேறு திசையிலிருந்து வந்த வெறிக் குண்டுகளினால் ஒரே குடும்பத்தைச் சேர்ந்த ஆறுபேரில் நால்வர் பிரேத மாக்கப்பட, தப்பிப் பிழைத்த ஒரு மலைநாட்டு வேலைக்காரச் சிறுவனும் சின்னஞ்சிறு குழந்தையொன்றுமாக... ''எனக்கும் பசிக்குது தான்... நானும் உங்களோட வந்திட்டாக்கா ஐயாவையும் அம்மாவையும் காகம் கொத்திப் போடும்.. நீங்க தங்கச்சியைக் கொண்டு போங்க'' என்ற திருப்பத்தோடும் உருக்கத்தோடும் கதை முடிகின்றது.

'தவனம்' 1983 ஜூலைக் கலவரத்தை அசை போட்டு இரை மீட்டும் கதை. ''நிலமை சரியில்லை. போவது நல்லது... யாழ்ப்பாணத்தில் 13 ஆமி அவுட்டாம். தின்னைவேலியிலாம்...'' என்று கதையும் கலவரமும் ஆரம்பம். லாவகமாகக் கதையை நகர்த்திச் செல்லும் உத்தியும் சொற்செறிவும் கலாநேர்த்தியும் 'தவனம்' என்ற இந்தக் கதையில் நந்தினி சேவியரின் எழுத்தாளுமைக்கு சேவகம் செய்கின்றன.

'விருட்சம்' என்ற கதை சற்று வித்தியாசமானது. தான் வாழும் சூழ்நிலையில் இருந்து வெளியேறி ஒரு படைப்பாளியினால் எதையும் சாதித்துவிட முடியாது. மாறாக சூழ்நிலையின் பிடிக்குள் நின்று எதிர் மூச்சுவிடும் யதார்த்த எழுத்தாளன் ஒருவனால் எக்காலமும் வாழ முடியும் என்பதை நிரூபிக்கக் கூடியது இந்தக் கதை. மாமரம், நவுக்கிரி மாமரம், நாவல், மருதமரம், நெல்லி, ஆலமரம், வாகை, அரசமரம், இலுப்பை, வேப்பை, பூநாறிமரம், கொய்யா, விளாத்தி, வீணா, பாலை, கிளைப்பனை, கத்தாப்பு மரம், பூவரசு என்று தன்னோடு வாழ்ந்த மரங்களையும் வெளிகளையும் துலாம்பரமாகச் சொல்லும் கதை. உலகின் எந்தவொரு மூலையிலும் எந்தவொரு மொழியிலும் உள்ள வாசகனால் சிரமப்படாமலும் அடிக்குறிப்பு இல்லாமலும் நுகரத்தக்க கதை. ஏனைய கதைகளும் வாசிக்கத்தக்க நல்ல கதைகளே.

2

104 பக்கங்களைக் கொண்ட இத்தொகுதியில் எழுபதிலும் குறைவான பக்கங்களில் மாத்திரமே கதைகள் பிரசுரம். மற்றும் ஆசிரியரின் இன்னுஞ் சில கதைகளையும் சேர்த்திருக்கலாம் போன்றவை கருத்துக்கள்தானே தவிர நூலின் குறைபாடுகள் அல்ல. செங்கை ஆழியான் எழுதி வெளியிட்ட 'ஈழத்துச் சிறுகதை வரலாறு' என்ற நூலின் இறுதியில் சிறுகதைத் தொகுதிகளின் பட்டியலொன்று இணைப்பாகச் சேர்க்கப்பட்டுள்ளது. அதில் 1993 இல் வெளியான சிறுகதைத் தொகுதிகளின் பட்டியலில் நந்தினி சேவியரின் 'அயல் கிராமத்தைச் சேர்ந்தவர்கள்' என்ற தொகுதி சேர்க்கப்படவில்லை. மற்றும் செங்கை ஆழியானால் தொகுக்கப்பட்ட 'சுதந்திரன் சிறுகதைத் தொகுப்பு', 'மல்லிகை சிறுகதைத் தொகுப்பு' என்பவற்றிலும் தனது சிறுகதைகள் சேர்க்கப்படவில்லை என்பது குறித்த நந்தினி சேவியரின் மனக்குறைபாடு ஏற்கத்தக்கது. குறுக்குவழித் திறனாய்வுமுறையும் ஆழ்ந்த தேடலின்மையும் இவ்வாறான ஒதுக்கலுக்கு காரணமாகலாம் என்ற லெனின் மதிவானனின் சாட்சியமும் கவனத்திற் கொள்ளப்பட வேண்டும். 2003 ஜூன் தலித் இதழ் குறிப்பிட்டதைப் போல 'குரலை உயர்த்தாமலேயே கொதிப்பை வாசகனுக்குக் கடத்த முடியும் என நிரூபிப்பவை நந்தினி சேவியரின் கதைகள்' என்ற குறிப்புகளோடு நந்தினி சேவியரின் எழுத்தாளுமைக்கும் நல்லதொரு சாட்சியுமாகவும் உள்ளது இந்த 'நெல்லிமரப் பள்ளிக்கூடம்.'

செங்கதிர் இதழ் – 55, ஆடி – 2012

நெல்லிமரப் பள்ளிக்கூடம்

நூல்மதிப்பீடு

அநாதரட்சகன்

இலக்கியம் என்பது சமூகத்தின் அடிநிலை மக்களின் சார்பாகக் குரலெழுப்பும் ஒரு சாதனம் ஆகும். இதன் மூலம் உடனடியாக இல்லாவிடினும் கூட, ஒரு கருத்துலகப் புரட்சி சாத்தியமானது தான் என்பதை மக்கள் சார்ந்து இலக்கியம் படைக்கின்ற படைப்பாளிகளின் எழுத்துக்கள் சாதித்துவந்துள்ளன. இத்தகைய படைப்பாளிகளின் அடிப்படைத் தகுதி சமூக மாற்றத்துக்கான அர்ப்பணிப்பும் ஈடுபாடுமாகும். மானிட விடுதலைக்காக எழுதும் எழுத்தாளன் தன் எழுத்தோடு மட்டும் நின்று விடுவதில்லை. அவன் மக்கள் சார்ந்த இயக்கங்களிலும் பங்கு கொண்டு போராடி வந்துள்ளான். இதற்கு எழுத்துலகில் எண்ணற்ற உதாரணங்களைக் கூறலாம். இத்தகையோர்களால்தான் பேனாவை ஒரு நோக்கத்திற்காகப் பயன்படுத்த முடிகிறது.

அந்த வகையில் ஈழத்தில் கவனிப்புக்குரிய படைப்பாளியான நந்தினி சேவியரும் பல மக்கள் போராட்டங்களில் பங்கு கொண்ட அனுபவம் வாய்க்கப்பெற்றவர். அவரது "நெல்லிமரப் பள்ளிக்கூடம்" என்ற - சிறுகதைத் தொகுப்பில் அவரது எட்டுக் கதைகள் அடங்கியுள்ளன. இந்த எட்டுக் கதைகளினூடாக அவரது படைப்புலகம் விரிகிறது. அவை அவரது படைப்பு நிலையின் போக்கினை எமக்குத் தூலமாகவே காட்டி நிற்கின்றன.

நந்தினி சேவியரிடமுள்ள சிறப்பு படைப்பு மொழியிலுள்ள தேர்ச்சி, கூர்மையான கருத்து நிலை வெளிப்பாடு, சமூகம் பற்றிய உணர்திறன் என்கின்ற முப்பரிமாணங்களையும் படைப்பில் முன்னிறுத்துகின்ற நுட்பமாகும். குறிப்பாக, அவரது படைப்பு

மொழி பன்முக அர்த்த பரிமாணங்களைக் கொண்டது. இவர் இடதுசாரிக் கருத்தியல் கொண்டவர். மிக இளவயதிலேயே தீவிர அரசியல் செயற்பாட்டாளராக இருந்து இலக்கியதட்துக்கு வந்தவர். ஆழமான கருத்ததாடல்களைச் செய்பவர். தான் வாழ்ந்த சமூகத்தின் அங்கமாக நிலைத்து நிற்பவர். அச் சமூகத்துடன் இணங்கியும், பிணங்கியும், முரண்பட்டும், மோதியும் வாழ்பவர். அவரது சமூக வாழ்வின் பிரதிபலிப்பாக மேலெழும் உணர்வு நிலையின் வெளிப்பாடாக ஆக்க இலக்கியச் செயற்பாட்டில் ஈடுபட்டு வருபவர். அதனால் தான் அவரது கதைகளில் சமூக உணர்வு நிலைகளின் பரிமாணங்களைத் தரிசிக்க முடிகிறது. அவரது கதைகள் எமக்குச் சொல்லுபவை போக, சொல்லப் படாதவை பற்றியும் நிறையவே பேசுகின்றன.

இத்தொகுப்பில், கதை மாந்தர்களாக பல்வேறுபட்டவர்கள் வருகிறார்கள். அதில் பெரும்பாலானோர் சமூகத்தில் ஏதோவொரு வகையில் பாதிக்கப்பட்டவர்கள். அத்தகையவர்கள் சார்ந்து பேசுகின்ற போக்கில் எல்லாக் கதைகளும் அமைந்துள்ளன. கடற்தொழிலாளர்கள், உரிமை மறுக்கப்பட்டோர், புறக்கணிக்கப்பட்டோர், வேலையற்றவர்கள், பெண்கள், வறுமையில் உழல்வோர், அதிகாரவர்க்கத்தினர் என பல்வகையினரைத் தரிசிக்க முடிகிறது. அவர்சார்ந்த கருத்தியலின் பிரக்ஞைபூர்வமான ஈடுபாட்டை எல்லாக் கதைகளிலும் காணமுடிகிறது. விளிம்பு நிலை மக்களின் கசப்பான வாழ்நிலையின் அக, வெளி முகங்களைப் பதிவு செய்துள்ளார். படைப்பு மொழி வடிவம் எனப் பார்க்கின்றபோது, அவரது படைப்புலக நீண்ட வெளி எல்லைக்குள் மாற்றத்தை அவதானிக்க முடிகிறது. தொகுப்பிலுள்ள முதல் நான்கு கதைகளும் - மேய்ப்பன், ஒற்றைத் தென்னை, கடலோரத்துக் குடிசைகள், மனிதம் - என்பவை கடல் சார்ந்த மக்களது வாழ்வு பற்றியவை. இவை கிறிஸ்தவச் சூழலையும் அதன் பண்பாட்டுக் கோலங்களையும், அம்மக்களது எதார்த்த வாழ்வின் பிரச்சினைகள், பாடுகளை எம் கண் முன் நிறுத்துகின்றன.

சங்கிலித்தாம் கிறகோரி என்ற முதியவர் பற்றிய கதை 'மேய்ப்பன்' என்பது. இரு பகுதியினருக்கிடையில் ஏற்பட்ட பிரச்சினையால், தான் கட்டிய கோயில் பூசை வழிபாடின்றி சீரழிகின்றதைப் பொறுக்க முடியாது தவிக்கும் அவரது மன அவஸ்தையைக் கூறுகிறது. இக்கதை மதத்துடன் பிணைக்கப்பட்ட கடலோர மக்களது வாழ்வு எத்தகைய இறுக்கமானது என்பதை வாசகனிடத்தில் பதிய வைக்கின்றது. நறுக்குத் தெறித்தாற்போல சொற்களைக் கையாண்டு உணர்வு நிலை பிறழாது கதையை முன்னகர்த்தும் பாங்கு வலுச்சேர்க்கிறது. அதே போல

'ஒற்றைத் தென்னை' என்ற கதை, கடலுடன் நிதமும் அல்லாடும் சந்தியாக்கிழவன், செவத்தி, அல்போன்ஸ் போன்ற தொழிலாளிகளின் உணர்வுகளைக் கூறுகிறது. கதையில் அக்காலத்து குருநகரின் புறச்சூழல் - சவக்காலை, பெரிய கோயில் சாராயத் தவறணை, இறங்குதுறை என்பன உயிர்ப்புடன் மனக்கண்ணில் விரிகிறது. சந்தியாக்கிழவனின் நெஞ்சுரம், நேர்மை, சலியாத உழைப்பு, வர்க்க உணர்வு என்பவை பரம்பரையாக வந்த தொழிலாளியின் சொத்து - குணாம்சம் - என்பதை வெளிப்படுத்துகிறது. கதையில் குருநகரை அதிரவைத்த 'பாலைதீவு' விபத்து துன்பியல் நிகழ்வாக பதிவு செய்யப்பட்டுள்ளது. விபத்தில் இறந்து போனவர்களின் உடல்கள் இறங்கு துறையில் வரிசையாகக் கிடத்தி வைக்கப்பட்டதை நேரில் பார்த்த நினைவை மீட்டுப்பார்க்க வைத்த கதை இது. இதில் சந்தியாக்கிழவன் தனித்து நின்று வாழ்வை எதிர்கொள்ளும் மன உறுதிக்கு குறியீடாக, அந்த ஒற்றைத் தென்னை மரம் காட்டப்படுகிறது. இது சந்தியாக்கிழவன் தனித்து விடப்பட்ட அவலத்தைக் காட்டுகிறதா என்ற நெருடல் மனதில் எழுவதைத் தவிர்க்க இயலவில்லை என்பதனையும் குறிப்பிட வேண்டும்.

தொகுப்பில் மனதைத் தொட்ட இன்னொரு கதை 'கடலோரத்துக் குடிசைகள்' என்பது. அம் மக்களது வாழ்நிலையின் இன்னொரு வெட்டுமுகமாக விரியும் கதை இது. ஒரு தாயின் வயிற்றில் பிறப்பெடுத்த சகோதர உறவுகள் கருத்தியல் ரீதியாக எதிர்துருவ நிலைப்பாட்டில் உள்ளார்கள். தமயன் சமூகத்தால் மதிக்கப்படும் மதகுரு. தம்பியார் எட்வேட் ஏழ்மையில் வாழும் கடற்தொழிலாளி. கம்யுனிஸ்ட் சித்தாந்தத்தில் ஊறிப்போனவன். நிஜ உலகின் யதார்த்தத்தைப் புரிந்தவன். நீண்ட காலத்தின் பின் சொந்த ஊருக்கு பங்குத் தந்தையாக தமயன் வருகிறார். தனது உறவுகளின் ஏழ்மை நிலை கண்டு கவலை யடைகிறார். அது அவரது மனச்சாட்சியை உசுப்பி விடுகிறது. அவர்களுக்கு உதவ முடியாமல் தனித்து விடுகின்றார். அதற்கு அவரது கருத்துலகம் உதவவில்லை. இறுதியில் சகோதரர் இருவருக்குமிடையில் உரையாடல் இடம்பெறுகிறது. பொரும்பாலான மக்களது வறுமை நிலைக்கான தனது நியாயத்தினை எட்வேட் முன்வைக்கின்றான். தனது பக்க நியாயத்துக்காக, வேதாகமத்தில் உள்ள வாசகத்தையே முத்தாய்ப்பான பதிலாக முன்வைப்பது வாசகனைச் சிந்திக்கத் தூண்டுகிறது. எட்வேட் மீது வாசக மனோபாவம் எப்படி இருக்க வேண்டும் என்ற படிமத்தை வாசகனிடத்தில் திணிப்பது போல், படைப்பாளிக்கும் வாசகனுக்குமிடையில் இடையீடு செய்யவில்லை. அரசியல் நுண்ணுணர்வு இக்கதையில் மிகயின்றி அழுத்தம் கொள்கிறது.

தொகுப்பில் இடம்பெற்ற 'மனிதம்' என்ற கதை சிறிய கதை. வவுனியாவிலிருந்து வந்து அந்தக் குடும்பத்துடன் ஒட்டிக்கொண்ட மலையகச் சிறுவனின் தியாகத்தைக் கூறும் கதை. இறுதியில் செல்லடிபட்டு இறந்துபோன உடலங்களை அச்சிறுவன் பசியுடனிருந்து காவல் காக்கின்றான். இது அவனது நடத்தையை உயர் இலட்சியவாதப் பரிமாணத்துக்கு உயர்த்திவிட்டது. நந்தினி சேவியரின் கருத்துலகில் உள்ள இலட்சியவாதப் பிடிப்பே இது போன்ற கதாபாத்திரத்தினைப் படைக்கத் தூண்டியுள்ளது எனக் கருதலாம். இதனால் இக் கதை யதார்த்தத்தை மீறிய இலட்சியவாதக் கதையாக தனித்துவிட்டது.

இத்தொகுப்பில் இறுதியாக வரும் நான்கு கதைகளும் பிற்காலத்தவை. இவை நந்தினி சேவியரின் படைப்பாளுமையின் விகசிப்பினைச் சுட்டி நிற்பவை. இக்கதைகள் தன்னளவில் வடிவத்திலும், உள்ளடக்கத்திலும், உத்தியிலும், வெளிப்பாட்டுத் திறனிலும் உச்ச அளவில் கலை நேர்த்தியானவை. சிக்கலான வாழ்வியல் நெருக்கடி களிலிருந்து, உண்மைகளைத் தேடிப்பார்க்கும் தடத்தில் பயணிப்பவை.

குறிப்பாக, நூலின் தலைப்பாக வரும் 'நெல்லிமரப் பள்ளிக்கூடம்' என்ற கதை சாதியால் பின்தள்ளப்பட்ட மக்களுக்கு கல்வி கற்கின்ற உரிமை மறுக்கப்பட்ட அன்றைய நிலைமையை மிகக் கூர்மையான பார்வையில் கலைத்துவமாகக் கூறுகிறது. இக்கதையின் அச்சமூகத்தின் சமூக வரலாற்றுக்கான தரவுகள் கூட விரவிக்காணப்படுகின்றன. அதில் வரும் சிறிய செய்திகள் கூட சமூகத்தின் அன்றைய இருப்பை வெளிப்படுத்துகின்றன. சமூகத்தில் இறுகிக் கிடக்கும் சாதி, மதம், வாழ்நிலை ஏற்றத் தாழ்வுகள் ஏதுமறியாத அடிநிலை மக்களின் வாழ்வைப் பாதிப்பதில் எத்தகைய பங்களிப்பினை வழங்கியுள்ளன என்பது குறித்து நந்தினி சேவியரின் படைப்பு மனம் கோபாவேசம் கொள்வதனை இக் கதையிலும் காணமுடிகிறது. வாசகனைத் தம் வசப்படுத்தும் கதைகளில் இதுவுமொன்று. அத்துடன், சாதியம் குறித்து இதுவரை வந்த கதைகளில் குறிப்பிட்டுக் கூறப்பட வேண்டிய கதை இது. அடுத்து 'தவனம்' என்ற கதை. 1983இல் இடம்பெற்ற இனக் கலவரத்தின் பதற்ற நிலை பற்றியது. சிறுகதைக்குரிய வடிவ இறுக்கம் கொண்ட கதை. இதனைப் படித்தபோது, சதத் ஹைசன் மாண்ட்டோவின் இந்து முஸ்லிம் கலவரங்கள் பற்றிய கதைகள் நினைவுக்கு வந்தது. ஒரு நெருக்கடியான சூழ்நிலையில் ஏற்பட்ட பதற்றங்கள், மனித உணர்வலைகள், முரண்கள் என்பவற்றை

வெளிப்படுத்த இவர் தரும் நிகழ்வுப் பின்னணிச் செய்திகளும், சாட்சியங்களும் அவரது படைப்பாளுமையின் வெளிப்பாடுகளாக உள்ளன. கலை நேர்த்தியுடனான குறும்படம் ஒன்றைப் பார்த்த உணர்வினைத் தொற்ற வைத்த கதை இது.

'எதிர்வு' - என்பது தொகுப்பிலுள்ள ஏழாவது கதை. மரணங்கள் மலிந்து போன போர்க்காலத்தில் இடம்பெற்ற குடும்ப உறவொன்றின் மரணச் சடங்கு பற்றியது. ஆசாரமான கத்தோலிக்க முதியவரின் சவ அடக்கம் முறைப்படி சவக்காலையில் இடம்பெறாமல் போய், அருகில் உள்ள சவுக்கங்காட்டில் நடைபெற நிர்ப்பந்தித்த போர்ச் சூழல் பற்றியது. சாதாரணமாக நடந்து முடிந்து விட்ட துயரம் அது. நீண்ட பழைய நினைவுகளின் ஆவேசத்தூண்டுதல்களைக் கூறும் கதை. கால இடைவெளியின் பின் நிலைமை நெகிழ்ச்சி பெற.

"அவன் கொம்யுனிஸ்ட்காரன் அதுதான் கோயில் சடங்கு செய்யாமல் மாமனைச் சவுக்கங்காட்டுக்குள்ளை தாட்டுப் போட்டான்" என்ற உறவுகளின் பழியைச் சுமந்து கொண்ட மனநிலையில், அடுத்த தலைமுறையின் வரவு நம்பிக்கை தருவதாகக் கோடிகாட்டி கதை முடிகிறது. செதுக்கி வைக்கப்பட்ட மத சடங்காசாரங்களுக்கு எதிரான படைப்பு எனலாம்.

தொகுப்பின் இறுதிக் கதை 'விருட்சம்' என்பது. வாசகனை விருட்சங்களின் நிழலில் அமைதி காண கையைப் பிடித்து அழைத்துச் செல்லும் பாங்கிலான கதை. ஏனைய கதைகளிலிருந்து வித்தியாசமானது. விருட்சங்களுடனான நெருக்கம், அவை தரும் நிழலின் பரவசத்தில் திளைத்த அனுபவங்கள் என்பவற்றை கோர்வையாக்கி அழகியல் வெளிப்பாட்டுடன் கதை கூறும் உத்தியை இதில் கையாண்டுள்ளார். பல்வேறு நெருக்கடிகள் துயரங்களுக்கு மத்தியிலும் வாழ்வில் நம்பிக்கை என்பது, வேரூன்றி கிளைத்து நிழல்தரும் விருட்சமாக நிமிர்ந்து நிற்க உதவும் என்ற உணர்வினை இக் கதை தருகிறது. இக் கதையின் இறுதியில் மனம் முழுவதும் வியாபித்து நிற்பது விருட்சங்களும், மனிதர்களும் தான். சுட்டிப்பான சமூகப்பிரச்சினை இதில் தென்படா விட்டாலும், கதை சொல்லும் முறையிலும், மொழித் தேர்விலும் இயற்கைச் சூழலின் ஒட்டுறவுடன் கதையை நகர்த்திச் செல்லும் பாங்கு இதமளிக்கின்றது.

நந்தினி சேவியரின் கதைகளில் இடையிடையே வருகின்ற உவமைகள் பொருத்தமான வகையில் இடம்பெற்றுள்ளன.

நந்தினி சேவியர்

''தூண்டிலிலே சிக்கிய மீன்போல் அவள் துடித்தாள்''

''சுறாக்குட்டி போல சுறுசுறுப்பாகவிருந்தான்''

''உப்பு நீரைக் குடித்துவிட்டது போல முகம் சுருங்கிக் கிடந்தது''

இப்படி கதையின் களத்துக்குப் பொருத்தமான உவமைகளைக் கையாள்வதில் வெற்றி கண்டுள்ளார். நந்தினி சேவியரின் அனுபவ உலகம் பரந்தது. கூடவே கரடு முரடானது. அதில் முட்களும், மலர்களும், விசச் செடிகளும் மண்டிக்கிடக்கின்றன. அவைகளும் பூக்கின்றன. சுகந்தத்தை அள்ளி வீசுகின்றன. அவை தரும் அழகும் அலாதியானது தான் என்பதை இக் கதைகள் சாத்தியமாக்குகின்றன. அத்துடன் அடிநிலை மாந்தரின் யதார்த்தத்தளம் விரிந்து அவர்கள் சுமந்து நிற்கும் பாரச்சுமை எம்மையும் அழுத்தும் வகையில் தொகுப்பின் கதைகள் உள்ளன. இவரது கதைகளில் அழகியலைத் தேடுபவர்கள், அடிநிலை மாந்தர்களது வாழ்வியல் கோலங்களில் இயல்பாகவே வெளிப்படுகின்ற யதார்த்தங்களில் தலைகாட்டி நிற்கும் அழகியல் கூறுகளை தேடிக்கண்டறிந்து அனுபவிக்க முடியும். மக்கள் சார்ந்து இலக்கியம் படைப்போரின் எழுத்துகளில் அழகியல் வரட்சி, மிகையான பிரசாரம், கலைத்துவமின்மை உள்ளதாக குற்றச்சாட்டுகளை முன்வைப்போர் நந்தினி சேவியரின் இத் தொகுப்பினை படிக்க வேண்டும்.

இறுதியாக, நந்தினி சேவியர் வாசிப்பதையே முழுநேர முயற்சியாகக் கொண்டிருப்பவர். இலக்கியம், அரசியல் குறித்து பயன்மிகு கருத்துக்களை வெளியிடும் ஒருவர். இதனை நோக்குமிடத்து ஈழத்து இலக்கிய உலகுக்கு அவர் ஈந்தவை எண்ணளவில் குறைவானவை. தற்புகழ்ச்சி நாட்டம் அவருக்கு உடன்பாடற்றதாக இருக்கலாம். அவர் இலக்கிய உலகின் செழுமைக்கு வலுச்சேர்க்கக்கூடிய ஒருவர். அவரது எழுத்துப்பணி மேலும் வீச்சுடன் தொடரப்படின் இன்னும் காத்திரமான படைப்புக்களை அவரிடம் எதிர்பார்க்கலாம்.

கலைமுகம் – இதழ் – 54

ஜூலை – செப் – 2012

யதார்த்தம் பிறழாது சம்பவங்களை விபரிக்கும் ஆற்றல் உடையவர் நந்தினி சேவியர்

முல்லை வீரக்குட்டி

நினைத்துப் பார்க்கின்றேன்... ஆண்டு 1973இல் நாடு தழுவிய ஐந்து இலக்கிய அமைப்புக்கள் இணைந்து திருமலையில் நடாத்திய புதிய ஜனநாயக முற்போக்கு எழுத்தாளர் மகாநாடு நான்கு தினங்கள் தொடர்ந்து நடந்ததாக நினைவுக்கு வருகிறது. அந்த நாட்களில் தான் நந்தினி சேவியருடன் அறிமுகமானேன். அவரது சிறுகதை ஒன்றினையும் அந்த வேளையில் விமர்சனம் செய்து வைத்தேன்.

ஒட்டுமொத்தமாக நான்கு தசாப்தங்கள் ஓடி மறைந்து போன இன்றைய காலகட்டத்தில் நண்பர் நந்தினி சேவியரின் சிறுகதைத் தொகுதியொன்றை ஆய்வு செய்ய முற்படுகின்றேன். சமூகத்தின் இயங்கு திசையின் யதார்த்தம் பிறழாது சம்பவங்களை விபரித்து கதையினை நகர்த்திச் செல்லும் பாங்கு பாராட்டுக்குரியது. இங்கே வலிந்து தேடிப் புகுத்தும் மேதாவித் தனமான வார்த்தை ஜாலங்கள் நவீனத்துவம் என்னும் புரிதலற்ற வியாக்கியானங்கள் கிடையாது.

மொத்தமாக எட்டு சிறுகதைகளைக் கொண்ட இந்த தொகுதியில் நெல்லி மரப்பள்ளிக்கூடம் என்பதும் ஒரு சிறுகதையாகும். இதுவே இந்த தொகுதிக்கும் சூட்டப்பட்ட நாமமாகும்.

முதலாவது சிறுகதை 'மேய்ப்பன்' என்னும் பெயரோடு வந்துள்ளது. இரு வருடங்கள் பூசை நடைபெறாத புனித தேமையார் ஆலயம்... காலம் தப்பாது ஒலிக்கும் திருந்தாதி... சங்கிலித்தாம் கிறகோரியின் முடிவோடு முற்றுப்பெறுகிறது.

இக்கதையை வாசிக்கும் போது ஒரேயொரு சிறு சம்பவமே நிகழ்வுகளுக்கு கருவாகிறது என்று புரிகிறது. வலைக்குள் சிக்கிக் கொண்ட மீனின் அவலம்... நிர்ப்பந்தத்தின் பிடிக்குள் முடங்கிப் போகும் நிலை... வலை இழுவையாக ஞானத் தந்தையின் நினைவு... மிதப்புக் கட்டையின் அசைவை வெறிக்கும் விரக்தி... என்று குறியீடுகளை வாக்கியக் கோப்பினூடு புகுத்தி வாசகர் உணர்வுகளைக் கட்டிப்போடும் கதையோட்டம்... இதுதான் அன்றிலிருந்து இன்று வரை நான் சிலாகிக்கும் நந்தினி சேவியரின் எழுத்தோட்டம்...!

இங்கே தெரேசா என்னும் விதவைப் பெண்... கந்தசாமி என்னும் ஒருவருக்கு மறுமணம் செய்து வைக்கப்படுகின்றாள். பெயர்கள் மூலமாக உணர்த்தப்படுகின்ற இருவேறு மதங்களின் பிணைப்பு சமூக அங்கீகாரமின்றிப் போவதால் விளையும் செயற்பாடுகளே இந்தக் கதை.

முன்னும் - பின்னும்... மெல்லவும் முடியாமல்... விழுங்கவும் முடியாமல் தவிக்கும் கதையோட்டம்... இது கிறகோரியின் ஆழிச் சங்கமத்தோடு புரணத்துவம் பெறுகின்றது. ஒரு சமூக முரண்பாட்டிற்கு ஏதுவான கதை நகர்த்தலின் அடிப்படை சிறு சம்பவமே...! இழிவேதும் ஏற்படாமலிருக்கவே... கிறகோரி... தெரேசாவையும் - கந்தசாமியையும் நேர்மையான விதத்தில் இணைத்தார்... என்று வரும்போது இங்கே சமூக ஒழுக்கச் சீரமைப்புக்காகவே மதக் கட்டுப்பாடு மீறப்படுவதாக எடுத்துக் கொள்ளலாம்.

பொதுவாக 'மேய்ப்பன்' சிறுகதை நல்ல சொல்லாட்சியுடன் சித்தரிக்கப் பட்டுள்ளது. இங்கு தனியொருவரின் நடைமுறைகளால்... பராபரிக்கப்படாமல் கைவிடப்பட்ட புனித தோமையார் ஆலயம்... 'பு... இவ்வளவுதானா இந்த மக்களின் தெய்வீக ஈடுபாடு' என்று கேள்வி தொடுக்க நியாயமான காரணமாகின்றது.

இரண்டாவது சிறுகதை 'ஒற்றைத் தென்னை' நல்லதொரு கருப்பொருள் குருநகரில் எதற்குமே அஞ்சாத இரண்டு தென்னைகள். ஒன்று.. அது.. மற்றது சந்தியாக் கிழவன் என்று கதை முடிகிறது. இதுவும் கடற் தொழிலாளர்களின் சமூக வாழ்வியல் தடத்திலே புனையப்பட்டுள்ளது. மீனவர் சமூக வாழ்வு முறை... அவர்களது இழப்புக்கள்... குடும்பப் பிரிவுகள்... வேதனைகள் என்று கதை நகர்த்தப்படுகிறது. சமூக நடைமுறையின் மீதான படிப்பினைகள்... சமூக மாறுதலுக்கான முன்னெடுப்புக்கள் சொல்லப்படா விட்டாலும்... நல்லதொரு சிறுகதையாகும்.

நந்தினி சேவியருக்கே உரித்தான விபரிப்புக்கள் விஞ்சி நிற்கின்றன. தனி ஒருவனான சந்தியாக் கிழவனைப் பற்றியே கதை பின்னப் படுவது... யதார்த்தத்தை மீறிய ஒரு றொமான்டிக் ஸ்ரோறி போல் சில வசனங்களில் தொய்வு தெரிகிறது. இருந்தாலும்... கதையின் கருவும் சமூக ஊடாடலும் ஒற்றைத் தென்னையை அப்படியே தூக்கி நிறுத்தி விடுகின்றது.

அடுத்து 'கடலோரத்துக் குடிசைகள்' 'கொம்யுனிச சித்தாந்தத்தை நடைமுறையிடுவதாக புனையப்பட்டுள்ளது. இக்கதை எழுதப் பட்ட காலகட்டத்தில் நாம் எல்லோரும் இப்படித்தான் சிந்தித்தோம்... எழுதினோம்..! இதனைப் புறநீங்கலாக விட்டு இச் சிறுகதையை நோக்கினால் மிக சிறந்த சமூக உணர்வுகளை நாம் தரிசிக்கலாம்.

நீண்ட காலம் வெளிநாடுகளில் வாழ்ந்து... தனது சொந்தக் கிராமத்திற்கே... அதுவும் தான் ஞானஸ்நானம் பெற்ற புனித சவேரியார் கோயிலுக்கே குருவானவராக.. வணக்கத்துக்குரிய சுவாமி மரிய சேவியராக வருகின்றார். அவர் இங்கே... வித்தியாசமான பல மனிதர் தம் அணுகு முறைகளை காணுகின்றார். அதிலும் தனது உடன் பிறப்பான தம்பியே அவரது விசுவாசம், இறை நம்பிக்கை, அந்தஸ்து ஆகிய பல விடயங்களை கேவலப்படுத்தும் ஒருவராக இனங்காணப்படுகின்றார். தனது தம்பி எட்வேட் மீது சுவாமி மரியசேவியர் மிகுந்த நம்பிக்கை வைத்துக்கொண்டு தேடிப் போகிறார். சுயநலனுக்காக ஏழைத் தொழிலாளர்களின் உழைப்பை சுரண்டுவதோடு மேல்த்தட்டு வர்க்க நலனுக்காக எதனையும் செய்வதற்கு தயங்காது சொத்துடமைவாதிகளின் துன்புறுத்தலுக்குள் சிக்கிச் சீரழிந்து நிற்கும் எட்வேட்டின் மனைவி - பிள்ளைகள் - அந்த தொழிலாளர் சமூகம் இவையெல்லாம் சுவாமி மரியசேவியரின் கண்களுக்குப் புலப்படவில்லை என்பது ஆச்சரியமில்லை.

ஆனால்... அவருக்கும் மனசு இருக்கிறது. அதனால் தான்... மேசையில் ஞானம் சமைத்து வைத்த உணவை அவருக்கும் உண்ண முடியவில்லை இறைச்சி... முட்டை... மரக்கறி... ஊர் அரிசிச்சோறு... கப்பல் வாழைப்பழம்... எதுவுமே அவரால் சாப்பிட முடியவில்லை எட்வேட் வீட்டிலும் அந்தக் கடலோரக் குடிசைகளனைத்திலும் ஒடியல்புட்டு... மரவள்ளிக்கிழங்கு... கியுவில் நின்று பெற்ற பாண்... பச்சைத் தண்ணி... பட்டினி... என்று நந்தினி சேவியர் நிரைப் படுத்தும் போது... நிதர்சனமாக அந்தக் குடிசைமக்களின் துயர வாழ்வு வாசகரின் உணர்வுகளில் குத்தத்தான் செய்யும்.

சற்று மனிதாபிமானத்துடன் பார்க்கும் போது சுவாமி மரியசேவியர் குற்றமற்ற அப்பாவியாகத் தென்படுகிறார். நல்ல மனசோட மக்களை ஆணுக முற்பட்டவருக்கு... தன் அண்ணன் என்றும் பாராமல் எட்வேட் பேசிய வார்த்தைகள்... வியாக்கினங்கள் நிச்சயமாக அந்தக் கதாபாத்திரத்தின் மனசையே சுக்கு நூறாக உடைத்து... வேதனைப்படுத்தி இருக்கும். இந்த இடத்தில் கதாசிரியர் சமூக ஏற்றத் தாழ்வு... மற்றும் சுரண்டல் முதலான பல கொடுமைகளுக்கு வெறித்தனமாக தன் பேனாவெனும் ஆயுதத்தைப் பயன்படுத்தி விட்டார் என்றே எண்ணத் தோன்றுகிறது.

"மனிதம்" இது நான்காவதாக வரும் சின்னஞ்சிறிய கதையாகும். நாங்கள் கடந்த கால நாட்களில் எத்தனையோ கணக்கிட்டுச் சொல்ல முடியாத மனித உடல்கள் வெடித்துச் சிதறிச் செந்நீரில் மிதந்ததை அறிவோம். இவற்றில் ஒன்றைக் கதாசிரியர் உணர்வுபூர்வமாக... மனித விழுமியங்களுடன் சித்தரித்துள்ளார்.

இங்கே... நிகழ்வுகள் தொழில் உதவிக்காக வவுனியாவிலிருந்து கூட்டிவரப்பட்ட மலையத்துச் சிறுவன்... குண்டு வீச்சில் அழிந்து போன குடும்பத்தில் எஞ்சிய வாரிசான ஒரு பச்சிளங் குழந்தை... மனித அவலங்களின் மிக உச்சத்தைத் தொட்டுவிடுகின்ற யதார்த்தம்.

சம்பவம் நடந்த இடத்தில் துணிந்து வந்த வயோதிபரிடம் பயத்திலும் - பசியிலும் வாடிப்போன அக் குழந்தையைக் கொடுத்த சிறுவன்... தான் எழுந்து செல்ல மறுத்து விடுகின்றான். "எனக்கும் பசிக்குதுதான்... நானும் உங்களோடை வந்திட்டாக்கா ஐயாவையும் அம்மாவையும் காகம் கொத்திப்போடும்.. நீங்க தங்கச்சிய கொண்டு போங்க..." என்று கூறுவது மனித குலத்தின் நன்றி உணர்வுக்கு மிகப் பெரிய எடுத்துக்காட்டாகும்.

அடுத்ததாக வருவது "நெல்லிமரப் பள்ளிக்கூடம்" எனும் ஐந்தாவது சிறுகதை. இதில் சில கதாபாத்திரங்களை நினைவேற்றம் செய்த ஒரு சோகமான நினைவுத் தேடலை - உள்மன நெருடலாகப் படைத்துள்ளார் கதாசிரியர். இங்கு வேதக் கோயில் கிராமத்திற்கும் - நெல்லி மரப்பள்ளிக்கூடம் இருந்த கிராமத்திற்கும் ஏற்பட்ட வெறுப்புணர்வுதான் என்ன என்பதை வாசகன் புரியக் கூடியதாகச் சொல்லாமல் விட்டு விடுகின்றார்.

ஆனால் பாத்திரங்களுக்குப் பல காரணப் பெயர்கள் இட்டு... அந்தந்தப் பெயருக்கேற்பக் கதையை நகர்த்திச் செல்வது... மனக்கண் முன்னால் அந்தச் சம்பவங்களை நினைவுத் திரையில் நடமாட விடுவதாக இருக்கின்றது. வாசகன் ரசனை உந்தலுடன் கதையை வாசித்து முடித்துவிட்டு ஒரு ஏக்கத்துடன் காரணத்தைத் தேடிக் குழம்பிப் போவதும் நந்தினி சேவியரின் தனித்துவமான உரு உத்திதான்.

அழிந்தொழிந்து இல்லாமற் போன அந்த நெல்லி மரப் பள்ளிக்கூடம் அங்கே கற்பித்த ஆசிரியர்களின் பெயர்களும் - செயற்பாடுகளும் மாணவப் பருவத்து வாழ்க்கையின் இனிமையான அனுபவங்கள் பின் நாட்களில் எவ்வாறெல்லாம் மாறிப்போன வாழ்க்கைத் தடங்கள் யாவும் நினைவுத் தேடலின் சுக துக்க அனுபவங்கள்.

இருந்தாலும்.. தான் எடுக்கின்ற கதையின் சமூகப் பின்னணியில்... ஏதோவொரு குழுநிலை முரண்பாட்டை... அல்லது வர்க்க ரீதியிலான பிரச்சினைகளை நந்தினி சேவியரின் கதைகள் தொட்டுச் செல்லாமல் விடுவதில்லை.

அடுத்ததாக வருகின்ற சிறுகதை ''தவனம்'' என்பதாகும். கருத்து புரியாதவர்கள் தமிழ் அகராதியைப் புரட்ட வேண்டிய பெயர். கடந்து போன 83 யுலைக் கலவரத்தை... அப்போது கொழும்பு நகர வாழ்க்கை பட்ட பதட்டத்தை அப்படியே படம் பிடிக்கின்றார் கதாசிரியர். மூன்று இனத்து ஆட்களும் வேலை செய்யும் ஒரு இறால் வியாபாரக் கம்பனி. அங்கே ஒருவருக்கொருவர் உதவி புரிந்தே இந்தப் பிரச்சினைக்கு முகம் கொடுக்கிறார்கள்.

தலை நகரில் அந்த நாட்களில் அரங்கேற்றப்பட்ட இன அழிப்பு வெறியாட்டம் இந்தச் சிறுகதையில் சொல்லப்பட்டுள்ளது. எவருக்கும் நோகாமல் சம்பவங்களை மட்டும் நாசூக்காக நிரலிட்டுள்ளதோடு... ஓரிருவரின் பதை பதைப்புக்கள் விபரிக்கப்பட்டுள்ளன.

அடுத்து வருவது 'எதிர்வு' என்னும் நீண்ட சிறுகதை... கனதியான ஒரு படைப்பு. இது படைக்கப்பட்டுள்ள கதைப்புலம்.. அந்தச் சமூக நடைமுறைகள் பழக்க வழக்கப்பண்பாட்டுக் கோலங்கள் மிகவும் சிறப்பாகச் சித்தரிக்கப்பட்டுள்ளன. அந்தப் பிராந்தியத்திலுள்ள

ஊர்களின் பெயர்கள் போக்குவரத்துச் சிரமங்கள் என்பன விபரிக்கப் பட்டுள்ள பாங்கு பாராட்டுக்குரியது. விதந்து கூறத்தக்க ஒரு பெரும் சமூகத்தின்... அன்றாட நிகழ்வுத் தொகுப்பே இந்தச் சிறுகதை எனலாம்.

ஒரு கதாசிரியரின் சமூக நடைமுறைகளை... பண்பாட்டு விழுமியங்களை உள்வாங்கி.. தனது படைப்பாற்றல் எனும் தனித்திறமையால் கலாபூர்வமாகப் படைத்தளிப்பதே படைபிலக்கியம் ஆகும். ஆனால் அந்தப் படைப்பு வாசகர்களான அச்சமூகத்திற்கு பலவிதமான பிரதிபலிப்புத் தாக்கங்களை நிச்சயமாக உருவாக்க வேண்டும். அப்போதுதான் அந்தப் படைப்பாளி தனது பாணியில் வெற்றி பெற்றவன் ஆகிறான் இங்கே நந்தினி சேவியரின் படைப்புக்கள் யாவும் மேற்படியான கருதுகோளின்படி வெற்றிக்கம்பத்தின் உச்சத்தில் நிற்பனவாகவே நான் கருதுகின்றேன்.

இறுதியான சிறுகதை... ''விருட்சம்'' என்ற பெயர் பெறுகிறது. ஒன்றுமே இல்லாமல் ஒரு நல்ல சிறுகதை... நனவோடை உத்தியாக நிறையவே சொல்லி முடிகிறது. விருட்சங்கள் ஊடாக பல்வேறு நினைவுத் தேடல்களை நிகழ்த்தி முடிக்கும் ஒரு திருப்தியுடன் இந்த நூலை நிறைவு செய்கின்றார் நந்தினி சேவியர் என்று கூறலாம்.

ஆனால்... விருட்சங்கள் கதையில் இவர் தொட்டுவிடும் பல நினைவேட்டுச் சுரண்டுதல்கள்... வாசகரைப் பல தூரச் சிந்தனையுள் புதைத்து விடுகின்றது. ''கடைக்காரத் துரைச்சாமி உலக்கையால் பிடரியில் அடித்துக் கொல்லப்பட்டமை......'' ''ஞான் இப்பொழுது கேள்வி கேட்கும். நீங்கள் சரியாக சொல்லாமல் விட்டால் ஞான் உங்களுக்கு அடிக்கும்...'' என்ற கேரளத்து ஆரியரிடம் கல்வி பயின்ற நினைவு, ''பெரும் புயலொன்றில் மாறம்புலப் பிள்ளையார் கோயில் ஆலமரம் வேரோடு சாய்ந்த சோகம்'' ''வெடிப் பொன்னப்பா தான் செய்த வெடிகளினாலே விபத்துக்குள்ளாகிப்போன கொடூரம்..'' ''விவசாயப் படையில் இணைந்து ஒரு பெரிய ஏமாற்றத்துக்குள்ளான அவலம்...'' ...யாழ்ப்பாணத்து வாழ்வியல்.., நண்பர்கள்.., பிரிவுகள்.., ஏக்கங்கள் என்றின்னோரன்ன நினைவுப் பதிவுகள் யாவும் இந்தக் கதை வாசிப்போர்களை நிச்சயமாக கட்டிப்போடும்.

ஒட்டுமொத்தமாக நோக்கும்போது இதில் அடங்கியுள்ள சிறுகதைகள் எட்டும் எமது சமூக வாழ்வியலின் சில அம்சங்களை... கதைப்புலம் சார்ந்த பிரதேசப் பிரச்சினைகள்... கொடுமைகள்...

முதலான இன்னோரன்ன விடயங்களை அற்புதமாகப் படம் பிடித்துக் காட்டுவனவாகும். ஈழத்து இலக்கிய உலகம் தொடர்ந்து பின்பற்றி வருகின்ற சில கொள்கைகளான... சிலரை மட்டும் தூக்கிப்பிடித்தல், பல்கலைக்கழகங்கள் தான் சிறந்த இலக்கிய விற்பன்னர்களை உருவாக்குமென்ற எண்ணம்... சமூகத்தில் எரிகின்ற பிரச்சினைகளை மையப்படுத்தும் படைப்புகளை முன்னெடுத்து விமர்சிக்க அஞ்சுதல் - தவிர்த்தல் போன்ற நடைமுறை செயற்பாடுகளை தவிர்க்க வேண்டும். அப்போதுதான் நண்பர் நந்தினி சேவியர் போன்ற தலை சிறந்த எழுத்தாளர்களின் படைப்புக்களைத் தமிழ் உலகம் தரிசிக்க முடியும

மகுடம் – இதழ் – 03

ஜூலை – செப் – 2012

நந்தினி சேவியரின் கதை சொல்லும் யுக்தி

தேவி பரமலிங்கம்

ஈழத்து சிறுகதை வளர்ச்சி 2000ம் ஆண்டுக்குப் பிற்பாடு குறிப்பிட்டுச் சொல்லக்கூடிய படைப்பாளிகளின் காத்திரமான படைப்புகளால் முன்னெடுத்துச் செல்லப்படுவதாக என்னுடைய பார்வையில் தென்படுவதைக் கூறுவதற்கு துணிவேன்.

அதிலும் ஆண்களைவிடவும் பெண் எழுத்தாளர்களின் படைப்புகள் ஈழத்து தமிழ்ச் சிறுகதை வளர்ச்சிக்கு உரம் ஏற்றி வருவதாகவும் கருதுகிறேன். யோகேஸ்வரி சிவப்பிரகாசம், தாட்சாயினி, சந்திரகாந்தா முருகானந்தன், கார்த்திகாயினி சுபேஸ், மண்டூர்அசோகா, விஸ்ணு வர்த்தனி, கெக்கிறாவ ஸஹானா போன்ற இன்னும் சிலரையும் கருதலாம்.

அதேவேளை சோ. ராமேஸ்வரன், புலோலியுர் ஆ. இரத்தின வேலோன், தெணியான், தேவிபரமலிங்கம், மா. பாலசிங்கம், ச. முருகானந்தன் வரிசையில் நந்தினி சேவியரும் இணைக்கப்பட வேண்டியவராகிறார். இந்தப் பட்டியலில் தவறவிடப்பட்டவர்களும் இருபாலாரிலும் அடங்குவரென்பதும் கவனிக்கத்தக்கது. வசதியாக ஞாபகத்துக்கு வந்த பெயர்களே சேர்க்கப்பட்டுள்ளது என்பதும் நோக்கத்தக்கதே!

இவற்றுக்கு இடையே நவீன பார்வை: சிந்தனைப் பாங்கில் முதிர்ச்சியற்ற கருத்தியல்களையும் ஆய்வுக்கட்டுரைகளில் தெரிவித்து வருகின்ற சங்கதிகளால் சில பிழையான போக்குகள் வாசகர் மட்டத்தில் விதைக்கப்படுவதையும் கடுமையாகக் கண்டிக்க வேண்டியும் உள்ளது.

புதிய ஆய்வாளர் ஒருவர் தன்னுடைய கட்டுரை ஒன்றில் வாசகப் பிரதி முற்று முழுதாக சாராம்சத்தை தெரிவித்து விடுவதாக அமையக்கூடாது எனத் தெரிவித்துள்ளார். அவ்விதம் மறைத்து வைத்தமை இறுதி வரையில் நீடிக்கையில் தான் அதற்குப் பெறுமானம் உள்ளது. முழுதையும் தெரிவதாகப் படைத்தால் அத்துடன் வாசகத் தேவை காலாவதியாகிவிடும் என்கிறார். இதெப்படி உள்ளது? அப்படியாயின் இப்படைப்பின் உண்மைத் தன்மை: நம்பகத்தன்மை எப்பொழுது தான் வாசகனுக்கு வெளியாவது?

'குறிப்பிட்ட காலத்தின் பின்பாக குறித்த பிரதிக்கு முக்கியத்துவம் கூடலாம் அல்லது குறையலாம் என்று திட்டவட்டமில்லாத உண்மையும் ஒப்புவித்துள்ளார். ஆனாலும், விடுபட்ட பகுதிகள் அங்கிருக்க வேண்டும். அதுதான் ஒரு பிரதியின் நிலைப்பினைத் தீர்மானிக்கிறது வேறு இவ்விதம் புதிர்போடுகிறார்.

இவரென்ன வாசகனைப் புலனாய்வுத் திறன் கொண்டவனாக எதிர்பார்க்கிறாரா? அன்றிப் படைப்புப் பிரதி சலனப்படப் பிரதியென கனவு காண்கிறாரா? ஒரு இடத்தில் மறைத்து மற்றொரு காட்சியில் வெளிப்படுத்துவதற்கு.

சமகால இலக்கியப் பார்வைகள் இவ்விதமாகத் திரிபுபட்டு நிற்கையில் எழுத்தாளர்நந்தினி சேவியரின் 2012ம் ஆண்டுக்கான அரச இலக்கியப் பரிசைப் பெற்றுள்ள 'நெல்லிமரப் பள்ளிக்கூடம்' சிறுகதைத் தொகுதியின் வாசகப் பார்வை கீழ்க்கண்டவாறு அமைகிறது.

நந்தினி சேவியரின் கதை சொல்லும் பாணி உதைப்பந்தாட்ட மைதானத்தில் பந்தை எதிரணியிடம் பறிகெடாமல் பின்னும் முன்னும் காண்கின்ற தனதணியினரிடம் கொடுத்து வாங்கி கோல் போடும் யுக்தியாகவே அமைந்துள்ளது.

சிறுகதை என்பது சாளரத்தினூடாகப் பார்க்கும் காட்சிக்கு ஒப்பானதென யாரோ ஒரு விமர்சகர் கூறி இருந்ததை வாசித்த ஞாபகம். நந்தினி சேவியருடைய சிறுகதைகள் அத்தகைய தன்மைகளைக் கொண்டமைந்துள்ளன.

அதேவேளை வீட்டுக்கு வெளியே வந்து சகலதையும் காணும் நாவல்களைப் போன்றும், பாத்திரங்கள் ஊடாகப் பல்வேறு தரிசனங்களை எல்லாக் கதைகளிலும் அனுபவிக்கவும் முடிகின்றது.

இனிக் கதைகளை மேலோட்டமாகப் பார்ப்போம். மொத்தம் எட்டுச் சிறுகதைகளே இத்தொகுதியில் இடம்பெற்றுள்ளன. இவரது முன்னைய சிறுகதைத் தொகுதியான 'அயல் கிராமத்தைச் சேர்ந்தவர்கள்' தொகுப்பிலும் எட்டுச் சிறுகதைகள் தான் உள்ளதும் நோக்கற்பாலது.

முதல் கதை மேய்ப்பன் சங்கிலித்தாம் கிறகோரியை வெறுத்த ஒரு பிரிவினர்புனித தோமையார்ஆலயத்தையும் தீண்டாதவர்களாக விட்டு விடுகின்றனர். அதற்கடிப்படைக் காரணம் சென்ற வருடம் அடித்த புயலில் மகன் அள்ளுண்டு போகாதிருந்தால் அவர் இப்போதும் மதிப்பானவராகத்தான் இருந்திருப்பார்.

மகனின் மனைவியை மாற்று மதக்காரன் கந்தசாமிக்கு மறுமணம் செய்து வைத்தமை இழிவேதும் ஏற்படாமல் இருக்கவே (பக்: 19) எனச் சுட்டுவதன் மூலமாகக் கதைக்கான முக்கிய கருவூலத்தை இழையோட விட்டுள்ளமை கவனிக்கத்தக்கது.

1970ம் ஆண்டுப் பகுதியில் இவ்விடயம் ஓராலயச் செயற்பாட்டையே முடங்கச் செய்தமை மற்றொரு குறியீடு. இரண்டாவது கதை 'ஒற்றைத் தென்னை' குருநகர். தொடர்மாடி வீட்டுத்திட்டம் கட்டப்பட முன்பாக கடற்கரை ஓரமாக எழுந்து நின்ற ஒற்றைத் தென்னையையும் சந்தியாக்கிழவனையையும் ஒப்பிட்டு நகர்த்தப்படும் கதையில் அதிரியார்என்னும் மற்றொரு வயதானவரும் இணைக்கப் பட்டுள்ளார்.

அதிரியாருக்கு 1970 களில் ஏற்பட்ட பாலைதீவுப் படகு விபத்தில் ஒரேயொரு மகனையும் இழக்க நேர்கிறது. சந்தியாக் கிழவன் மனைவி, பிள்ளைகள், பேரப்பிள்ளைகள் அனைவரையும் பறிகொடுத்து தனியான போதும் துவளாமல் நிமிர்ந்து நிற்பதை கதை கோடிட்டு நிறைகிறது.

'கடலோரத்துக் குடிசைகள்' என்னும் அடுத்த கதையில்: மரியசேவியர்அடிகளார் சொந்தக் கிராமப் பங்குக்கோவிலுக்கு தந்தையாக வருகிறார். தம்பி எட்வேட் பற்றி சம்மாட்டி நீக்கிலாஸ் கூறியவை அவரை வாட்டுகிறது. வீட்டுக்குச் சென்றும் சந்திக்க முடியாத எட்வேட்டை சந்திக்கக்கூறி திரும்புகிறார். அவருடன் நேரில் உரையாடியபோது இருவரது முரண்பாடுகளும் கதையில் சொல்லப் படுகிறது. பைபிளில் ஒரே பந்தி மட்டும் பிடித்திருக்கென கூறும் எட்வேட் மரங்களின் வேர்கள் அருகே கோடரிகள் போடப்பட்டுள்ளன.

நற்கனி கொடாத மரங்கள் அத்தனையும் வெட்டுண்டு அக்கினியில் போடப்படும்' எனக்கூறி இதுதான் இஞ்சையும் கெதியில் நடக்கும்... நம்புங்கோ... நான் வாறன்' சொல்லிவிட்டு நடக்கிறான். சுவாமியார் விக்கித்து நிற்கிறார்

மனிதம் – 2 பக்கக் குட்டிக்கதை!

'கடுகர்' எனப்படும் இவனும், வேறு சிலரும் படித்த நெல்லிமர பள்ளிக்கூடக் கிணற்றுக் கட்டில் ஏறிக்துலாக்கயிற்றைப் பிடித்ததால் பாடசாலை அழி'யக் காரணமாகவும், வேதக்கோவில் கிராமப் பள்ளிக்கூடம் தோன்றியதையும் சித்தரிக்கிறது. நெல்லிமரப் பள்ளிக்கூடம்.

கறுப்பு ஜூலைக் கொழும்புக் கலவரத்தில் இவன் மட்டும் எதுவும் இல்லாமல் பத்துத் தினங்கள் கிடைத்தவற்றைப் புசித்து தப்பிக் கொண்ட கதை: 'தவனம்'. இவனோடு இருந்தவர்கள் யாழ்ப்பாணம் தப்பிவிட கொழும்பில் நடந்த ஆயிரக்கணக்கான கொலை, கொள்ளை, வன்முறைச் சம்பவங்களில் ஓரிரண்டை இவனுக்குக் கிடைத்த தகவலூடாகச் சொல்லப்பட்டுள்ளன.

இவனின் மாமனாரின் மரணச் சடங்கு அதனூடாக அப்புவின் மரணச் சடங்கு ஞாபகங்கள் 1990களில் பருத்தித்துறை நகர்மாற்றம், பொம்பர்தாக்குதலால் பிரதேசத்தை சவுக்குமரக் காட்டில் புதைத்தல், அதனைப் பிற்பாடு கொம்யூனிஸ்ட்காரன் போர்வையில் புதைப்பதுவரை 'எதிர்வு' நீண்டு நிறையும் கதை.

தொகுதியின் எட்டாவது இறுதிக்கதை விருட்சம், வாழ்வியலோடு ஒட்டிய மரங்களின் பயன்பாடு, குணவியல்புகளுடன் இவன் சிந்தனைகள் சுற்றிச் சுழல்கின்றன. மரங்களின் பெயர்களைக் கொண்ட ஊர்கள், பெயரில்லாத மரத்தைச் சுட்டும் பஸ்தரிப்பு இவ்விதம் கதாசிரியரின் சிந்தனை விருட்சங்களைச் சுற்றியே தரித்துள்ளது.

கதைகள் அனைத்திலும் நந்தினி சேவியர் இவன் பாத்திரத்தினூடாக தனது வாழ்க்கை அனுபவங்கள் அனைத்தையும் படிமமாக்கி இருப்பது புலனாகிறது. உருவம் உள்ளடக்கம் எதனையும் வெளிப்படையாக வாசகனுக்கு முன்வைக்காத உருவக உத்தியில் சித்தரிக்கப்பட்டுள்ளன.

கம்யூனிஸ சித்தாந்தங்கள் கூட பிரசாரத் தன்மையுடன் திணிக்கப் படாமல் கதைகளுடன் இழையோடுவது அருமை. நந்தினி

சேவியரின் எழுத்தும், நடையும் ஈழத்துச் சிறுகதைப் பரப்பில் புதிய பரிமாணத்தை அறிமுகம் செய்கிறது. முன்னால் குறிப்பிட்டது போலவே நேரடியாகக் கதையை வாசகனுக்கு ஒப்படைக்காமல் அங்குமிங்கும் பராக்குக் காட்டி இலக்கை சென்றடைகிறது. அவரது கதை சொல்லும் பாங்கு வேறு யாரிடமும் காணமுடியாத ஒன்று. ஆயினும், நவீன இலக்கிய போக்காளர் போன்று சொல்லவரும் சங்கதியை விளங்காமல் வாசகன் அல்லற்படும் அளவுக்கு மூடுமந்திரம் ஆக்கிவிடுகின்ற உபாயமும் இல்லை எனலாம்.

தினக்குரல் – 21.04.2013

நந்தினி சேவியரின் கதைகள் ஒரு தீவிர வாசகனின் பார்வையில்

மேமன்கவி

1

இன்றைய கலை இலக்கியச்சூழலில் ஒரு படைப்புடன் படைப்பாளிக்கும் வாசகனுக்குமான உறவை பற்றி பின்-அமைப்பியல் போன்ற கோட்பாடுகளின் அறிதலுக்கு பின், பரவலாகப் பேசப்படுகிறது. அதாவது ஒரு படைப்பு படைக்கப்பட்ட பன், அப்படைப்புக்கும் படைப்பாளிக்குமான உறவு முடிந்து விடுகிறது. அதற்கு பின் அது வாசகன்/வாசகியின் பிரதியாக இருக்கிறது என்றும், அப்படைப்புப் பிரதியினை வாசகன்/வாசகி தமது பிரதியாக வாசிக்கிறார்கள் என சொல்லப்பட்டது.

இப்பொழுது எம் முன்னே இருக்கும் பிரச்சினை ஒரு படைப்பாளியை பற்றிய முழுமையான அறிதலுடன் அவர்தம் படைப்புக்கள் எதிர் கொள்ளப்படும் வாசக அனுபவமும், ஒரு படைப்பாளியை பற்றி ஒன்றுமே தெரியாத நிலையில் அவர்தம் படைப்புக்கள் எதிர் கொள்ளும் வாசக அனுபவமும் எவ்வாறான நிலையில் வேறுபடுகிறது என்பதுதான்.

பின்-அமைப்பியல் போன்ற கோட்பாடுகளின் பரவலான அறிதலுக்கு முன்னதாகவே படைப்புக்கும் படைப்பாளிக்குமான உறவை பற்றிய செயற்பாடு என்ற வகையில், படைப்புக்களை தரநிர்ணயம் செய்கின்ற பணிகளாக அடையாளப்படுத்தப்பட்ட போட்டிகளின் பொழுது, கையெழுத்துப் பிரதிகளிலிருந்து படைப்பாளி

மறைக்கப்படுவதும், அவர்தம் பெயர் படைப்பு, பிரதிகளிலிருந்து அழிக்கப்பட்டு, தரநிர்ணயம் செய்யப் போகும் நடுவர்கள் என்ற வாசகர்களுக்கு வழங்கும் ஒரு முறைமை நம் மத்தியில் இருப்பதும், **படைப்பை பாருங்கள் படைப்பாளியை பார்க்காதீர்கள்** போன்றதுமான சொல்லாடலின் மூலம் படைப்பாளியின் இருப்பு மறுதலிக்கப்படும் ஒரு போக்கும், அதற்கு மாறாக படைப்பாளி யார் என்று குறிப்பிடாத ஒரு பிரதியை வைத்து இன்னாரின் பிரதி என்று சொல்ல முனைந்த, படைப்பாளியைப் பற்றிய பிரக்ஞை கொண்ட ஒரு போக்கும் நம் மத்தியில் இருந்து வந்துள்ளது என்பதை நினைவுப்படுத்திக் கொள்ள வேண்டி இருக்கிறது.

பொதுவாக ஒரு வாசகனுக்கோ வாசகிக்கோ ஒரு பிரதிக்கான வாசிப்பின் ஆரம்பத்திலேயே அப்பிரதிக்கான படைப்பாளியை பற்றிய பிரக்ஞை-தேடல் தொடங்கி விடுகிறது என்பதனால், படைப்பாளியை தவிர்த்த வாசிப்புக்கான சாத்தியம் என்பது கேள்விக்குறியாகவே இருக்கிறது.

பின்-அமைப்பியலை பொறுத்தவரை ஆசிரியன் இறந்து விட்டான், வாசகனோ வாசகியோ தனக்கான பிரதியை உருவாக்குதல் என்பதெலாம் ஆசிரியனை பற்றிய பிரக்ஞை சார்ந்தது அல்ல. மாறாக, அப்பிரதியில் வெளிப்படும் மொழி(நடை அல்ல) சார்ந்தது என்பதை இங்கு நினைவுப்படுத்தி கொள்ள வேண்டி இருக்கிறது.

என்னை பொறுத்தவரை ஒரு படைப்பாளியைப் பற்றி ஒன்றுமே தெரியாத நிலையில் அவர் தம் படைப்பு வாசிக்கப்படும் பொழுது எதிர் கொள்ளப்படும் வாசக அனுபவத்திலிருந்து, அப்படைப்பாளியைப் பற்றி முழுமையாக தெரிந்து கொண்டு ஒரு பிரதி வாசிக்கப்படும் பொழுது எதிர் கொள்ளப்படும் அனுபவம் வேறுபடுகின்றது என்பதுதான்.

இத்தகைய நிலை நின்று நந்தினி சேவியர் அவர்களின் கதை பிரதிகளுக்கான வாசக அனுபவத்தின் பகிர்வே இக்கட்டுரைக் குறிப்பாகும்.

நந்தினி சேவியரைப் பொறுத்த வரை, ஈழத்து தமிழ் கலை இலக்கியத் தளத்தின் ஒரு மூலையிலிருந்து எந்தவிதாமன ஆர்ப்பாட்டமு மின்றி, அதேவேளை தொகை அளவில் புனைவாக்கப் பிரதிகளைக் குறைவாகவும் ஒவ்வொரு படைப்புக்குமான இடைவெளி அதிகம் கொண்டவையாக இருப்பினும், அவற்றில் ஒவ்வொரு பிரதியையும்

காத்திரமான, அவதானத்திற்கு உட்பட்ட பிரதிகளாக தந்திருக்கிறார். அவரது அப்பிரதிகள் **அயல் கிராமத்தை சேர்ந்தவர்கள், நெல்லிமரப் பள்ளிக்கூடம்** ஆகிய இரு தொகுப்புகளில் இடம் பெற்றுள்ள 16 கதைகள் மட்டுமே இக்கட்டுரைக்கு பயன்படுத்தப்பட்டுள்ளன.

2

நந்தினியின் இப்பதினாறு கதைப் பிரதிகள் வெவ்வேறு வெளியீட்டுக் களங்களில் வெளிவந்தவை என்ற வகையில் அவை வெளிவந்த காலகட்டத்தில் எல்லாப் பிரதிகளையும் வாசிக்கக் கிடைக்காது போனாலும், மேற்குறித்த இரு தொகுப்புகளின் வழியாக அப்பிரதிகளை ஒரு சேர மீள மீள வாசித்த பொழுது, (இவ்விடத்தில் ஒரு படைப்பாளியின் படைப்புக்களிட்ட தீவிர வாசிப்பு என்பது அவரது எல்லா படைப்புக்களை வாசித்திருத்தல் என்று சொல்லப் பட்டாலும், அப்படைப்புக்களை **மீள மீள வாசிப்பதையும்** நான் தீவிர வாசிப்பாக பொருள் கொள்கிறேன்.) அப்பிரதிகளின் சாரம்சத்தின் சாரமாக பின்வரும் இரண்டு விடயங்கள் 16 பிரதிகள் எல்லாவற்றிலும் ஏதோ ஒரு வகையில் அடிச்சரடாக இயங்குகின்றன எனத் தெரிந்தது.

1. மரணங்கள்

2. மரங்கள் அல்லது விருட்சங்கள்

அதாவது யாரோ ஒருவரது மரணத்தை சுற்றி கதை நகரும். அத்தோடு இணைந்தோ, தனித்தோ ஏதோ வகையில் ஒரு மரத்தின் அதாவது விருட்சத்தின் நிழலில் கதை இயங்கும் அல்லது ஒரு மரமோ விருட்சமோ குறியீடாக பயன்பட்டு இருக்கும்.

மேற்குறித்த இரண்டு அம்சங்களே அடிச்சரடாக இயங்கும் இந்த 16 பிரதிகளை எந்தவிதமான ஆர்ப்பாட்டமுமின்றி, தெளிந்த நீரோடையான நடையில் நந்தினி பதிவு செய்திருப்பதே அவரது பிரதிகளை ஒரு வாசகன் அல்லது வாசகி நெருங்குவதற்கான முதன்மையான காரணமாக இருக்கிறது.

3

நந்தினியின் பெரும்பாலான எல்லா கதைப்பிரதிகளும் கடந்து போன காலத்தை பற்றிய ஏக்கம் கொண்டவையாகவே இருக்கும். இக்கூற்றினை நிரூபிப்பது போல், இவரது கணிசமான பிரதிகளில் கதை சொல்லி கதைகள் நகரும் போக்கில் இடைக்கிடையே கடந்த காலத்தை ஓரிரு வரிகளில் மீட்டி வாசகனையோ வாசகியினையோ

கடந்த காலத்திற்கு அடிக்கடி அழைத்துச் சென்று கொண்டு இருப்பார். இந்த போக்கானது அங்கும் இங்குமாக அதாவது கடந்த காலத்திற்கும் கதை நடக்கும் காலத்திற்குமாக வாசகனையோ வாசகியையோ அலைய வைப்பது போல் இருப்பினும், இப்பாணியானது நந்தினிக்கு கடந்த கால ரம்மியங்கள் மீதான தணியாத ஏக்கத்தினை எடுத்துக் காட்டுகிறது. இதன் காரணமாக இப்பரதிகளை எனது வாசிப்பின் பொழுது ஒலியலைகளுக்கான வரைப்படம் ஒன்றுக்குள் ஏறி இறங்கும் ஒரு மனோநிலையையே ஏற்படுத்தியது. இன்னும் சற்றுத் தெளிவாக சொல்வது என்றால் நந்தினியின் இந்த நடை யதார்த்த வாதப் போக்கு முதன்மைப்படுத்துகின்ற நேர்கோட்டு எழுத்து முறையும் அல்ல. பின்-நவீனத்துவம் கையாளுகின்ற அநேர்கோட்டு எழுத்து முறையும் அல்ல. நந்தினி நனவோடைஉத்தி, ப்ளேஷ்பேக் என்பவற்றை கலந்தும், கடந்தும் தனக்காக ஒரு நடையை உருவாக்கி வந்துள்ளார். ஆனால் அந்த நடை இருண்மைத் தன்மையற்றதாக வெளிப்பட்டு இருப்பதன் காரணமாக, அவரது படைப்புகளுடன் பரவலாக ஓர் அன்னியோன்னியமான வாசிப்புக்கான சாத்தியத்தை உருவாக்கி இருக்கின்றன. பொதுவாக ஒரு கலை இலக்கியப் பிரதி தீவிர வாசகனின் அனுபவத்திற்கு ஆட்படும் பொழுது, சிற்சில நேரங்களில் அப்பிரதியில் பேசப்பட்டிருக்கும் விடயத்திற்காகவோ, அல்லது அப்பிரதி வெளிப்பட்டிருக்கும் மொழி நடைக்காகவோ குறித்த அப்பிரதியானது வேறுமொரு படைப்பாளியை ஞாபகப் படுத்துவதும் உண்டு. நந்தினியின் படைப்புக்களை பொறுத்த வரையும் அவரது சில கதைகனின் உள்ளடக்கங்கள் வேறு சில படைப்பாளிகளை நினைவுப்படுத்தினாலும், நந்தினியின் மொழிநடை, பிரதிகளின் உருவ கட்டமைப்பு ஆகியவைகளை பொறுத்தவரை வேறு எந்தவொரு படைப்பாளியையையும் எனக்கு நினைவுப்படுத்தவில்லை. இதுவே நந்தினியின் தனித்துவங்களில் சிறப்பான ஒன்று எனலாம்.

நந்தினியின் இப்பிரதிகள் வெவ்வேறு காலங்களில் எழுதப் பட்டாலும் முன்-பின்னதான வரிசைப்படுத்தப்பட்ட வாசிப்புக்கு உட்படுத்தி பார்த்தால் ஒரு பிரதி இன்னொரு பிரதியின் தொடர்ச்சியாக இருப்பது தெரிய வரும். உதாரணத்திற்கு...

- **ஆண்டவருடைய சித்தம் + கடலோரத்துக் குடிசைகள்**
- **வேட்டை+மேய்ப்பன் + ஒற்றைத்தென்னை + எதிர்வு**
- **நெல்லிமரப் பள்ளிக்கூடம் + விருட்சம் + எதிர்வு**
- **நீண்ட இரவுக்குப்பின் + பயணத்தின் முடிவில்**

இவ்வாறாக பிரதிகளை இணைத்துப் பார்த்தால் பல குறுநாவல்களில், பல நாவல்களில் சொல்ல வேண்டிய விடயங்களை ஒற்றைப் பிரதியில் சொல்லி விட வேண்டும் என்றொரு எத்தனம் நந்தினிக்கு இருப்பது தெரியவரும். இந்த எத்தனத்திற்கு இணங்க இவரது நாவல், குறுநாவல் துறைப் பங்களிப்பு சிறப்பாக இருக்கும் என்பது எனது நம்பிக்கை. ஆனால் அந்த நம்பிக்கையை உறுதிப் படுத்த முடியாத ஒரு நிலைமையை தவறி போன அவரது நாவல்கள் உருவாக்கி இருக்கின்றன.

4

இவ்விடத்தில் இக்கட்டுரை குறிப்பன ஆரம்பத்தில் குறிப்பிட்ட ஒரு படைப்பாளியை முழுமையாக தெரிந்து கொண்டு, அவரது பிரதியை வாசிப்பதற்கும் ஒரு படைப்பாளியை பற்றி ஒன்றுமே தெரியாமல் அவரது பிரதியை வாசிப்பதற்குமிடையிலான வித்தியாசம் என்பதை நினைவுப்படுத்திக் கொண்டும், அவ்வாறாக ஒரு படைப்பாளியை பற்றி ஒன்றுமே தெரியாத நிலையில், தனது புனைவுப் பிரதிகளை மட்டுமே வைத்து கொண்டு, தன்னை பற்றி ஓரளவுக்கோ, முழுமையாகவோ வாசகனோ வாசகியோ தெரிந்து கொள்ளும் வகையிலான திறனோடு, ஒரு படைப்பாளி தன் புனைவுப் பிரதிகளை முன் வைப்பதுண்டு. அத்தகைய ஒரு படைப்பாளியின் புனைவுப் பிரதிகளாக நந்தினியின் பிரதிகள் வெளிப்பட்டு இருக்கின்றன என்பது இங்கு குறிப்பிடதக்கது.

நந்தினி சேவியரை பொறுத்த வரை அவர் இடதுசாரி கருத்தியலை ஆழமாக நம்புகின்றவர்.

அத்தகைய ஒருவரின் பிரதிகள் வாசிப்புக்கு உட்படுத்தப்படும் பொழுது, இவர் எந்த அளவில் தான் சார்ந்த கருத்தியலை வெளிப் படுத்தி இருக்கிறார்? என்ற கேள்வி, வாசக-விமர்சன தளத்தில் தவிர்க்க முடியாத நிலையில் எழுகின்ற ஒன்றாக இருக்கிறது.

நந்தினி சேவியரின் பிரதிகளை நெருக்கமாக நோக்கும் பொழுது, இவர் சார்ந்த அல்லது இவர் பின்னிப் பிணைந்து வாழ்ந்த, யாழ்ப்பாண சூழலில் கடற்றொழிலை சார்ந்த, கிறிஸ்துவ தேவாயலத்தின் கண்காணிப்புக்கு உட்பட்ட, ஒரு சமூகத்தினதும், தன்னிலையினதும் வாழ்வியலை பகைப்புலமாக கொண்ட பிரதிகளாக அவை வெளிப்பட்டுள்ளன.

அத்தோடு, இவர் விசுவாசிக்கின்ற இடதுசாரி இயக்கச் சிந்தனையுடன், அவர் சார்ந்த சமூக நிலையிலும், மேலே குறிப்பிட்ட யாழ்ப்பாண சூழலில் கடற்றொழில் புரியும், கிறிஸ்துவ தேவாயலத்தின் கண்காணிப்புக்கு உட்பட்ட, சமூகத்தில் செயற்படும் மாந்தர் களையும், இடதுசாரி இயக்கம் எதிர் கொண்ட பிரச்சினைகள், போராட்டங்கள் பன்னடைவுகள் என்பனவற்றையும். மேலும் 70களுக்கு பின்னான வட-கிழக்கு தமிழ் சமூகச் சூழலில் தோற்றம் பெற்ற, இயக்கப் போராட்டம், அவையின் விளைவாக எதிர் கொள்ளப் பட்ட கலவர நிலை, போர்ச்சூழல், அகதி வாழ்வு, இடப்பெயர்வு, மற்றும் ஏலவே வட-கிழக்கில் முனைப்பு பெற்றிருந்த சாதிய அரசியல் இயக்கம், தமிழ் தேசிய போராட்ட இயக்கங்களுடனான அதன் பங்கு, உரசல் என்பனவற்றையும் நந்தினி தன் புனைவுப் பிரதிகளில், யதார்த்த சூழலோடு, உண்மைநிலவர்த்தோடு, வித்தியாசமான பாணியில் முன் வைக்கிறார்.

இங்கு நாம் குறிப்படும், யதார்தத சூழலோடு உண்மை நிலவரத்தை வித்தியாசமான பாணியில் சித்திரித்தல் என்பது,

- **தான் சார்ந்த கருத்தியல் இயக்கத்தின் அன்றைய நிலை.**
- **அவ்வியக்கம் எதிர் கொண்ட பின்னடைவு, அது மக்கள் மத்தியில் செல்வாக்குப் பெறத் தவறியமை.**
- **தான் சார்ந்த கருத்தியல் இயக்கத்திற்கு துதி பாடாமை.**
- **தான் சார்ந்த கருத்தியல் இயக்கத்தின் மரபுவாதிகளின் எதிர்ப் பார்ப்புக்கு ஏற்ற பாணியில் படைப்புக்கள் முன் வைக்காமை (உதாரணமாக, இவரது பிரதிகளில் இவர் சார்ந்த இடதுசாரி சிந்தனை கொண்டவர்கள் வரும் பிரதிகளில், அவர்கள் பிறகு வரும் பாத்திரங்களாவோ, அல்லது கதையின் இறுதியில் வருபவர் களாகவே இருப்பதோடு அவர்கள் ஏற்றுக் கொள்ளப்படாத நிலையிலே கதை முடியும். அத்தோடு அப்பிரதிகள் இவருக்கு உடன்பாடு இல்லாதவர்களை கொண்டு ஆரம்பாகும் பிரதிகளாகவே இருக்கும். இது மார்க்ஸிச மரபுவாதிகளுக்கு உடன்பாடு இல்லாத ஒன்று என நினைக்கிறேன்) இவ்வுத்தியே அவரது பிரதிகளை பிரசாரப் பாணி அற்ற பிரதிகளாக தம்மை தக்க வைக்கின்றன.**
- **சாதியப் போராட்டத்தை முதன்மைபடுத்தாது வர்க்கப் பிரச்சினைக்கு முக்கியத்துவம் கொடுத்தமை.**

- **தான் சாராத இயக்கங்களை பற்றி தனிநபர் காழ்ப்புணர்ச்சி யின்றி, அவை தம் பலஹீனங்களையும், பலங்களையும் முன் வைத்தமை.**

- **அவரது பிரதிகளில் மொழி நடை, உருவ கட்டமைப்பு ஊடாக வெளிப்படும் கலைத்துவம்.**

மேற்கூறிய அம்சங்களே அவரை தனித்துவமான படைப்பாளியாக அடையாளப்படுத்தி இருக்கின்றன. ஆனால் அதேவேளை மேற்குறித்த அம்சங்களில் சிலவற்றின் காரணமாகவே பலரால் அவர் சிலாகிக்கப் படவில்லை என்பது குறிப்பாக கவனத்தில் எடுக்க வேண்டிய விடயம்.

5

இறுதியாக, இதுவரை கால நந்தினியின் புனைவுப் பிரதிகளில், அவர் அவதானித்த சமூகச் சூழலில் போருக்குப் பின்னான மற்றும் உலகமயமாக்கல், திறந்த பொருளாாரம், பரந்த அளவான புலம்பெயர்வு போன்றவையின் காரணமாக வர்க்க-சாதிய அமைப்புகளில் ஏற்பட்ட மாற்றங்கள் விரிவாக பதிவாகவில்லை. இதற்கு இவர் தனது ஒவ்வொரு படைப்பையும் தருவதற்கு நீண்ட காலவெளியை எடுத்துக் கொள்வதுதான் காரணமாகுகிறது எனத் தெரிகிறது.

அடுத்து தவறி போன ஒரு சில அவரது நாவல்கள் நமது வாசிப்புக்கு உட்படுத்தப்படுத்த முடியாத நிலையில், நமக்கு கிடைக்க பெற்றிருக்கும் அவரது பிரதிகளில் வெளிப்படும் நாவல்களுக்கான பண்புகள், விடயங்கள், மிக விரைவாக வரும் காலத்தில் அவரிடமிருந்து ஒரு பாரிய நாவல் வரும் என்பது என் போன்ற வாசகர்களின் எதிர்ப்பார்ப்பாக இருக்கிறது.

கலைமுகம் 58 – 2014

மேமன்கவி முகநூல்

பேச்சுக்கும், எழுத்துக்கும், வாழ்க்கைக்கும் இடையே வித்தியாசமில்லாதவரான நந்தினி சேவியர்

– செ. யோகராசா

இம்மாத மல்லிகை முகப்பில் வெளிப்பட்டுள்ள நந்தினி சேவியர் என்ற புனைப்பெயருக்குச் சொந்தக்காரரான சேவியர் படைப்புலகைப் பொறுத்தளவில் சிறுகதை, நாவல், ஆய்வு, கவிதை (இளந்தலைமுறைக்கான) அறிமுகக் கட்டுரைகள், விமர்சனம் எனப் பல்வேறு முயற்சிகளில் ஏறத்தாழ 1966ஆம் ஆண்டு தொடக்கம் ஈடுபட்டு வந்துள்ளார். எனினும் நந்தினிசேவியர் என்றவுடன் அவரது சிறுகதை முயற்சியும் கூடவே அயல் கிராமத்தைச் சேர்ந்தவர்கள் (1993) என்ற சிறுகதைத் தொகுதியுமே உடனடியாக நினைவிற்கு வருகின்றன. ஏனைய இலக்கிய முயற்சிகள் நூலுருப்பெறவில்லை என்பது ஒருபுறமிருக்க, அன்னாரது சிறுகதை முயற்சிகளே வாசகர் களினதும், விமர்சகர்களினதும் கவனத்தை ஈர்த்து, ஈழத்துச் சிறுகதை வரலாற்றிலே அவருக்கென்று ஓர் இடத்தை வழங்கக் கூடியனவாகவு முள்ளன. ஆகவே, அவ்விதத்திலான அவரது முகத்தை முதலிலே வெளிக்காட்டுவதே பொருத்தமானதென்று கருதுகின்றேன்.

நந்தினிசேவியரின் முதற் சிறுகதையான 'பாரம்' 1967 இல் 'சுதந்திரன்' பத்திரிகையில் வெளியாயிற்று. தொடர்ந்து அவ்வப்போது மல்லிகை, அலை, புதிசு, தாயகம் முதலானவற்றிலும், அண்மைக் காலங்களில் சுட்டும்விழி, பெயர், தூண்டி, கண்ணில் தெரியுது வானம் முதலானவற்றிலும் அவரது படைப்புகள் பிரசுரமாகின.

ஏறத்தாழ 30க்கு மேற்பட்ட சிறுகதைகள் இன்றுவரை எழுதப் பட்டுள்ளன. இவற்றுள் எட்டுச் சிறுகதைகள் மட்டுமே 'அயல் கிராமத்தைச் சேர்ந்தவர்கள்' (1993) தொகுதியில் இடம்பெற்றுள்ளன. இவ்வேளை இவற்றை அடிப்படையாகக் கொண்டே நந்தினி சேவியரது சிறுகதைகள் பற்றிய அபிப்பிராயங்களைக் கூற முற்படுகின்றேன். இச்சிறுகதைகள் 1969 ஆம் ஆண்டு தொடக்கம் 1986 ஆம் ஆண்டு வரையிலான கலப்பகுதியில் வெளிவந்தன என்பதனை முதலில் மனங்கொள்வது அவசியமாகின்றது. ஈழத்துச் சிறுகதை வளர்ச்சி ஓட்டம் பற்றிக் கூர்ந்து கவனிக்குமொருவர் ஈழத்து முற்போக்கு அணிசார்ந்த எழுத்தாளர்கள் பலரதும் சிறுகதைகள் பிரச்சாரப் பண்பு வாய்ப்பாட்டுத் தன்மை, உருவ அமைதி பேணப்படாமை என்ற பண்புகள் பெற்றமைந்திருப்பதை அவதானிப்பர். மாறாக, அதே முற்போக்கு அணிசார்ந்த நந்தினி சேவியரது சிறுகதைகள் கலாபூர்வமான சிறுகதைகளாகத் திகழ்வதைக் கண்டிருப்பர். நந்தினிசேவியரது சிறுகதைகள் தொடர்பாக முதலிற் கூறு வேண்டிய விடயம் இதுவென்றே எண்ணுகின்றேன்.

அதேவேளை, இன்று பின்நோக்கி ஆழமாக நோக்குகின்ற போது சிறுகதைகள் வேறு சில சிறப்பியல்புகள் பெற்றிருப்பது தெரிய வருகின்றது. அவற்றுள் இரு விடயங்கள் பற்றி இவ்வேளை குறிப்பிடுவதவசியம்.

ஒன்று இவரது சிறுகதைகள் பெரும்பாலானவை விளிம்பு நிலை மக்கள் பற்றிய சிறுகதைகளே. முற்போக்கு அணிசார்ந்த வேறு சில எழுத்தாளர்களும், முற்போக்கு அணிசாராத பித்தன் போன்ற எழுத்தாளர்களும் எழுதியிருக்கின்றனர் என்று ஒருவர் வினவலாம். அது உண்மைதான். எனினும், நந்தினிசேவியரது சிறுகதைகள் அவர்களது படைப்புகளிலிருந்து வேறுபட்டு, வித்தியாசமான பாத்திரங்களையோ, களங்களையோ கொண்டனவாக அமைந்துள்ளன என்பதே கவனத்திற்குரியது.

மேற்கூறிய அம்சத்தை விடவும் முக்கியமான மற்றொரு விடயம், ஈழத்துத் தமிழ் இடதுசாரிக் கட்சியின் ஒரு கால கட்ட வரலாற்றை (ஏறத்தாழ 1960 தொடக்கம் 1985 வரை) நந்தினி சேவியரது சிறுகதைகள் பிரதிபலிப்பது. இவ்விதத்தில் 'அயல் கிராமத்தைச் சேர்ந்தவர்கள்' 'ஒரு பகற்பொழுது' 'தொலைந்து

போனவர்கள்' ஆகிய மூன்று சிறுகதைகளையும் கவனத்திற் கெடுப்பதே போதுமானது. அவற்றுள் முதலிற் குறிப்பிடப்பட்டுள்ள 'அயல் கிராமத்தைச் சேர்ந்தவர்கள்' சிறுகதையை தீண்டாமை ஒழிப்பு வெகுஜன இயக்கம் நடத்திய ஆரம்பகாலப் போராட்ட வெற்றிகளின் பின்புலத்தில் வைத்துப் பார்க்க வேண்டும். இச்சிறுகதையிலே கிராமமொன்றிலுள்ள மக்களனைவருமே போராடுகின்றனர். (அடுத்து வரும் சிறுகதைகளிலே மக்களுக்குப் பதிலாக கட்சி உறுப்பினர்கள், தனிநபர்கள், காட்டிக் கொடுப்பவர்கள், ஒதுங்கிச் செல்பவர்கள் என எண்ணிக்கை குறைந்து செல்கின்றது) 'ஒரு பகற் பொழுது' சிறுகதையில் வரும் செல்வமும் அவளது கணவனும் புரட்சி குறித்துப் பயந்து சாகின்றார்கள். இத்தகைய நிலைமை ஏனைய சிறுகதைகளில் வெவ்வேறு பரிமாணங்களிலே வளர்ந்து செல்கின்றது. ஆரம்பத்தில் கவனியாது விடப்பட்ட தமிழ்த்தேசிய இனப்பிரச்சினை முற்றி ஆயுதப்போராட்டமாக வெடித்தபோது, இடதுசாரிக் கட்சியினர் பலர் பேசாமடந்தை களாகின்றனர். மாறாக, பொதுமக்கள் பலர் சாதி, வர்க்க, பிரதேச வேறுபாடுகள் கடந்து ஆயுதப் பேராட்டத்திற்கு ஆதரவு நல்கினர்.

இப்பின்னணியிலேயே 'தொலைந்து போனவர்கள்' சிறுகதையை நோக்குதல் வேண்டும். இச்சிறுகதையிலே இடம் பெறுகின்ற 'மணியம்' முக்கியமான தொரு பாத்திரம். முன்னைய சிறுகதைகளில் இடதுசாரி அரசியலிலே ஈடுபட்டவர்களின் தொடர்ச்சியாக விளங்கும் மணியம் தான் ஏற்றுக் கொண்ட அரசியலில் இப்போது ஈடுபட முடியாதவர். தன்னிடம் படித்தவர்கள், உறவினர்கள் எனப்பலரும் ஆயுதப் போராட்ட இயக்கங்களில் இணை வதற்காகத் தொலைந்து போவதை வியப்புடனும், மகிழ்ச்சியுடனும் அங்கீகரிப்பதைத் தவிர, அவரால் வேறெதுதான் செய்யமுடியும்? அவரின் காலில் பட்ட ஊனம் உண்மையில் ஒரு குறியீடுதான்! தமிழ் இடதுசாரிகளுக்கு ஏற்பட்ட ஊனமே அது என்பதில் தவறில்லை. (இவ்வதத்தில் ஈழத்து அரசியல் சிறுகதை வரலாற்றுப் பின்புலத்தில் முக்கியமான தொரு பாத்திரம் மணியம் என்பதில் தவறில்லை)

ஆக மேற்கூறிய விதத்தில் அவதானிக்கின்ற போது நந்தினி சேவியரின் சிறுகதைகள், ஈழத்துச் சிறுகதை வரலாற்றில் பெறுகின்ற முக்கியத்துவம் விதந்துரைக்கப்பட வேண்டியதாகின்றது. இவ்விதத்தில் ஏனைய முற்போக்கு அணிசார்ந்த எழுத்தாளர்களின் சிறுகதை களிலிருந்து வேறுபட்டும், தனித்துவம் பெற்றும் விளங்குவது கண்கூடு.

மேற்கூறிய பண்பு, நந்தினிசேவியரது முக்கியமான பிறிதொரு ஆளுமையைப் புலப்படுத்தி நிற்கின்றது. அதாவது நந்தினி சேவியர் தமிழ் இடதுசாரிக் கட்சியினர் (சீன சார்பு) அறுபதுகளில் நடத்திய வெகுஜன போராட்டங்கள் பலவற்றில் ஈடுபட்டவர். இவ்விதத்தில் அவர் இயக்க எழுத்தாளராக மட்டுமன்றி போராட்டங்களிலீடுபட்டு செயற்பாட்டாளராகவும் உள்ளமை முக்கிய கவனிப்பிற்குரிய தொன்றாகிறது. கூடவே, இடதுசாரிக் கட்சியினரது போராட்டம் பற்றிய பலம், பலவீனம், பற்றிய நடுநிலை நோக்குடைய தீவிரமான விமர்சகரென்பதும் குறிக்கப்பட வேண்டியதாகின்றது. நந்தினி சேவியரின் இத்தகைய முகமும் பரவலாக அறியப்படாததொன்றன்றோ. மேற்கூறிய அளவிற்கு முதன்மை பெறாவிடினும், நந்தினி சேவியரிடம் வேறு பல முகங்களுமுள்ளன.

'ஈழநாடு' நடத்திய நாவல் போட்டியில் (1969) இரண்டாம் பரிசு பெற்ற நாவல், பேராதனைத் தமிழ்ச்சங்கம் நடத்திய போட்டியில் (1974) தங்கப்பதக்கம் பெற்ற குறுநாவல் ஆகியவற்றின் சொந்தக்காரர் அவர். (பரிசு என்கின்ற போதுதான் 1993 இல் சிறந்த சிறுகதைத் தொகுப்பிற்காகப் பெற்றுக் கொண்ட 'விபவி' விருதும், யாழ் உள்ளூராட்சித் திணைக்கள "தமிழின்பக்கண்காட்சி" விருதும் நினைவிற்கு வருகின்றன). இந்நாவல்களும் அன்னாரது படைப்பாளுமைகளைப் பற்றி வெளிப்படுத்தக் கூடுமாயினும், அவற்றை வாசிக்கும் வாய்ப்புக் கிடைக்காதபடியால் அவை பற்றி எதுவும் கூறமுடியவில்லை. அவ்வப்போது அவர் எழுதி வந்துள்ள கவிதைகள்பற்றிய நிலையும் இதுதான். (இவற்றோடு 'கடற்கரையில் தென்னை மரங்களும் நிற்கின்றன' என்ற பெயரில் சிந்தாமணிக்கு அனுப்பி நின்று போய் விட்ட நாவல். 1986 இல் இடம்பெற்ற 'ஒப்பிரேசன் லிபரேசன்' பற்றி 'வல்லையிலிருந்து வல்லிபுரம் வரை' என்ற பெயரில் எழுதி இடையில் நிறுத்தப்பட்ட நேரடி ரப்போட் ஆகியனவற்றின் சொந்தக் காரருமாவார்).

காத்திரமான கட்டுரைகளும் அவ்வப்போது நந்தினி சேவியரால் எழுதப்பட்டுள்ளன என்பதை நான் நன்கறிவேன். ஆயினும், அவற்றுள் முற்போக்கு இலக்கிய வளர்ச்சி(?) பற்றிஅண்மையில் பத்திரிகையொன்றில் எழுதி வெளிவந்த கட்டுரைத்தொடரும் 'தமிழ் இனி - 2000' தமிழ்நாட்டுக் கருத்தரங்கிலே 'இருபதாம் நூற்றாண்டில் ஈழத்து மார்க்சிய இலக்கியம்' பற்றி அவர் சமர்ப்பித்த கட்டுரையும் மட்டுமே இவ்வேளை நினைவிற்கு வருகின்றன. தேசிய கலை இலக்கியப் பேரவை முதலான இலக்கிய அமைப்புகள்

வாகை, சமர் முதலான சஞ்சிகைகள் முதலானவற்றோடும் அவ்வப்போது நந்தினி சேவியருக்குத் தொடர்புகளிருந்து வந்துள்ளன. வடக்கு கிழக்கு மாகாண கலை பண்பாட்டலுவல்கள் திணைக்களம் அண்மைக் காலங்களில் சிறந்த நூல்களைப் பரிசிற்குரியனவாகத் தேர்ந்தெடுத்து வந்துள்ளதில் அங்கு கடமையாற்றி வந்த நந்தினி சேவியருக்கும் மறைமுகமானதொரு பங்களிப்பு இருந்திருக்குமென்று ஊகிக்கத் தோன்றுகிறது.

ஈழத்து இலக்கிய உலகில் இவ்வாறெல்லாம் முக்கியம் பெறினும் நந்தினிசேவியர் நன்கறியப்படாதவராக இருந்து வருகின்றார். விமர்சகர்களால் கவனிக்கப்படாதவராக விளங்குகின்றார். யாரோடும் ஒத்தோடும் தன்மை இல்லாமையும், பேச்சுக்கும் எழுத்துக்கும் வாழ்க்கைக்கும் வித்தியாசமில்லாத வாழ்க்கை நிலையும் இதற்கான காரணங்கள் போலும். தனிப்பட்ட வாழ்க்கையில் பாரிய பொருளாதார நெருக்கடிகளுக்கு இளமைக்காலம் தொடக்கம் முகங்கொடுத்து வந்துள்ள நந்தினி சேவியர் 40 வருட எழுத்துலக வாழ்விலும் தான் பல பல்வேறு இருட்டடிப்புகளுக்குட்பட்டதாகவும் கருதுகின்றார். செங்கை ஆழியான் தொகுத்த சுதந்திரன் சிறுகதைகள் தொகுப்பு, மல்லிகைச் சிறுகதைத் தொகுப்புகள், (வடமராட்சி, கட்டைவேலி, நெல்லியடி ப.நோ.கூ.சங்கம் தொகுத்த) ‘உயிர்ப்புகள்’ சிறு கதைத் தொகுப்பு ஆகியவற்றில் தனது சிறுகதைகள் தவிர்க்கப் பட்டுள்ளமை முதலான செயற்பாடுகள் அத்தகையனவே என்பது நந்தினி சேவியரது உறுதியான கருத்தாகின்றது.

அது எவ்வாறாயினும் நந்தினிசேவியரிடமிருந்து சிறந்த சிறுகதைகள், நாவல்கள் என்பவற்றோடு ஈழத்து தமிழ் இடது சாரிகளின் வரலாறு முதலான பலவற்றையும் ஆர்வமுள்ள வாசகர்கள் எதிர்பார்த்தவாறுதான் உள்ளனர். இதுவரை அவர் செய்தவற்றை விட, இன்றும் பலவற்றை இன்னும் வலுவோடும் வனப்போடும் செய்யக் கூடியளவிற்கான தேடலும், வாசிப்பும் வாழ்க்கை கொடுத்து வந்த அடிகளும் பாடங்களும் நிறைய அவரிடமுள்ளமையே அதற்கான காரணங்களாகின்றன. அண்மைக்காலத்தில் இருதய நோயின் கொடுமையிலிருந்து நல்ல விதத்திலே அவர் மீண்டு வந்துள்ளமை அதனாற் போலும், ஈழத்து இலக்கிய உலகில் இவ்வாறெல்லாம் பன்முகங்களுடன் இருந்து வருகின்ற நந்தினி சேவியர், சாதாரண தொழிலாளரொருவரின் மகனாக 1949இல் மட்டுவிலில் பிறந்தவர். தேவசகாயம் - றோசம்மா தம்பதிகளின் மூன்றாவது புதல்வர். க.பொ.த.சாதாரண தரம் வரை கற்றவர்.

சொந்தப் பெயரிலெழுதிப் பிரசுரமாகாத நிலையில் நந்தினி என்ற பெண் பெயரைப் புனைப் பெயராகக் கொண்டு எழுதி பிரசுர ரீதியில் வெற்றி பெற்றார். இதனால் தொடர்ந்து நந்தினி சேவியர் என்ற பெயரில் எழுதி வந்தார். சில சந்தர்ப்பங்களில் சகாயபுத்திரன், வ.தேவசகாயம், தாவீதுகிறிஸ்ரோ என்ற பெயர்களையும் தரித்துக் கொண்டவர்.

நன்றி 'மல்லிகை' ஒக்டோபர் 2007

''ஒரு நாள் அவர்கள் எங்களைப் போல வேதங்களை ஆக்கிக் கொள்வார்கள்''

சமூக இலக்கியப் போராளி நந்தினி சேவியர்

– செல்லத்துரை சுதர்சன்

நந்தினி சேவியரின் 'அயல் கிராமத்தைச் சேர்ந்தவர்கள்' 1993இல் வெளிவந்தது. அவர் எழுதிய எட்டுச் சிறுகதைகளின் தொகுதியிது. கவிஞர் ஜபார் மூலம் அத்தொகுதி கிடைத்தது. வாசித்திருந்தேன். ஆனால் 1996இல் தான் சேவியரை நேரில் சந்திக்கும் வாய்ப்புக் கிடைத்தது. கவிஞர் ஜபாருடன் திருமலையில் உள்ள சேவியரின் வீட்டில் சேவியரைச் சந்தித்தேன். கலை, இலக்கியத்தை விடச் சமூகப் பிரச்சனைகள், அரசியற் பிரச்சனைகள் பற்றியே அதிகம் பேசினார். அன்று மட்டுமல்ல நான் அவரைச் சந்தித்த பல தடவைகளில் அவரது பேச்சு சமூகம் பற்றியதாகவே இருந்தது. அவரிடம் இருந்த சமூகம் பற்றிய அக்கறையும், சமூகத்தைக் கூர்ந்து நோக்கும் பார்வையும், விமர்சன மனப்பாங்கும் அவரது எழுத்துக்களைச் சமூகச் சார்புடையதாக்கின.

1967இல் இருந்து எழுதத் தொடங்கியவர் சேவியர். சிறுகதைகள், நாவல், குறுநாவல், கட்டுரைகள், பத்திகள் எனப் பல்வேறு வடிவங்களில் சமூகம் பற்றிய தன் நோக்கத்தை வெளிப்படுத்தியுள்ளார். இருப்பினும் இவர் ஈழத்து இலக்கிய உலகில் சிறுகதைப் படைப்பாளியாகவே பரவலாக அறியப்பட்டுள்ளார்.

இலங்கை கம்யூனிஸ்ட் கட்சி (சீனச்சார்பு) வாலிப சங்க இயக்கத்தில் இணைந்து செயற்பட்ட சேவியர் அதன் தொடர்ச்சியாகப்

பல முக்கிய சமூகப் போராட்டங்களில் பங்கு பெற்றவர். அடக்கப் பட்ட மக்களின் உரிமைகளை வென்றெடுக்கப் போராடியவர்களுள் சேவியரும் குறிப்பிட்டுச் சொல்லக் கூடியவர். மார்க்ஸியக் கொள்கையில் பற்றுடைய இவர் இந்நோக்கில் சில கட்டுரைகளையும் பத்திகளையும் எழுதியுள்ளமை குறிப்பிடத்தக்கதாகும்.

நந்தினி சேவியரின் சிறுகதைகள் சமூகப் பிரச்சனைகளை உள்ளடக்கமாகக் கொண்டவை. தேசிய கலை இலக்கியப் பேரவை வெளியீடான 'அயல் கிராமத்தைச் சேர்ந்தவர்கள்' என்ற சேவியரின் தொகுதியில் உள்ள சிறுகதைகள் பற்றி இ.முருகையன் பின்வருமாறு குறிப்பிடுகின்றார்.

'நந்தினி சேவியரின் கதைகள் ஆயிரத்தில் ஒருவரான அற்புதத் தனியாள் ஒருவரைப் பற்றியோ, அவருடைய விசித்திர குணாதிசயங்களைப் பற்றியோ பேசிவிட்டு நிறுத்திக் கொள்ளும் தன்மையை உடையன அல்ல. கால ஓட்டத்தில் இடையீடின்றி மாறிக் கொண்டிருக்கும் வாழ்நிலைகளின் இயக்கத் திசைகளை நுணுக்கமாக நோக்குவதற்கு நமக்கு உதவி செய்யும் வல்லமை வாய்ந்த கலைக்கருவிகள் அவை. அதனாலேதான் இந்தக் கதைகளை வியக்க வைக்கும் சாதனைகளாக நாம் இனங்காண்பதில்லை. நமது அநுபவ விரிவுக்கும் வாழ்க்கை விளக்கத்துக்கும் துணை போகும் திறன் கொண்ட, நயந்து திளைப்பதற்கு ஏற்ற ஏதுக்களை நிறையவே கொண்டுள்ள - சீரிய படைப்புக்களென உணர்ந்து போற்றுகிறோம்'' (முருகையன் : 1993) வெறும் புளிச்சல் ஏவறைகளுக்கும், அரண்மனை இலக்கியக் கொட்டாவிகளுக்கும் அவரது கதை உலகில் இடம் இல்லை. சிறுகதைகளைப் போலவே அவரது நாவல்கள் (மேகங்கள், கடற்கரையில் தென்னை மரங்களும் நிற்கின்றன) குறுநாவல் முதலியனவும் சமூகச் சார்பான இலக்கியப் படைப்புக்களே ஆகும். சேவியரின் கதைகளில் மண்வாசனை அதிகம் புலப்படுகிறது. புவியியற் சித்தரிப்பிலிருந்து மொழிக் கையாளுகை வரை கதைப் பின்னலிலிருந்து கதை மாந்தர் வரை அர்த்த புஷ்டியுடன் நிலை பெற்றுள்ளன. வெகு லாவகமாகக் கதையை நகர்த்திச் சென்று கதையின் முடிவில் வாசகனை அதிர்வோடு சிந்திக்க வைக்கும் தன்மையே சேவியரின் பலமாகும். நீட்டி முழக்காமல் சொற் செட்டாய் அமையும் புனைக்கதை வெளிக்குள் தனது கதை மாந்தர்களை உருவாக்கி நடமாடவிட்டு முரண்பட வைத்து கதை சொல்லியும் கதை மாந்தராய்க் கலந்துவிடும் தன்மையை அவர் நிகழ்த்திக் காட்டியுள்ளார். சேவியரின் கட்டுரைகளில் 'கடந்த நூற்றாண்டில்

ஈழத்து மார்க்சிய இலக்கியம்' (2000) என்பது குறிப்பிட்டுச் சொல்லக் கூடியது. ஈழத்தில் நடைபெற்ற முற்போக்கு இலக்கிய விவாதங்களின் பின்னணியில் அரசியல், சமூக இயக்கங்களினதும், இலக்கியத்தினதும், இலக்கியப் படைப்புக்களினதும் வளர்ச்சியை அக்கட்டுரையில் அவர் விரிவாக நோக்கியுள்ளார்.

ஈழத்து இலக்கிய உலகில் நடைபெற்ற இருட்டடிப்புக்கள், இலக்கியத் திருடல்கள், வெளித் தெரியாத பூடகங்கள் முதலியவற்றை அவர் 'தெரிந்தவையும் தெரியாதவையும்' என்ற தலைப்பில் எழுதிய பத்திகள் விபரிக்கின்றன. இப்பத்திகளை அவர் வ.தேவசகாயம் என்ற பெயரில் எழுதினார். இவற்றை விட 'எழுத்தாயுத வீரர்களும் திடசங்கற்பமும்' (தினகரன் - 2006) 'இலக்கியச் சஞ்சிகைகளும் சர்ச்சைகளும்' (வீரகேசரி - 2006) முதலிய கட்டுரைகளையும் குறிப்பிட்டுச் சொல்லலாம். முற்போக்கை எதிர்த்தும் மறுத்தும் எழுதும் சாராரை இவர் பின்வருமாறு எழுதுகிறார். 'நாய்கள் குரைத்துக் கொண்டிருக்கும், வண்டிகள் ஓடிக்கொண்டிருக்கும்' (10.12.2006 வீரகேசரி) இக்கட்டுரைகளைத் தாவீது கிறிஸ்ரோ என்ற பெயரில் எழுதியுள்ளார்.

சேவியரின் சினிமா தொடர்பான கட்டுரைகளும் அதிகம் சிலாகித்துப் பேச வேண்டியவை. அவற்றில் வெளிவராதவையும் உள்ளன. வெளிவந்த கட்டுரைகளை அவர் தாவீது கிறிஸ்ரோ என்ற பெயரிலேயே எழுதியுள்ளார். 'துறைசார் ஒளிப்பதிவாளர்களும், சிறந்த திரைப்படங்களும் குறும்படங்களும்' 'தமிழ் சினிமாவில் தமிழ் எழுத்தாளர்கள், "இனிது பெற என்றொரு குறும்படம்", "ஆவணப்படமொன்றும் குறும்படம் இன்னொன்றும்", முதலிய கட்டுரைகளைக் குறிப்பிட்டுச் சொல்லலாம்.

நாடகம், கூத்துத் தொடர்பான இவரது சில கட்டுரைகள் குறிப்பிடத் தக்கன. அக்கட்டுரைகளில் சமூக வரலாற்றோடு தன் அநுபவத்தையும் கலந்து பல வரலாற்றுச் செய்திகளை வெளிப் படுத்தியுள்ளார். ஈழத்தின் கலை வரலாறு இன்னும் சரியாக எழுதப் படாத நிலையில் இவரது கட்டுரைகள் விடுபட்ட வரலாறுகளை இட்டு நிரப்பிச் செல்வதாக அமைகின்றன. உதாரணமாக 'வடமராட்சியின் இசை - நாடகம் - கூத்துக்கள் பற்றிய சில சுருக்கக் குறிப்புகள், (தினக்குரல் - 2006) என்ற கட்டுரையைக் குறிப்பிடலாம். இக்கட்டுரையில் 'வடமராட்சியின் கலைப் பாரம்பரியம் பற்றி

ஆராயும் ஆராய்ச்சி மாணவர்கள். நாடக வித்தகர்கள் நாடகமும் அரங்கியலும் கற்றவர்கள் இவை பற்றி விரிவாக ஆராயவேண்டும். எழுத வேண்டும் என்பதுவே எனது விருப்பம். என்று குறிப்பிடுகிறார். வடமராட்சியின் கலைப் பாரம்பரியம் முழுமையாக ஆராயப் படாமல் இருப்பது யாவரும் அறிய வேண்டிய உண்மை என்பதும் இவ்விடத்தில் நினைவிற் கொள்ளத்தக்கது.

கலை, இலக்கியங்களில் பரிசோதனை முயற்சிகள் நடைபெற வேண்டும் என்று விரும்பியவர்களில் சேவியரும் ஒருவர். 'ஈழத்து இலக்கியத்தில் பரிசோதனை முயற்சிகள்' (தினக்குரல் - 2006) என்ற அவரது கட்டுரை குறிப்பிடத்தக்கது. இதில் அவர் கவிதை, சிறுகதை, ஆகிய இலக்கிய வடிவங்களில் காலந்தோறும் செய்யப்பட்ட பரிசோதனை முயற்சிகள் பற்றி விபரித்து, செய்யப்படவேண்டிய முயற்சி தொடர்பான ஆதங்கத்தையும் வெளிப்படுத்தியுள்ளார்.

சேவியர் எழுதிய விமர்சனக் குறிப்புக்கள் தாக்குவதை நோக்கமாகக் கொண்டவையல்ல. அவை படைப்பையும், படைப்பாளியையும், சமூகத்தையும் அடிப்படையாக வைத்து கலையாக்க முறைமைக்குப் பின்னான சமூக இயங்கியலை விபரிப்பவை. அவரது 'புதுமைப் பித்தனை மீறிய கதை சொல்லும் இலாவகம்'' (தினக்குரல் 12.11.2006) என்ற ஜெயகாந்தன் பற்றிய கட்டுரையை இங்கு குறிப்பிடலாம். அக்கட்டுரையின் ஓரிடத்தில் அவர் பின்வருமாறு கூறியுள்ளார்.

ஜி. நாகராஜனின் கதைகளில் விளிம்பு நிலை மக்களின் வாழ்வு இரத்தமும் சதையுமாக வெளிப்பட்டது. அவர் கதைகளில் அவ்வாழ்வின் அருவருப்புக்கள் அனைத்தையும் மிக வெறுப்போடு படைப்பாக்கினார். வாசகனிடத்தில் அவ்வாழ்க்கையின் மீதான கொடூரத்தனங்களை அருவருப்போடு அம்பலமாக்கினார். ஒரு விதத்தில் இது புதுமைப் பித்தனை அண்மித்த கைங்கரியம். ஜெயகாந்தனிடம் இது மறுதலையாக வெளிப்பட்டது. விளிம்பு நிலை மக்களது வாழ்வு, அவர்களது சுற்றுச் சூழல் என்பன மிகவும் அழகியலுடன் வெளிப்பட்டு அவ்வாழ்வு வெறுப்புக்குரியதல்ல, விருப்புக்குரியதென வாசகர்களை நம்ப வைத்து அவர்களது வாழ்வு மாற்றப்பட வேண்டும் எனும் தார்மீகக் கோபத்தை எழுப்பத் தவறிய (பெரும்) தவறை அவரது சிறுகதைகள் செய்திருக்கின்றன, (தினக்குரல் - 12.11.2006 ப.39) இவ்விமர்சனம் பற்றி விரிவாக விவாதம் செய்ய வேண்டிய தேவை உள்ளது.

நந்தினி சேவியர்

சேவியரின் ஈழத்துச் சமூகம், குறிப்பாக யாழ்ப்பாணச் சமூகம் தொடர்பான வரலாற்றை விரிவாகக் காட்டுவனவாக அவருடன் செய்யப்பட்ட நேர்காணல்கள் விளக்குகின்றன. தலித் இதழ் 'ஓடும்போது இருக்கும் சமத்துவம் உணவு பரிமாறிக்- கொள்வதில் இல்லை' என்ற தலைப்பில் வெளியான நேர்காணல் குறிப்பிட்டுச் சொல்லப்படவேண்டியது. இந்நேர்காணலைச் செய்தவர் ரவிக்குமார். இந்நேர்காணலில் ஈழத்தில் சாதி, சாதிப் பிரச்சனைகள், சாதியத்துக் கெதிரான போராட்டங்கள், சாதியப் பிரச்சனைகளைப் பிரதிபலிக்கும் இலக்கியங்கள், அவற்றை ஆக்கியவர்கள், அப்படைப்புக்களில் காணப்படும் சமூகம் பற்றிய தவறான செய்திகள் எல்லாவற்றையும் மிகவும் விலாவாரியாக சேவியர் எடுத்துரைத்திருந்தார். அந்த நேர்காணலில் சில உண்மைகளைக் கூறியிருந்தார். சாதியத்துக் கெதிராகக் களத்தில் இறங்கிப் போராடியவர்கள் பற்றிக் குறிப்பிடுகையில் பலரைக் குறிப்பிட்டு 'டொமினிக் ஜீவாவைப் பொறுத்தவரை அவர் டானியல் அளவுக்குக் களத்தில் நின்றவரல்ல, *(பக்.21)* என்று கூறுவதும், டானியல் கொஞ்சம் கூடுதலாகக் காட்டினார். கோபத்தைக் காட்டுவதற்காக, ஒரு ஆபிரிக்க எழுத்தாளர் இருந்தாராம். அவர் வெள்ளைக்காரப் பெண்கள் அனைவரையும் சோரம் போனவர்களாகவே காட்டினாராம். அந்தத் தன்மைதான் டானியலிடம் இருந்தது *(பக்.22)* என்று கூறுவதும் அவரது நடுநிலைத் தன்மையைக் காட்டுகின்றன.

இன்னும் ''ரோம் நகரம் எரிய பிடில் வாசித்துக் கொண்டிருந்த நீரோ மன்னனாக எம்மால் இருக்க முடியாது'' என்ற தலைப்பில் சுட்டும் விழி *(2004)* இல் வந்த நேர்காணலும், ''எழுத்தாளர் நந்தினி சேவியருடன்'' என்ற தலைப்பில் கலைமுகத்தில் *(கலை - 15, முகம் : 01;02)* வந்த நேர்காணலும் இவரது சமூகம் மற்றும் இலக்கிய வளர்ச்சியையும் முரண்பாடுகளையும் விரிவாக விளக்குவனவாய் அமைகின்றன. வி.கௌரிபாலன் செய்த 'நந்தினி சேவியர் - ஓர் இடைமறிப்பு' என்ற விரிவான நேர்காணல் வெளிவரவில்லை. வெளிவருதல் பயனுடையது. இவரது நேர்காணல்கள் அனைத்தும் சிறிதொரு நூலாக வெளிவர வேண்டும். அது சமூகவியல் ஆய்வு மாணவருக்கு மிகுந்த பயனுடையதாய் அமையும்.

தமிழில் மொழிபெயர்ப்புத் தொடர்பாக வரலாற்று ரீதியில் அவர் சிந்தித்தவற்றை அடிப்படையாகக் கொண்டு குறிப்புகள் சில எழுதினார். தமிழில் மொழி பெயர்ப்பு முன் முயற்சிகள் பற்றி அவர் எழுதிய ''தமிழில் மொழிபெயர்ப்புக் கலையும் முன் முயற்சிகளும் பற்றிய ஒரு நோக்கு'' என்ற கட்டுரை குறிப்பிட்டுச் சொல்லத்தக்கது.

சேவியருடன் உரையாடுவதும் ஒரு சுவையான அநுபவம். ஒரு முறை நானும், சேவியர், கவிஞர் சு.வில்வரத்தினம் ஆகியோரும் உரையாடிக் கொண்டிருந்தோம். அப்போது நிறையப் புதிய செய்திகள் வெளிவந்தன. மறைந்த. மறைக்கப்பட்ட செய்திகளும் தான்.

வடமாகாணக் கல்வியமைச்சில் இருவரின் இழப்பை எந்தக் கலாச்சார உத்தியோகத்தராலும் ஈடு செய்ய முடியாது. ஒருவர் கவிஞர். சு.வி.மற்றவர் சேவியர். சு.வி.மறைந்துவிட்டார். சேவியர் ஓய்வு பெற்று நம்மத்தியில் வாழ்கிறார். வடமாகாண கல்வியமைச்சின் கலை இலக்கியச் செயற்பாடுகளிற்குத் தன்னாலான பங்களிப்பை மறைமுகமாகவும் நேரடியாகவும் வழங்கிய சேவியரின் ஓய்வு யாரும் இட்டு நிரப்பமுடியாத வெற்றிடம். சேவியர் பற்றிய வெளிவந்த எழுத்துக்கள் மிகக்குறைவு. இலக்கிய வரலாற்று நூல்களில் ஆங்காங்கு பெயர்ப்பதிவுகள் மட்டும் வழமைபோல் காணப்படுகின்றன. விரிவாக வெளிவந்தவற்றுள் கலாநிதி செ.யோகராசாவின் கட்டுரை குறிப்பிடத் தக்கது.

மல்லிகையில் அக்டோபர் 2007 சேவியரைப் பற்றிய அட்டைப் படக் குறிப்பாக அது வெளிவந்துள்ளது. இவற்றைவிட, பேராசிரியர் எம்.ஏ.நுஃமான் 'அயல் கிராமத்தைச் சேர்ந்தவர்கள்' பற்றி 1993 டிசம்பர் இலங்கை வானொலி தேசிய சேவை கலைக்கோலம் நிகழ்ச்சியில் ஆற்றிய காரசாரமான விமர்சன உரையும், முஹ்சீன் எழுதிய 'நந்தினிசேவியர் கதைகள் கருத்தியல்களின் பதிவுகள்' என்ற கட்டுரையும் குறிப்பிடத்தகுந்தவை. இவரின் எழுத்துக்களைத் தொகுக்கும் முயற்சியில் 'ஒப்பனை நிழல்' வி.கௌரிபாலன் இறங்கியுள்ளார். அவரின் முயற்சியில் வெளிவராத நாவல்கள், குறுநாவல்கள் வெளிவருதல் நன்மை பயக்கும்.

சதா நேரமும் அடக்கப்பட்ட மக்களைப் பற்றிச் சிந்தித்தும், எழுதிக் கொண்டும், உரையாடிக் கொண்டும் இருக்கும் நந்தினி சேவியருக்கு ஞானத்தின் சார்பில் நாம் என்ன கூறலாம்? சேவியரின் 'அயல் கிராமத்தைச் சேர்ந்தவர்கள்' கதையில் வரும் பின்வரும் முடிவையே கூறலாம். **"ஒருநாள் அவர்கள் எங்களைப் போல வேதங்களை ஆக்கிக் கொள்வார்கள்".**

நன்றி ஞானம் – நவம்பர் 2009

தவறிப்போனவை

சிறுகதைகள்

1. சுடலை ஞானம் - 1966 கையெழுத்துச் சஞ்சிகை
2. பாரம் - 1967 சுதந்திரன்
3. சூழ்லாம்பு - 1967 சுதந்திரன்
4. பெரிய மனிதன் - 1967 சுதந்திரன்
5. பனை - 1967 சுதந்திரன்
6. புரியாத புத்தகம் - 1967 சிந்தாமணி
7. திருவிழா - 1968 வீரகேசரி
8. அவர்களிடமிருந்து அவர்களுக்கு - 1969 கையெழுத்துச் சஞ்சிகை
9. முதலும் கடைசியும் - 1969 ஈழநாடு
10. பிச்சை புகினும் - 1969 பூம்பொழில்
11. ஓ.அது... - 1969 வணிகமலர்
12. வியாகுலம் - 1969 ஒளி
13. அவர்களுக்கும் பிள்ளைகளிருக்கிறார்கள் - 1972 வீரகேசரி
14. இரண்டு பகல்கள் கழிந்து விட்டன - 1975 சிரித்திரன் போட்டிக் கதை

நாவல்கள்

1. மேகங்கள் - ஈழநாடு (56) வாரங்கள் -1974
2. கடற்கரையில் தென்னை மரங்களும் நிற்கின்றன (எம்.டி. குணசேன - 1974)

குறுநாவல்கள்

1. ஒரு வயது போன மனிதரின் வாரிசுகள்
   (பேராதனை பல்கலைக்கழக தமிழ்ச்சங்கம் 1974)
2. தெளிவு பிறக்கிறது. (பூம்பொழில் - 1971)

கள ஆய்வு

1. வல்லையிலிருந்து வல்லிபுரம் வரை (86 வடமராட்சி ஒப்பிரேஸன் லிபரேஸன்) முடிவுறாத்தொடர் - ஈழமுரசு 1987

....

தகவல் குறிப்பு

சுதந்திரன், ஈழநாடு, வீரகேசரி, சிந்தாமணி பத்திரிக்கையில் எழுதப்பட்ட கதைகளும், சஞ்சிகைகள், கையெழுத்துச் சஞ்சிகைகளில் எழுதப்பட்ட கதைகளும் 1987 மே 26ல் இலங்கை இராணுவம் மேற்கொண்ட யாழ் - வடமராட்சி "ஒப்பிரேசன் லிபரேசன்" நடவடிக்கையின் போது இல்லாது போய்விட்டன. "மேகங்கள்" நாவல் 56 அத்தியாயங்களும் இதில் அடங்கும். ஈழநாடு பத்திரிக்கைக் காரியாலயம் எரியூட்டமையால் நாவலின் பிரதியை எடுக்க முடிய வில்லை. "கடற்கரையில் தென்னைமரங்களும் நிற்கின்றன" நாவல் சிந்தாமணி (எம்.டி.குணசேன) நிறுவனக் காரியாலத்தில் ஒப்படைக்கப் பட்ட சில தினங்களில் அப்பத்திரிக்கை நிறுத்தப்பட்டமையால் அதனைத் திரும்பப் பெற முடியவில்லை. மூலக்கையெழுத்துப் பிரதி "ஒப்பிரேசன் லிபரேசனில்" இழக்கப்பட்டு விட்டது. பேராதனைப் பல்கலைக்கழக தமிழ்ச்சங்க 50ஆம் ஆண்டு நிறைவு விழாவில் தங்கப்பதக்கம் பெற்ற "ஒரு வயது போன மனிதரின் வாரிசுகள்" குறுநாவல் எங்குமே பிரசுரிக்கப்படாமல் தவறிப்போய் விட்டது. அதன் மூலப்பிரதியும் பூம்பொழில் சஞ்சிகையில் பிரசுரிக்கப்பட்டிருந்த "தெளிவு பிறக்கிறது" குறு நாவலும் ஒப்பிரேசன் லிபரேசன் நடவடிக்கையில் இழக்கப்பட்டுவிட்டன. IPKF காலத்தில் ஈழமுரசு தகர்க்கப்பட்டுவிட்டது. நண்பர்களின் சேகரத்தில் கிடைக்கப் பெற்ற 16 கதைகள் இரு தொகுப்புகளாக வந்துள்ளன.

நந்தினி சேவியர்

நன்றி

தோழர் விடியல் சிவா, கண்ணன்.எம், வி.கௌரிபாலன், மேமன் கவி, விடியல் பதிப்பகத்தினர், ஆக்கங்களை எழுதியோர், பிரசுரித்தோர் என்னை எழுதவைத்தோர், என் துயர் பகிர்ந்தோர், இன்றுவரை மாஓ இஸ உடன்பாட்டோடு என்னோடு கூடப் பயணிப்போர் அனைவருக்கும்.....